சொல்லப்படாத கதை

சொல்லப்படாத கதை

ஆனந்தப்ரசாத்

கிழக்கிலங்கையின் திருக்கோணமலையில் பிறந்தவர். நான்கு வயதில் யாழ்ப்பாணத்திற்குப் புலம்பெயர்ந்தார். சிறுவயதிலிருந்தே கலை, இலக்கியங்களில் ஆழமான ஈடுபாடு. 1981இல் அரசியற் கெடுபிடிகளால் அதுவரை எழுதிய அனைத்தையும் ராணுவச் சுற்றிவளைப்பின்போது எரித்துவிட்டு இருபத்தாறு வயதில் ஊரைவிட்டு வெளியேறினார். உலக உருண்டையின் நீர், நிலப்பரப்பு களில் அலைந்து தற்போது கனடாவின் மான்றியால் நகரில் வாழ்கிறார். 'ஒரு சுயதரிசனம்' (1992) 'சொட்டு வாழ்வு அல்லது கிணறும் தவளையும்' (2017) என்கிற இரண்டு கவிதைத் தொகுப்புகள் இதுவரை வெளியாகியுள்ளன. இது மூன்றாவது நூல்.

தொடர்புக்கு: *pathanjali@live.ca*

ஆனந்தப்ரசாத்

சொல்லப்படாத கதை

காலச்சுவடு பதிப்பகம்

● **அன்பார்ந்த வாசகருக்கு,**

வணக்கம்.

காலச்சுவடு நூலை வாங்கியமைக்கு நன்றி.

நூலின் உள்ளடக்கம், உருவாக்கம், அட்டைப்படம் இன்ன பிற அம்சங்கள் பற்றிய உங்கள் கருத்துகளையும் ஆலோசனைகளையும் காலச்சுவடு வரவேற்கிறது. தகவல், எழுத்து, வாக்கியப் பிழைகள் தென்பட்டால் கட்டாயம் தெரிவித்து உதவுங்கள். நூல் தயாரிப்பில் கடும் குறைபாடு இருப்பின் மாற்றுப் பிரதி உங்களுக்குக் கிடைக்கக் காலச்சுவடு ஏற்பாடு செய்யும்.

மின்னஞ்சல்: publisher@kalachuvadu.com

காலச்சுவடு நாகர்கோவில் தலைமையகத்துக்கும் கடிதம் அனுப்பலாம்.

தங்கள்
எஸ்.ஆர். சுந்தரம் (கண்ணன்)
பதிப்பாளர் – நிர்வாக இயக்குநர்

சொல்லப்படாத கதை ❖ அனுபவப் பதிவு ❖ ஆசிரியர்: ஆனந்தப்ரசாத் ❖ © ஆனந்தப்ரசாத் ❖ முதல் பதிப்பு: டிசம்பர் 2019 ❖ வெளியீடு: காலச்சுவடு பப்ளிகேஷன்ஸ் (பி) லிட்., 669, கே.பி. சாலை, நாகர்கோவில் 629001

காலச்சுவடு பதிப்பக வெளியீடு: 947

Sollappadatha Kathai ❖ Author: Anandaprasad ❖ © Anandaprasad ❖ Language: Tamil ❖ First Edition: December 2019 ❖ Size: Demy 1 x 8 ❖ Paper: 18.6 kg maplitho ❖ Pages: 296

Published by Kalachuvadu Publications Pvt. Ltd., 669 K.P. Road, Nagercoil 629001, India ❖ Phone: 91-4652-278525 ❖ e-mail: publications@kalachuvadu.com ❖ Wrapper printed at Print Specialities, Chennai 600014 ❖ Printed at Mani Offset, Chennai 600077

ISBN: 978-93-89820-12-6

12/2019/S.No. 947, kcp 2544, 18.6 (1) ass

எனது தமிழாசான்
பண்டிதர் இராசையா
அவர்களுக்கும்,
ஆத்மார்த்த ஸ்நேகிதி
பிரான்செஸ்காவுக்கும்.

நன்றி

அலைவுகளின் தொகுப்பான இந்த நூலும் நண்பர் *காலம்* செல்வம் அருளானந்தம் முயற்சியால் ‘காலச்சுவடு’ வழியாக வெளிவருவதில் மகிழ்ச்சி. தொடராக முப்பத்தாறு மாதங்கள் *தாய்வீடு* பத்திரிகையில் வெளியிட்டு அதன் ஆசிரியர் பி.ஜெ. டிலீப்குமார் தந்த ஆதரவுக்குமாக என் இரு நட்புகளுக்கும் நன்றிகள்.

பொருளடக்கம்

வாழ்த்துரை

ஆனந்தப்ரசாத் நல்லதொரு படைப்பாளி என்பதில் ஐயமில்லை. இதை மற்றுமொருமுறை உறுதிப்படுத்தியிருக்கிறது 'சொல்லப்படாத கதை.' ஒரு படைப்பாளியின் படைப்புக்கான அடிப்படைத் தகுதி, சமூகம் மீதான பிரக்ஞை. சமூக இயக்கத்தில் ஈடுபாடும் பங்கும் கொண்டிருக்க முடியாத எவராலும் வெற்றிகரமான படைப்பாளியாக முடியாது. ஆனந்தப்ரசாத் சமூக நடத்தைகளோடு தன்னை இணைத்துக்கொண்டும் அதன் போக்குகளையும் இயங்குதிறன்களையும் நன்கு உணர்ந்தவாறு அவற்றைப் படைப்புகளின் வாயிலாக எடுத்துவர முனைபவர்.

'சொல்லப்படாத கதை' அவருடைய ஆழமான படைப்பாற்றலுக்கு நல்லதோர் எடுத்துக்காட்டு. பிற தொழில்களிலிருந்து மாறுபட்டு, எளிதில் பிறர் பெறமுடியாத அனுபவங்களையும் கொண்டது கப்பலோட்டும் தொழில். தரையில் மட்டுமே வாழ்ந்தபடி, கற்பனையில் கப்பலோட்டியின் அன்றாட இயக்கங்களைப் பதிவு செய்ய முடியாது. அவ்வாறே படைத்தாலும் அதில் உயிர்ப்பு இருக்காது. சொல்லப்படாத கதையில் ஒரு கடலோடியின் வாழ்வு அழகாகச் சொல்லப்பட்டிருக்கிறது. அந்த வாழ்வின் வழியே ஒரு தமிழ்க் கடலோடியின் சொல்லப்படாத அனுபவங்கள் வெளிப்பட்டிருக்கின்றன.

ஆனந்தப்ரசாத் நீண்டகாலம் கப்பலில் பணியாற்றியவர். பெருங்கடல்கள் வாயிலாக உலகை வலம் வந்தவர். அந்த அனுபவங்களை

முன்னிறுத்திக் கடலோடியாகவே இந்த ஆக்கத்தைப் படைத்திருக்கிறார். இதுவே ஒரு படைப்பாளரின் முனைப்பு; படைப்பு சிறக்க வேண்டும் என்ற தீராத் தேடல்.

இந்தப் படைப்பு தொடராக *தாய்வீடு* இதழில் வெளிவர வேண்டும் என ஆனந்தப்ரசாத் விரும்பினார். இவருடைய எழுத்தாற்றல் குறித்து நன்கு அறிந்திருந்த *தாய்வீடு* அவருக்கான களத்தை உருவாக்கிக் கொடுத்தது. அவர் அதைச் செவ்வனே பயன்படுத்தித் தன் படைப்பை முழுமையாக்கினார். இன்றைய நாளில் அந்தப் படைப்பு அழகானதோர் அனுபவப் பதிவாக உருவாகியிருக்கிறது.

வெளிவரும் எல்லா நூல்களும் நிலைத்து நிற்பதில்லை. தமிழருடைய வாழ்வியல் போராட்டங்களில் பெரிதும் பதியப்படாத வாழ்வை இந்தப் படைப்பு எடுத்துவருவதால் நிச்சயமாக இந்த நூல் நிலைத்திருக்கும்.

இவ்வேளை கலைஞர் ஆனந்தப்ரசாதை *தாய்வீடு* வாழ்த்துகிறது. நன்றி!

கனடா
8.12.2019

பி.ஜெ. டிலிப்குமார்
தாய்வீடு ஆசிரியர்

திறப்பு

தலைப்பில்லாத கதை

அது ஒரு மனதுக்கு இதமான காலையின் பத்து மணிக்கூறு. தபாற்கந்தோர் வீதியை நோக்கி மின்சார நிலைய வீதி செல்லும் வழியில்... இடது புறமாக வந்து கிறீன் வீதி முட்டிக்கொள்ளும் முனையின் எதிர்ப்பக்கமாக மஞ்சள் சுண்ணாம்புக் காரை பெயர்ந்து இடுப்பளவே உயரமிருந்த மதில்சுவர் தந்துகொண்டிருந்த தற்காலிக நிழலில் தனது மீன் வியாபாரத்தை ஆரம்பித்திருந்தான் கிறிஸ்தோப்பர். கரைவலையில் உடன் அகப்பட்ட மீன்கள் நேர்த்தியாக அடுக்கி வைக்கப்பட்டிருந்தன அவனுடைய மூன்றடிக்கு இரண்டடி மரப்பெட்டியின்மேல் . . . அதனதன் ஜாதியடிப்படையில்.

பகலின் வெளிச்சம் மெதுமெதுவாகத் தடிப் பேறிக்கொண்டு வந்தது. வழிப்போக்கர்கள் வந்தும் போயும் கொண்டிருந்தார்கள். பேரம் பேசி மீன்களை வாங்கிச்சென்றார்கள் சகாயவிலைக்கு. கிறிஸ்தோப்பர் ஏறத்தாழ எல்லாவற்றையும் விற்றுவிட்டான். இந்த இடத்தில் நான் கிறிஸ்தோப்பர் யாரென்று உங்களுக்கு அறிமுகம் செய்துவைக்க விரும்புகிறேன். இவனது கதை கடும்புயல் மையம்கொண்டிருந்த ஒரு பொழுதில் 'மெடிட்டரேனியன்' கடலின் (நடுநிலக்கடல்) நடுப்பரப்பில் ஆரம்பிக்கிறது.

அலைகள் சினத்தின் உச்சியில் இருந்தன. பொதுவாக அமைதியாக இருப்பதாக நடித்துக் கொள்ளும் இந்தக் கடல் இந்த அளவு சீற்றம்

கொண்டதை கிறிஸ்தோப்பர் தன்னுடைய பதின்நான்காண்டு காலக் கடலனுபவத்தில் பார்த்ததேயில்லை என்று சொன்னான். கப்பலின் மொத்தம் இருபத்தியொன்பது ஊழியர்களுடன் அது கவிழ்ந்துபோய் விடக்கூடிய ஆபத்திருந்தது. வலிய பேரலைகள் கலத்தை இடமும் வலமுமாகத் தாக்கின. கப்பலின் மேற்தளத்தில் இருக்கும் சுக்கான் அறையில் (ப்ரிட்ஜ்) நூற்றியிருபது பாகையில் ரேடாரை நிறுத்திச் சுக்கான் பிடிப்பது சாத்தியப்படாதிருந்தது. கப்பலின் காப்டன் கடலையே உற்றுநோக்கிக்கொண்டு நம்பிக்கை இழந்தவனாய் 'லுக்கவுட்'இல் 'ஸ்டார்போர்ட் ஸைட்'இல் நின்றிருந்தான். (கப்பலின் வலதுபக்கம்) 'வீல் ஹௌஸ்ஸில்' 'ஸ்டியரிங் வீல்'ஐத் திருப்பித்திருப்பிக் கப்பலின் பின்புறமுள்ள சுக்கானை அசைப்பதன் மூலம் கலத்தைச் சமநிலைப்படுத்த முயன்று கொண்டிருந்த கிறிஸ்தோப்பருக்குச் சாரத்தியம் செய்ய வேண்டிய திசைகளின் பாகைகளைக் கணித்துக்கொடுக்க முடியாது திணறிக்கொண்டிருந்தான் 'சீஃவ் ஆபீஸர்'.

அந்தப் பாரிய எண்பதினாயிரம் தொன் எடை கொண்ட இரும்புக் கப்பலைப் புரட்டியெடுத்துக்கொண்டிருந்த வலிய அலைகளின் இழுவைகளையும், சுழிகளின் மின்சாரத்தையும் கலத்தின் அசைவுகளைக்கொண்டு அனுபவ அறிவால் கணித்துக் கொண்ட எனது 'ஹீரோ' கிறிஸ்தோப்பர் அந்தப் பெரும்படகைச் சமனிலைப்படுத்தி மிதக்கவைத்தான். அவன் எனக்குச் சொன்ன தகவல்களின்படி ஆழ நெடுங்கடலில் இவ்வாறான சூழ்நிலையில் இம்மாபெரும் கப்பற்கோட்டையை நகர்த்திச்செல்வதற்கான கணிதரீதியிலான தரவுகள் எதுவும் தரப்படாமலேயே சாரத்தியம் செய்து சமனிலைப்படுத்தி அசத்தியிருக்கிறான். சிறிது நேரத்தின் பின்னர் தெளிந்த நீர்ப்பரப்பின்மீது விளையாடிவரும் காற்றைப் போல் கொந்தளிப்பு இன்னமும் சரியாக அடங்காத நடுக்கடலில் கலம் பயணத்தைத் தொடர்ந்தது.

இந்தச் சம்பவத்தை அவன் விபரிக்கும் போது வாய்திறந்து கேட்டுக்கொண்டிருந்தேன்! மீன்களில் மொய்த்த இலையான்கள் எனது வாய்க்குள்ளே தாராளமாகப் போய் வந்து ஒளித்துப்பிடித்து விளையாடின. வேலைவெட்டியெதுவுமில்லாது சைக்கிள் டயரை வீணே தேய்த்துக்கொண்டிருந்த எனக்கு கிறிஸ்தோப்பரின் திரைகடல் சாகஸங்கள் கேட்பது தியானமாகிப்போனது. தினமும் காலையில் இவனுக்கருகில் உட்கார்ந்து மரப்பெட்டியில் அடுக்கிவைக்கப்பட்டிருந்த உடன் மீன்களின் கிறங்கிய கண்களுக்குள்ளால் பார்த்துக்கொண்டிருக்கும்போது இவன் விபரிக்கும் சமுத்திரங்கள், டொல்ஃபின்கள், கப்பல்கள், தெளிந்த நீர்ப்பரப்புகள், கொந்தளிக்கும் அலைகள், நட்சத்திரங்கள், நிலவில்லாத வானங்கள், கடல் பறவைகள், வெளிச்சவீடுகள்,

இவனது பராக்கிரமங்கள் எல்லாம் காட்சிப்படுத்தப்பட்டுக் கொண்டிருந்தன.

கிறிஸ்தோப்பர் திடகாத்திரமானவன். ஆறடி இரண்டங்குல உயரம். போர்த்துக்கீசிய இனக்கலப்புள்ளவன் என்பதால் கோதுமை நிறத்தில் தலைமயிர். முகத்தில் மெல்லியதாய் மீசையும், புருவங்களும் பொன்நிறத்தில். கடல் நிறத்தில் கண்கள் எப்போதும் தொலைதூரத்திலேயே நிலைக்குத்தியிருக்கும். நாசித்துவாரங்கள் சற்றே வானத்தைப் பார்த்தபடி இருக்கும். வெளிர்நீலத்தில் 'டெரிலின் ஷேர்ட்' 'பெல்பாட்டம்ஸ்'முழுக்காற்சட்டையுடன் சப்பாத்தும் அணிந்து எடுப்பாகவே இருப்பான். பதின்நான்கு வருடத்துக் கடல் வாழ்வில் உரமேறிய உடல்வாகு. அகன்று திரண்ட முழங்கைகள் உழைப்பை ஆவணப்படுத்தின. கவலைகளோ, சந்தோஷங்களோ, திருப்திகளோ, அதிருப்திகளோ, விருப்புகளோ, வெறுப்புகளோ, எதிர்பார்ப்புகளோ, ஏமாற்றங்களோ இவற்றின் ஒரு ரேகையைக்கூட இவன் முகத்தில் காண என்னால் ஒருபோதுமே நேர்ந்ததில்லை.

மூன்று அல்லது நான்கு வருடங்கள் கிரேக்கத்துக் கப்பல்களில் கடலோடித் தரைதட்டியவர்கள் திருக்கோணமலை திரும்பியதும் கட்டிமுடித்திருந்த சொந்த வீடு, வீட்டிலேயே அடமானக் கடை, மோட்டார் சைக்கிள், பின்னால் உட்கார்ந்தபடிசேலை முந்தானை படபடக்க ஒயிலாக இடுப்பை அணைத்துக்கொண்டு ஊரைப் பவனிவர சீதனத்தோடு வாழ்க்கைப்பட்ட ஒரு அம்சம் . . ! ஏழு மஹாசமுத்திரங்களிலும் பதின்நான்கு ஆண்டுகாலம் கடல்வாசத்தில் ஊர்ந்துஊர்ந்து உழைத்த, கடலோடிகளுக்கேயான பராக்கிரமங்கள் அனைத்தும் தேர்ந்த கிறிஸ்தோப்பருக்கு மட்டும் ஒரு சீதை கூடக் கிடைக்கவில்லையே!

1

விட்டு விடுதலையாகி

அது ஒரு முழுநிலவு நாள். அதன் பரிபூரண அழகைக் கறைப்படுத்தக் கூடிய மேகங்கள் மிக அரிதாகவே காணப்பட்டன. வழமைக்கு மாறாக 'மெடிட்டரேனியன்' கடல் அமைதிப் போராட்டம் நடத்திக்கொண்டிருந்தாலும் உள்ளே குமுறிக்கொண் டிருந்தது. இதுதான் இந்தக் கடலின் விதி. உள்ளொன்று வைத்துப் புறமொன்று காண்பித்துக்கொண்டிருக்கும். இம்முதிய கடலன்னையின் எல்லைக்குள் நுழைந்த உடனேயே மற்றெல்லாக் கடல்களைப் பார்க்கினும் தனித்துவமான கருநீல நிறத்தில் 'பளிச்'சென்று தன்னை அடையாளம் காட்டிக்கொள்ளும். ஒரு காலத்தில் காணாமல் போயிருந்தது. பின்னர் அட்லான்டிக் சமுத்திரத்தின் தாட்சண்யத்தில் மீண்டும் கடலாகிச் சமுத்திரத்தின் ஒரு பாகமானது.

லூனார் உமிழ்ந்த கதிர்களை மெடிட்டரேனிய னின் அலைகள் மெதுவாக எத்தித்தள்ளிக்கொண் டிருந்தது . . . தனது அதிருப்தியை வெளிக்குக் காட்டிக்கொள்ளாமல். எகிறிப்போன ஒளிப் பவளங்களில் மீன்கள் விழுங்கியது போக மீதி ஏதோவொரு கரையில் தரைதட்டியிருக்கும் . . . கரைகள் அவற்றைச் சேமித்துவைத்துக்கொள்ள முயன்றிருக்கும்... பவளங்களோ கரையை உதாசீனப் படுத்திவிட்டுக் கடலோடும், நிலவோடும் மீண்டும் மீண்டும் கலந்துபோய்க்கொண்டிருக்கும்..!

இந்து மஹா சமுத்திரத்தின் திருக்கோண மலைக் கரையில் ஒற்றைப் பனைமரத்தின் கீழேயமர்ந்திருக்கும்

நான் இயற்கையின் இந்தச் செப்படிவித்தைகளுக்கு சாட்சியாகிறேன்... அல்லது இயற்கை அரங்கேற்றிய நாடகத்தில் நானும் ஒரு பாத்திரம் ஏற்று நடித்துக்கொண்டிருக்கிறேன்... நட்டநடுக் கடலில்... நட்டநடுநிசியில்... 'எம்.வீ. ஔரோறா' கப்பலின் 'ப்ரிட்ஜ்'இல் தட்டத்தனிய 'பைனோக்கியுலர்'களினூடே கடலின் மேற்பரப்பை மேய்ந்துகொண்டிருந்த எனக்கு இப்படித்தான் கற்பனை செய்ய முடிந்தது. 'செக்கண்ட் ஆபீஸர்' உள்ளே அரைத் தூக்கத்திலிருந்தார். அன்றிரவு 'மெடிட்டரேனியன்' அஹிம்சையை ஆதரித்ததால் கப்பல் தானியங்கி மாலுமியால் செலுத்தப்பட்டுக்கொண்டிருந்தது. நள்ளிரவில் தெளிந்த கடற்பரப்பில் கப்பலின் மேல்தளத்திலிருந்து முன்பக்கம் பார்த்தால் காலக்கிழவனின் நரைத்த வெள்ளித் தலைமுடியைக் கலம் கோதி நடுவகிடு எடுத்து விடுவதுபோலவும்... உடனே பின்பக்கம் பார்த்தால் இளைஞன் ஒருவன் கருகருவென்று சுருண்டிருண்ட கேசத்துடன் காலத்தை வென்று பின்நோக்கிப் பயணிப்பவனாகவும்... 'போர்ட் சைட்'இலிருந்து (கப்பலின் இடதுபக்கம்) பார்த்தால் ஒரு பாரிய இரும்புக் கத்தியை வெள்ளிப்பாறைகளில் தீட்டிக் கூர்மையாக்கும் போது தெறிக்கும் மத்தாப்பூத் துமிகளாகவும்... 'ஸ்ரார்போர்ட் சைட்'இலிருந்து பார்த்தால் முதன்முதலாகக் காதல் வயப்பட்ட இளம்பெண்ணின் சிரிப்பில் சிதறிய ஏராள முத்துக்கள் போலவும்... சமுத்திரப்பரப்பில் ஒளித்தூரிகைகளால் அலைகள் வரையும் ஓவியங்களைக் காட்சிப்புலனால் அறிந்துகொள்வது அத்தனை எளிதல்ல. கணப்பொழுதில் தோன்றி மறையும் வெறும் ஆச்சர்ய மாயைகளே அவை.

கிறிஸ்தோப்பரை நான் முதன்முதலில் சந்தித்தபோது எனக்குப் பதினெட்டு வயது. மீன் குழம்பின் மீதிருந்த அலாதிப் பிரியத்தாலும், இவனிடம் உயிர்த்துடிப்பான மீன்கள் கிடைப்பதாலும் அடிக்கடிப் போய்வருவேன். பருவத்தில் பள்ளிக்கொளித்தவனாகவும், பரம்பரைச் சொத்துப்பத்துக்கள் ஏதுமற்றவனாகவும் திகழ்ந்ததால் வெறுமனே ஊரைச்சுற்றிக் கொண்டு திரிந்த காலங்கள். சிறு வயதில் யாழ்ப்பாணத்தில் வசிக்க நேர்ந்ததில் கற்றுத்தேர்ந்த மிருதங்க வாத்தியக்கலை கைகொடுக்க, கற்பித்தும், கச்சேரிகளுக்கு வாசித்தும் கைச் செலவுக்குச் சில்லறை சேர்ந்தது. பால்யத்திலிருந்தே ஒட்டிக் கொண்ட வாசிப்புப் பழக்கத்தால் இலக்கியத்தின் மீதிருந்த அதீத ஈடுபாட்டில் கவிதைகள், கதைகள், கட்டுரைகள், விவாதங்கள், இலக்கியக் கலந்துரையாடல்கள் என்று பதின்ம வயது கழிந்து போய்க்கொண்டிருந்தது. கலை, இலக்கியதின் மீதிருந்த ஆழ்ந்த ஈடுபாடுதான் இன்றளவும் என்னை அறியாமைக்கடலுள்

அமிழ்ந்துபோகவிடாது 'டொல்ஃபின்களாய்' எத்திஎத்திக் கரைக்குத் தள்ளிக்கொண்டிருக்கிறது.

○○○

பம்பாய் சாந்தாக்ரூஸ் விமான நிலையத்திலிருந்து 'மோட்டர் வெசல்' ஔரோறாவின் தலைவிதியை நிர்ணயிக்கப்போகும் இருபத்தியேழு கடலோடிகளையும் ஏற்றிக்கொண்டு புறப்பட்டது 'ஈஜிப்ற் எயார்'. காப்டன் ஒரு பார்ஸி இனத்தவன். வயதான குள்ளமான மஹாத்மா காந்தியைப் போல இருப்பான். இந்த நிமிடத்திலிருந்து எமது ஒரு வருட ஒப்பந்தம் காலாவதியாகும்வரை இவன்தான் எங்கள் குடும்பத் தலைவன்.

'சீஃவ் ஆபீஸர்', 'செக்கண்ட் ஆபீஸர், 'தேர்ட் ஆபீஸர்', ஆறு மாலுமிகள்(ஏபிள் பாடீட் ஸெய்லர்கள்), ஒரு 'டெக் ஹான்ட்', 'கார்ப்பென்டர்' (நங்கூரமிடுபவன்), இவர்களை மேய்க்க 'போர்ட்ஸ்வெய்ன்'. கப்பலைச் செலுத்துவதோடு மேற்தளப் பராமரிப்பு, நங்கூரமிடுதல், துறைமுகங்களில் கப்பலைக் கட்டுவதும் பின்னர் அவிழ்ப்பதும், இரவில் வேறு கப்பல்களையும், மீன்பிடி வள்ளங்களையும் தொலைநோக்கி வழியாகப் பார்த்து எச்சரித்துக்கொண்டிருப்பது தவிர்ந்த நேரங்களில் கலத்தின் துருவேறிய பாகங்களைச் சுரண்டிப் 'பெயின்ற்' பூசுவது, நூற்றைம்பது அடியுயரமான 'மாஸ்ற்'களில் தனியாக ஏறி 'கிறீஸ்' களிம்பு பூசுவது போன்ற சாஹஸங்கள் ஏ.பீ. மார்களின் பராக்கிரமங்களுக்குள் அடங்கும். இந்த ஆறு பேரில் நானும் ஒருவனாகி இந்த வேலைகளில் எதுவுமே தெரியாது தூரத்தேயிருந்து கப்பல்களைப் பார்த்துக்கொண்டதேயன்றி ஓர் அடி தானும் கப்பலுக்குள்ளே எடுத்துவைத்தறியாத நான் பல வருடங்கள் கடலோடியவன் என்று பச்சைப்பொய்யை அவிழ்த்துவிட்டு இதோ பயணித்துக்கொண்டிருக்கிறது . . . கலை, இலக்கியத்தைத் தவிர வேறொரு கோதாரியையும் அறியாத, மிருதங்கத்தையும் புத்தகங்களையும் தவிர வேறொன்றையும் வாசித்தறியாத பரதேசி. விமானம் ஒரு தடவை குலுங்கிச் சிரித்ததாகப் பட்டது. இப்படியாக 'அப்பர் டெக்' பணியாளர் களோடு ஒரு 'ரேடியோ ஆபீஸர்', ஒரு 'எலக்ரீஷியன்'. 'என்ஜின் ரூம்' ஊழியர்களாக 'சீஃவ் என்ஜினியர்', 'செக்கண்ட் என்ஜினியர்', 'தேர்ட் என்ஜினியர்', மூன்று 'ஆயிலர்கள்' . . . பகலிரவாய் 'பிஸ்டனுக்குள்' எண்ணை விட்டுக்கொள்ள . . . ஒரு வைப்பர் ஒழுகிக்கிடக்கும் எண்ணைப்பிசுக்கைத் துடைத்துவிட.

உணவு, சமையல் விவகாரங்களைக் கவனிக்க 'சீஃவ் ஸ்ருவேர்ட்'. இவன் மேற்பார்வையில் 'சீஃவ் குக்', 'செக்கண்ட் குக்', மேலே 'ஆபீஸர்களின் மெஸ்ஸில்' உணவு பரிமாற ஒரு 'மெஸ்

பாய்'... கீழே ஏ.பீக் கள், 'ஆயிலர்' போன்றோருக்கு வடித்துக் கொட்ட இன்னொரு 'க்றூ மெஸ் பாய்'..! 'ஆபீஸர்கள்', 'என்ஜினியர்கள்' இந்தியாவின் பல்வேறு மாகாணங்களைச் சேர்ந்தவர்கள். 'க்றூ மெம்பர்'களில் மூன்றிலொரு பகுதியினர் பிரெஞ்சு காலனியாக இருந்த சீஷெல்ஸ் தீவைச் சேர்ந்தவர்கள். 'க்ரீயோல்' என்கிற உடைந்துபோன பிரெஞ்சிலும் அதைவிடவும் பிய்ந்துபோன ஆங்கிலத்திலும் பேசிக்கொண்டு எப்போதும் கலகலப்பாக இருப்பார்கள். மீதி மூன்றில் இரண்டு பெரும்பான்மை யினர் ஸ்ரீ லங்காவின் ஒத்துவராத இனங்களான சிங்களவர்களும், தமிழர்களும்! விதிக் கிழவியின் சில்மிஷங்களை என்னவென்று சொல்ல?

1977ஆம் ஆண்டு திருக்கோணமலையில் வெடித்த இனக் கலவரம் இலங்கைத்தீவின் பல பாகங்களிலும் பரவிக் கொழுந்து விட்டெரிந்துகொண்டிருந்த வேளையில் அரசியல் ரீதியில் தேடமுயன்ற சமாதானத் தீர்வு முயற்சிகள் துரதிர்ஷ்டவசமாக ஆயுதரீதியில் மட்டுமே சாத்தியம் என்கிற நம்பிக்கை வேர்களை விதைத்துக்கொண்டு தலைமறைவாயின. இரு இனங்களுக்குள்ளும் இலங்கை சுதந்திரமடைந்த நாள் முதலே ஏற்பட்ட விரிசலின் இடைவெளி முடிவிலியானது. கிறிஸ்தோப்பரின் கடற்கதைகள் கப்பல் கனவுகளை வளர்த்திருந்தாலும் ஊரைவிட்டு வெளியேறும் தைரியமில்லாதிருந்த எனக்கு இந்த இனப்போர் வெளியேற நிர்ப்பந்தம் தந்தது.

2

மௌரோ க்றூணி ...
மௌரோ க்றூணி ...

நடுக்கடலில் கப்பலின் மேற்தளத்தில் நின்று, நிலவு பூத்த மேகங்களில்லாத வானத்தையும், தெளிந்த கடலின் நீர்ப்பரப்பையும் முன்னூற்றிஅறுபது பாகையிலும் சுற்றிப் பார்க்கும்போதில் ஒருசமயம் முழுவதுமே கடற்கோளமாக இருப்பது போலவும் இன்னொரு சமயம் அனைத்துமே வானத்தின் கோளமாக இருப்பது போலவும் இரண்டு பூதங்களுமே சித்து விளையாட்டுக்கள் காட்டிக்கொண்டிருக்கும்.

இரண்டு மாதமாகிவிட்டது, கப்பலில் கால் பதித்து. பம்பாயிலிருந்து கிளம்பிய விமானம் எகிப்தின் 'கெய்ரோ' விமானநிலையத்தில் இளைப்பாறிவிட்டு நேரே கிரேக்கத்தின் தலைநகர் 'ஏதென்ஸ்' விமானக்கூடத்தில் தரை இறங்கியது. ஒரு பேருந்தில் எல்லோருமாகப் பெரயௌஸ் நகரில் இருக்கும் 'பெரமா' கப்பல்கள் திருத்தும் 'டொக்'இல் திருத்த வேலைகளுக்காகத் தரித்துநின்ற 'எம். வி. ஔரோறா'வில் நள்ளிரவு ஒருமணியளவில் வந்து இறங்கினோம். 'காங்வே' ஏணிப்படிகளால் மேற்தளத்தில் கப்பலின் வயிற்றுப்பாகத்தால் உள்நுழைந்த எம்மை 'போர்ட் காப்டன்' நிக்கோஸ் அர்கையிஸ், 'போர்ட் என்ஜினியர்' கொறிந்தஸ் பனயோதிஸ் இருவரும் "யாஸோஃவீலே ... திக்கானிஸ்ரே ... கலாய்னே?" ('நண்பனே ... எப்படியிருக்கிறாய் ... நலமா?' என்பதாக பின்னால் களுரஞ்ஜித் சொல்லித் தெரிந்தது.) என்றவாறு வரவேற்றார்கள். இவர்கள்தாம் 'பெரயௌஸ்'

நகரில் 'கோலோகொத்ரோணி' தெருவிலிருக்கும் 'நேவிட்ரான்ஸ் மெரிட்டைம் இன்கார்ப்பரேட்டட்' கப்பல் கம்பனியின் உரிமையாளர்கள் என்பது மெதுவாகத்தான் தெரிந்தது. அவரவர்களுக்குரிய 'காபின்'களைக் காட்டிக்கொடுத்துவிட்டு கப்பல் 'ஷிப் யார்ட்'இல் நிற்பதனால் அரைமணிநேரத்தில் மின்சாரம் துண்டிக்கப்படஇருப்பதாகவும் மறுநாள் காலை எட்டுமணிக்கு வேலை ஆரம்பிக்கப்படவிருப்பதாகவும் அறிவுறுத்திவிட்டு இரவு வணக்கத்தை 'கலிநீத்தா' என்று கிரேக்கத்தில் வாழ்த்திவிட்டு இருளில் மறைந்துவிட்டார்கள்.

மறுநாள் காலை ஆறுமணிக்கு காபின் கதவுகளைத் தட்டி 'ஸ்காஞ்ஜா ஸ்காஞ்ஜா ...' (எழுந்திருங்கள் ... எழுந்திருங்கள்) சொல்லி எல்லோரையும் எழுப்பிவிட்டுப் போனான் 'சீஷெல்ஸ்' தீவுக்கூட்டத்தைச் சேர்ந்த 'போட்ஸ்வெய்ன்'. புது இடத்தில் முதலில் தூக்கம்வராமல் புரண்டுகிடந்தாலும் அசதியில் எப்போதோ அசந்து கண்ணயர்ந்திருக்கிறேன். எழுந்து 'போர்ட்ஹோல்' வழியாகப் பார்த்தபோது கிழக்கு வெளுத்துப்போய்விட்டிருந்தது. எட்டடிக்கெட்டடி சதுர அறையில் சுவரோடு பிணைத்திருந்த படுக்கை. முகம் பார்க்கும் கண்ணாடி பொருத்திய கதவுடனான 'க்ளாஸெற்', இழுப்பறையுடனான மேஜை... எதையுமே நகர்த்த முடியாது ஒரு நாற்காலியையும் என்னையும் தவிர.

எப்படியோ 'பாத்ரூம்'ஐத் தேடிக் கண்டடைந்து பல் துலக்கி முகம் கழுவிக் காலைக்கடன்களை முடித்துக்கொண்டு கப்பலின் பின்புறத்தே இருந்த 'க்றூ காபின்' தொகுதியால் வெளி வந்தால் கலத்தின் திறந்த மேற்தளம். கடலின் மெல்லிய குளிர்காற்று உடலைத் தாக்கியது. மு ... ரு ... கா! என்னிடம் இரண்டு 'செற் ஷேர்ட் பான்ட்'களைத் தவிர வேறெந்த இழவுமில்லை. குளிர்கால 'ஜாக்கெற்' இல்லை... சப்பாத்தில்லை. ஒரு ஜோடி 'பாட்டா ஸான்டில்ஸ்' களோடு 'எயர்லங்கா'வில் ஏறித் தப்பி, மீனம்பாக்கம் வந்து, 'சென்றல் ரயில்வே ஸ்டேஷன்'இல் பம்பாய் எக்ஸ்பிரஸ் பிடித்து, விக்டோறியா டெர்மினலில் இறங்கி, 'கப்பல் காத்துக் கொண்டிருக்கிறது ...' என்று வாக்களித்த 'ஏஜென்ட்' ரோஹான் கந்தப்பாவிடம் முப்பதினாயிரம் ரூபாய்கள் அம்மா வின் தாலிக்கொடியுட்பட அனைத்து நகைகளையும் மக்கள் வங்கியில் அடமானம் வைத்துத் திரட்டிச் சுளையாய்ப் பொற்கிழி போலக் கொடுத்துவிட்டு வந்த என்னால் ஒரு காகிதக் கப்பலைக்கூடக் காணமுடியவில்லை. முதன் முதலாக வேலையை ஆரம்பிக்கும் நாளில் இந்த நினைப்பு ஏன் என்று என்னையே சினந்துகொண்டு காலையுணவுக்காகக் கப்பலின் நடுப்பகுதியிலிருக்கும் 'மெஸ்'ஐ நோக்கி விரைகிறேன்.

எனது இருபத்தியாறு வயது வாழ்வில் என் நா சுவைத்தறியாத காலைப் பலகாரங்கள். 'லுக்காணிக்கா' என்கிற 'ஸாஸெஜ்', 'மாஷ் பொட்டேட்டோ', 'ஹாஷ் பிரௌன்', 'ப்ரெட், பட்டர், பேக்கன், சீஸ்', முட்டை பொரித்தும் அவித்தும், தக்காளி, 'ஆலிவ் ஆயில்', 'பால்ஸாமிக் வினிகர்', இவையிரண்டும் இணைந்த 'ஃபொக்காச்யா'... கிறிஸ்தோப்பர் என் மனத்திரையில் சில வினாடிகள் தோன்றி மறைந்தான்.

எட்டு மணிக்கு 'டெக்'இல் இறங்கினோம். 'போட்ஸ்வெய்ன்' என்னை அழைத்துப்போய் கையில் ஒரு 'சிப்பிங் ஹாமர்'ஐயும், 'பிளாஸ்டிக்' கண்ணாடியொன்றையும் கொடுத்துக் கீழே பதிந்துகிடந்த பாரிய இரும்புத்தூணை 'டெரிக்ஸ்' என்றுசொல்லி அதன் தலையில் தொங்கிய கப்பியைப் பிடித்திருந்த கறளைத் தட்டும்படியும் தான் சிறிது நேரத்தில் 'ப்ரைமர்', 'ப்ரஷ்' ஆகிய வற்றைக் கொண்டுவந்து தருவதாகவும் சொல்லிவிட்டுச் சென்றான்.

இவற்றை வைத்துக்கொண்டு என்ன செய்வதென்று எனக்குப் புரியவில்லை. குளிர் நடுக்கியது. திருக்கோணமலையில் எங்கள்வீட்டுக் கிணற்றில் கப்பி வழியாகக் கயிற்றில் வாளியைக் கட்டித் தண்ணீர் இழுத்துக் குளித்த ஞாபகங்கள் வர கண்கள் நீர்த்திரையிட்டது. இந்தக் கப்பி ப்ரம்மாண்டமாக இருந்தது. ஓரேசமயத்தில் பல பேய்கள் அறைந்தநிலையில் நின்று கொண்டிருந்த என்னைப் பார்த்துவிட்டு சிறிது தொலைவில் 'விஞ்ச்'களுக்கு கறள் தட்டிக் கொண்டிருந்த கீர்த்தி விக்ரமசிங்ஹ அக்கம் பக்கம் பார்த்துவிட்டு என்னிடம் வந்தான்.

"இதுக்கு முந்தி கப்பல் பலன்னத? நவேக் வெட மல்லி ஈஸியில்லெ... புதுக்க கப்பல் சரிக்கு இரிக்கும்... இதீங் பறணே கப்பல்... சரிக்கு சூத்தால நெய் வடியுங் தானே! ஹறீம சீத்தலாய்... உடுபு ஸ்வெட்டர் ஒண்ணுங் இல்லே... ஸிக் ஆவீரும் தானே? நாங் ஒரு ஓவர்ஹோல் எக்ஸ்ரா வெச்சிரிக்கிறது தரேங்... அத போடுங்க என்ன? சபாத்துங் இல்லே... பின்னேரங் காட்டி கரைக்கிப் போய் சபாத்து வாங்கிறாங்... சரியா?"

கண்ணீர் முட்டிப் பொலபொலவென்று கொட்டியது... கட்டுப்படுத்த முடியவில்லை.

"சீச்சீ... இதீங் என்ன சின்ன புள்ளேங்க மாதிரி... அண்டாண்டெப்பா மல்லி..."

இதன் பின்னர் கீர்த்திதான் எனக்கு மாதா, பிதா, குரு, தெய்வம் எல்லாம். என்னைவிட இருபது வயது மூத்தவன். பத்தாண்டுக் காலக் கடலோடி. பாணந்துறையைச் சேர்ந்த நல்ல

பௌத்தன். இந்து மஹா சமுத்திரத்தின் காலிமுகக் கடல் காற்றைச் சுவாசித்து வளர்ந்தவன். மாலுமிகளுக்கே உரிய கச்சிதமான உடல்வாகு. இப்படியேதான் கிறிஸ்தோப்பருக்கும். இதனால் தான் திடகாத்திர மாலுமிகள் என்று இவர்கள் அழைக்கப் படுகிறார்கள். அதாவது 'ஏபிள் பாடீட் ஸெய்லர்ஸ்' . . . ஏ.பீ.எஸ். கீர்த்தியைப் பார்த்தாலே இவன் கடலன்னையின் புதல்வன் என்றுதான் தோன்றும். ஆள் நல்ல அழகன். அடர்த்தியான கேசம். இத்தாலியர்களின் மீசை. முதன்முதலாக ஒரு கிரேக்கத்துக் கப்பலில் ஏறியவன் பத்து வருடமாகியும் பாணந்துறை திரும்பிப் போகவில்லை என்றான். கப்பல் விட்டுக் கப்பல் தாவிக் கடைசியில் பாம்பேயில் அலைந்து பின் இந்தக் கப்பலைப் பிடித்துக்கொண்டு கிறீஸ் வந்திருக்கிறான். இதுவே கடைசிக் கப்பல் என்று சொன்னான். திருமணம் செய்துகொள்ளவில்லை.

"ஒவ்வொரு போர்ட் வரகாட்டியும் கல்யாணங் கட்டிற தானே?" என்று சொன்னான் . . . ஆறு மாதங்கள் ஆகின . . . எனக்குப் புரிய! கறள் சுரண்டுவதிலிருந்து ஆரம்பித்துக் கயிறு திரிப்பது, 'ஐ ஸ்ப்ளைஸ் . . . செயின் ஸ்ப்ளைஸ்' போடுவது, 'பெயின்ற்'உம், தின்னரும் கலப்பது, 'ப்ரஷ், ரோளர் ப்ரஷ்'களைத் தண்ணீரில் போட்டுவைப்பது, 'டொக்'இல் கப்பலைக் கட்டும்போது 'ஸ்டொப்பர்' போடுவது, ஒரு மாலுமிக்கு அத்தியாவசியமாகத் தேவைப்படும் முடிச்சுக்கள் . . . 'றீஃவ் நாட், போலைன் நாட், ஹீவிங் லைன் நாட்' போன்ற பல முடிச்சுக்கள் இவையெல்லாவற்றையும் விட மிகமுக்கியமான 'வீல்' பிடிக்கும் கலையை விவரமாகச் சொல்லித்தந்தான்.

காப்டனும், ஆபீசர்களும் மாலையில் ஊர் சுற்றப்போனபின் என்னை 'ப்ரிட்ஜ்'இல் இருக்கும் 'வீல் ஹளஸ்'இற்குக் கூட்டிக் கொண்டுபோய் 'போர்ட் ஸைட், ஸ்ரார்போட் ஸைட், காம்பஸ், ரேடார், வீல், லுக்கவுட், விங் காம்பஸ்'இல் 'லாங்டிட்யூட், லற்டிட்யூட்' கணக்கிடுவது எல்லாவற்றையும் ஆர்வத்தோடு சொல்லிக்கொடுத்தான். ஒரு துறைமுகத்துக்குள் கப்பல் நுழையும் தருணம் அந்தந்த நாட்டுப் 'பைலட்' அழைத்துச் செல்லும்போது நான் 'வீல்' பிடித்துக்கொண்டிருந்தால் அவன் கொடுக்கும் பாகைகளுக்கு 'காம்பஸ்'ஐப் பார்த்து எப்படிக் கலத்தைச் செலுத்துவது, எவ்வாறு அவனுடன் தொடர்புகொள்வது என்ற நுணுக்கங்களை எல்லாம் பார்த்துப் பார்த்து விளங்கப்படுத்தினான். இந்த அறிவு பின்னாளில் நான் 'சூயெஸ் கனால், மிஸிஸிப்பி ரிவர்' உட்படப் பல கடற்பாதைகளைத் தாண்டிப்போகும் சந்தர்ப்பங்களில் என்னைக் காப்பாற்றியது.

இதோ... இந்தக் கணத்தில் மெடிட்டரேனியன் கடலின் நடுவே இருபத்தியாறு பேர் வீணி வடித்துக்கொண்டு குறட்டைச் சங்கீதத்தில் தூங்க... பச்சைப் பொய்களைச் சொல்லிக் கப்பலேறிய என்னைப் பரிபூரணமாக நம்பி இந்தப் பெரும் படகை ஒப்படைத் திருக்கிறானே 'காப்டன்'? கீர்த்தி இல்லாதிருந்தால் எனது கடல் பயணம் பூர்த்தி!

'பெரமா டொக்'கிலிருந்த எம்.வீ. ஒளரோறாக் கிழவி ஓரளவு உடல் நலம் தேறி மணிக்கு முப்பது கடல் மைல்களுக்கு ஓடும் தகுதிபெற்று கிளம்பி மூன்று நாட்களின் பின் ஒரு நள்ளிரவில் கீர்த்தியையே நன்றியோடு நினைத்துக்கொண்டிருக்கிறேன். கப்பல் புறப்பட்ட காலைப்பொழுதில் கீர்த்தியின் காபினில் அவன் உடுத்திய ஓவர்ஹோல் மட்டுமே கிடந்தது. முதல்நாள் பின்னேரம் பெரயெளஸ் பார் ஒன்றில் பியர் குடித்துவிட்டு இரண்டு 'ஸுவ்வளாக்கி' தெருவோரக் கடையில் வாங்கிச் சாப்பிட்ட பிறகு "மச்சாங்... நீங்க கப்பலுக்குப் போய்க்கிட்டிரிங்க... நாங் கொஞ்சங் சுணக்கத்தில வாறது..." மல்லியாக இருந்த நான் மச்சானாகப் பதவியுயர்வு பெற்றது பெருமையாகவே இருந்தது. அதுதான் நான் கடைசியாகப் பார்த்ததும்... பேசிக் கேட்ட வசனமும்.

கப்பல் கிரேக்கத்தின் இன்னமொரு துறைமுகமான 'திஸ்ஸலோணிக்கி'யில் கோதுமை ஏற்றிக்கொள்வதற்காக ஓடிக் கொண்டிருக்கிறது. ஒன்றரை நாட்கள் தொடர்ந்த பயணத்தில் ஒரு நாள் மத்தியானம் 'திஸ்ஸலோணிக்கி' வந்து சேர்ந்தோம். கப்பல் கரைக்குச் சிறிது தொலைவில் நங்கூரம் பாய்ச்சி நின்றது. சுமார் மூன்று மணிநேரத்தின் பின்னர் 'ரேடியோ ஆபீஸர்' செய்தி சொன்னான்' 'பைலற்' வந்துகொண்டிருப்பதாக. அப்போது நேரம் சரியாக நான்குமணி. ஆஹா... இதுவல்லவோ பேரின்பம்! பன்னிரண்டு மணியிலிருந்து நான்கு மணிவரையிலான எனது வாட்ச் முடியும் தறுவாய். கப்பலைத் துறைமுகத்திற்கு உள்ளே அழைத்துப்போக 'பைலற்' வரும்போது களூ ரஞ்ஜித் வாட்சிலிருப்பான். பிழைத்தேன் போ. ஏற்கெனவே செய்தி கேட்டு வயிற்றைக் கலக்கிக்கொண்டிருந்த நான் அடித்துப் பிய்த்துக்கொண்டு மலசலகூடத்தை நோக்கிப் பறந்தேன்.

நல்ல உயரம். தொட்டுத் திருஷ்டிப் பொட்டு வைக்கிற மாதிரிக் கருத்த தேகம். அதற்கு ஏற்றவாறு கருத்த சுருள்சுருளான தலைமுடி. வழமையேயான மாலுமிகளுக்குரிய திடகாத்ரம். கப்பற்காரர்களின் பொதுவான அடையாளச் சின்னங்களான மீசையும் தாடியும் இல்லாத கரும்பளிங்கு முகம். இதுதான் களூ

ரஞ்ஜித். பொலன்னறுவையைச் சேர்ந்தவனாக இருந்தாலும் பதின்ம வயதுகளில் தாயார் தவறிவிட தந்தையுடன் நிகம்புவுக்கு இடம்பெயர்ந்து மீன்பிடித் தொழிலில் தேர்ந்தவன். தகப்பனும் தவறிவிட கப்பலேறியவன் மீண்டும் ஊர் திரும்பவேயில்லை. பதினெட்டு வருடக் கடலோடி. கிறிஸ்தோப்பர், கீர்த்தி வரிசையில் எனது மற்றுமோர் ஆதர்சம்.

எம்.வீ. ஔரோறா 'திஸ்ஸலோணிக்கி'யில் மூட்டை மூட்டையாகக் கோதுமை மா ஏற்றிக்கொண்டிருந்தது... போர் முடிந்து தொலைந்தாலும் போரினால் விளைந்த பசியின் யுத்தம் தொடர்ந்துகொண்டிருந்த வியட்நாமுக்கு க்றீஸ் அரசாங்கத்தின் நிவாரண உதவியாகக் கொண்டு செல்ல.

இங்குத் தரித்துநின்ற நாட்களில் களு ரஞ்ஜித்தும் நானும் 'ஸ்கார்ஃவோல்ட்' கட்டி இறங்கிக் கப்பலைச் சுற்றிச்சுற்றிப் பெயின்ற் அடித்தோம். அப்போது மேலும் பல தொழில் நுட்பங்களை எனக்குச் சொல்லிக்கொடுத்தான். குறிப்பாக இம்மாதிரியான வேலைகள் செய்யும்போதில் எப்படி ஐஸ் அடிப்பது... எப்படியான வேலைகளில் அதிகம் ஐஸடிக்கலாம்... அதாவது இளைப்பாறிக் கொள்ளலாம் என்ற பல உபயோகமான தகவல்களையும் தந்து உதவினான். கீர்த்திக்கும் இவனுக்கும் ஏறத்தாழ ஒரே வயது. இவனது நிறம் காரணமாக களு... என்ற சிங்களமொழிக் கருப்பு ஒட்டிக்கொண்டது. பம்பாயிலிருந்து ஏஜன்ட்டுகள் மூலமாகக் கப்பலேறுவது... ஒருவருடக் 'கான்ட்ராக்ட்' முடிந்ததும் புதுப்பித்துக்கொள்ளாமல் திரும்பி பம்பாய் வருவது... உழைத்த டாலர்களில் ஸீமென்ஸ் க்ளப்புக்கும் சிவப்புவிளக்கு களின் நேபாளக் குஞ்சுகளுக்கும் நிவாரணமளித்து விட்டுச் சதக்காசில்லாமல் அடுத்த கப்பல் ஏறிச்செல்வதற்கு இவனது நீண்டகால அனுபவமும், 'ஒறிஜினல் ஸீமென்ஸ் டிஸ்சார்ஜ் சேர்ட்டிஃவிக்கட்'டுமே ஆதார பலங்கள்.

நானும் ஒரு கள்ள ஸீ.டி.எஸ். புத்தகம் வைத்திருந்தேன். பம்பாயில் ஐநூறுரூபாக்கு இலங்கை அரசாங்க முத்திரைகள் பதித்து... ஊர்பேர் தெரியாத கப்பல்களின்... இல்லாத காப்டன்களின் கப்பலில் வேலை செய்ததற்கான அத்தாட்சிக் கையொப்பங்களுடன் சுடச்சுடக் கிடைக்கும். அம்மாவின் தாலிக்கொடி உட்பட அனைத்து நகைகளையும் அடகுவைத்துப் பலாப்பழம் போல முப்பதினாயிரம் ரூபாய்களை எவனோ ஒரு பொறுக்கியிடம் கொடுத்தழிந்துவிட்டு அவன் போட்டுக் கொடுத்த விமான டிக்கற்றில் சென்னை வந்து... ரயிலில் பம்பாய்... கையில் இருந்த காசில் கள்ள ஸீ.டி... 'ஸீமென்ஸ் க்ளப்'இலிருந்த அறிவிப்புப் பலகையில் விளம்பரம்... 'நரிமென்

பாயின்ட்'இல் மராத்தி 'ஏஜென்ட்'... என்னைப்போலவே என்னுடன் கூடவே வந்து காசைக் கொடுத்து ஏமாந்த பால்ய நண்பன் அருள்ஜோதி காசில்லாமல் ஊருக்குத் திரும்பி ப்ளொட் இயக்கத்தில் சேர்ந்துவிட... நான் 'திஸ்ஸலோணிக்கி'யில்.

கடலுக்கு வந்து இரண்டரை மாதங்களாகிவிட்டது. கொத்தடிமை வேலை... சுத்தமான 'ஆக்ஸிஜன்'... மூன்று வேளை கொழுப்புச் சாப்பாடு... மது மயக்கத்தில் நிம்மதியான உறக்கம்... இவை போதுமே எடையைக் கூட்டிவிட. உருண்டு திரண்டேன். உடல் மேலும் சில தேவைகளை யாசித்தது.

ஒரு ஞாயிற்றுக்கிழமை மாலையில் களூ ரஞ்ஜித், நான், என்னைப்போலவே இன்னுமொரு கள்ள ஸீ.டி.எஸ். காரன் கொழும்பு கொச்சிக்கடை செல்வராஜா, முன்னொருபோதில் களூரஞ்சியுடன் வேலைபார்த்திருந்த... எதேச்சையாகப் பக்கத்துக் கப்பலில் சந்தித்த ஆப்பிரிக்க நாடான தன்ஸான்னியாக்காரன் ஜூலியஸ் நைரேரேயுமாக நகருக்குள் இறங்கி ஊர் சுற்றிப் பார்த்துக்கொண்டிருந்தோம். முன்பு கிரேக்கத்தைச் சேர்ந்திருந்த சைப்ரஸ் தீவிலிருந்து அகதிகளாக ஜிப்ஸி இனத்தவர்கள் புலம் பெயர்ந்திருந்தனர். இவர்களுடைய ஆடை அணிமணிகள் தனித்துவமாகத் தெரு எங்கும் இவர்களை அள்ளித் தெளித்திருந்தது.

"எல்லாமும் எங்களப்போலதான்வா... இருக்க சொந்தமா நாடில்லாம அலையிதுங்க..."அவன் திடீரன்று இப்படிச் சொன்னது எனக்குக் கொஞ்சம் வியப்பாக இருந்தது. இதை நானல்லவா சொல்லவேண்டும்... உனக்குத் தான் நாடிருக்கிறதே? என்று வாய்வரைக்கும் வந்ததை விழுங்கிக்கொண்டேன். இதைத் தனது நுட்பமான அறிவால் புரிந்துகொண்ட ஞானஸ்தன் சொன்னான்.

"மச்சாங்... நாங்க கடல்லதான்வா ஜீவிச்சுக்கிறம்... கடல்ல இருக்கக்குள்ள விஸ்கி, சிகரெட் எல்லாம் டியூட்டி ஃப்றீல தானே வாங்குறது... ஏன்வா... நம்மளுக்குதான் நாடு இல்லையே . . .நாம்ப இருக்கிறது நோ மான்ஸ் லான்ட்... கடல்தான் நமக்கு ஸீமென்ஸ் லான்ட். நம்மளுக்காவி ஒண்ணுங் சொந்தங் இல்லே..." அனுபவம் ஒருவனை அறிவாளியாக்குகிறது. வாழ்வின் கசப்புகள் அவனைத் தத்துவஞானியாக்குகிறது... என்பதை அன்று உணர்ந்துகொண்டேன்.

ரஞ்ஜித்தும், ஜூலியஸும் எங்களை ஒதுக்குப்புறமான தெருக்களால் போவோமே யென்று அழைத்துச் சென்றார்கள். இவர்களுக்கு இந்த ஊர் இரண்டாவது தாய்வீடு போலும்... என்பதாக எங்களுக்குப் பட்டது. இரு புறமும் தனித்தனியான

குடியிருப்பு வீடுகள். கொஞ்சம் பழங்காலத்தவைதாம். மரங்கள் அடர்ந்திருந்தன. சூரியன் மறைந்திருந்தாலும் ஜுலை மாதத்து வெளிச்சம் கொஞ்சம் மீதி இருந்தது. மனிதர்களை அதிகம் காணக்கூடியதாய் இருக்கவில்லை. ஒரு சித்தோடு வேய்ந்த வீட்டின் முன்னால் தெருவோர வாசல்படியில் ஒரு சிறுவனும், சிறுமியும் உட்கார்ந்து ஏதோ விளையாடிக்கொண்டிருந்தனர். அருகே ஒரு மர நாற்காலியில் பருமனான, இலேசாக முகத்தில் ரோமம் முளைத்திருந்த, நடுத்தர வயது மதிக்கத்தக்க பெண்மணி உட்கார்ந்திருந்தாள். அந்தச் சிறிசுகளின் தாயாக இருக்கக்கூடும்.

நாங்கள் நால்வரும் அந்த வீட்டை அண்மிக்கும் தருணத்தில் அவர்கள் எங்களைப் பார்த்த பார்வை ஏதோ பறக்கும் தட்டிலிருந்து இறங்கிவரும் மனிதர்களைப் பார்த்ததுபோல் இருந்ததாக நான் உருவகித்துக்கொண்டேன். நாங்கள் அவர்களின் வீட்டுவாசலைத் தாண்டும்போது அந்தச் சிறுவன் உரத்த குரலில்...

“மௌரோ க்றூணி . . . மௌரோ க்றூணி . . .” என்று கத்திக்கொண்டே அருகிலிருந்த சிறுமிக்கு எங்களை அறிமுகப் படுத்துகிறான் ... எனக்கும் செல்வராஜாவுக்கும் பாஷை புரிய வில்லை. வீட்டைத்தாண்டிச் சிறிது தூரம் சென்றபின் களூ ரஞ்ஜித் கேட்டான்.

“அந்த பொடியன் என்ன சொன்னான்னு வெளங்கிச்சா ...”

இருவரும் ஏககாலத்தில் . . . “இல்லை . . . என்னதான் சொன்னான்?”

“கறுத்தப் பன்னி... கறுத்தப் பன்னி... அப்பிடித் தங்கச்சிக்குச் சொல்லிக் குடுக்கிறான் ...”

ஆப்பிரிக்கன் ஜுலியஸைக் குறித்துச் சொன்னதாக நான் நினைத்துக்கொண்டு ...

“ரஞ்ஜித்... உங்கட யாளுவாவுக்கு க்றீக் பாஷை விளங்குமா... விளங்கினா மனசுக்குள்ளாற எப்பிடிக் கஷ்டமாயிருக்கும்?”

கசப்பாகச் சிரித்துவிட்டு ரஞ்ஜித் சொன்னான்.

“அப்பிடி இல்லேவா . . . எங்க எல்லாமுக்கும் சேத்து சொன்னது... இவிங்களுக்கு நாங்க எல்லாமும் கறுத்த பன்னீங்க தான்வா ...”

யாரோ பழைய செருப்பால் கன்னத்தில் ‘பளார்’ என்று ஓங்கி அறைந்ததுபோல் உணர்ந்தேன்.

3

என்ன... ஒரு ஷோர்ட் டைம் போய்ட்டு வருவமா?

திருக்கோணமலையில் வாழ்ந்த காலங்களில் எனக்கொரு நல்ல நண்பர்கள் வட்டம் அமைந்திருந்தது. நவநீதன், அருள்ஜோதி, விக்னேச்வரமூர்த்தி, புதுவை ரத்னதுரை, ஞானம், சிவதாஸன் எல்லோரும் திருமால் வீதியில் ஆங்கிலம் ட்யூட்டோரியல் படிப்பித்துக்கொண்டிருந்த அருள்ஜோதியின் வீட்டுவாசலில் படலைக்கு முன்னால், என்றோ விழுந்துபோன நீண்ட பெரிய மரக்குத்தியில் மாலை ஆறுமணியளவில் சங்கமிப்போம். இவர்களில் புதுவை, மூர்த்தி, நான் மூவரும் கவிதைகளாய் எழுதித்தள்ளுவோம். நவநீதன் ஓர் அரசியல் ஞானி, ஞானம் டாக்ஸி சாரதி ... எங்களெல்லோருக்கும் வழிகாட்டி ... அருள் நல்ல விமர்சகன், சிவதாஸன் நல்ல ரசிகன். எல்லோருமே இடதுசாரி சிந்தனைப்போக்கில் ஈடுபாடு கொண்டிருந்தவர்கள். தினசரி மாலையில் அன்றைய தினத்து அரசியல், கடைசியாகப் படித்துமுடித்திருந்த புத்தகம், முதல்நாள் பார்த்த திரைப்படம், பெருந்தெருப் பாடசாலையில் புதிதாக வேலைக்குச் சேர்ந்த நிம்மி டீச்சரின் பக்கவாட்டு ஒயில், 'க்ளப் ஓசியானிக் ஹோட்டல்'இன் பின்னேயிருந்த கடற்கரையில் அம்மணமாகப் படுத்திருந்த இத்தாலிய உல்லாசப் பயணியின் பின்னழகு, அப்போதிக்கரி சோமகேசனின் இரண்டாவது அம்சம் சைக்கிள் மிதிக்கும்போது தெரியும் பாதங்களின் எழில், இயக்கத்துக்குப் போன

வின்சென்ட்டின் தம்பி நோபேர்ட்... எல்லாமே எங்கள் விமர்சனங்களின் இலக்குகளாக விளங்கும். இவற்றைக்கேட்டு ஜன்மம் கடைத்தேறுவதற்காகவே நிறையப்பேர் தினசரி மாலையில் கூடுவார்கள்.

சுவையான கருத்துக்கள், சூடான விவாதங்கள், புதுவையின் சிலேடைகள், என்னுடைய பாட்டுக்கள் . . . ஒரு ஒன்பது மணிவரை போகும். அதன்பின் நாங்கள் கிங்ஸ் ஹோட்டேல் பாரில் மாணிக்கத்தின் உபசரிப்பில் மதுவருந்தி பார் பூட்டியதும் லக்ஷ்மி தியேட்டரின் பக்கத்தில் இருந்த முஸ்லீம் சாப்பாட்டுக் கடையில் கொத்துரொட்டி வெங்காயம் கூட்டிப் போடச் சொல்லிச் சாப்பிட்டுவிட்டு சைக்கிளில் அவரவர் வீடுகளுக்குப் போய்ச்சேருவோம்.

கொஞ்சக்காலம் இது தொடர்ந்தது. அப்போது நான் மிருதங்கம் கற்பித்துக்கொண்டும், கச்சேரிகளுக்கு வாசித்துக் கொண்டும் சிறிய வருமானத்தை ஈட்டிக்கொண்டு அதில் பெரும் பகுதியை மேற்படி தண்ணீர்ப்பந்தல்களுக்கு நன்கொடையாகத் தந்துகொண்டுமிருந்தேன். காலையில் கிறிஸ்தோப்பர், மாலையில் நண்பர் குழாம் . . . என்று காலம் கழிந்துபோய்க்கொண்டிருந்தது.

1977இல் திருக்கோணமலையில் மூண்ட இனக் கலவரம் இந்த இளமைக்காலத்தின் அற்ப சந்தோஷங்களை இல்லையென்றாக்கிவிட்டது. இரகசிய இயக்கங்கள் உருவாயின. பள்ளி மாணவர்களுட்பட பல இளைஞர்கள் நகரிலிருந்து தலைமறைவாயினர். எனது வீட்டில் மிருதங்கம் பயில வந்துகொண்டிருந்த பல மாணவர்களின் சைக்கிள்கள் வீட்டு வாசலிலே கிடக்க, மிருதங்க வாசிப்பை விட்டு விட்டுத் துப்பாக்கி வாசிக்கத் தொலைதூரம் போய் மறைந்தார்கள். இதன் விளைவாக புலனாய்வு போலீஸும், ராணுவமும் என்மீது ஒருகண்ணை வைத்துக்கொண்டே இருந்தன. இதே சந்தேகத்தில் சிக்கிய ஆங்கில ஆசிரியனான அருள்ஜோதியின் மீது இன்னொரு கண்ணை வைத்துக்கொண்டிருந்தார்கள்.

நான் இசையாசிரியனாய், கவிஞனாய், பாடகனாய் மொத்தத்தில் ஒரு கலையிலக்கியக்காரனாய்... ஊருக்குள் ஒரு தங்கப் பவுண். கற்பூரம் கொளுத்திச் சத்தியம் பண்ணினாலும ஒருவரும் நம்பமாட்டார்கள் நான் தண்ணியடிப்பேன், சிகரெட் பிடிப்பேன் என்று. அப்படியொரு இமேஜை ஏற்படுத்தியிருந்தேன்.

இந்த நேரத்தில் நவநீதன் யாழ்ப்பாணம் காங்கேசன்துறை சீமெந்துக் கூட்டுத்தாபனத்தில் என்ஜினியராக வேலை கிடைத்துப் போய்க் கொஞ்சநாட்களே ஆகியிருந்தன. அவனுக்குக் கிடைத்த

சில தொடர்புகள் மூலம் சுண்டிக்குளி பெண்கள் கல்லூரிக்கு வலதுபுறமாகப் போகும் தெருவில் ரோஹான் கந்தப்பா என்று ஒருவன் கப்பலுக்கு ஆள் அனுப்புவதாகவும், பம்பாய்க்குக் கூட்டிச் சென்று கொழுத்த சம்பளத்தில் க்றீக் கப்பலில் ஏற்றிவிடுவதாகவும் கேள்விப்பட்டு என்னையும் அருள்ஜோதியையும் காப்பாற்ற முனைந்தான்.

ஊரில் பல இளைஞர்களைச் சந்தேகத்தின் பேரில் சரித்திரப் புகழ்வாய்ந்த நாலாம் மாடிக்கும் அங்கிருந்து பூஸா முகாமுக்கும் அனுப்பிவைத்துக்கொண்டிருந்தார்கள். இனியும் தாமதித்தால் நாங்களும் சரித்திரத்தில் அழியாத இடம் பிடித்துவிடுவோம் என்ற பயம் பிடரியைப் பிடித்து உந்த… அதுவரை பள்ளியாசிரியனாக குப்பைகொட்டிக்கொண்டிருந்த விக்னேச்வர மூர்த்தி… எங்கள் குருச்சந்திர யோகத்தால் மக்கள் வங்கியில் வேலையாகி முன்னேறிக்கொண்டிந்த செல்வாக்கில் உள்ள தங்க நகைகள் அனைத்தையும் குறைந்த வட்டிக்கு அடமானம் வைத்து . . . ‘மக்கள் வங்கி நம் தோழன்… துணைபுரிவான் கண்ணே’ என்று பாடிக்கொண்டு யாழ்ப்பாணத்துச் சுண்டிக்குளிக்குப் போய் . . . பயபக்தியுடன் கந்தப்பாவிடம் காணிக்கையைச் செலுத்த வடக்கு நோக்கிப் பயணமானோம்.

யாழ்ப்பாணம் பஸ்நிலையத்துக்கு அருகில் நவீன சந்தையில் கடைவைத்திருந்த . . . நவநீதனுக்குத் தெரிந்த வியாபாரி ஒருவர் மூலம் ஏற்படுத்தப்பட்ட ஒரு தொடர்புதான் இந்த உருவமில்லாத ஏஜென்ட் கந்தப்பா. நான், அருள்ஜோதி, நவநீதன், வியாபாரி எல்லோருமாக அவன் சுண்டிக்குளி வீட்டுக்குச் சென்றோம். அவனில்லை. மனைவியென்று சொல்லி ஒருத்தி இருந்தாள். மெலிந்து, உயரமாக, சிவப்பு நிறத்தில், குட்டையாக வெட்டப்பட்ட கருத்த தலைமுடியோடு… முழங்கால் வரையிலான ஸ்கர்ட்டும், கையில்லாத ரவிக்கையும் அணிந்துகொண்டு சுமார் முப்பத்தைந்துக்கு மேலிருந்தாள்.

“வாங்க… வாங்க… அங்கிள்… இவிங்கதான் நீங்க சொன்ன ஆளுங்களா?”

கொழும்புத் தமிழில் செல்லமாகச் சிணுங்கினாள். வியாபாரி மாமா ஆகிவிட்டான்.

“ஓமக்கா… இவை ரெண்டுபேரும் திருக்கிணாமலை ஆக்கள். கப்பலேர்றதுக்கு வந்திருக்கினம். அண்ணர் வீட்டில இல்லப் போல . . . வெளியாலயோ?”

என்ன ‘————’ மாயமடா? அவள் அங்கிள் என்கிறாள் . . . இவன் அக்கா என்கிறான் . . . அந்த ‘அருவம்’ கந்தப்பாவை

அண்ணன் என்கிறான். எங்கேயோ ஏதோ சரியில்லாதது போல ஒரு மின்னல் வெட்டி மறைந்தது.

இந்த உள்ளுணர்வு என்கிறதான ஒரு ஞானக்கண் எப்போதுமே யதார்த்தமாகத்தான் பார்க்கும். நாம் பல தடவைகள் யோசித்து எடுத்த முடிவைச் செயற்படுத்தியே ஆகவேண்டும் என்று அவாப்பட்டுவிட்டோமானால் இந்த யதார்த்தங்களோடு முரண்பட்டுக்கொள்கிறோம். உள்ளுணர்வின் எச்சரிக்கைகளை விவாதத்துக்குள்ளாக்கிவிடுவதோடு தீர்வு களையும் நமக்குச் சாதகமானதாகவே வழங்கியும்விடுகிறோம். இதனைத் தவிர்த்துவிடுவோமானால் தன்னை அறிதல் என்கிற மாபெரும் சித்தியை அடைந்துவிடுவோம். இதற்குத் தடைக் கல்லாயிருப்பது தனிமனித வாழ்வின் அடிப்படைத் தேவைகள்... தேவைகளோடிணைந்துகொள்ளும் ஆசைகள் ... ஆசைகளை நிறைவேற்ற முயலும் அசட்டுச் சாமர்த்தியங்கள்... வெற்றிகளோ தோல்விகளோ ஏற்படுத்தும் வாழ்வின் மீதான பயங்கள் ... இவை உள்ளுணர்வின் எச்சரிக்கைகளை மிக எளிதில் உதாசீனப் படுத்திவிடுகிறது.

“ரோஹான் வந்து பாம்பேல நிக்கிது... முந்தாநாத்து கேபிள் போட்டிச்சு, ஆக்கள ரெடி பண்ண சொல்லி... ஷிப்ஸ் எல்லாம் அரேஞ்ச் பண்ணி வெச்சிரிக்காங்களாம். வர ஆக்களிட்ட காச வாங்கீட்டு டிகட் போட்டு கூட்டீட்டுவர சொல்லிச்சு. அணே... சரீயான பாவமா இரிக்கு... நம ஆளுங்களுக்கு ஹெல்ப் பண்ண சரிக்குக் கஷ்டம் படுது.”

“இவை காசெல்லாம் நான் சொன்ன மாதிரிக் கொண்டு வந்திருக்கினம்... என்ன அப்பிடித்தானே தம்பியவை... அக்காட்ட காசக் குடுங்கோவன் ... பிளேன் ரிக்கற்றெல்லாம் உப்ப விலை ஏறிக்கொண்டு போகேக்க, அக்கா தன்ர கெட்டித்தனத்தால சீப்பரா வாங்கிறதில நீங்கள் கன காசு செலவளிக்காம ஆளுக்கு முப்பதாயிரத்தோட செலவச் சுருக்கீட்டியள்”

வியாபாரி மாமா சொல்லிக்கொண்டிருந்தான்.

கை நீட்டி அறுபதினாயிரத்தை வாங்கிக்கொள்ளும் போதில் தம்பியவைக்கு அக்காவின் கை வைக்காத ரவிக்கைக்குள்ளால் கொஞ்சமாக உப்புப் பூத்திருந்த கமக்கட்டு மயிரைக் காணக் கூடியதாக இருந்தது.

அக்கா அடுத்தநாள் கொழும்புக்குப் போகிறாளாம் ... நாங்கள் அன்றிலிருந்து ஐந்தாவது நாள் கொழும்பு பயணமாக வேண்டுமாம்... மறுநாளே விமானத்தில் பம்பாய் பறக்கிறோமாம்... திட்டம் வரையப்பட்டது. திரும்பித் திருக்கோணமலைக்குப்

போய் வர வேண்டிய தேவைகளோ அவகாசங்களோ எமக்கு இருக்கவில்லையென்பதால் கஸ்தூரியார் வீதியும், ஸ்ரான்லி வீதியும் சந்திப்பில் வின்ட்சர் திரையரங்கின் எதிர்முனையில் இருந்த பாரடைஸ் ஹோட்டலில் தங்கி அருகிலிருந்த கொழும்பு ரெஸ்டாரண்டில் ஸ்டவுட், பியர், டபிள் டிஸ்டில்... நன்கு ஏறியதும் ஐந்து சந்தியிலிருந்த மொக்கன் கடையில் ரொட்டியும் ரோஸுடம் சாப்பிட்டுக்கொண்டும் பகலில் திரைப் படங்கள் பார்த்துக்கொண்டும் இன்னமும் கைக்கு வராத பணத்தினால் பணக்காரத்தனமாக அனுபவித்தோம்.

○○○

களுரஞ்ஜித், ஜூலியஸ் என்ற இரண்டு பெரும் கடல் அநுபவ ஆளுமைகளோடு கிரேக்கத்தின் திஸ்ஸலோணிக்கா நகரத்துத் தெருக்களில் நான் எடுத்துவைத்த ஒவ்வோர் அடிகளிலும் ஒரு திமிர்ந்த ஞானச்செருக்கு இருந்தது. பூகோளத்தின் இன்னொரு புறத்தே சரித்திரத்தின் பக்கங்களில் பிரம்மாண்டமாகப் பதியப்பட்டிருந்த கிரேக்க நாகரிகத்தின் ஊடாக நடந்து போய்க் கொண்டிருப்பதான ஒரு பிரமிப்பு. கருங்கல் சாலைகளில் இரும்புச் சக்கரங்கள் பூட்டிய வண்டிகளைப் பளபளப்பான வலிய தேகம் கொண்ட குதிரைகள் இழுத்துச்செல்லும்போது சக்கரங்களும் குதிரைகளின் லாடங்களும் ஏற்படுத்திய ஓசைகளின் கம்பீரம் இன்னமும் கேட்டுக்கொண்டேயிருப்பதான ஒலியுருவகம். திரண்ட புஜங்களுடன் இரும்புக் கவசங்களும் வெள்ளியாலான கிரீடங்களும் தரித்திருந்த மாவீரன் அலெக்ஸாந்தரின் ஆணைக்கு உட்பட்ட படையினர் அவ்வண்டிகளில் குதிரைகளின் லகான் களைப் பிடித்து விரட்டிக் கொண்டுபோவதான தோற்றமாயைகள்.

பம்பாயின் சிவப்புவிளக்குப் பகுதிகளைப் பற்றியும் உலகெங்குமுள்ள விபச்சார விடுதிகளைப்பற்றியும் புத்தகங்கள், ஆங்கிலத் திரைப்படங்கள் வாயிலாக அறிந்திருக்கிறேன். நேரில்... இன்றுதான்.

“என்ன... ஒரு ஷோர்ட் டைம் போய்ட்டு வருவமா?”

ரஞ்ஜித் கேட்டான், எங்களைப் பார்த்து.

4

பாலறாவாயனாக

"என்ன . . . ஒரு ஷோர்ட் டைம் போய்ட்டு வருவமா?"

ஆழ்ந்த தத்துவங்களை மிக எளிமையான சொற்களில் திருமூலர் அருளியது போல ரஞ்ஜித் படு காஷுவலாகக் கேட்டான். கொழும்பு கொச்சிக்கடை செல்வராஜா என்னைவிட வயதில் மூத்தவன். இம்மாதிரியான விவகாரங்களில் கொஞ்சம் முன்அனுபவமுள்ளவன். ரஞ்ஜித் சரசலீலைகளில் பதினெட்டு வருடங்களுக்கு மேல் பாண்டித்தியம்பெற்றவன் ... மதன காம ராஜன். ஜூலியஸ் ஏற்கெனவே ஏதோ ஒரு கண்ணாடிக் கூட்டுக்குள் காணாமல் போய்விட்டிருந்தான். இதில் நான் மட்டுமே கன்னி கழியாது இயேசுநாதர் தூக்கிவைத்திருக்கும் ஆட்டுக்குட்டிபோலத் திகழ்ந் தவன். கடற்காற்று கப்பல் சாப்பாடு ... திமிர்ந்த உடலுக்குள் இவ்வாறான ஐந்து நிமிடத் தேவைகளை விதைத்துத்தான் இருந்தது. எனினும் பயமாக இருந்தது.

ஒரு கண்ணாடி நிலவுக்கு ரஞ்ஜித் சமிக்ஞை காட்டினான். அவள் உள்ளே வரும்படி சைகை செய்தாள். ரஞ்ஜித் உள்ளே சென்றான். நிலவை மேகங்கள் கொண்டுபோயின. பதினைந்து நிமிடங் களின் பின்னால் கண்ணாடி ஜன்னலுக்குள் ஒரு புது நிலவு தோன்றியது. ரஞ்ஜித் வெளியேவந்தான்.

"அறுவது ட்ரக் மார்க்ஸ் தான்வா... பட்டு ஹறீம ஹொந்தாய்... மூணு நாலுபேர் இருக்காய்ங்க . . . அடுத்ததா ஆரு போறீங்க..?"

செல்வராஜா நுழைந்தான். சிறிது நேரத்தில் புது நிலவு புதுப்பிக்கப்பட்டது. செல்வராஜா வெளியேவந்தான். முகத்தில் சூடுதணிந்த மலர்ச்சி தெரிந்தது. நான்தான் பாக்கி.

"ரஞ்ஜி ... எனக்கு கிறீக் தெரியாதே ..." பரிதாபமாக உளறினேன்.

"என்ன இன்டர்வியூ எடுக்கவா போறீங்க ... பேசாமப் போங்க ... அவங்களே எல்லாமும் செய்வாங்க ... நா சொல்லி இருக்கிது ... கிஸ் மட்டும் அடிக்கேலா ... சரியா .. ?" இயேசுநாதர் இறக்கிவிட்ட ஆட்டுக்குட்டி வேறு ஒரு விஷயத்துக்குப் போவது போல நான் உள்ளே சென்றேன்.

வெளிர் நீலநிறத்தில் மங்கலான வெளிச்சம். தரையில் அழகிய வேலைப்பாடுகள் நிறைந்த 'கார்ப்பெட்'. எளிமையான நேர்த்தியான அறை. சுவரில் ஒரு கறுப்பு வெள்ளைக் கோட்டுச் சித்திரம். சுருக்குவைத்த கறுத்தநிற நீளப் பாவாடையும், முழுக்கை வைத்த தோள்பட்டையில் சுருக்குகள் வைத்துப்பொங்கியிருந்த மேல் சட்டையும் அணிந்திருந்த ஒரு பெண்ணின் பக்கவாட்டு முகத்தோற்றம். கலையம்சமாக விளங்கியது. பழங்காலத்து இரும்புக்கட்டில். கனதியான அகலமான மெத்தையில் அவள் இடதுபுறமாக ஒருக்களித்துப் படுத்திருந்தாள். வலதுகையால் படுக்கையில் தட்டி உட்காரும்படி சொல்லாமல் சொன்னாள். நானும் சொன்னதைச் செய்தேன். எதிர்ச்சுவரோரமாக இருந்த இடுப்பளவு உயரமான அலமாரியின் மேல் ஒரு குட்டிப்பூனை முன்னங்கால்கள் இரண்டையும் குறுக்காக ஒன்றின்மேல் ஒன்றை வைத்து முகத்தை அதன் மேல் சாய்த்துவைத்துக்கொண்டு எங்களையே உற்றுப் பார்த்துக்கொண்டிருந்தது.

இதன் பிறகு என்ன நிகழ்ந்தது என்பதை அந்தப் பூனைக் குட்டியை நான் இன்னொரு தரம் சந்திக்க நேர்ந்தால் அவசியம் கேட்டுத் தெரிந்துகொள்ள வேண்டும். கிரேக்க மொழியில் அவள் சொன்ன ஒரு வசனத்தை மட்டும் எப்படியோ மனப்பாடம் செய்துகொண்டு அறுபது ட்ரக் மார்க்ஸைத் தட்சனை தந்துவிட்டு வெளியேவந்தேன்.

எனது முதலிரவு அனுபவத்தைத் தெரிந்துகொள்ள ரஞ்ஜித், ஜூலியஸ், செல்வராஜா மூவரின் முகங்களிலும் ஆவல் ததும்பி வழிந்தது.

"கல்லி தெர்பி ஹித்தினே போமெனி ஃவொராப் பர்ஃவேனோ மோரம்மா ... அப்பிடியெண்டா என்ன அர்த்தம் ... ரஞ்ஜி .. ?"

ஏதோவொரு பல்வேறுபட்ட உணர்ச்சிகளின் கலவையாக இருந்த கனவு கலைந்துபோனதான உணர்வில் அழாக்குறையாக அவனிடம் கேட்டேன். அதற்கு அவனும், ஜூலியஸும் சிரித்த சிரிப்பிருக்கிறதே... அது அந்த வருடத்தின் மிகச்சிறந்த நகைச்சுவையாகத்தான் இருந்திருக்கும் என்று இப்போது தோன்றுகிறது.

"நீங்க ஒண்ணும் செய்யேல போல... மரியாதிக்கி காசு குடுத்திட்டுவந்திருக்கீங்க... சரி... சரி... விடுங்கவா... எல்லாத்துக்கும் ஒரு ஸ்டார்டிங் ட்ரபிள் இரிக்கும்தானே... அவிங்க சொன்னது வந்து 'பெட்டர் லக் நெக்ஸ்ட் டைம்... மை டியர் வேர்ஜின் பாய்...' நீங்க இன்னவரகாட்டியும் நல்லபுள்ளையா இரிந்திரிக்கறீங்க... எல்லாம் போகப்போக சரியாவீரும் பாருங்களேவா..."ஆதரவோடு தோளில் கையை வைத்துச் சொன்னான் ரஞ்ஜித்.

கடற்பயணத்தின் பல்வேறு சிக்கல்களைப் பற்றி, கடற்காற்றின் குணாதிசயங்களைப் பற்றி, அலைகளின் அட்டகாசங்களைப் பற்றி, பல்வேறு நாடுகளைப்பற்றி, அங்கு வாழும் மனிதர்களைப் பற்றி, கடலோடியாய்த் தான் சாதித்த சாகசங்களைப் பற்றியெல்லாம் கதை கதையாய்ச் சொன்ன கிறிஸ்தோப்பர் இந்த விஷயத்தைப் பற்றி ஒரு மூச்சுக்கூட விடவில்லையே... ஏன்? திருக்கோணமலையில் கப்பலுக்குப் போய்த் திரும்பிய பலபேர்கள் கடைவாயில் கடல்நீர் நுரை கக்கச் சொல்லுவது இந்தப் புத்தானாப் புதினங்களைத்தான்.

'மச்சான்... தாய்லாந்து சுப்பர்டா... சிங்கப்பூரில் லைசென்ஸ்சோட விளையாடலாம்... பிரேஸில் போனா முதல்ல போறது மை லவ் பார்க்... றியோ டி ஜெனீரோவில சரக்கு அந்தமாதிரி... பரணாக்வாவில... லவ்ஸ்டோறி பார்க்... பொம்பேக்குப் போனா கர்வார் ஸ்றீட்ல நேபாளக் குட்டிகள்...' இவைகளைப்பற்றி ஒரு வரிதானும் சொன்னதில்லை கிறிஸ்தோப்பர். எவ்வளவு பெரிய மனிதன்? அவன் வயதை மதித்தவன்... மானுடத்தை நேசித்தவன். நன்றியோடு அவனை நினைத்துக்கொள்கிறேன். அட... கப்பலில் அவ்வளவு வேலைகளையும் பழக்கிக்கொடுத்துக் காணாமல்போன கீர்த்தி கூட ஒரு வார்த்தை சொன்னதில்லை "ஒவ்வொரு போர்ட் வரகாட்டியும் கல்யாணங் கட்டிற தானே?"என்று மட்டுமே ஒருதடவை சொன்னான்... இப்போதுதான் அதன் அர்த்தம் புரிகிறது.

அடுத்த நாள் காலையில் உணவை முடித்துக்கொண்டு கப்பலின் மேற்தளத்துக்கு வந்த என்னையும் ரஞ்ஜித்தையும்

'ஸ்ரார்போர்ட் சைட்'இல் 'ஸ்கார்ஃவோல்ட்' போட்டு வைக்கும்படி பணித்துவிட்டுப்போனான் போட்ஸ்வெய்ன். இருவருமாக 'ஸ்டோரேஜ்' அறையிலிருந்து 'ஸ்கார்ஃவோல்ட்' பலகை, கயிறு, 'ஹீவிங்லைன், ஸேஃவ்டி பெல்ட்ஸ். ரோளர் ப்ரஷ்' இத்யாதி உபகரணங்களைத் திரட்டிக்கொண்டு கப்பலின் வலதுபுறமாகப் பின்பக்கம் சென்று 'ஸ்கார்ஃவோல்ட்' போட்டுவிட்டு, கயிற்று ஏணியையும் கட்டித்தயாராக வைத்து விட்டு, 'போட்ஸ்வெய்ன்' 'பெயின்ற்' கலக்கிக்கொண்டு வந்து தருவதற்குக் காத்துக்கொண்டிருந்த நேரத்தில் மெதுவாகக் கேட்டேன்.

"ரஞ்ஜி ... கீர்த்தி ஏன் திரும்பிக் கப்பலுக்கு வரேல்ல?" சில வினாடிகள் தயங்கினான். பிறகு சுதாரித்துக்கொண்டு பேசினான்.

"சொல்றேன்னு வித்யாசமா எடுத்துக்கொள்ள வேணாம்வா... ஒங்கட ஆளுங்கள்ள ஒருத்தன் கீர்த்திய கத்தியால குத்திப் போட்டான்வா ..."

பதறிப்போனேன்.

○○○

கிரேக்கத்தின் தலைநகரமான ஏதென்ஸின் புறநகர்ப் பகுதியாகச் சரித்திரப் பிரசித்தி வாய்ந்த பிரயெளஸ் துறைமுகம் கிழக்கு மெடிட்டரேனியன் கடலைப்பார்த்து அமைந்திருந்தது. ஐரோப்பாவின் கடல் வாணிபத்தின் முக்கிய கேந்திரஸ்தானமாக விளங்கியது. கடல் கொண்ட பூம்புகார் பட்டினத்திலிருந்தும் கலங்கள் வந்தும் போயும் வர்த்தகங்கள் செழித்திருந்ததாக வரலாறு இருக்கிறது. ஏராளமான கப்பல் கம்பனிகள். கோலோகொத்ரோணி தெரு ஏஜென்ஸிகளின் சிகரம். பிரம்மாண்டமான கப்பல் கட்டும் தளங்கள், பரந்து விரிந்து கிடந்த கண்டெய்னர் களஞ்சியங்கள், உல்லாசப் பயணிகளின் கப்பல்கள் தரிக்கவென விசாலமான அழகான கப்பல் கட்டும் மேடைகள், பழமை வாய்ந்த ஆர்த்தடக்ஸ் கிறிஸ்துவத் தேவாலயங்கள், மாலுமிகளின் சூடு தணிக்கும் இரவு விடுதிகள், பத்து த்ரக்மார்க்ஸ் கொடுத்துவிட்டு உள்ளே நுழைந்தால் ஒரு ஹாலிவூட் படம்... ஒரு கராத்தே அல்லது குங்ஃவூ படம்... ஒரு பாலியல் நுட்பங்களைத் தெளிவுபடுத்தும் விவரணப் படம்... இருபத்துநான்கு மணிநேரமும் பார்த்து மகிழக் கூடிய சினிமாதியேட்டர்கள் இப்படியாக இரவையும் பகலாக்கி வைத்திருக்கும் பிரயெளஸ் நகரம்.

‘கெட்டும் பட்டணம் போ . . .’ என்பதாக எப்பாடு பட்டாவது இங்கு வந்து சேர்ந்துவிட்டால் நல்ல கொழுத்த சம்பளமும் கொழுப்புச் சாப்பாடும் கிடைக்கும் என்பது வாணிபக் கப்பல்களில் பிழைப்பை யாசித்துக்கொண்டிருக்கும் உலகின் பல்வேறு நாடுகளைச் சேர்ந்தவர்கள் மத்தியில் ஒரு புராணக் கதையாகவே இருந்தது. கிரேக்கத்தின் பொருளாதாரக் கப்பலின் அடிப்பாகத்தில் எண்பதுகளிலேயே ஓட்டை விழுந்து மெதுமதுவாக மூழ்கவாரம்பித்திருந்தது.

கிரேக்கத்துக் கொடியில் கப்பலைப் பதிவுசெய்தால் கிரேக்கர்களுக்கு வழங்கப்படும் ஊதியம் தரப்படவேண்டும் என்பதால் சைப்ரஸ், பனாமா, மொன்றோவியா, பெரூ, ட்யுனீசியா, லைபீரியா இப்படியாகப் பஞ்சத்திலடிபட்ட நாடுகளின் கொடிகளில் கப்பல்களைப் பதிவு செய்துவிட்டு பிச்சைச் சம்பளம் கொடுத்துக்கொண்டிருந்தார்கள் கிரேக்க வியாபாரிகள். ஐ.ரீ எஃவ் எனப்படும் சர்வதேசப் போக்குவரத்து கூட்டமைப்பின் தொழிலாளர்களுக்கான விதிமுறைகளை எல்லாம் தூக்கியறிந்துவிட்டு கொத்தடிமைகளைப்போல வேலை வாங்கிக்கொண்டிருந்தார்கள் கிரேக்கத்துப் பணமுதலைகள். எனினும் கடின உழைப்பாளர்கள் என்பதோடு மொழியையும் இலகுவில் புரிந்துகொள்கிறார்கள் என்பதால் இலங்கையர்கள் மீது தனிப்பிரியம் வைத்திருந்தார்கள். சம்பளத்தையும் சற்று அதிகமாகக் கிள்ளித் தெளித்தார்கள். இதனால் தமிழர்களும், சிங்களவர்களும் நாடுகளினூடே தவழ்ந்து ஓவர் லாண்ட் ஆக அப்போதிருந்த யூகோஸ்லாவியா, செக்கோஸ்லவாக்கியா, புல்கேரியா, மசடோணியா போன்ற கிறீஸ்இன் எல்லைப்புற நாடுகளினூடாக ஊர்ந்தும், தவழ்ந்தும் பிரயௌஸ் அடைய பலவாறு முயன்றார்கள். இவர்கள் பட்ட துயரங்கள் சொல்லி மாளாது.

5

மிதக்கும்...
மிதக்காமலும் போகும்

ஐந்நூறு புகையிலைக் கன்றுகள், முந்நூறு மிளகாய்ச் செடிகள், கால் பரப்பில் சின்ன வெங்காயம் வேரூன்றிக் கிடந்த காணிகளை அடமானம் வைத்து... அந்தப் பயிர்களின் விளைச்சல்களில் வட்டியும் கொடுத்து வயிற்றையும் கழுவிக்கொண்டு மகன் கப்பலில் உழைத்து நிமிர்வான் என்கிற நம்பிக்கைகளை முதுகில் சுமந்துகொண்டு தோட்டங்களில் உழைத்த கூன் விழுந்த முதிய பெற்றாரின் முருகன் கோயில் அர்ச்சனைப் ப்ரசாதங்களோடு ஊரைவிட்டுக் கிளம்பிய இளைஞர்கள் ... வயதேறிக்கொண்டு போகும் அக்காவின் கலியாணத்துக்கென சேர்த்துவைத்திருந்த நகைகளை அடகுவைத்து 'வெலிக்கடைக்குப் போறத விட வெளிக்கிடு நாட்டைவிட்டு ...' என்று தம்பியை அனுப்பி வைத்துவிட்டு பெருமூச்சுக்களைச் சுவாசித்துக் கொண்டிருந்த பேரிளம்பெண்கள் ... இவ்வாறு எத்தனையோ அறியப்படாத தியாகங்கள் புதைந்து கிடந்த யாழ்ப்பாணத்து மண்ணை நிராகரித்து வெளியேறிய ஆயிரக்கணக்கான இளைஞர்கள் ஏதெல்லாமோ ரஸவாத வித்தைகள் செய்து எப்படியோ ஐரோப்பாவின் பால்கன்ஸ் பகுதியில் யூகோஸ்லாவியா நாட்டை வந்தடைந்தார்கள்.

இரண்டே இனங்கள் ஒற்றுமையாக வாழ முடியாமலிருந்த இலங்கைத் தீவிலிருந்து இவர்களைக் கொண்டுவந்துவிட்ட நாடு ஏராளமான இனங்கள் தமக்குள்ளே மோதிக்கொண்டிருக்கும்

யூகோஸ்லாவியா. பெல்க்ரேட் நகருக்குள்ளால் நுழைந்து செர்பியாவின் பகுதிகளைத் தாண்டி பல்கேரிய எல்லையைக் கடந்தால் அதன் அடுத்த எல்லையான கிறீஸ் நாட்டினுள் புகுந்துவிடலாம். முதலாவது எல்லையைக் கடப்பதானால் உயர்ந்த மதில்சுவர்களையோ முள்ளுக்கம்பி வேலிகளையோ தாண்டியாகவேண்டும். இந்த உடைந்த கை, கால் மூட்டுக் களுடனோ முட்கம்பிகளின் கிழிப்புக்களுடனோ தவழ்ந்து பல்கேரிய, கிறீஸ் எல்லையை வெற்றிகரமாக வந்தடைந்தால் கிறீஸ் நாட்டுக்குள் நுழைந்துவிடுவது அத்தனை சுலபமில்லை. இராணுவ, போலீஸ் கெடுபிடிகள். பல்கேரிய எல்லைப்புறக் கிராமங்களின் களுதைகள் இந்த வரலாற்றுக் கடமையைச் செய்தன. களுதை வண்டிக்காரனுக்குப் பணத்தைக் கொடுத்தால் வைக்கோல் நிரப்பிய வண்டிகளில் மாட்டுத் தீவனமாக கிறீஸ் போகும் ஊர்திகளில் ஒளித்துவைக்கப்பட்டு செக் போஸ்ட் தாண்டிச் சிறிது தூரம் போய் அலெக்ஸாந்தர் ஆண்ட மண்ணில் கால் பதித்து கிரேக்க புராணம் படிக்கலாம்.

இவ்வளவு சிரமங்களையும் பொறுமையோடு சகித்துக் கொண்டு பிரயௌஸ் பட்டினத்தை எட்டும்போது அடமானப் பணம் கணிசமாக வற்றிவிடும். பிரயௌஸ்ஸில் யூத் ஹாஸ்டல் ஒன்றிருந்தது. பெரிய இரட்டை மாடி வீடொன்றில் விசாலமான அறைகளில் மூன்று மூன்றாக அடுக்குக் கட்டில்கள் கீழிருந்து மேலாகச் சிறிய மரத்தாலான ஏணிகளுடன் மெத்தை, தலையணை, கம்பளிப் போர்வைகளுடன் வாடகைக்கு விடப்பட்டிருந்தன. ஒவ்வோர் அறையிலும் இரட்டை எலெக்ட்ரிக் ஸ்டோவ். சில சமையல் பாத்திரங்கள். மூன்று ஃப்ளோர் களிலும் பொது மலசலக் கூடங்கள். வாடகையை முதலிலேயே கொடுத்துவிடவேண்டும். தினசரி காலையில் எழுந்து கடன்களை முடித்துக்கொண்டு நாள் முழுவதும் பிரயௌஸில் கப்பல் கம்பெனிகளில் ஏறி இறங்கி விண்ணப்பங்கள் கொடுத்துப் பெயர்களைப் பதிவுசெய்துவிட்டு கிரேக்கக் கொடி பறக்க கடலில் விரைந்தோடும் கப்பல் கனவு களோடு இரண்டு அல்லது மூன்று வாரங்கள் வாழ்வு தொலையும்.

அதன் பின்னர் கையிலிருந்த யாழ்ப்பாணத்துச் செத்தல் மிளகாயும், அக்காளின் கலியாணநகைகளும் அறவே தொலைந்துவிடும். உணவும் உறையுளும் அச்சத்தை ஏற்படுத்த... துருப்பிடித்துக் கிழடுதட்டிப் போயிருந்த பழைய கப்பல்களைத் திருத்தி வேற்றுநாட்டுக் கொடிகளில் பதிவு செய்து கடலில் இறக்கி நிகரலாபம் சம்பாதிக்க முயலும் வியாபாரிகளின்... கரையிலிருந்து சற்றுத் தொலைவில் நங்கூரம் பாய்ச்சி நிற்கும்... கொள்ளுப்பாட்டிக் கப்பல்களில் கறள் சுரண்டும் தற்காலிக உழைக்கும் கரங்களாக . . . எப்படியோ சோத்துக்கும், பருப்புக்

கறிக்கும், நடைபாதையைத் தவிர்த்து கௌரவமாகத் தூங்கவும் வருமானம் கிடைக்கும். ஓடுகிறதோ இல்லையோ, கப்பலில் வேலை கிடைத்தாயிற்று.

புதிதாக ஒரு யூத் ஹாஸ்டல் எதிர்த்தாற்போல் முளைத்தது. முன்னதை விடவும் பெரியது. நல்ல கப்பல்களில் நல்ல சம்பளத்தில் ... கிழட்டுக் கப்பல்களில் அற்பச் சம்பளத்தில் ... எப்படியோ கடலில் ஓடிக்கொண்டிருந்தவர்கள் பிரயௌஸ் வரும்போதெல்லாம் பழைய, புதிய யூத் ஹாஸ்டல்களுக்கு தவறாமல் தினசரி வந்து அவரவர் நாட்டுக்காரர்களைச் சந்தித்துப்போவதில் சொந்த நாட்டுக்கே போய்வருவதாக ஒரு மாயையைச் சிருஷ்டித்து மகிழ்ந்தார்கள். மாலைவேளைகளில் வேலை முடித்து வரும்போது சிகரெட், விஸ்கி, கப்பலில் கிடைக்கும் டப்பாவில் அடைத்த உணவுப் பொருட்கள், சீஸ், துவாய்கள், படுக்கைவிரிப்புகள், சோப்புக்கட்டிகள், வேலைக்கு அணியும் பூட்ஸ்கள் ... என்னவெல்லாம் முடியுமோ கடத்திவந்து கொடுத்தார்கள். அவரவர் நாட்டு உணவுவகைகளைச் சமைத்து ... உண்டுகளித்து ... மதுவருந்தி மயங்கி ... அவரவர் மொழிப் பாடல்களைப் பாடி கலை, கலாச்சாரங்களைப் பேணி மகிழ்ந்தார்கள். இன, மொழி, மத, நிற பேதங்களையெல்லாம் கடந்த பரிபூரண மனிதநேயம்.

"நானும் முன்பு இங்குதான் உழன்றேன் ... கஷ்டப்பட்டேன் ... இன்று ஏதோ வேலை செய்கிறேன் . . . வேலை போனால் மீண்டும் இங்குதான் வருவேன் ... இவனும் என்னைப்போலவே உழல்கிறான் ... கஷ்டப்படுகிறான் ... இவனுக்கும் ஒருநாள் கப்பல் கிடைக்கும் ... இவன் என் உடன் பிறவாதவன் ... சகோதரன் ... இவனுக்கு உதவ, ஆதரவு காட்ட இந்தக் கணத்தில் என்னால் முடிகிறது ... இதை என் மூலமாகச் செய்யவைத்த ஆண்டவனுக்கு நன்றி . . ." இப்படித்தான் அவர்கள் ஒவ்வொருவரும் தேவ வாசகங்களை மனதுக்குள்ளே ஓதிக்கொண்டிருந்தார்கள்.

இலங்கைத் தீவைச் சேர்ந்த யாராவது வந்தால் ... அவர்கள் சிங்களவரோ, தமிழரோ, முஸ்லீமோ, தோட்டக்காடோ, வயற்காடோ, கடற்புறமோ, என்ன சாதியோ, தீவோ, குடாவோ, உடரட்டவோ, பாத்தரட்டவோ எல்லா அடையாளங்களை யும் அந்த இருபத்திஐயாயிரம் சதுர மைல்களுக்குள் ளேயே புதைத்துவிட்டு யூத் ஹாஸ்டல்களுக்குள்ளே நுழைவார்கள். இப்படித்தான் கீர்த்தியும், களூரஞ்ஜித்தும் வழமையேயான வாடிக்கையாளர்கள். என்ஜின் ரூமில் ஆய்லராக இருந்த பதினைந்து வருடக் கப்பல் பெருச்சாளி குலம் அண்ணையும் இவர்களில் சேர்த்தி. எம். வீ. ஔரோரா கடலில்

பயணிப்பதற்கு முதல்நாள் மாலையில் எல்லோருமாக யூத் ஹாஸ்டல் போயிருக்கிறார்கள். இலங்கையில் இயக்க அரசியல் மெதுவாகப் புகையவாரம்பித்திருந்த காலப்பகுதி அது. தணலை ஊதிக்கொண்டிருந்தவர்களில் சிலரை இராணுவத்தினரின் பாசவலைக்குள் அகப்படவிடாது தீ மூளும் முன்னரே யூகோஸ்லாவியக் களுதைகளும், கிரேக்கத்து மாடுகளும் பிரயெளஸ் இழுத்துவந்திருந்தன. கீர்த்தியும், களு ரஞ்ஜித்தும், குலம் அண்ணையும் போயிருந்தபோது யூத் ஹாஸ்டல் பழைய நண்பர்கள் இந்தப் புதிய வரவுகளை அறிமுகம் செய்துவைத்தனர்.

இவர்களில் பருத்தித்துறையைச் சேர்ந்த சம்பந்தர் என்பவரை ஓரளவு பல யாழ்ப்பாண நண்பர்கள் அறிந்துவைத்திருந்தனர். மதுக் கிண்ணங்களை புதிதாய் வந்தவர்களின் எதிர்கால சுபீட்சத்திற்காக உயர்த்தி ... வாழ்த்துச்சொல்லி பார்ட்டி ஆரம்பமானது.

சுமார் பதின்மூன்று பேருக்கு அன்று அவியல். எல்லோருமே சேர்ந்து விஸ்கி பருகுவதும், சமையல்வேலைகளைப் பகிர்வது மாகப் பேசிக்கொண்டிருந்தார்கள். முதலில் கப்பல்கள் பற்றி ஆரம்பித்துப் பின்னர் வேலைவாய்ப்புகளைப் பற்றியும், கம்பெனிகளைப் பற்றியும் தொடர்ந்த உரையாடல் சில மணி நேரங்களில் சமகால இலங்கை அரசியல் பற்றித் திரும்பியது. இலங்கைத் தபால்நிலையங்கள், ரயில்வேநிலையங்கள், வங்கிகள், அரசஅலுவலகங்கள் "இவர்களைப் பற்றிய தகவல் தருபவர்களுக்கு தகுந்த சன்மானம் வழங்கப்படும்" என்று விளம்பரப்படுத்தி ஒட்டப்பட்டிருந்த சுவரொட்டிகளில் கறுப்பு வெள்ளைப் புகைப் படங்களில் காணப்பட்ட முகங்களில் சிலரைப் பற்றி ஆதரவும் எதிர்ப்புமாக விவாதம் கிளம்பியது.

"என்ன மச்சாங்... புதுசா வந்த ஆளுங்க ஹறீம கறதறாய்... ஆளுக்கு ஆளு வெட்டி திங்கிறமாதிரீல்லா கத்தறாய்ங்க... பழைய யூத் ஹாஸ்டல் தமிழ்ப் பொடியன்மார் மாதிரி இல்லே... ரண்டு ஷொட் உள்ளபோன ஒட்னே சரிக்கு சேஞ்ச் ஆவீர்றாங்க... நாங் கொஞ்சம் ஸென்ஸ் பண்ணதுதாங்... ஆனா இப்பிடி ஆவீரும் போல நெனைக்கேல்ல..."

ரஞ்ஜித் பொருமிப் பொருமிச் சொல்லிக்கொண்டிருந்தான்.

அந்த அறைக்குள்ளே அடுப்பில் சோறு பொங்கிக் கொண்டிருந்தது. இன்னுமோர் அடுப்பில் கோழிக்குழம்பு அப்போதுதான் கொதிக்க ஆரம்பித்திருந்தது. அரசியல் விவாதம் கொதிநிலையின் உச்சத்தை எட்டியிருந்தது. ஷேர்ட்டைத் திறந்து போட்டு தங்கள் நெஞ்சில் தமது கைகளால் அறைந்து அறைந்து

வாக்குவாதப் பட்டுக்கொண்டிருந்த இரண்டு பேர் ஓரளவு எதிர் பார்த்த உச்சக்கட்டமாக ஒருத்தன் மற்றவன் நெஞ்சில் அடித்துத் தள்ளிவிட்டான். பிடரி இரும்புக்கட்டிலின் பக்கவாட்டுச் சட்டத்தில் அடிபட விழுந்தவன், மெத்தையிருந்ததால் சுதாரித்துக் கொண்டு எழுந்து பாய்ந்து, மற்றவனின் கழுத்தை வலதுகையின் முழங்கை மடிப்பிற்குள்ளே நெரித்து, இடது கையால் அவன் இடது கையை மடித்து, அவன் முதுகிற்கும் தன் வயிற்றுக்கும் நடுவே அழுத்திப் பிடித்து முறுக்கிக்கொண்டிருக்க மற்றவனின் விழிகள் பிதுங்கியதைக் கண்ட பக்கத்துக் கட்டிலில் இருந்த கீர்த்தியும் எதிர்ப்புறம் நின்றிருந்த சம்பந்தரும் ஓடிவந்து இருவரையும் விலக்கப் படாதபாடு பட்டனர். கழுத்தை நெரித்துக்கொண்டிருந்தவனின் கன்னத்தில் ——————— மக்களா ... என்று கத்தியபடி பளார் ... என்று ஒரு அறை விட்டார் ஆஜானுபாகுவான சம்பந்தர். ஏற்கெனவே தலையில் அடிபட்டிருந்ததோடு உபரியாக இந்த அறையும் சேர்ந்துகொள்ள, இருண்ட வானில் திரண்ட நட்சத்திரங்கள் கண்டதில் கழுத்தை விட்டான். சிறிதுநேரம் யாரும் எதுவும் பேசிக்கொள்ளவில்லை. விழுந்தவன் எழுந்து அறையைவிட்டு வெளியே போனான்.

மீண்டும் பார்ட்டி தொடர்ந்தது. மேசைமேல் அடுக்கி வைக்கப்பட்டிருந்த ஸெராமிக் தட்டுகளை எடுத்துக்கொண்டு எல்லோரும் ஒருவர் பின் ஒருவராக உணவைப் பரிமாறிக்கொண்டு, கட்டிலில் சிலரும் தரையில் சம்மணம் கொட்டிச் சிலரும் அமர்ந்திருந்து சாப்பிட்டுக்கொண்டிருந்தனர். சம்பந்தர் தரையில் உட்கார்ந்திருந்தார். அவருக்கு அருகில் கட்டிலில் கீர்த்தி. விழுந்தெழும்பி வெளியே போயிருந்தவன் திரும்பி வந்து எதுவும் பேசாமல் தட்டை எடுத்துச் சாப்பாடு போடக் குனிவதுபோலக் குனிந்து அடுப்புக்கு அருகில் கோழியை வெட்டிமுடித்து வைத்திருந்த கத்தியை எடுத்துச் சம்பந்தரை நோக்கிப் பாய ... அருகில் கட்டிலில் இருந்த கீர்த்தி தட்டைக் கீழே போட்டுவிட்டு எகிறிப்போய் அவனைத் தடுக்க முயல, கத்தி சரியாகக் கீர்த்தியின் வயிற்றைக் கிழித்து உள்ளே இறங்கியது.

ரஞ்ஜித்தும் குலம் அண்ணையுமாக அம்பியுலன்ஸ்ஸில் அவசர சிகிச்சைப் பிரிவில் அனுமதித்துவிட்டு போலீஸுக்கு நடந்த சம்பவங்களை இவர்கள் கிறீக்கில் சொல்லச் சொல்ல, அவர்களைக் கொண்டு றிப்போர்ட்டை எழுதவைத்துச் சாட்சிக் கையெழுத்துப் போட்டுவிட்டு, அதிகாலையில் கப்பலுக்குத் திரும்பி வந்திருக்கிறார்கள். சில மணி நேரத்தில் கப்பல் கீர்த்தியை ஏற்றிக்கொள்ளாமலே கிளம்பிவிட்டது.

6

இவனையும் இவனுக்குள்ளிருக்கும் இவனையும்

கட்டுநாயக்க விமானநிலையத்தில் நானும், அருள்ஜோதியும், "அக்கா" என்றழைக்கப்பட்ட திருமதி கந்தப்பாவைச் சந்தித்துக்கொண்டோம். முழங்கால் வரையிலான சுருக்கு வைத்த சிவப்பு நிறப் பாவாடைக்குப் பொருத்தமாக மஞ்சள் வர்ண மேற்சட்டை, மார்பகங்களை எடுப்பாகக் காட்டும்படியாகச் சிவப்பு நிறப் பொத்தான்கள் வைத்துத் தைக்கப்பட்டிருந்தது. கழுத்தின்கீழ் இறங்கிய மார்பகங்களில் பிரிவின் துயர் தெரிந்தது. கைகளில்லாத மேற் சட்டையின்மேல் தோள்பட்டையில் அலட்சியமாகத் தொங்கிக் கொண்டிருந்த ஹான்ட்பாக்கிலிருந்து எமது தலையெழுத்தை நிர்ணயிக்கப்போகும் விமான டிக்கட்டுகளை எடுத்து எங்களிடம் கொடுத்தாள். பயபக்தியோடு வாங்கிக்கொண்டோம். விமான நிலையச் சம்பிரதாயங்களை முடித்து . . . திருக்கோணமலை ஆலடிப் பிள்ளையாரை மனதிற்குள்ளேயே வேண்டிக்கொண்டு . . . வலது காலை முதலில் வைத்து விமானத்திற்குள் நுழைந்தேன். அருள்ஜோதிக்கு இதிலெல்லாம் துளிகூட நம்பிக்கையில்லை. அவன் மகா அர்ப்பணிப்புள்ள நாஸ்திகன்.

விமானம் சிறிது தூரம் உருண்டோடிப் பின்னர் மெதுவாகத் தரையைவிட்டு மேலேறியது. சில

நிமிடங்களின் பின்பு ஒரு மிகக் கனதியான உண்மை மூளையைப் பிளந்துகொண்டு மனதின் ஆழத்துக்குள் விழுந்தது.

எத்தனை அழகானதொரு தீவில் நான் பிறந்திருக்கிறேன்..? எப்படி இயற்கையின் ரகசியங்கள் அனைத்தையும் தனக்குள் புதைத்துவைத்துக்கொண்டு எழில் கொஞ்ச இலங்கும் இலங்கைத் தீவை உதாசீனப்படுத்திவிட்டு எங்கே போய்க்கொண்டிருக்கிறேன்..? வளங்கள் அனைத்தையும் நிலத்திலும், நீரிலும் பொதிந்துகிடக்கவைத்துக் கொண்டும்... நாலுவித சீதோஷ்ண நிலைகளை இருபத்திஐயாயிரம் சதுர மைல் பரப்பில் பதுக்கிவைத்துக்கொண்டும்... காரமும், புளிப்பும், இனிப்பும், உவர்ப்புமாக மானுடம் செழிப்போடு வாழத் தேவையான அனைத்து ஜீவாதாரங்களையும் அள்ளி வழங்கிக்கொண்டிருக்கும் பூகோளத்தின் ஓர் அமோகமான பூமித்தாயிடமிருந்து தொப்புள்கொடியை அறுத்தெறிந்து விட்டு எதனைத் தேடி ஓடிக்கொண்டிருக்கிறேன்... யார் என்னை விரட்டிக்கொண்டிருக்கிறார்கள்? இந்தக் கணத்தில் இதுதான் என்னோடு கடைசிவரை இருக்கப்போகும் இறுதியான விம்பம் என்பதை நான் உணர்ந்திருக்க ஏதொரு தரவுகளும் எனக்கு இருந்திருக்கவில்லை. இருபதே நிமிடங்களில் எல்லாமும் மறைந்து போய்விட்டன.

சென்னை மீனம்பாக்கம் சர்வதேச விமானக் கூடத்தில் எமது “எயர் லங்கா” காலை பதினொரு மணிக்குத் தரையிறங்கியது. முதன் முதலாகத் தமிழ்நாட்டில்... அதே வலதுகால் தரையில் பாவியது. சென்னைப்பட்டினம்... “பட்டணம்தான் போகலாமடீ... பொம்பளே...” மனத்திரையில் சலனித்தது. தமிழ்நாட்டைப் பார்க்கவேண்டும் என்று கொள்ளை ஆசை. கனவுகள் மட்டும் மனக்கிணற்றுக்குள் மண்டிப் போய்க் கிடந்தது. என்னைப் பாஸ்போர்ட் எடுக்கவைத்ததே இந்தக் கனவுகள்தான். ஒரு வருடம் முன்புதான் நானும், நண்பன் நவநீதனும் தமிழ்நாடு போய்வருவோம்... புத்தகங்கள் வாங்குவோம்... “தேவி பாரடைஸில்” கமலின் இளமை ஊஞ்சலாடுகிறது பார்ப்போம்... “புஹாரி ஹோட்டலில்” பிரியாணி சாப்பிடுவோம்... என்ற பாரிய திட்டங்களோடு கொழும்பு சென்று பாஸ்போர்ட் எடுக்க முயன்றோம்.

பாஸ்போர்ட் ஆபீஸ், ஊழல்கள் பாதுகாத்துவைக்கப் பட்டிருக்கும் பெரும் கோட்டையாகத் திகழ்ந்தது. எப்படியோ நவநீதனுக்குக் கிடைத்துவிட்டது. எனக்கு உரிய காலத்தில் வர வில்லை. பல்கலைக்கழக விடுமுறைக்குள் அவன் போய்வந்தான்... நூல்கள் கொண்டுவந்தான்... கமல் படம் பார்த்தான்... கதைகள்

சொன்னான்... காலம் கடந்து என் கையில் சர்வதேச பாஸ்போர்ட் தவழ்ந்தது. எல்லா நிகழ்வுகளுக்கும் ஒரு காரண காரியம் உண்டல்லவா... எப்படியோ பாஸ்போர்ட் எடுத்த காரணம் நிறைவேறிவிட்டது... ஆனால் காரியம் வேறுபட்டுவிட்டது. முன்னதில் மனது நிகழ்காலத்தின் குதூகலிப்பில் கிடந்தது. பின்னதில் மனதுக்குள் எதிர்காலம் பற்றிய பயம் பதுங்கிப்போய் முடங்கியது.

OOO

மீனம்பாக்கத்திலிருந்து ஒரு டாக்ஸி பிடித்துக்கொண்டு சென்னை சென்ட்ரல் ரயில்வே ஸ்டேஷன் அருகிலிருந்த தெருவில் 'குமுதா லாட்ஜ்' என்று பளபளப்பாகப் பல வர்ணங்களில் எழுதப் பட்டிருந்த... தாமரைக்குப் பதிலாக யாரோ ஒரு நடிகையின் முகம் ஓவியமாக வரையப்பட்டிருந்த பெயர்ப்பலகை மேலிருந்து கீழாகத் தொங்கிக்கொண்டிருந்த மூன்றுமாடிக் கட்டிடம் ஒன்றின் முன்னால் வந்து இறங்கினோம்.

வலதுபுறமாக நீண்டிருந்த நடைபாதை வழியாகச் சாரி சாரியாக மனிதர்கள் வந்தும் போயும் கொண்டிருந்தனர். வண்டி மாட்டுக்கு முன்னால் அதன் வாயிலிருந்து ஓரடி முன்னே ஒரு தடியில் புல்லுக்கட்டை கட்டித் தொங்கவிட்டால் எருதுக்குப் புல்லின் மீதேற்படும் மோஹலாகிரியில் சவாரி சூடு பிடிக்குமே... அதே போல மக்கள் எனப்படுபவர்கள் இல்லாத ஏதோ ஒன்றைத் தேடிக்கொண்டு இங்கும் அங்குமாக அலைந்துகொண்டிருந்தார்கள்.

சுற்றுப்புற ஓசைகளில் பல்வேறு பாஷைகளின் உயிர்களும் மெய்களும் கலந்து புணர்ந்து அந்தமில்லாத இரைச்சலை உற்பத்திசெய்துகொண்டிருந்தன. சாலையின் இடதுபுறத்து நடைபாதையோடு சமாந்தரமாக நீண்ட மதிற்சுவரில் சுமார் பதினைந்தடி நீளத்தில் உதய சூரியன் சின்னமும் இருபது அடி நீளத்தில் "வாய்மையே வெல்லும்" என்ற வாசகமும் கொண்ட கறுப்பு சிவப்பு வர்ணச் சுவரொட்டி ஒட்டப்பட்டிருந்தது. இவ்வளவு நீளமான சுவரொட்டியை நான் வாழ்நாளில் கண்டதில்லை. அது தமிழ்நாட்டு அரசியலின் ப்ரம்மாண்டங் களைப் பறைசாற்றிக்கொண்டிருந்ததோடு பழசாகிக்கொண்டிருந்த மதிற்சுவரின் வெடிப்புகளையும் மறைத்துக்கொண்டிருந்தது.

டாக்ஸியிலிருந்து நாங்கள் இறங்கிய சில நிமிடங்களில் சுமார் நான்கு அடிகளே உயரம் இருக்கக்கூடிய ஓர் இளைஞன் "வாங்கோ... வாங்கோ... அக்கா... றிப்பெல்லாம் எப்பிடி..?" என்று கேட்டுக்கொண்டே வந்து அக்காவின் கையிலிருந்த

சூட்கேஸை 'றிப்' செய்துகொண்டான். இவன் யாழ்ப்பாணத்துப் பொடியன்தான் என்று சந்தேகமில்லாமல் அநுமானித்துக் கொள்கிறேன்.

"ட்றிப் நல்லா இரிஞ்சி... விஜயன்... இவங்கதான் நான் ஃபோன்ல சொன்ன ஆளுங்க... இவங்கள நீங்க பாம்பேக்குக் கூட்டிபோயி ரோஹறான் கிட்ட குடுக்கிறீங்க... நாளயின்னைக்குத் தானே டிக்கட் செஞ்சிரிக்கீங்க? நான் நாளைக்கு மார்ணிங் ஃபிளைட்டில பாம்பே போய் ரோஹறானப் பாத்துப்போட்டு ரண்டு மூண்டு நாள்ள கொழும்பு போயிருவேன்... சரியா?"

பேசிக்கொண்டே படிக்கட்டுகளில் ஏறிப்போய் குமுதா லாட்ஜுக்குள் நுழைந்தோம். என்னையும், அருள்ஜோதியையும் ரிஸெப்ஷனில் இருக்கும்படி சொல்லிவிட்டு அக்காவைக் கூட்டிக்கொண்டு பேசிக்கொண்டே மாடிப்படிகளில் ஏறிப் போனான் விஜயன் என அழைக்கப்பட்டவன். அக்காவின் பின்புறங்கள்தாம் இறுதியாக நாங்கள் பார்த்தது.

சுமார் நான்கு தசம் இரண்டு அல்லது மூன்று அடி உயரம்தான் வளர்த்தி இருக்கும் இந்த விஜயனுக்கு. கரு கருவென்று சுருண்டிருந்த கேசம் "என்டர் தி ட்ராகன்" ஜிம் கெல்லியை நினைவுபடுத்தியது. ஆனால் முகத்தில் ரோம சாம்ராஜ்யம் இல்லை. மீசை ஏதோ பெயருக்கு ஆங்காங்கே ஒட்டிக்கொண்டிருந்தது. தாடி அறவே கிடையாது. ஷேவ் செய்தமாதிரியும் தெரியவில்லை. க்ஷவர சிரமங்கள் இல்லாத முகம். நெல்மணிகள் போலக் கண்கள், இல்லாத மின்னலின் எதிர்பார்ப்பில் சுருங்கியிருந்தன. முகத்தில் ஒரு மங்கோலியக் களை இருந்தது. சிறிது நேரத்தில் மாடியிலிருந்து இறங்கிவந்தான்.

"இப்பிடி வாங்கோ... உங்கட ரூமைக் காட்டிறன்" என்றவாறு அதே தளத்தில் வலது புறமாக எங்களை அழைத்துச்சென்றான்.

"நாங்கள் மூண்டு பேரும் இந்த ரூமில தங்குவம்... ரண்டு நாளைக்குத்தானே? மூண்டு பெட் இருக்குது. உந்தப் பக்கம் பாத்ரூம் இருக்குது... களைச்சுப்போய் இருப்பியள்... போய்க் குளிச்சிட்டு வாங்கோ... வெளியில போய்ச்சாப்பிடுவம்."

சுமார் அரைமணி நேரத்தில் நாங்கள் மூவரும் லாட்ஜ்ஜை விட்டு வெளியேவந்தோம். ஈ.வே.ரா. பெரியார் சாலை வழியாக நடந்துபோய் சென்ட்ரல் ஸ்டேஷனுக்குப் பக்கத்திலிருந்த ஒரு செட்டிநாடு ஹோட்டலில் மீன் வறுவலோடு இன்ன பிற அசைவங்களையும் மணக்கமணக்கச் சோத்தோடு சாப்பிட்டு விட்டு மூர்மார்க்கெட் பக்கமாக காலாற நடந்துபோய்க்

கொண்டிருக்கும்போது இவனைப் பற்றிய தகவல்களைத் திரட்டிக்கொண்டேன்.

விஜயனுக்கு இருபத்து மூன்று வயதுதான் ஆகிறது. யாழ்ப்பாணம் கன்னாதிட்டியில் பிறந்து வளர்ந்தவன். தங்க நகை வியாபாரத்தில் செழித்திருந்த குடும்பம், தகப்பனார் கிருஷ்ணசாமிப் பத்தரின் குதிரைப்பந்தய மோகத்தால் ஸ்வர்ண மெல்லாம் உருகிப்போய் வியாபாரம் நொடித்துப் போய்விட, நண்பர் ஒருவரின் நகை மாளிகையில் குழந்தைகளுக்குக் காதும் இளம் பெண்களுக்கு மூக்கும் குத்திவிட்டுக்கொண்டு உஞ் சவிருத்தி பண்ணிக்கொண்டிருந்தார்.

கிருஷ்ணசாமிப் பத்தரின் ராசியான கையால் குழந்தைகள் காது குத்திக்கொண்டால் அவர்களுக்கு நோய்நொடி வராம லிருக்கும் என்பதும், பதின்மவயதுப் பெண்கள் மூக்குத்தி போட்டுக்கொண்டால் நல்ல இடத்தில் கலியாண சம்பந்தம் கிடைக்கும் என்பதும் நாளடைவில் ஓர் ஐதீகமாகிப் போய் விட்டிருந்தது. விஜயனுக்குக் கலியாண வயதை மீறிய மூத்த அக்காளும், கலியாண வயதில் இரண்டு தமக்கைமாரும் இருக்கிறார்கள். தந்தையின் கைகள் குடும்பத்துக்கு ராசியானதாக இருந்திருக்கவில்லை. ஆஸ்துமா நோயால் அவதிப்படும் தாயாரின் மருந்துச்செலவுகளோடு பத்தரின் குடும்பம் அல்லாடிக் கொண்டிருந்தது.

விஜயனுக்குப் படிப்பு ஏறவில்லை. தமக்கைமார்களோ குமுதம், கல்கி, ஆனந்தவிகடன் வாசிக்குமளவுக்கே அறிவை வளர்த்துக்கொண்டார்கள். தந்தையார் வேலைபார்க்கும் நகை மாளிகையில் பதினைந்தாம் வயதிலிருந்தே விஜயன் பித்தளைக்குத் தங்கமுலாம் பூசிக்கொண்டிருந்தானாம். காதுகளும், மூக்கும் தந்துகொண்டிருந்த தட்சணைகளோடு முலாம் பூசிய வருமானமும் சேர்ந்து நாச்சிமார் கோயிலடியிலிருந்த பூர்வீகமாக வந்த பழைய சித்தோட்டு வீட்டில் மல்லிகைப் பந்தலோடும், துளசி மாடத்தோடும் வாழ்வு உருகிக்கொண்டிருந்தது.

ஒருநாள் நகைக்கடைக்கு வந்த ஒரு வாடிக்கையாளர் மூலமாக, சுண்டிக்குளியில் கந்தப்பா என்றொருவன் கிரேக்க வாணிபக் கப்பல்களில் கொழுத்த சம்பளத்தில் வேலைக்கு ஆட்களை முப்பதினாயிரம் ரூபாய் பணம் வாங்கிக்கொண்டு விமானத்திலேற்றி அனுப்புவதாக விஜயன் அறிந்துகொண்டான். வாழ்வு நிமிரும் என்றொரு நம்பிக்கை துளிர்த்தது. ஆனால் அவ்வளவு பணம்..?

அன்றிரவு வீட்டில் எல்லோருமாக உட்கார்ந்து சாப்பிடும் நேரத்தில் இதுபற்றி மெதுவாகப் பேச்செடுக்க ஆரம்பிக்கையில் நாச்சிமார் கோயில் மணியடித்ததாம். விஷயத்தை விபரமாகச் சொல்லி முடித்ததும் எல்லோரும் மணியடித்த சுபசகுனத்தை வியந்து பலவாறு வியாக்யானங்கள் செய்ய... எழுந்து கையை அலம்பிவிட்டுக் கூடத்து அறைக்குள்ளே சென்ற மூத்த அக்காள் வெளியே வரும்போது தனது கலியாணத்துக்கென்று குதிரைகள் பெருமனதுகொண்டு இரக்கத்தோடு விட்டுவைத்த தங்க நகைகளைக் கொண்டுவந்து தம்பியின் கைகளில் கொடுத்தாளாம். இவன் உட்பட எல்லோருக்கும் கண்களில் நீர் முட்டியதாம்.

ஒரு மாதம் கழிந்து கிருஷ்ணசாமிப் பத்தர் காங்கேசன் துறைக்குப் போய் யாழ்தேவியில் 'சீற்' பிடித்துக்கொண்டு யாழ்ப்பாணப் புகையிரத நிலையத்துக்கு வர . . . எல்லோரிடமும் விம்மல்களோடும், விசும்பல்களோடும் விடைபெற்றுப் புகைவண்டிக்குள் ஏறி ஜன்னலோரத்து இருக்கையில் அமர... புகையிரதம் மெதுவாகக் கிளம்ப...

'நீ திரும்பி வரும்போது நான் உயிரோடு இருப்பேனோ என்னவோ...' என்ற தாயின் அவநம்பிக்கை தோய்ந்த முகமும்... 'என்னுடைய முட்டாள்தனத்தால்தானே நீ இப்படி எங்களையெல்லாம் விட்டு எங்கோ தொலைவுக்குப் போகிறாய் . . .' என்பதாகத் தந்தையின் கழிவிரக்கமும் குற்றவுணர்வும் கப்பிய முகமும்... தமக்கைமார் மூவரினதும் நீர்த்திரையிட்ட கண்களில் 'தம்பி எங்களைக் கரை சேர்ப்பான்...' என்ற நம்பிக்கை தோய்ந்த, கலியாணக் கனவுகள் விரிந்துகிடந்த முகங்களும் தன்னோடு கூடவே சென்னைவரை வந்ததாக விஜயன் சொல்லிக்கொண்டிருக்கும்போதில் அவன் கண்களில் நீர் பனித்ததை என்னால் காண முடிந்தது. சந்தித்து நான்குமணி நேரத்திற்குள்ளேயே தன்னைப் பற்றிய முழு விபரங்களையும் எங்களிடம் கொட்டிவிட்டான். இவன் நல்லவன், மென் மனதுக்காரன், நம்பத் தகுந்தவன். இப்போது இதோ... கெட்டுப்போன சென்னைப் பட்டணத்தில் பழம்பொருள் அங்காடியான மூர் மார்க்கெட்டில் வந்து நிற்கிறான்.

7

ஆழநெடுங் கடலுக்குள்

சுமார் மூன்று வாரங்களாகிவிட்டது பெரமா கப்பற்தளத்திலிருந்து புறப்பட்டுக் கிரேக்கத்தின் மற்றுமொரு பெரிய துறைமுகமான திஸ்ஸலோணிக்கி வந்து. மிகவும் சுறுசுறுப்பான துறைமுகம். பெரமாவில் குமரி வேஷம் கட்டிவிடப்பட்ட கிழட்டுக் கப்பலான எம்.வி. ஔரோறாவின் ஐந்து பாரிய 'ஹாட்ச்' களிலும் (களஞ்சிய அறைகள்) ஏறத்தாழ முக்கால் பாகத்திற்கு மேல் கோதுமை மூட்டைகள் நிரப்பப் பட்டுவிட்டன. இன்னும் ஒரு சில தினங்களில் யுத்தத்தால் பாதிக்கப்பட்ட வியட்நாமுக்கு கிரேக்க அரசாங்கத்தின் நன்கொடையாக வழங்கப்படுகிற கோதுமையைச் சுமந்துகொண்டு மிகவும் நீண்டதொரு கடற்பயணத்தை ஆரம்பிக்கப்போகிறாள் ஔரோறாக் கிழவி.

பகலும் இரவுமாக ஔரோறாவின் ஐந்து மக்கிரெக்கர் ஹாட்ச்களிலும் கோதுமை மூட்டை களைத் திணித்துக்கொண்டிருந்தார்கள் கிரேக்கத்துத் துறைமுகப் பணியாளர்கள். கப்பலின் மேற்தளத்தைப் பராமரிக்கும் ஏபிள் பாடீட் மாலுமிகளுக்கு நிறையவே ஓவர் டைம் செய்ய வேண்டியிருந்தது. திஸ்ஸலோணிக்கி நகருக்குள் போகவே நேரம் கிடைத்ததில்லை. 'லோடிங்' செய்பவர்களின் தேவைகளுக்கேற்ப. 'டெரிக்' குகளை மாற்றிமாற்றி அமைத்துக் கொடுக்க வேண்டியிருந்தது. களஞ்சிய அறைகள் நிரம்பநிரம்ப அடிக்கடிக் கப்பலைத் துறைமுகமேடையோடு அணைத்துக் கட்டிவிட வேண்டிய அத்தியாவசியத் தேவைகள் ஏற்பட்டன. ஹென்றி க்ரேயால் அட்டவணைப்படுத்தப்பட்ட

உடலின் அனைத்து உறுப்புகளும் வலியால் துடித்தன. கீர்த்தி சொன்ன வசனங்கள் ஓயாமல் மனக்குகைக்குள் எதிரொலித்த வண்ணமே பொழுதுகள் நகர ... இந்த எதிரொலிகளைக் கிரகித்து வௌவாலாய்ப் பறந்துகொண்டிருக்கிறேன், கப்பலின் மேற்தளத்தில்.

“இதுக்கு முந்தி கப்பல் பலன்னத? நவேக் வெட மல்லி ஈஸியில்லெ... புதுக்க கப்பல் சரிக்கு இரிக்கும்... இதீங் பறணே கப்பல் ... சரிக்கு சூத்தால நெய் வடியுங் தானே!”ஆம் ... கீர்த்தி சொன்னது அத்தனையும் உண்மை ... உண்மையைத் தவிர வேறில்லை. பிருஷ்ட பாகத்தால் சுத்தமான மனித நெய் வடியவே வடிந்தது. அவனை நினைத்துப் பல பொழுதுகளில் அழுதிருக்கிறேன் இந்த நாட்களில். இவன் இல்லையேல் இந்த வேலைகளையெல்லாம் எப்படி நான் செய்ய முடிந்திருக்கும்? யாரோ சிலர் பிணங்கிக்கொண்டதை விலக்குப் பிடிக்கப்போய் தன் வயிற்றில் கத்திக் குத்தை வாங்கிக்கொண்டு எங்கேயோ ஒரு மருத்துவமனைப் படுக்கையில் இருக்கிறானே ... முதலில் இருக்கிறானோ என்பதிலேயே தெளிவில்லை. அடச் சீ ... ஏன் இப்படி நினைக்கிறேன்? நல்ல மனிதர்களுக்கு ஒன்றும் நேராது. திக்கற்றவர்களுக்குத்தான் தெய்வம் துணையாக இருக்கிறதே!

ஒருவழியாக அந்த நாளின் பிற்பகலில் களஞ்சிய அறைகள் யாவும் கோதுமை மூடைகளால் நிறைந்தன. ‘லோடிங் முடிந்த களைப்பில் ‘பியர் ... மிட்டெக்ஸா ... ஊஸோ ... போன்ற உற்சாகப் பானங்களை அருந்தியபடி சில மணி நேரங்கள் கப்பலிலேயே ‘டெக்கில்’ அமர்ந்திருந்து புகை பிடித்தபடியே கலகலப்பாகப் பேசிக்கொண்டிருந்தார்கள். இந்த கிரேக்கர்கள் ஒருவருக்கொருவர் உரையாடிக்கொள்ளும்போது பார்க்க வெகு சுவாரஸ்யமாக இருக்கும். ஆளுக்காள் வாக்குவாதம் செய்துகொள்வது போன்ற தொனி. இருகரங்களால் நெஞ்சில் அறைந்துகொண்டும், இரண்டு கைகளையும் ஓர் அகல்விளக்கை ஏந்திவருவது போன்ற பாவனையில் வைத்துக்கொண்டு, இரண்டு அடைப்புக்குறிகளுக்குள் ஓர் ஆச்சரியக் குறி அகப்படுவதைப் போல அவரவர் ஆண்குறிகளை நோக்கி மேலிருந்து கீழாக வசனத்திற்கொரு தடவை ஆரத்தி செய்துகொண்டுப் பேசிக் கொள்வார்கள்.

நடுநடுவே சிரித்துக்கொள்ளும்போதுதான் “அடக் கோதாரி ... ” இது நட்புரீதியிலான நகைச்சுவை கலந்த உரையாடல் என்பது நமக்குப் புலனாகும். சிலர் ‘ஊஸோ’ கொஞ்சம் எகிறியதால் அவர்களுடைய ஜீன்ஸ்களைக் கழற்றிப் பின்புறத்து எழிலையும் காண்பிக்கத் தவறவில்லை.

எம்.வி.ஔரோறாவில் கால் பதித்த நாளிலிருந்து இன்றைய தினம் வரை இவர்களுடைய மொழியிலிருந்த அனைத்துக் கெட்ட வார்த்தைகளையும் அட்சரம் பிசகாமல் உச்சரிக்கப் பழகிக்கொண்டேன். சில மணிநேரங்களின் பின்னர் சோம பானங்களால் உடலின் அலுப்புத் தீர்ந்து மோடி கிறுகிறுக்கக் கப்பலை விட்டு இறங்கிப்போய் அவரவர் கார்களில் ஏறிக் காணாமல் போய்விட்டனர்.

திருக்கோணமலையில் உலகின் இயற்கையதிசயங்களில் ஒன்றான, கேந்திர முக்கியத்துவம் வாய்ந்த இயற்கைத் துறைமுகத்தில் இவர்களைப் போலவே பணிபுரியும் 'போர்ட் அத்தாரிட்டி' ஊழியர்கள் அடிக்கடி 'செயின்' கழன்று விழும் துருப்பிடித்த 'சைக்கிள்'களில் காலையில் வேலைக்குப் போய் கையெழுத்துப் போட்டுவிட்டு "இன்றைக்குக் கப்பல் வரவில்லை... அதனால் ஸ்டான்ட் பை ..." என்று திரும்பி வந்து எனது வீட்டுக்குப் பக்கத்தில் இருந்த சுந்தரராஜன் கடையிலும், சூசைப்பிள்ளை கடையிலும் கொப்பியில் எழுதிக்கொள்ளச் சொல்லிக் கடனுக்குப் பாணும், மீன்குழம்பும் சாப்பிட்டு ஒரு தேனீரும் பருகிவிட்டு 'நெல்சன்' திரையரங்குக்கு முன்னால் இதமாகக் கடற்கரைக் காற்று வாங்கிக்கொண்டு ஊர் வம்பளந்துவிட்டு மாலையில் மீண்டும் ஹார்பருக்குப் போய், கையெழுத்துப் போட்டுவிட்டு வீடுபோய்ச் சேர்வார்கள். சிலர் பகல்வேளைகளில் கூரை மேய்வது, கதியால் நடுவது, வேலியடைப்பது, வளவு துப்பரவு செய்வது போன்ற தொட்டாட்டு வேலைகளைச் செய்து மேலதிக வருமானம் தேடிக்கொண்டு மீண்டும் வேலைத் தலத்திற்குப் போய் கையெழுத்துப் போட்டுவிட்டு வீடு சென்றடைவார்கள். சிலர் 'மிரண்டாஸ்' மதுபானக் கடையில் போத்தல் கள்ளு அருந்திக்கொண்டும், சிலர் வள்ளியக்காவிடம் கள்ளச்சாராயம் கடனுக்கு வாங்கிக் குடித்துவிட்டு 'ஷாலிமார் ஹோட்டலில்' பதுர்தீனிடம் கடனுக்குக் கொத்துரொட்டியும் 'ப்ளெயின் டீ'யும் சாப்பிட்டுவிட்டுத் துறைமுக சரக்குக் கூட்டுத்தாபனத்திற்குப் போய் கைநாட்டுப் போட்டுவிட்டு மாலையில் கடலிலிருந்து திரும்பும் கரைவலை மீனவர்களிடம் உடன் மீன் வாங்கிக்கொண்டு குடிசைக்குத் திரும்புவார்கள். அவரவர் தரத்திற்கு எல்லோருக்கும் திருக்கோணமலை துறைமுக அதிகார சபையும், துறைமுகச் சரக்குக் கூட்டுத்தாபனமும் மாதம் தவறாமல் ஊதியம் கொடுத்துக்கொண்டிருந்தது.

காலையில் கிறிஸ்தோப்பரிடம் போகும்போது இவர்கள் கையெழுத்துப் போட்டுவிட்டு வருவதையும் பின்னர் மாலையில் நண்பர்களைச் சந்திக்க வீட்டை விட்டு சைக்கிளில் கிளம்பும்

போது இவர்கள் கையெழுத்துப் போடப்போவதையும் எத்தனை நாட்கள் பார்த்திருக்கிறேன். அட ... என்ன இது, கண்களில் ஈரம் கசிகிறது! வீட்டு ஞாபகம் வந்திருக்கும்... அல்லது ஊரின் நினைவுச் சிறகுகளின் சுமை தாங்கமுடியாமல் எண்ணங்கள் ஓரிரு இறகுகளை நெஞ்சுக்குள் வீசியெறிந்திருக்கும்... அல்லது உடல் ஊரின் வெப்பத்தை உணர்ந்திருக்கும். ஒரு வசந்தத்தில் இங்கு வந்தேன். குளிர் குறைந்து போய்க்கொண்டிருந்த பொழுதில். நான்கு மாதங்களின் பின்னர் இலையுதிர் காலம். அதே குளிர் உடலைத் தழுவுகிறது. உடல் வெப்பத்தை யாசிக்கிறது. நல்ல வேளையாக நாங்கள் இந்த மெல்லிய கூதலோடு நாளைப் பகல் இங்கிருந்து வியட்நாம் கிளம்புகிறோமாம்... ரஞ்ஜித் சொன்னான். அங்கு இப்போது வெய்யில் கொழுத்துமாமே!

நாளை பயணம். ஏறத்தாழ ஒன்றரை மாதங்கள் நாங்கள் பூமித்தாயை விட்டுப் பிரிந்து கடலன்னையின் மடியில் சரணடையப்போகிறோம். என்ன நடக்குமோ ஏது நிகழுமோ? இன்று மாலையில் நான், ரஞ்ஜித், குலம் அண்ணை, விஜயன் எல்லோருமாக திஸ்ஸலோணிகி நகருக்குள் சுற்றித்திரிந்தோம். ரஞ்ஜித்தும், குலம் அண்ணையும் 'ஜீன்ஸின்' பெல்ட்டில் கொழுவிவைத்துக்கொண்டிருக்கும் கொக்கி போட்ட தடித்த வெள்ளியினாலான சாவிக்கொத்தைப் போல ஒன்று வாங்கிக் கொள்ள வேண்டும் என்று எனக்கும், விஜயனுக்கும் பெரிய ஆசை. கடலோடிகள் அனைவரிடமும் இருக்க வேண்டிய அத்தியாவசிய அடையாளப் பொருட்களில் இதுவும் ஒன்றென அறியப்பட்டிருந்தது. ரஞ்ஜித் ஒரு கடைக்குள் எங்களைக் கூட்டிப் போனான். அவன் வைத்திருந்ததைப் போலவே எங்கள் இருவருக்கும் இரண்டைத் தேர்ந்தெடுத்துக் கொடுத்தான். கூடவே கையளவு நீளமுள்ள, விசையை அழுத்தியவுடன் 'க்ளிக்' என்று விரிந்துகொள்ளும் கத்தியையும் ஆளுக்கொன்று வாங்கிக்கொள்ளும்படிச் சொன்னான். இது எதற்கு என்று கேட்டோம். மாலுமிகளுக்குத் தரையில் மனிதர்களால் ஏற்படும் ஆபத்துக்களிலிருந்து தற்காத்துக்கொள்ளவும், கடலில் இயற்கையின் சீற்றத்தோடு சமரசம் செய்துகொண்டு எங்களை விடுவித்துகொள்ளவும் பெரிதும் உதவும் என்று விளக்கினான். அப்போது அவ்வளவாகப் புரியவில்லை. பின்னாளில் ஒரு போதில் மிகத் தெளிவாகப் புரிந்தது எனக்கு.

ரஞ்ஜித் இப்படிச் சொல்லிக்கொண்டிருக்கும்போதில் எனக்கும், விஜயனுக்கும் ஏககாலத்தில் கீர்த்தியின் நினைவு வந்தது. அவனிடமும் இப்படியொரு கத்தி இருந்திருக்கலாம். ஆனால் ஆபத்து வரத்தான் வருவேன் என்று அடம்பிடித்தால்

எந்தக் கத்தி என்னதான் செய்துவிடும்? ஏ.கே.47 ஐக் கையில் வைத்துக்கொண்டே கண்ணிவெடியில் சாகவில்லையா? யமனுக் கென்ன ... மகராசன்! யாரை வேண்டுமானாலும் எப்போ வேணுமானாலும் தூக்கிருவான். சரி... சரி... பார்க்கவும் அழகாக உறுதியாக இருக்கிறது. எதற்கும் உதவும் என்று நாங்கள் கத்திகளை வாங்கிக்கொண்டு கப்பலுக்குத் திரும்பினோம். ரஞ்ஜித்தும், குலம் அண்ணையும் சிறிது நேரம் கழித்து வருவதாகச் சொன்னார்கள். நாளைக்குக் கப்பல் வெளிக்கிட்டால் ஒன்றரை மாதத்துக்கு 'ஆயில் சேஞ்ச்' பண்ண முடியாதென்று பேசிக்கொண்டு சென்றார்கள். என்ஜின் ரூமில் ஆயிலராக இருந்த விஜயனுக்கும் அது சரியாகப் புரியவில்லை.

அடுத்த நாள் காலையிலிருந்தே பயம் அடிவயிற்றி லிருந்து அலையலையாக மேலெழுந்து நெஞ்சில் அடைத்துக் கொண்டிருந்தது. ஒரு மூன்று மணி நேரம் 'ஓவர் டைம்' செய்து விட்டு பதினொரு மணிபோல் 'மெஸ்ஸுக்கு' வந்து மதிய உணவை உயிரில்லாது சாப்பிட்டு முடித்துப் பழக்க தோஷத்தில் கால்கள் இழுத்த இழுப்பிற்கு இசைவாக்கம் அடைந்து இரும்புப் படிகளில் ஏறிப்போய்ப் பன்னிரண்டு மணிக்கு 'ப்ரிட்ஜில்' கடமையிலிருந்த செல்வராஜாவுக்கு விடுதலை கொடுத்துவிட்டு நெஞ்சு படபடக்க ஊரிலிருந்த தெரிந்த, தெரியாத அனைத்துச் சாமிகளுக்கும் நேர்த்திக் கடன்கள் வைத்துக்கொண்டு "பைலட் பிந்திவர வேண்டும்... பைலட் பிந்திவர வேண்டும்..." என்றவாறு வேண்டிக்கொண்டு நிற்கிறேன். 'பைலட்' என்கிற படுபாவியோ சரியாக ஒரு மணிக்கு 'வீல் ஹௌஸ்'இற்குள் நுழைகிறான்.

முடியிழந்திருந்த தலையாயிருந்தாலும் உப்பும், மிளகுத் தூளினதும் கலப்பு நிறத்தில் உதடுகளை மறைத்தபடி மீசை இருந்தது. ஊளைச் சதை அநியாயத்திற்குத் திரண்டு கிடந்தது. இடுப்பு 'பெல்ட்' க்கு மேலால் முன்னூற்றி அறுபது பாகைக்குப் பொங்கி வழிந்து 'பெல்ட்' டையே மறைத்திருந்தது. 'பார்ஸி' இனத்தைச் சேர்ந்த குள்ளமான மஹாத்மா காந்தி போலிருந்த 'காப்டன்' சிரித்து வரவேற்றான். இவன் சிரித்து நான் இன்று தான் பார்க்கிறேன். கையை வேறு குலுக்குகிறான். அடப் பாவிகளா... என்னை ஒரு வழி பண்ணுவதாக முடிவெடுத்து விட்டீர்கள். ஸெக்கண்ட் ஆபீஸர் வேறு எனது தர்ம சங்கடத்தைப் புரிந்துகொண்டது போன்ற பாவனையில் உற்றுப் பார்த்துக் கொண்டிருக்கிறான். 'காப்டன்' சுக்கானைப் பொறுப்பேற்குமாறு பணித்தான். நான் மானசீகமாகக் கீர்த்தியை நன்றியோடு வணங்கிக்கொண்டு சுக்கானை இடவலமாகத் திருப்பிக் கப்பலைச் செலுத்தச்செய்யும் 'ஸ்டீயரிங் வீலில்' கையை வைக்கிறேன்.

என்னை மீறி எதுவும் நடந்துவிடப் போவதில்லை. என்ன செய்ய வேண்டுமென்று எனக்குத் தெரியும். ஒரு நீண்ட மூச்சை உள்ளே இழுத்துக்கொண்டு, அண்ணாந்து தலைக்கு மேலிருக்கும் திசையறிகருவியைப் பார்த்தபடி, துறைமுகத்தை விட்டுக் கப்பலை வெளிக்கொணர்ந்து பெருங்கடலில் சேர்ப்பிக்க வேண்டிய திசைகளின் பாகைகளை 'பைலட்' தரும்போது கலத்தைச் செலுத்தும் கட்டளைகளை உள்வாங்கத் தயாராகிவிட்டேன்.

கப்பலின் முன்புறம் எமது 'போட்ஸ்வெய்ன்' 'கோல்டி லெஸ்பரேன்ஸா, செல்வராஜா, ரஞ்ஜித், வாஸீம் காக்கா ஆகியோர் கப்பல் அணைத்துக் கட்டப்பட்டிருந்த துறைமுக மேடையிலிருந்து பணியாளர்கள் அவிழ்த்து நீரில் இறக்கி விட்ட பாரிய கயிற்றை 'விஞ்ச்'சின் உதவியோடு கப்பலுக்குள் சேகரித்து மேற்தளத்தில் சுருட்டிவைத்துக்கொண்டிருந்தார்கள். பின்புறத்தில் 'ஸீஷெல்ஸ்' தீவுகளைச் சேர்ந்த ஏ.பி.க்கள் ரோலண்ட், லூய்ஜ்ஜி ... 'கார்ப்பென்டர்' மார்க் ஆந்ரே ஆகியோர் 'தேர்ட் ஆபீஸர்' விஷ்ணு பட்டேலுடன் அதே பணிகளைச் செய்து கொண்டிருப்பதை எனது மனக்கண்களால் உணர்ந்தேன்.

கரையிலிருந்து கப்பலைப் பிணைத்திருந்த கயிறுகள் அனைத்தும் இழுத்தெடுக்கப்பட்டுவிட்டதாக 'ப்ரிட்ஜ்' இற்குத் தகவல் வந்தது. 'என்ஜின்' இயங்கவாரம்பித்துவிட்டது. எனது கடற் பயணத்தில் முதன் முதலாக அந்தப் பெரிய எம்.வி. ஔரோறாவைச் சாரத்தியம் செய்யப் போகிறேன். இதோ ... எந்த வினாடியும் 'பைலட்' டின் வாயிலிருந்து இலக்கங்கள் வரலாம்... 'போர்ட்' இடது பக்கம் ... 'ஸ்ரார்போர்ட்' வலதுபக்கம் ... கீர்த்தியின் பாடங்களை மனது இரைமீட்டிக்கொண்டே இருந்தது. அறைக்கு வெளியே கப்பலின் வலதுபுறத்து இறகிலிருந்து சற்றும் எதிர்பாராது குரல் வந்தது.

"தெக்சியோ மேராஷ் தேக்கா ..."

(வலது புறம் பத்துப் பாகையில் கப்பலைத் திருப்பவும்)

ஆஹா ... என்ன ஒரு ஞானம்? ரஞ்ஜித் சொல்லித் தந்துதானிருந்தான்.

"இங்க பாருங்கவா ... இவிங்க வாயப் பொளந்தா முதல்ல க்ற்க் தான் வரும் ... சரியா?

ஒண்ணுல இருந்து முன்னூத்திஅறுவது வரகாட்டியும் நம்பர்களபடிச்சுப் வெய்யுங்க ...

தெரியாக்காட்டி அதுக்குப் பொறவு இங்லீஷ்ல சொல்லுவாய்ங்க... ஒங்களுக்குத் தெரியிற மாதிரி இருந்தா அதுக்குப் பொறவு இந்த கப்பித்தானும், ஓப்பீசர் களுதைங்களும் ஒங்க சூத்துக்குள்ள தடி ஓட்ட மாட்டாய்ங்க..."

"தெக்சியோ மேராஷ் தேக்கா ..."

பலமான குரலில் நான் திருப்பிச் சொல்லிக் கேட்டதை உறுதிப்படுத்தினேன். மெதுவாக மெதுவாகப் பாகைமானியைப் பார்த்தபடி கலத்தைத் திருப்பி நூற்றிஎண்பத்தியிரண்டு பாகைக்குக் கொண்டுவந்த பின் ...

"த்ரோஹோஷ் தெக்சியா யெ தேக்கா" (கப்பல் 'ஸ்ரார்போர்ட்' பத்திலிருக்கிறது)

'பைலட்' தொடர்ந்து 'போர்ட் சைடுக்கும்' 'ஸ்ரார்போர்ட் சைடுக்கும்' கப்பலை திருப்பித் திருப்பி மிக அவதானமாக ஆங்காங்கு நங்கூரம் பாய்ச்சி நிற்கும் வேறு கப்பல்களை அண்மிக்காது திஸ்ஸலோணிகி துறைமுகத்தை விட்டு வெளியே என்னைக் கொண்டு செலுத்தவைத்து ஆழநெடுங் கடலுக்குள் கொண்டுவந்து சேர்த்துவிட்டான். அவன் அடுத்தடுத்து தந்து கொண்டிருந்த இலக்கங்களை ஒருவழியாகப் புரிந்துகொண்டு நேர்த்தியாகச் சுக்கானைப் பிடித்துக்கொண்டு வந்தேன். கப்பலின் இயந்திரம் நிறுத்தப்பட்டது. "ப்ராவோரே ..." என்று சொல்லி எனது கையைக் குலுக்கிவிட்டு கப்பலின் வலது பக்கவாட்டில் கட்டித் தொங்கவிடப்பட்டிருந்த கயிற்று ஏணிவழியாக இறங்கி அவனை அழைத்துப்போக வந்திருந்த இயந்திரப் படகில் தாவி மீண்டும் கரைக்குப் போய்விட்டான்.

காப்டன் முகத்தில் பெருமிதம் தெரிந்தது. நான் ஏதாவதொரு தவறு செய்து அதன் விளைவாக வேறு ஒரு கப்பலில் ஒரு சிறு சிராய்ப்புத்தானும் ஏற்பட்டிருந்தால் காப்டன் அபராதம் செலுத்தியிருப்பான். நான் மீண்டும் திருக்கோணமலை கடற்கரையில் ஒற்றைப் பனைமரத்தின் கீழ் உட்கார்ந்து கடலையே வெறித்துப்பார்த்துக்கொண்டிருந்திருப்பேன்.

கப்பலை இருநூற்றிநாற்பது பாகையில் நிலையாக நிறுத்தி வைத்துச் செலுத்துமாறு மிக மரியாதையான குரலில் பணித்தான். தொடர்ந்து ஒரு அரை மணி நேரம் சுக்கான் பிடித்தேன். அதன் பின் 'ஆட்டோ பைலட்டில்' எமது நீண்ட நெடும் பயணம் தொடர்ந்தது. கரை எனது பார்வைக் கோப்பிலிருந்து மெதுவாக

மங்கிப்போய் விடுதலையானது. சிறிது தூரம் தொடர்ந்த கடற் பறவைகளும் காணாமல் போயின. எட்டுமணிக்கு வேலை முடிந்ததும் ஓடோடிப் போய் ரஞ்ஜித்தின் கைகளைப் பிடித்து நன்றி சொன்னேன். சந்தோஷப்பட்டான். கீர்த்தி இருந்தால் 'சரிக்கி ப்ரௌட் ஆவியிரிப்பான்' என்றும் சொன்னான். இரவின் மடியில் நட்சத்திரங்களும், கடலின் மடியில் எம்.வி. ஔரோறாவும் கூடவே தொடர்ந்து பயணித்துக்கொண்டிருந்தன. பகல்கள் வந்து போயின ... இரவுகளும் கடந்துபோயின. தொலைதூரத்தில் வெவ்வேறு கப்பல்களும் மிதந்துபோயின. இரண்டு வாரங்களின் பின்னர் ஏற்படப்போகும் அனர்த்தத்தை இந்தப் பொழுதுகளில் எங்களில் ஒருவர்தானும் அனுமானித்திருக்கவில்லை.

8

ஒரு தாயின் வயிற்றில் பிறந்தோர் தம்முள்

உலக நாகரிகத்தின் தொட்டில் என்ற புகழைத் தக்கவைத்துக்கொண்டிருந்த மெசொப்பொத்தேமியாவும், எகிப்து, பாரசீகம், கிரேக்கம், ரோமன் நாகரிகங்களும் பரிவர்த்தனை செய்துகொள்ளத் தாயாகத் திகழ்ந்த மத்திய தரைக் கடலில் ஒரு மாலை நேரத்தில் கப்பலின் மேற்தளத்தில் மிதந்துகொண்டிருக்கிறேன். மெடிட்டரேனியனின் இதமான கருநீல நிறமும், செக்கர் வானத்தின் வர்ண ஜாலங்களும், குளிரும் வெப்பமும் இதமாகப் பிணைந்து உழைத்துக் களைத்துக்கிடந்த உடலைத் தழுவிக்கொண்டிருந்த சுத்தமான கடற்காற்றும் ஒரு விதமான மோஹன மயக்கத்தை ஏற்படுத்திக் கொண்டிருந்தன. மூன்று நாட்கள் மிதந்து போயின திஸ்ஸலோணிக்கி துறைமுகத்திலிருந்து புறப்பட்டு வந்து. இதமான சீதோஷ்ண நிலையோடு கடல் மிகவும் அமைதியாகவே இருந்தது. மத்திய தரைக் கடற்பிராந்தியத்தைப்பற்றி பள்ளிநாட்களில் ஏதோ வோர் இனம் புரியாத குறுகுறுப்பில் நிறையவே படித்திருக்கிறேன்.

பாபிலோணியர்களையும், சுமேரியர்களையும், அலெக்ஸாந்தரையும், வெனிசு நகர வணிகனையும் எதன் பொருட்டு அத்தனை ஆர்வத்தோடு அறிந்து கொள்ள முயன்றேன் என்பதற்கான காரணம் இதோ இந்த வினாடியில் நிதர்சனமாகிறது. எப்போதோ நடந்த ஒரு காரியத்தின் காரணம் இப்போது வெள்ளிடைமலையாகத் தெரிகிறது. வாழ்க்கை

எப்போதும் ஒரு காலஅட்டவனைக்குள்ளால்தான் சுழல்கிறது. இந்த நீர்ப்பரப்பிலேயேதான் கடல்வாணிபங்களும் நடந்தன ... கடற்போர்களும் நிகழ்ந்தன. இந்தக் கடலுக்கு அடியில்தான் எத்தனை வரலாறுகள் புதையுண்டு கிடக்கின்றன? மீன்களுக்கும் கடல்தாவரங்களுக்கும் மட்டுமேயான ரகஸ்யங்கள் அவை.

இன்னும் ஓரிரு தினங்களில் எகிப்து நாட்டின் சூயஸ் கால்வாயை அண்மித்து விடுவோம் என்று செக்கண்ட் ஆபீஸர் மத்தியானம் சொல்லிக்கொண்டிருந்தான். சிம்லாவைச் சேர்ந்த இவன் முறைப்படி மெரீன் கல்லூரிக்குச் சென்று கடற்சாரத்தியம் பயின்றவன். அனுபவசாலி. பலவருடக் கடலோடி. படிப்பு முடிந்ததும் இந்தியக் கடற்படையில் சேர்ந்து மூன்றாம் ஆபீஸராக சில வருடங்கள் குப்பை கொட்டிவிட்டு யுத்தங்கள் ஒன்றையும் சந்திக்காமல் வேலையை விட்டு விலகி வந்துவிட்டானாம். ஏன் என்று கேட்டேன். அந்த வேலையைவிடவும் பம்பாய் விக்டோரியா ரயில்வே டெர்மினலில் பிச்சை எடுப்பது அதிக சம்பாத்தியத்தை ஈட்டித் தரும் என்று சிரிக்காமல் சொன்னான்.

இன்று இரவு எனது பன்னிரண்டு மணியிலிருந்து நான்கு மணி வரையிலான வாட்சில் நேரத்தைப் போக்க சூயஸ் கால்வாயும், ஒற்றைக் கண்ணன் மோஷே டயானும், பினோக்கியோ மூக்கு நாசரும் இருக்கிறார்கள் என்கிற சந்தோஷத்தில் கடைசி பியர் போத்தலைக் குடித்துமுடித்துவிட்டு மெஸ்ஸுக்குப் போய் இரவுஉணவை முடித்துவிட்டு காபினுக்குப் போய் பழக்க தோஷத்தில் தாள்பாளைப் போட்டுவிட்டுப் பின் தலையில் அடித்துக்கொண்டு அதை நீக்கிவிட்டுத் தூங்கிவிட்டேன். கப்பல் கடலில் பயணித்துக்கொண்டு இருக்கும்போது யாரும் காபின் கதவை உட்புறமாகத் தாளிட்டுவிட்டுத் தூங்கக் கூடாதென்பது ஒரு பொதுவான விதி. இது இன்னமும் எனக்குள் படியவில்லை.

எட்டு மணிமுதல் பன்னிரண்டு மணி வரையிலான காவற்கடமையிலிருக்கும் சீஷெல்ஸ் தீவைச் சேர்ந்த லூயிஜ்ஜி சரியாகப் பதினொன்றரை மணிக்கு எனது காபின் கதவைத் தட்டியிருக்கிறான். நான் எழுந்திருக்கவில்லை. அசந்து தூங்கிப்போயிருக்கிறேன்போலும். கதவைத்திறந்து “யே ... மான் ... வேக்கப் ... வேக்கப் ...” என்று குரல் கொடுத்த பின்புதான் எழுந்திருக்கிறேன். சிரித்துவிட்டுப் போய்விட்டான். எழுந்துபோய்க் குளிர்ந்த நீரில் முகத்தைக் கழுவிவிட்டு மெஸ்ஸுக்குப் போய் ஒரு க்றீக் கோப்பி போடுகிறேன். இதுவும் ஒரு புதுப்பழக்கம். மிகச்சிறிய கையளவு உடுக்குவாத்தியத்தை நிமிர்த்திவைத்ததுபோல சிறிய கைபிடியோடு இருக்கும் உலோகப் பாத்திரம் ஒன்றில் ஒரு தேக்கரண்டி கோப்பித்தூளைப் போட்டுத்

தண்ணீர் நிரப்பி கொதிக்கவைக்க வேண்டும். நீர் கொதிநிலையை எட்டியதும் முதலாவது சுடுநீரின் முதலாவது சுழற்சியிலே அடுப்பிலிருந்து எடுத்துவிட வேண்டும். அவ்வளவுதான். ரஞ்ஜித்தான் சொல்லிக்கொடுத்தான்.

முதலில் வேப்பம்பட்டைக் கஷாயம் போல இருந்தது. போகப்போகப் பழகிப்போய் விட்டது. கரையிலோ கடலிலோ இரவுநேரக் கடமையில் ஈடுபடும்போதுதான் இதன் மகத்துவம் உணரப்படும். இந்த உடுக்கைப் பாத்திரம் தூக்கத்தை அடித்தே விரட்டிவிடும். எப்பேர்ப்பட்ட மதுசாரங்களின் போதைகளையும் முறித்துவிடக்கூடிய வலிய பானம் க்றீக் கோப்பி. நான் ஒன்று போட்டுக் குடித்துவிட்டு போர்ட் காப்டன் நிக்கோஸ்க்கு இன்னொன்று போட்டு ப்ரிட்ஜ்ஜுக்கு எடுத்துக்கொண்டு போகவேண்டும் என்பது ஓர் எழுதாத ஒப்பந்தமாகிவிட்டிருந்தது. நான் போடும் க்றீக் கோப்பியின் பதம் மிகத் துல்லியமானது என்று ஒவ்வொரு முறையும் சொல்லுவான். போர்ட் காப்டன் நிக்கோஸ் அர்கையிஸ், போர்ட் என்ஜினியர் கொறிந்தஸ் பனயோதிஸ் இருவரும் எங்களுடன் கூடவே வியட்நாம் வந்து கொண்டிருக்கிறார்கள். புதிய எம்.வி.ஔரோறாவை முற்று முழுதாக எங்களை நம்பி மிக நீண்ட கடற்பயணத்திற்கு விட அவர்கள் தயாராக இல்லை.

சரியாகப் பன்னிரண்டு மணிக்கு ஐந்து நிமிடங்கள் முன்னதாக க்றீக் கோப்பியோடு ப்ரிட்ஜ்ஜில் நுழைகிறேன். ஸ்ரார்போர்ட் ஸைடில் சுக்கான் அறைக்கு வெளியே நின்றுகொண்டிருந்த போர்ட் காப்டன் நிக்கோஸிடம் கோப்பியைக் கொடுத்தேன். “அஃவ்கரிஸ்தோ பரபோலி . . .” (மிகவும் நன்றி) என்றவாறு வாங்கிக்கொண்டான். நான் போர்ட் ஸைடில் பைனோக்யுலர் வழியாகப் பார்த்துக்கொண்டிருந்த லூயிஜ்ஜியிடம் போய் புதினம் விசாரித்துக்கொண்டேன். ஸெக்கண்ட் ஆபீஸரும் கடமை முடிந்து வெளியேற இருக்கும் தேர்ட் ஆபீஸரும் உள்ளே அகன்ற மேஜையில் விரித்துவைக்கப்பட்டிருந்த கடற்பாதைகளின் வரைபடங்களை ஆராய்ந்தபடிப் பேசிக்கொண்டிருந்தார்கள். இந்த லூயிஜ்ஜி நாளதுவரையில் வேலை முடிந்தவுடனேயே காபினுக்குப் போய்விடமாட்டான். சுமார் அரை மணிநேரம் என்னுடன் சிரிக்கச் சிரிக்கப் பேசிவிட்டுத்தான் ப்ரிட்ஜைவிட்டுக் கீழே இறங்குவான். நகைச்சுவை என்ற ஓர் உணர்ச்சியைத் தவிரவும் வேறெந்த உணர்வுகளாலும் அலைக்கழிக்கப்படாத பிறவி. படுத்த உடனேயே உறக்கத்தைத் தழுவிவிடக்கூடியவனாக இருப்பான் போலும்.

எனக்கும் இவனுக்கும் பல விஷயங்களில் ஒற்றுமை இருந்தது. ஒரே வயது. நான் இந்து மஹா சமுத்திரத்தின் முத்தென இலங்கும்

இலங்கைத் தீவிலிருந்து வந்தவன். இவன் இந்து மாகடலின் நூற்றிப் பதினைந்து முத்துக்களாய் பரந்து கிடந்த செஷெல்ஸ் தீவுக்கூட்டத்திலிருந்து வந்தவன். எனது நாடு போர்த்துக்கேயரிடமிருந்து பிரித்தானியரின் பிடிக்குள் விழுந்தது. செஷெல்ஸ் தீவுகள் பிரெஞ்சுக் காலனித்துவத்திலிருந்து பிரித்தானியரின் காலடிக்குள் விழுந்தது. ஐரோப்பிய, ஆப்பிரிக்கக் கலப்பினங்களாகத் தீவுதீவாக வாழ்ந்தாலும் பிரித்தானியரின் பிரித்தாளும் தந்திரோபாயங்கள் சுதந்திரம் கிடைத்த பின்னர் செஷெல்ஸ் குடியரசைச் சீரழிக்கவில்லை. எனது நாட்டிலோ தோலிருக்கச் சுளைகளை முழுங்கிவிட்டுப் பிரித்தானியர்கள் அகன்ற மறுநிமிடமே தமிழன் தோலில் செருப்புத் தைத்துப் போடுவதற்கான எத்தனங்கள் தலையெடுத்துவிட்டன. காலனித்துவம் கலைந்த மறுகணமே காலணிகளைத் தூக்கிக்கொண்டு இரு இனங்களும் அடித்துக் கொள்ள ஆரம்பித்துவிட்டன. இலங்கைத் தீவெங்கும் தீ கொழுந்துவிட்டு எரியவாரம்பித்தது. நாற்புறமும் நீரினால் சூழப்பட்டிருந்தும் கொழுந்துவிட்டு எரிந்துகொண்டிருக்கும் இந்த இனத்துவேஷத் தீயை அணைக்க முடியவில்லை. இத்தனைக்கும் இரண்டே இரண்டு இனங்கள், மொழிகள் ... நான்கு மதங்கள் ... இருந்தும் ஆளுக்குஆள் குடுமியைப் பிடித்துக்கொண்டு குஸ்தி போட்டுக்கொண்டு மாய்ந்துபோகிறார்கள் ... என்று ஆதங்கத்தோடு லூயிஜ்ஜியிடம் புலம்பினேன். “ஓ ... யே ... மான் ... ஃவைட்டிங் இஸ் குட் ... ஐ லைக் ஆக்ஷன் மூவீஸ் ... பட் யூ கைஸ் ஹாவ் லைவ் ஆக்ஷன் ... தற்ஸ் ஈவின் பெட்டர் ... பொன் ந்யுயி ... அல்லப்ரோஷேய்ன் ...” என்று பிரெஞ்சில் வாழ்த்திச் சிரித்துவிட்டுக் கீழிறங்கிப் போனான்.

“இவனிடம் போய்ப் புலம்பினேன் ... பார் ...” என்றபடி ஒரு பழைய செருப்பை மனதுக்குள் தேடிக்கொண்டு பைனோக்கியுலரை எடுத்துக்கொண்டு லுக் அவுட்டுக்குத் தயாரானேன்.

அன்று நிலவு மாதவிலக்கில் இருந்தது. நாற்புறமும் கும்மிருட்டு. தூரத்தே ஆழ்கடலில் மீன் பிடிக்கும் ட்ரோலர்கள் அங்கொன்றும் இங்கொன்றுமாக அலைந்துதிரிந்தன. யாரும் ஔரொறாக் கிழவியின் அருகில் வரவில்லை. கிழவியோ பத்தே பத்துக் கடல் மைல்கள் வேகத்தில் ஊர்ந்துகொண்டிருந்தாள். இப்படியே போனால் இன்னும் இரண்டு நாட்களுக்கு மேலேயே ஆகிவிடும் என்று தோன்றியது. திஸ்ஸலோணிக்கி துறைமுகத்திலிருந்து சூயஸ் கால்வாயின் ஐரோப்பிய முகப்பான போர்ட் ஸையித் அடைய ஆயிரத்துநூற்றிநாற்பத்திநான்கு கடல்மைல்களைக் கடந்தாக வேண்டும். மணிக்குப் பத்து கடல்மைல் வேகத்தில் கப்பல் ஓடினால் ஐந்து நாட்களாகும்.

திடீரென்று கடலின் வயிற்றைக் கிழித்துக்கொண்டு ஏதோ சில பாரிய மீன்கள் கணிசமான உயரம் பாய்ந்து நீருக்குள் விழுந்து மறைந்து விளையாடிய போது அட ... இந்த மையிருட்டிலும் பொன் துகள்களாய் மின்னி மறைகின்றனவே..!

சிறு வயதில் பண்டிகை நாட்களில் ஈக்கில் வாணம் கொழுத்தி விளையாடிய நினைவுகள் எழுந்து தொண்டையை அடைத்தது. பைனோக்யுலர் வழியே விம்பங்கள் தெளிவில்லாது போனது. நேரத்தைப் பார்த்தேன். இரண்டு மணியாகிவிட்டது. "ஸெக்கண்ட்... ஐ ஆம் கோயிங் ஃபார் எ ப்ரேக். டூ யூ வாண்ட் சம்திங்?" என்று கேட்டேன். "ஒரு ஸான்ட்விச் ... க்றீக் கோப்பி ... கொண்டு தருவாயா" என்ற வேண்டுகோளுக்குத் தலையாட்டிவிட்டு ஸ்ரார்போட் சைடால் கீழிறங்கும் முன்னம் ரேடியோ ஆபீஸரின் காபினுள்ளே போர்ட் ஹோல் வழியாகப் பார்க்க நேர்ந்ததில் மேசைமேல் 'பாலன்டைன்ஸ் விஸ்கி' இருந்ததைக் கண்டேன். சிகரட் புகையின் மூடுபனிக்குள் கையில் 'க்ளாஸ்'உடன் காணப் பட்டான். அந்தோனியாரே ... இந்த விடிசாமத்தில் இப்படிக் குடிக்கிறானே ... இன்னமும் நான் கற்றுத்தேற வேண்டிய எத்தனையோ விஷயங்கள் பாக்கியிருக்கிறது ... கற்றது கைம்மண்ணளவேதான் என்று எனக்குள் நானே சிரித்தபடி சொல்லிக்கொண்டு மெஸ்ஸுக்குள் நுழைந்தேன்.

இந்த ரேடியோ ஆபீஸர் வாஸ்கோ டி சில்வா புனிதர் பிரான்ஸிஸ் அஸிஸி யின் சமாதி அமைந்திருக்கும் இந்தியாவின் பகுதியான கோவாவைச் சேர்ந்தவன். கொஞ்சம் பருமனாக, குள்ளமாக இருப்பான். ஹிட்லருடையதை விடவும் சிறிதே நீளமான மீசை. தலையில் இருக்கிறேன் பேர்வழி என்று ஏதோ கொஞ்சம் முடி. ஒரு தினுசாக ஆங்கிலம் பேசுவான். அதிகப் பிரசங்கி, அசட்டுச் சாமர்த்தியசாலி என்பதை முகத்தைப் பார்த்த உடனேயே புரிந்துகொண்டுவிடலாம். கீர்த்திக்கு இவனைக் கண்டால் ஆகாது. கப்பலுக்கு வேலைக்கு வந்த புதிதில் எனக்கு வீல் பிடிக்கப் பழக்கிக்கொண்டிருந்த மாலைகளில் காற்று வாங்கியபடி நடந்துதிரியும் இவனைக்கண்டால் கடுப்போடு... "மகே அம்மே... வசீவென மூன... நேத? பாருங்கவா ... பாத்த ஒடனே சொல்லிக்கிறலாம்... கறதறாய் கட்டிய... அப்படீனு... இந்த கோவாக்காரனுவ ஹமதாம தண்ணியடிச்சிட்டு கச்சால் போட அலைவாய்ங்க... கவனமாயிரீங்க கனக்க கத பேச்சு வெக்காதீங்க... என்ன?" சிரித்துக்கொண்டே இல்லை என்பது போல் தலையாட்டுவேன்.

சற்று முன்புதான் விடியவிடிய போதை ஏற்றிக்கொண் டிருந்ததைப் பார்த்தேன். 'கச்சால்' என்ன வடிவத்தில் வரப்

போகிறதோ? கீர்த்தியின் நினைவுகள் மனதில் வந்து கவிந்தன. ஒரு பெரிய துண்டு ஸ்விஸ் சீஸூம், ஒரு க்ளாஸ் குளிர்ந்த பாலும் பருகிவிட்டு ஸெக்கண்ட்டுக்கு ஸாண்ட்விச்சும் க்றீக் கோப்பியும் எடுத்துக்கொண்டு ப்ரிட்ஜ்ஜூக்குப் போகிற போக்கில் 'எலெக்ட்ரீஷியன்' சுரீந்தர் சிங்கின் காபின் கதவைக் காலால் உதைத்துத் திறந்து வலதுகையில் இருந்த வெற்று விஸ்க்கி போத்தலை கதவின் நிலையில் அடித்து உடைத்து இந்த நாசமாய்ப் போன வாஸ்கோ உள்ளே நுழைய எத்தனித்ததைக் கண்டேன். அவசர அவசரமாக இரும்புப் படிகளில் தடதடத்து மேலே போய் ஸெக்கண்ட் இடம் சொல்ல அவன் என்னையும் இழுத்துக் கொண்டு கீழிறங்கி ஓட ... சப்தங்கள் கேட்டு காப்டனும், தேர்ட் ஆபீஸரும் எழுந்து ஏக காலத்தில் எலெக்ட்ரீஷியனின் காபினுக்குள்ளே பாய ... சர்தார்ஜியா கொக்கா ... வாஸ்கோ டி சில்வாவின் இரண்டு கைகளையும் முறுக்கித் தனது இடது கையால் இறுக்கிக்கொண்டு வலதுபுற முழங்கையால் அவன் பிடரியைச் சுவரோடு சேர்த்து அமுத்தியபடி 'பத்தி ஸாப்' (இந்தியில் எலெக்ட்ரீஷியன்) சுரீந்தர் சிங்ஜீ ஒரு சிறிய பாக்ஸர் ஷார்ட் மட்டும் வம்ஸ விருத்தி செய்யும் உபகரணத்தை மறைத்திருக்க... தலைவிரி கோலமாக... சாக்ஷாத் துர்க்காதேவியே சூலத்தை மறந்துபோய் வைத்துவிட்டு வந்து நின்றதைப்போல பயங்கர தெய்வீகமாகக் காட்சியளித்துக்கொண்டிருந்தார்.

அவருடைய செக்கச் சிவந்த மார்பில் உடைத்த போத்தலால் வாஸ்கோ தாக்க முனைந்ததன் கீறல்களிலிருந்து கசிந்துவந்த சீக்கிய இரத்தம் குங்குமம் அப்பிய காளியின் இன்னோர் அம்சமாகவும் தோற்றமளித்தது. பயபக்தியோடு 'பத்தி ஸாப்பைப்' பார்த்துக்கொண்டு நின்றேன். ஸெக்கண்டும், தேர்டும், சிங்ஜியுமாக அவன் தூல சரீரத்தை அலாக்காகத் தூக்கிக்கொள்ள தனது காபினுக்கு ஓடிப்போய் சாவிக்கொத்தை எடுத்துக்கொண்டு வந்த காப்டன் கப்பல் நடுக்கடலில் இருக்கும்போது யாராவது நோய்வாய்ப்பட்டால் சிகிச்சையளிப்பதற்கான ஒரு படுக்கையுடன் கூடிய சிறிய மருத்துவ அறையினுள்ளே கட்டிலில் போட்டுவிட்டு கதவைப் பூட்டிக்கொண்டு மேலேறிப்போனான்.

இந்தக் களேபரங்கள் எல்லாம் நடந்துமுடிந்து மீண்டும் ப்ரிட்ஜ் முருங்கையில் ஏறிவந்தாலோ க்றீக் கோப்பி ஆறி அலர்ந்து போய்க்கிடந்தது. நேரமும் அதிகாலை மூன்றரை மணியாகி விட்டது. நான்கு மணிக்குக் கடமையைப் பொறுப்பேற்கும் சீஃவ் ஆபீஸரையும் ஏ.பீ யையும் கீழே போய் எழுப்பிவிட்டுத் திரும்பவும் மேலே வந்தேன். இனிமேல் சூயெஸ் கால்வாயை அண்மிக்கும் வரை தகவல் பரிமாற்றங்கள் எப்படி மேற்கொள்ளமுடியும் என்று ஸெக்கண்ட் ஆபீஸரிடம் வினவினேன் ... விளக்கினான்.

“கால்வாயை அடைந்ததும் நங்கூரமிட்டு நிற்போம். உடனடியாகக் கடந்துவிட இயலாது. வரிசையில் காத்திருக்க வேண்டும். இந்தக் காலஅவகாசத்தினுள் இன்னுமொரு ரேடியோ ஆபீஸரை இறக்குமதிசெய்துவிடுவார்கள். வாஸ்கோவை அங்கிருந்து திருப்பி ஊருக்கு அனுப்பிவைத்துவிடுவார்கள். எதற்கும் நீ கொஞ்சம் அவதானமாக இரு. ஏனெனில் நீ தான் நடந்ததைக் கண்ணால் கண்டு எச்சரித்தவன். சாட்சிக்காரன். உன்னைத்தான் விசாரணை என்ற பெயரில் குடைவான்கள் காப்டனும் குறிப்பாக சீஃவ் ஆபீஸரும். ஏனெனில் வாஸ்கோவும், சீஃவ் ஆபீஸர் டெஸ்மண்டும் நீண்ட காலம் இணைந்து கடலோடியவர்கள். நெருங்கிய நண்பர்கள் . . . நண்பர்களை விடவும் மேலாகத் தாம்பத்ய உறவில் இணைந்தவர்கள் . . . ஒருவருக்குள் ஒருவர் என்னத்தை விட்டாலும் . . . ஒருவரை யொருவர் விட்டுக்கொடுக்க மாட்டார்கள். இதனை விமர்சித்த சுரீந்தர் சிங் இதன் காரணமாகத்தான் தாக்கப்பட நேர்ந்தான். என்ன நான் சொல்வது புரிகிறதா?”

“சத்தியமாகப் புரியவில்லை ஸெக்கண்ட் ...”

“கடலோடிகளுக்குள் இதெல்லாம் சகஜமப்பா. இந்த இடுப்பின் கீழே தொங்குகிறதே . . .விறைத்துக் கிடந்தால் இரண்டங்குலம் . . . சுதாரித்து எழுந்தால் ஆறங்குலம். ஒரு கப்பலுக்கு பதினாறு ‘பிஸ்டன்’, கடலோடிக்கோ ஒரேயொரு ‘பிஸ்டன்’. முன்னதற்கு ஆயிலர் எண்ணெய் விடவேண்டும் . . . பின்னதற்கு ‘பிஸ்டனே’ எண்ணெயை வெளியேற்ற வேண்டும் . . . என்ன விளங்கியதா?”

விளங்கிக்கொள்வதற்கு முன்னமே சீஃவ் ஆபீஸர் டெஸ்மண்டும், ஏ.பீ. பரபாஸூம் ப்ரிட்ஜில் நுழைந்தார்கள். ஸெக்கண்ட் அவசர அவசரமாக எச்சரித்தான்.

“இந்த உரையாடலை இத்தோடு மறந்துவிடு. நாளை உனக்கோர் அலுப்புக் காத்திருக்கிறது. துணிவை மட்டும் ஒரு போதும் இழக்காதே ...”

காலையில் என்னையொரு துன்பம் எதிர்கொள்ள இருக்கிறது என்பதை மட்டுமே என்னால் அனுமானிக்க முடிந்தது. சோர்ந்து போய்க் கீழே இறங்கி எனது காபினுக்குள்ளே அடங்கினேன். தூக்கம் அடம்பிடித்தது.

9

நடைப்பிணங்கள்

சென்னை சென்ட்ரல் ரயில்வே ஸ்டேஷன். தமிழ்த் திரைப்படங்களில் பார்த்தறிந்ததை விடவும் ப்ரம்மாண்டமாக விளங்கியது. அமர்க்களமாக இருந்தது. சென்னை மாநகரத்தையே ஒரு சுருக்குப் பைக்குள் போட்டுக்கொண்டது போலத் திகழ்ந்தது. ஓயாத இரைச்சலும், சந்தடியும், வியாபார வர்க்கத்தின் வசீகரிப்புக் குரல்களும், எப்படியாவது, எதையாவது விற்றுத் தீர்த்துவிட முயல்கிற மும்முரங்களும், பிச்சைக்கார வர்க்கத்தின் அவலங்களும்... ஓலங்களும், ஏழ்மையும்... கந்தலும், களுதைகள் மாட்டேனென்று நிராகரித்துவிட்டு வண்ணானோடும்... கிராமங்களிலும் தங்கிவிட... பட்டணம் வந்து பொதி சுமக்கும் பாட்டாளி வர்க்கத்தின் வறுமையும்... வறுமையிற் செம்மையும்... தலையில் கிடக்கும் சும்மாடில் மூன்று பெட்டிகள் சமனப்பட்டுக்கிடக்க இரண்டு கைகளிலும் இரு சூட்கேஸுகளைத் தூக்கிக்கொண்டு எப்படித்தான் அப்படியொரு ஆர்முடுகலில் விரைந்தோடிக் கொண்டு இருக்கிறார்களோ!.. அவ்வளவு சுமை களையும் சுமந்துவந்து ரயில் பெட்டிக்குள் அழகாக அடுக்கிக் கொடுத்துவிட்டு முண்டாசை அவிழ்த்து வியர்வையைத் துடைத்தபடி கூலியைக் கேட்டுக் கையேந்திய போர்ட்டரோடு பேரம் பேசி அவன் தொழிலை நாறடிக்கும் மத்தியதர வர்க்கத்தின் அகம்பாவமும் ... சுயநலமும், லக்ஷ்மி கடாக்ஷம் பெற்ற பணக்கார வர்க்கத்தின் பளபளப்பும், படாடோபமும்... இவ்வண்ணமாக சென்னையின் மனசாட்சியே அந்தப் புகையிரத நிலையத்துள் சுருங்கிக்கிடந்தது.

நாங்கள் பயணிக்க வேண்டிய 'பம்பாய் எக்ஸ்ப்ரஸ்' புகையிரத மேடையோடு அணைந்து நின்றுகொண்டிருந்தது. அதற்குத்தான் என்ன ஒரு கம்பீரம்! பிராணிகளில் ஒரு யானையையோ ஒரு சிங்கத்தையோ போல வாகனங்களில் புகையிரதம்! அகன்ற இரண்டு பெரிய கண்களும், நீண்ட கூர்மையான நாசியும், அதன் கீழே முக்கோண வடிவில் வாயுமாகத் திமிர்ந்த செருக்கோடு வீற்றிருந்தது. செருக்கு இருக்கத்தான் இருக்கும்! தன்னோடு இணைந்துகிடக்கும் அத்தனை பெட்டிகளிலும் தங்களது உயிர்களையும், உடல்களையும், உடைமைகளையும் ஏற்றிவைத்து மூன்று பகல்களும் மூன்று இரவுகளும் தூங்கியும், சீட்டாடிக் களித்தும், பத்திரிகை புத்தகங்கள் படித்துக் கொண்டும், வேளாவேளைக்கு உணவு கொண்டும், குட்டித் தூக்கம் போடுகையில் அருகில் அமர்ந்திருப்பவரது தோளில் வீணி வடித்துக்கொண்டு ... பின்னர் அதற்காக மன்னிப்புக் கோரிக்கொண்டும், அழகிகள் அமர்ந்திருக்கக் கூடிய கம்பார்ட்மெண்ட்டுகளைத் தகுந்த காரணமின்றி அடிக்கடி கண்களை அவர்கள் மீது எறிந்தபடி கடந்தேகும் இளசுகளும், நல்லபடியாக பம்பாய் போய்ச்சேர வேண்டும் என்று ஸ்ரீ ராமஜெயம் எழுதிக்கொண்டிருக்கும் மடிசார் மாமிகளும், அழுது முடித்துத் தூங்கப்போகும் குழந்தைகளும், வழியெங்கும் பூந்தியும் ... லட்டும் ... பேல்பூரியும் ... ஸோன் பப்டியும் ... கிடைக்கப்போகும் கனவுகளில் ஜொள்ளு விட்டுக்கொண்டிருக்கும் சிறுவர் சிறுமியர்களுமாக அத்தனை மனிதராசிகளும் இமாலய நம்பிக்கை வைத்திருக்கிறார்களே என்மீது என்ற செருக்கு இருக்கத்தான் இருக்கும்!

விஜயனோடு நானும், அருள்ஜோதியும் தூங்கும் இருக்கைகள் நிறைந்த ஒரு பெட்டியினுள்ளே எங்களை ஏற்றிக்கொண்டோம். பயணப் பொதிகள் என்று எதுவும் எங்களிடம் இருக்கவில்லை. ஒரு சிறிய சூட்கேஸ் மட்டுமே. அதுவே பிற்பாடு தலையணையாகவும் அவதாரம் மாறியது. மேலிருந்து கீழாக மூன்று சமாந்தர இருக்கைகள். கால்களை நீட்டித் தூங்கிக்கொள்ளலாம். நாங்கள் அதிகம் பேசிக்கொள்ளவில்லை. நான் ... உறவுகளை வழியனுப்பிவைக்க வந்த மனிதர்களின் ... இன்னும் சிறிது நேரத்தில் கிளம்பிக் கண்காணாதே போய்விடக்கூடிய யதார்த்தங்களால் விளைந்த முகவாட்டங்களை மௌனமாகப் பார்த்துக்கொண்டிருந்தேன். விஜயன் ... எதையோபற்றி ஆழ்ந்த யோசனையிலிருந்தான். அருள்ஜோதி ஒரு நோட்டுப் புத்தகத்தில் ஏதோ எழுதிக்கொண்டிருந்தான் ... பயணக்கட்டுரையாக இருக்கலாம் என்று தோன்றியது.

சிறிது நேரத்தில் கனகம்பீரமாக நீண்டதொரு பெருமூச்செறிந்த வண்ணம் புகையிரதம் புறப்பட்டது. நாங்கள் விமானத்தில் ஏறிய சில நிமிடங்களில் இலங்கைத் தீவு காணாமற்போனதேபோல் தமிழ்நாடும் ஆயிற்று. ஏதெல்லாமோ ஊர்கள் கடந்து போயின. சில தரிப்புகளில் நின்றது. யாரெல்லாமோ மனிதர்கள் ... விதவிதமான மொழிகள் ... வகைவகையான ஆடையணிகள் ... உமிழ்நீரை வரவழைக்கும் வல்லமை கொண்ட உணவுவாசனைகள் ... பச்சைப் பசேல் என்று விரிந்துகிடந்த வயல்களின் முடிவில் செக்கர் வானத்துள் இரவி இறங்கிக் காணாதே போனான் ... துணையிரவி ஊர் பார்க்க உதவினான் ... இதுதான் புகைவண்டிப் பயணத்தின் மகத்துவம். ஏதோவொரு பொழுதில் நாங்கள் உறங்கிப்போனோம். பகல்கள் உற்சாகமாக இருந்தன. மூவரும் எதற்காக ... எங்கே போய்க்கொண்டிருக்கிறோம் என்பதையே மறந்துபோனவர்களாகிக் கலகலப்பாக இருந்தோம். விதவிதமாக உணவுப்பண்டங்கள் வாங்கிச் சாப்பிட்டோம். அக்கா செலவுக்குப் பணம் கொடுத்திருந்தாளாம். சிவப்பு நிறத்தில் கையில்லாத ரவிக்கையோடும், கடைசியாகக் 'குமுதா லாட்ஜ்'இல் காணக் கிடைத்த பின்புறங்களோடும் அக்காள் மனக்கண்முன்னே தோன்றினாள். மானஸீகமாக நன்றி கூறினோம். அவள் மீதான அபிப்பிராயம் சிறிது உயர்வது போலத் தோன்றியது. கோலாப்பூர் நிறுத்தத்தில் செருப்புகள் வாங்கிக் கொடுத்தான் விஜயன். உலகப் புகழ் வாய்ந்தவையாம் அவை. பம்பாய் வெயிலுக்கு சப்பாத்துக்கள் சரிப்பட்டு வராதென்று சொன்னான். இதோ ... மஹாராஷ்டிர மாநிலத்தினுள்ளே நுழைந்துவிட்டோம். சில மணி நேரங்களில் சென்னை சென்ட்ரல் ஸ்டேஷனை விடவும் அகன்று விரிந்துகிடந்த பம்பாய் விக்டோரியா டெர்மினல் புகையிரத நிலையத்தை வந்தடைந்தோம்.

ரயிலை விட்டிறங்கினோம். நான் வழமையே போல் வலது பாதத்தைப் புகையிரத மேடையில் பதித்தேன். பாஷையைத் தவிர தெற்கில் சென்னைக்கும் வடக்கில் பம்பாய்க்கும் ஏதொரு வித்தியாசமுமில்லை. அதே வர்க்கபேதங்கள் தான் இங்கும். ஒட்டுமொத்த இந்தியாவே இப்படித்தான் இருக்கும் போலும்! வீ.டீ ஸ்டேஷன் முழுவதும் மனிதர் ... குப்பை கூளங்களால் நிறைந்திருந்தது. எது குப்பை எது மானிடம் என்று பிரித்துணர முடியாதபடிக்கு! மாடிப்படிக்கட்டுகளின் கீழும் ... தரையெங்கிலும் ... நடைபாதைகளிலும் ஆண்கள், பெண்கள், குழந்தைகள் பொதிகளையோ கைகளையோ தலையணையாக்கிக் கால்களை நீட்டிப் படுத்திருந்தார்கள். பாரிய தூண்களின் ஓரங்களில், உட்காரும் பெஞ்சுகளின் அருகில்

அதிகமாகவும்... பொதுவாகவே தரையெங்கும் இரத்த நிறத்தில் வெற்றிலைச் சாற்றுத் துப்பல்கள் அப்போதுதான் ஒரு மாபெரும் யுத்தம் நடந்துமுடிந்திருந்த களையைத் தந்துகொண்டிருந்தது. 1670களில் பம்பாயில் மராட்டிய மன்னர் சத்ரபதி சிவாஜியின் படைகளுக்கும், பிரித்தானிய கும்பினிப் படைகளுக்கும் விளைந்த சமரில் விழுந்த உடல்கள் இன்றுவரை அப்புறப்படுத்தப்படாது தாம்பூலக் குருதியில் தோய்ந்தபடிக் கிடப்பதாகத் தோன்றியது.

ஒரு யாழ்ப்பாணத்து முகம் எங்களை நோக்கி வந்து கொண்டிருந்ததைக் கண்டோம்.

"உவர் தான் ஜெயக்குமார் . . . நாங்கள் ரண்டு பேரும் ஒண்டாத்தான் இஞ்ச வந்தனாங்கள் கப்பலேற... உவையள் தான் குமார்... அக்கா எங்களக் கூட்டியந்தது போலக் கூட்டியந்தவ. அக்கா இஞ்ச வந்தவவே . . ? ரோஹான் அண்ணை வந்து நிக்கிறாராம் எண்டவ..."

ஒரு தினுசாக விஜயனைப் பார்த்தான் ஜெயக்குமார் என்கிற குமார். ஏறத்தாழ விஜயனின் உயரம். அடர்த்தியான, சுருள்சுருளான கேசம். சற்றுப் பருமனாக இருந்தான்.

பச்சையும் மஞ்சளும் கலந்து பழுத்துக்கொண்டிருக்கும் வெள்ளரிக்காயின் நிறத்திலிருந்தான். முகம் ஒரு கொளுக்கு மொழுக்கான குழந்தையினுடையதை ஒத்திருந்தது. இப்போதுதான் சாமத்தியப்பட்டவன்போல இரு கன்னங்களிலும் பருக்கள் சிவந்து நிறைந்துகிடந்தன. கண்களில் கபடம் தென்படவில்லை. ஆனால் விஜயனை அவன் பார்த்த பார்வையை நானும் பார்த்தேன். எங்கோ எதுவோ சரியில்லை என்பதை உணர்த்தியது. விஜயன் கேட்டதற்கு அவன் பதிலிறுக்கவில்லை என்பதையும் அவதானித்தேன்.

நால்வருமாக நடந்து ஸ்டேஷனை விட்டு வெளியே வந்தோம். நடுப் பகல். வெயில் கொளுத்தியெறிந்துகொண்டிருந்தது. பசித்தது. "குமார் . . . வா . . . நாங்கள் முதல்ல போய்ச் சாப்பிடுவோம் . . . அதுக்குப் பிறகு அண்ணையாக்கள நீ 'பைகுல்லா'வுக்குக் கூட்டிக் கொண்டுபோய்த் தங்கவை. எனக்குக் கொஞ்சம் அலுவல் இருக்கிது... முடிச்சிட்டுப் பின்னேரம் றூமுக்கு வாறன்... என்ன ?"

குமார் ம் . . . ம் . . . என்றவாறு தலையாட்டினான்.

விக்டோரியா டெர்மினலுக்கு எதிர்த்தாற்போல் இருந்த ஒரு ஹோட்டலுக்கு அழைத்துப் போனான் விஜயன். ஒரு வட்டமான மேசையைச் சுற்றி அமர்ந்தோம். மேசையில் மூன்று சிறிய பிரம்புக் கூடைகளில் முறையே பச்சை மிளகாய் . . . வளையங்களாக

வெட்டப்பட்டிருந்த சிவப்பு வெங்காயம்... துண்டங்களாக நறுக்கப்பட்டிருந்த எலுமிச்சம்பழம்... பார்த்ததுமே உமிழ்நீரின் ஊற்றுக்கண்கள் திறந்துகொண்டன. பரிமாறுபவன்,

"ஆப் ஏக்வாகே கானாகேலிக்யே கார்ரஹேஹை?" (நீங்கள் என்ன சாப்பிடப் போகிறீர்கள்?) என்று இந்தியில் கேட்டான்.

"சார் சாவல் தாலி முர்கி குர்மா பரோட்டா"

'அட... பரவாயில்லையே... கன்னாதிட்டி இந்தியில் பொளக்கிறானே!' என்று மனசுக்குள் சிரித்துக்கொண்டேன். உணவும் பரிமாறப்பட்டது. சில கவளங்கள் சாப்பிட்டதுமே நானும் அருள்ஜோதியும் ஒருவரையொருவர் அர்த்தபுஷ்டியோடு பார்த்துக்கொண்டோம். சாவல் என்கிறதான சோற்றிலிருந்து பருப்புக்கறி, பரோட்டா உட்பட அனைத்தும் எண்ணெய் வளம் மிகுந்து காணப்பட்டது. முர்கி என்றழைக்கப்பட்டதான கோழி அல்லது குக்குடம் எண்ணைத் தடாகத்தில் மிகுந்த சிரமங்களுடன் நீந்தி விளையாடிக்கொண்டிருந்தது. கூடவே ஓர் அபூர்வமான வாசனை, வந்த பசியை தன்னால் இயன்றவரை விரட்டியடித்தது. ஏதோ பெயருக்குச் சாப்பிட்டு முடித்துவிட்டு வெளியே வந்தோம். விஜயன் "என்ன இருந்தாலும் எங்கட சாப்பாட்டை அடிக்காது... உவங்கள் உந்தப் பாமாயில்தான் பாவிப்பாங்கள்... எங்கட நல்லெண்ணெய்க்குக் கிட்டவருமே... என்ன நாளைக்குக் காலம்பிறை கொஞ்சம் கரைச்சலாயிருக்கும்... ஒண்டு போனால் போகும்... இல்லாட்டி போகாமல் அடைச்சிரும்..." என்று அறிவுரை தந்துகொண்டவாறு சட்டைப் பாக்கெட்டிலிருந்து கொஞ்சம் இந்திய ரூபாய்கள் எடுத்துக் குமாரிடம் கொடுத்தான்.

"அண்ணையவையள 'யுத் ஹாஸ்டலில' தங்க விட்டுட்டு நீ நேர றூமுக்குப் போ... என்ன?"

முன்பு போலவே ஜெயக்குமாரின் தலையாட்டல் மட்டுமே 'சரி' சொன்னது.

விஜயன் அங்கிருந்து அகன்றதும் திரும்பவும் எங்களை வீ.டி.ஸ்டேஷனுக்குள் அழைத்துச் சென்றான் ஜெயக்குமார். அங்கிருந்து மின்சார ரயிலில் பயணித்து ஒன்பதாவது நிறுத்தத்தில் பைகுல்லா என்ற இடதில் மூவரும் இறங்கினோம். வரும் வழியில் எங்களைப் பற்றி விசாரித்தான். நான் திருக்கோணமலையிலிருந்து பைகுல்லா வந்த வரலாற்றைச் சுருக்கமாகச் சொன்னேன். அவனைப்பற்றி அறிவதற்குள் இறங்குமிடம் வந்துவிட்டது. பைகுல்லா பெயருக்கேற்றாற்போல் இஸ்லாமியர்களால் நிறைந்திருந்திருந்தது. சிறிது தூரம் நடந்து சென்று "யங் மென்

க்றிஸ்டியன் அஸோஸியேஷன்" என்று பிறை வடிவ உலோக வளைவில் ஆங்கிலத்தில் எழுதப்பட்டிருந்த ஒரு புராதனமான மாடிக்கட்டிடத்தின் இரும்புக் கிராதிக் கதவைத் திறந்து உள்ளே நுழைந்தோம். 'ஆபீஸ்' என்ற அறிவிப்புப்பலகை தெரிந்த ஜன்னலினுள் ஒருவன் எங்களைப் பார்த்துவிட்டு உள்ளே வரும்படிச் சைகை செய்தான்.

குமார் அவனிடம் ஆங்கிலத்தில் எங்களிருவருக்கும் தங்குவதற்கு இடம் வேண்டுமென்று கேட்டான். அவன் எங்கள் பாஸ்போர்ட்டைக் கேட்டு வாங்கி விபரங்களை எழுதிக்கொண்டு தன்னைத் தொடர்ந்து வரும்படிச் சொல்லி முன்னே நடந்து போய் மாடிப்படியேறி மூன்றாவது அடுக்கில் பரந்து நீண்டிருந்த ஹாலில் மருத்துவமனை போலக் கட்டில்கள் அடுக்கப்பட்டு... ஒவ்வொன்றின் அருகிலும் இடுப்பளவே உயரமான குட்டி அலமாரி ஆமைப் பூட்டுத் தொங்கியபடி இருக்க... அருகருகாக எங்கள் இருவருக்கான படுக்கைகளைக் காட்டிவிட்டுத் திரும்பவும் தன்னுடன் வரும்படி சொல்லக் கீழே இறங்கினோம். ஆபீஸில் நாளொன்றுக்கு முப்பது ரூபாய் என்றும் ஒரு வார வாடகையை இப்போதே கொடுத்துவிடவேண்டுமென்றும் கூறிக் குமாரிடம் வாங்கிப் பற்றுச்சீட்டும் கொடுத்தான். நாங்கள் மூவரும் திரும்பவும் மேலே போனோம்.

வெள்ளை விரிப்புகளோடிருந்த எங்களுக்கான கட்டில்களில் அமர்ந்து அவனைப்பற்றி விசாரித்தோம். ஜெயக்குமார் யாழ்ப்பாணத்தில் வீட்டுக்குப் பக்கத்தில் இருந்த கொக்குவில் இந்துக் கல்லூரியில் பத்தாவது படித்துக்கொண்டிருக்கையில் 'மில்க் வைட் சோப்' தொழிற்சாலையில் வேலை பார்த்த தகப்பன் சடுதியான மாரடைப்பால் இறந்துவிட தாயோடும் தங்கையோடும் வாழ்வதற்கான வருமானத்திற்காகப் படிப்பை விட்டுவிட்டு அதே சோப்பு கம்பெனியில் இவனும் கரைந்து கொண்டிருந்தானாம். கந்தப்பாவையும் கப்பல்களையும் பற்றிக் கேள்விப்பட்டுப் பூர்வீகமாக வந்த பழைய வீட்டைத் தாயார் அடமானம்வைத்துப் பணம் திரட்டிக் கொடுக்க பம்பாய் வந்து ஒரு மாதமாக அலைகிறானாம்.

கொக்குவிலில் எழுந்தருளியிருந்த கந்தப் பெருமானைக் கூடக் கனகாலம் பார்த்திருக்கிறேன்... கந்தப்பாவைக் கனவில் கூடக் காணமுடிந்ததில்லை என்று சொன்னான். அக்கா எங்களைச் சென்னையில் தள்ளிவிட்டு மீண்டும் முருங்கை மரமேறி மேற்கொண்டு வேதாளங்களை பாம்பேக்கு அழைத்து வரச் சுண்டிக்குழி போய்விட்டாளாம். பாம்பே வரவே

யில்லையாம். ஆனால் கந்தப்பாவின் தம்பி ராபின் என்று சொல்லிக்கொண்டு ஒருவன் வீ.டீ. ஸ்டேஷன் பக்கத்தில் இருக்கும் ரயில்வே ஹோட்டலில் தங்கியிருக்கிறானாம். அவன் தான் எங்களைப்போல வருகிறவர்களுக்கு ஸீமென்ஸ் க்ளப்பில் விளம்பரப் பலகைகளில் ஒட்டப்படும் "கப்பலில் வேலை செய்ய ஆட்கள் தேவை" அறிவித்தல்களைப் பார்த்து அக்கா தலையில் அரைத்து அனுப்பும் ஆட்களை கடலில் கரைத்துவிடுகிறானாம். யாழ்ப்பாணத்தில் பேசிக்கொண்ட சம்பளம் வேறு... இவன் ஏற்றி அனுப்பும் கப்பலின் ஊதியம் வேறு. இந்த அற்ப வேதனத்தில் ஆள்பிடித்துக் கொடுப்பதற்கு "நரீமன்பாயின்ற்" பகுதியில் வரிசையாகக் கிடக்கும் கப்பல் கம்பெனி ஏஜென்டுகளிடமிருந்து கமிஷன் வேறு வாங்கிக் கொள்கிறானாம்... இந்தச் சம்பளத்தில் வேலைக்கு கன்ட்ராக்ட் ஸைன் பண்ணினால் எங்கள் வீட்டை அடகு மீட்க முடியாது... அம்மாவும் தங்கச்சியும் மனோஹரா தியேட்டர் வாசலில்தான் கையேந்த வேண்டிவரும்... இதைச் சொல்லிக் கொண்டிருக்கும் போதில் அவன் கண்களில் இருந்து நீர் பொலபொலவென்று வழிந்தது.

அருள்ஜோதி ஆடிப்போய்விட்டான். நானோ அந்த நிமிடம் வரை சமிக்ஞைகளால் அனுமானித்து 'எங்கோ எதுவோ சரியில்லை... நாங்கள் ஏமாற்றப்பட்டுக்கொண்டிருக்கிறோம்...' என்று சந்தேகப்பட்டது சரியாகவேபோனதால் கொஞ்சம் சுதாரித்துக்கொண்டேன். "விஜயனுக்கு இது தெரியுமா? என்று கேட்டேன்.

"நாங்கள் ஒண்டாத்தான் வந்தநாங்கள் . . . எங்களோட வந்த மற்ற ரண்டு பேரும் குறைஞ்ச சம்பளமெண்டாலும் பரவாயில்ல... ஊருக்குத் திரும்பிப் போகிறதவிட கப்பல்ல போய் முறிவம் எண்டுசொல்லிப் போய்ட்டாங்கள். விஜயன எனக்கு ஊரில கொஞ்சம் தெரியும் . . . அவன் ஒரு றிக்ஸ்ஸாக றொபினுக்கு எடுபிடி வேலை செய்து ஏதாவது நல்ல சம்பளத்தில அவன் கப்பல் பிடிச்சுச் குடுப்பான் எண்டு நம்பிக்கொண்டு திரும்பிப் போக இருந்த என்னையும் மறிச்சு வச்சிருக்கிறான்" என்று பதில் தந்துவிட்டுக் கிளம்பிப் போனான்.

அலமர்ந்து கிடந்தோம். மாலை இரவுக்குள் போய் விழுந்து கொண்டிருந்தது. "வெளியே போய்வருவோம்... வா..." என்று வற்புறுத்தி அருளை அழைத்துப் போனேன். வை.எம்.சி.ஏ. யைவிட்டு வெளியேறும்போது ஆபீஸ் ஜன்னல் வழியாகக் குரல் கேட்டது "பத்து மணிக்கு முன் திரும்பி விடவேண்டும்... கதவு அடைக்கப்பட்டுவிடும் . . ." எச்சரிக்கையைக் காதில்

வாங்கிக்கொண்டு தெருவில் சிறிது தூரம் இலக்கில்லாது நடந்தோம். தொலைவில் சிலுவைக்கோபுரம் ஒன்று தெரிந்தது. அண்மித்தோம். அது புனிதர் பிரான்ஸிஸ் அஸிஸியின் தேவாலயம். திறந்தே இருந்தது. நுழைந்தோம். யாருமே இல்லை. யாருமே இல்லாது கையறு நிலையிலிருந்த இந்த மனிதப் பிராணிகளுக்கும் புனிதரின் ஆலயம் அடைக்கலம் தரத்தான் செய்தது. ஆங்காங்கே மெழுகுவர்த்திகள் உருகிக் கொண்டிருந்தன. அது எங்களுக்கானதாக இருக்கலாம். முழந்தாளிட்டுப் பிரார்த்தித்தோம். உள்ளுக்குள் அழுதோம். எவ்வளவு நேரமானதோ தெரியவில்லை. உணர்வு வந்தது. எச்சரிக்கை உறைத்தது. உயிர்தெழுந்து மீண்டோம். பிணமாகப் படுக்கையில் வீழ்ந்தோம். எங்கிருந்தோ தூக்கம் வரத்தான் செய்தது.

10

சுயமரியாதைக்கொரு சோதனை

ஐந்து ஆறுகளின் நிலப்பரப்பாகிய பஞ்சாப் மாநிலத்தில் சீக்கியர்களின் புனித ஸ்தலமான பொற்கோவில் அமைந்திருக்கும் அம்ரித்சர் நகரைச் சேர்ந்தவன் எலெக்ரீஷியன் சுரீந்தர் சிங். தலைப்பாகையைத் தவிர்த்துப் பார்த்தால் உயரம் ஆறடிக்கு மேலேயே இருக்கும். அதற்கேற்ப உறுதியான உடல்வாகு. கருகருவென்று சுருண்டு திரண்டிருந்த தாடி மீசைக்கும் நெற்றியை மறைத்துக்கிடந்த டர்பனுக்குமிடையே துருவிப்பார்க்கும் தீட்சண்யம் மிக்க கண்கள். அதீதமான அங்கதச் சுவையுள்ளவன். கலகலப்பாகப் பேசுவான். "இந்திய மாநிலங்களுக்குள் மற்றெந்த மாநிலத்தையும் விட மின்சார உற்பத்தியில் இரண்டரை மடங்கு அதிகமானதும் அதன்காரண மாக மிகக்குறைந்த மின்கட்டணம் செலுத்துகிற ஒரு மாநிலத்தில் பிறந்தவன் வேறென்ன தொழிலைத் தேர்ந்தெடுப்பான்... அதனால் நான் மின்சாரத்தையே தொழிலாக்கிக்கொண்டேன்" என்று சொல்லிச் சிரிப்பான். பஞ்சாப் புதுவருட தினமான ஏப்ரல் 13இல் 1919ஆம் ஆண்டில் பிரித்தானியர்களால் மேற்கொள்ளப்பட்ட ஜாலியன்வாலா பாக் படுகொலைகளில் பாட்டனார் இறந்துபோனதைக் கூடப் புத்தாண்டு வாணவேடிக்கைகளினால் தாத்தா தவறிவிட்டார் என்பான். எம்.வி. ஔரோறா கப்பலில் என்னுடன் பேசப்பிடித்த இன்னொரு பிறவி.

சீக்கிய மதக் கோட்பாடுகளைப்பற்றி விளக்கமாகச் சொல்லுவான். எனது இந்து மதத் தத்துவங்களைப் பற்றி விசாரிப்பான். எல்லாமே அன்பைத்தான் போதிக்கிறதென்று தத்துவார்த்தமாக விமர்சிப்பான். "பிறகு எதற்குக் கத்தியும் கையுமாக அலைகிறாய்..." என்று நக்கலாகக் கேட்டால், "இந்தமாதிரிக் கேள்வி கேட்கும் உன்னைப் போன்றவர்களுக்காகத்தான் இந்த டாகர்..." என்று கூறி அட்டகாசமாகச் சிரிப்பான். றேடியோ ஆபீஸர் வாஸ்கோவையும் தலைமை ஆபீஸர் டெஸ்மண்டையும் இவனுக்கு அறவே பிடிக்காது என்பது எனக்கு ஓரளவு மணத்திருந்தாலும் காரணத்தை இப்போது ஸெக்கண்ட் ஆபீஸர்தான் ஓரளவு புரியவைத்தான். ஒருபாற்சேர்க்கை... தன்னினப் புணர்ச்சி... இவற்றைப்பற்றி புத்தகங்கள் வாயிலாக அறிந்திருந்தாலும் அவை வெறும் தாள்களில் எழுத்துருவாகத்தானிருந்தது... நிஜமாகவே அதில் ஈடுபடும் அந்த இருவரைக் காணும்வரை!

மறுநாள் காலையில் வழமையேபோல் காலையுணவை முடித்துக்கொண்டு டெக்கில் இறங்கினால் போட்ஸ்வெய்ன் என்னை கப்பலின் முன்பகுதிக்கு அழைத்துச்சென்றான். துருவேறிக்கிடந்த ஓர் இடத்தைக் காண்பித்துவிட்டு கறளை மச்சக்கோணி மெஷீனால் சுரண்டியெடுக்கும்படிப் பணித்துவிட்டு கொகுள்ஸ் கண்ணாடியையும் மாஸ்க்கையும் கைகளில் தந்து விட்டுப் போனான். 'என்ன இழவடா... இந்த வேலை?' என்று அலுத்துக்கொண்டேன். மோட்டார் சக்தியால் இயங்கும் கூரிய சில்லுகள் பொருத்திய மச்சக்கோணி என்கிற கருவியால் கறள் சுரண்டும்போது தோலின் துவாரங்கள் அனைத்தினுள்ளும் துருவின் துகள்கள் குடியேறிவிடும். நாசித்துவாரங்களை மறைத்து மாஸ்க் அணிந்திருந்தாலும் மூக்கைச் சீற்றும்போது கறுப்புக் கறுப்பாக வரும். சுவாசப்பைகளினுள்ளேயே துருவேறிவிடும். தலைமயிருக்குள்ளே திரண்டு புகுந்தாலோ எத்தனை கழுவி னாலும் இலகுவில் அகலாது. முதலிலேயே சொல்லித் தொலைத் திருந்தால் தொப்பியைப் போட்டுக்கொண்டு வந்திருப்பேனே... என்று புலம்பிக்கொண்டு எனது காபினுக்குத் திரும்பிப்போய் ஒரு தொப்பியை எடுத்து அணிந்துகொண்டு திரும்பிவரும் வேளையில் சீஃவ் ஆபீஸர் டெஸ்மண்ட் என்னை நோக்கி வந்துகொண்டிருந்தான். தன்னைத் தொடர்ந்து வரும்படி கையால் சைகை செய்துவிட்டு முன்னே நடந்து கப்பலுக்குள் நுழைந்து அவனது காபின் கதவைத்திறந்து என்னை உள்ளே அனுமதித்துத் தானும் உள்ளே வந்து கதவைத் தாளிட்டுவிட்டு உட்காரும்படிச் சொல்லி அவனும் ஓர் இருக்கையில் அமர்ந்து கொண்டான். அரைக்காற் சட்டைக்கு மேலே அணிந்திருந்த டீஷேர்ட்டைத் தலைக்கு மேலாக உருவி அலட்சியமாகக் கட்டிலில் வீசி எறிந்தான்.

நான் அவனைக் கண்களால் அளந்தேன். குள்ளமாக இருந்தான். கழுத்து என்றொரு பாகம் இல்லாது தலை முண்டத்தின் மீது பொருத்தப்பட்டிருந்தது. வயிறோ தொப்புள் குகை தெரியும்படியாக அரைக்காற்சட்டையின் பெல்ட்டுக்கு மேலாக வழிந்துகிடந்தது. தொடைகளை இரு கரங்களாலும் தட்டிக்கொண்டிருந்தான். அடர்த்தியான தலைமுடி. முகம் சுத்தமாக மழிக்கப்பட்டிருந்தது. அவித்த கோதுமை நிறம். கண்கள் எனக்கும் போர்ட்ஹோளுக்கும் இடையே மாறிமாறி அலைந்துகொண்டிருந்தது. பாதங்களைத் தரையில் உந்தி ... உந்தி... முழங்கால்கள் இரண்டையும் ஏற்றி இறக்கிக்கொண்டே இருந்தான். அவ்வப்போதில் கைகளால் இடவலமாகத் தோள் பட்டைகளைத் தட்டிவிட்டுக்கொண்டுமிருந்தான். இந்தச் செயல்களில் ஒருவிதத் தெனாவெட்டுத்தனம் தெரிந்தது. எதிராளியை மிரட்டுகிற ஒரு தோரணை. ஸெக்கண்ட் ஆபீஸர் எச்சரித்திருந்த விசாரணை இதோ இன்னும் சில நிமிடங்களில்! ஊகித்துக்கொண்டேன்.

"வாட் ஹாஸ் ஹப்பிண்ட் லாஸ்ற் நைற் ஆன் த ப்ரிட்ஜ்? வாட் டிட் யூ ஸீ எக்ஸாக்ற்லி? டிஸ்க்றைப் எவ்றித் திங் யூ ஸா..." குரலில் காவற்துறைத்தனம் தெளிவாகத் தெரிந்தது. கப்பலின் உரிமையாளர்களான போர்ட் காப்டன் நிக்கோஸ் அர்கையிஸ், போர்ட் என்ஜினியர் கொறிந்தஸ் பனயோதிஸ் இருவருக்கும் நடந்ததை விசாரித்து அறிக்கை சமர்ப்பிக்க வேண்டுமாம் ... என்ற விளக்கம் வேறு. நான் ரேடியோக்காரன் வாஸ்கோ மது போதையேற்றிக்கொண்டிருந்ததைப் 'போர்ட்ஹோள்' வழியாகப் பார்த்ததிலிருந்து திரும்பி வரும்போது மதுப்புட்டியை உடைத்து சர்தார்ஜியைத் தாக்கமுனைந்ததுவரை உடைந்து போன எனது ஆங்கிலத்தைக் கூட்டியள்ளிச் சொல்லி முடித்தேன்.

அதுவரை தோள்பட்டைகளைத் தட்டிக்கொண்டும், முழங்கால்களை ஆட்டிக்கொண்டும், முட்டிகளில் 'பொங்கோஸ்' வாசித்துக்கொண்டும் ஓய்வறு நிலையில் கேட்டுக்கொண்டிருந் தவன் எழுந்து நின்றான். என் அருகே வந்தான். எனது வலது தோளில் அவனது இடது கையை வைத்து அவன் வலதுகை விரல்களில் சுட்டுவிரலைத் தவிர மீதி நான்கையும் மடித்து வைத்துக்கொண்டு என் முகத்தின் முன்னால் ஆட்டியபடி மந்தர ஸ்தாயியில் ... ஆனால் அதே மிரட்டல் தொனியில் பேசினான். எனது 'ப்ரேக்' முடித்து 'மெஸ்' இலிருந்து திரும்பி ப்ரிட்ஜ்ஜுக்கு வரும்போது நான் எதையுமே காணவில்லை என்றும், ஏதோ சத்தம் மட்டும் பெரிதாகக் கேட்டதை ஸெக்கண்ட் இடம் வந்து சொன்னதன் பின்பு எல்லோருமாகக் கீழே வந்து பார்த்ததில் வானொலியும் மின்சாரமும் சண்டை

போட்டுக்கொண்டிருந்தார்கள் என்பதனை மட்டுமே நினைவில் நிறுத்திக்கொண்டு ஏனையவற்றை மறந்துவிட வேண்டுமென்றும் அவ்வாறு செய்யத் தவறும் பட்சத்தில் என்னைப்போன்ற களவாணிப் பரதேசிகள் ஏஜென்ட்டுகளிடம் பணத்தைக் கொடுத்துவிட்டு பம்பாய்க்கு வந்து கள்ள ஸீமென்ஸ் டிஸ்சார்ஜ் ஸேர்ட்டிஃவிக்கெட் (கடலோடிகளின் பயணப் பதிவுப் புத்தகம்) காசுக்கு வாங்கி மாதக்கணக்கில் பம்பாயில் பொறுக்கித் தின்றுவிட்டு எப்படியோ திருட்டுத்தனமாகக் கப்பலேறிக் கடலுக்கு வந்த விவரங்களைப் போர்ட் காப்டனுக்கும் போர்ட் என்ஜினியருக்கும் முழுநீள ஆவணப் படங்களாகத் திரையிடவேண்டிவரும் என்றும் மேற்படி எச்சரிக்கையையும் மீறி நான் வாயைப் பிளந்தால்... அதன் விளைவாகப் படம் தோல்வியைத் தழுவினால் விளைவுகள் அனர்த்தங்களேயென்றும்... நடுக்கடலில்... கப்பலில்... அதிலும் இரவுநேரங்களில் உண்மைகளைச் சொல்லவோ பொய்களைக் காட்டிக்கொடுக்கவோ முயலும் எந்த ஓர் உயிருக்கும் உத்தரவாதங்களில்லை என்றும்... சத்தியங்களுக்கு ஏதொரு சாட்சிகளும் கிடையாதென்றும்... கடல்மீன்களும் எத்தனை நாளைக்குத்தான் தன்னினத்தையே தின்றுகொண்டிருப்பதென்றும்... நானும் தூங்கவேண்டும்... நீயும் தூங்கவேண்டும் புரிந்ததா... என்றும் எச்சரித்துக் கூடவே முத்தாய்ப்பாகத் 'தம்பீ...' என்று நிறுத்தினான் சீஃவ் ஆபீஸர் டெஸ்மண்ட்.

என்மீதே எனக்கு வெறுப்பு வந்தது. இந்த இரண்டு எச்சரிக்கைகளிலும் பின்னதைவிடவும் முன்னதே அதிகம் திகிலூட்டியது. திருக்கோணமலை மக்கள் வங்கியில் கிடக்கும் அம்மாவின் அடமான நகைகள்... வெலிக்கடை, பனாகொடை, பூஸா முகாம், நாலாம் மாடி, பஸ்தியாம்பிள்ளை... எல்லாம் வரிசையாக மின்னி மறைந்தன. அவ்வண்ணமே நடந்து கொள்வதாக உறுதியளித்துவிட்டு வெளியேறும்போதில் எனது முதுகில் தட்டிக்கொடுத்து... அதிக ஓவர்டைம் போட்டுக் கொடுப்பதாக ஓர் இலவச இணைப்பும் கொடுத்தான்.

என் அம்மா என்னை எவ்வளவோ திட்டியிருக்கிறாள். படித்துக்கொண்டிருக்க வேண்டிய பதின்மவயதுகளில் மாணவர் போராட்டம், மறியல், உண்ணாவிரத அரசியல் ஆகர்ஷிக்க எல்லாவற்றையும் குழப்பியடித்துக்கொண்டிருந்த காலக் கட்டங்களில் அன்றாடம் வைது தீர்ப்பாள். "தத்தாரியாய் ஊரைச் சுற்றிக்கொண்டு திரி... சனியனே. உன்னை மாதிரி ஒரு தறுதலையைப் பெற்றதற்கு ஒரு சொத்தியோ, கூனோ, குருடோ, முடத்தையோ ஈன்டிருக்கலாம்... பிச்சை எடுத்தாவது உழைச்சுக் குடுத்திருக்கும்... மயில்வாகனத்தின்ர மகனப் பார்...

அடுத்த மாசம் பேராதனைக்குப் போகப்போகிறான் ... இவள் பவளகாந்தியின்ர இளசைப் பார் ... படிப்பில நம்பர் வண். நீ அவன்ர மூத்திரத்த வேண்டிக் குடி ... கொஞ்சமாவது மூளை விறுத்தியாகும் ...” என்றவாறெல்லாம் கவித்துவமாகப் பொரிந்து தள்ளுவாள்.

இந்த வசவுகளை வாங்கிக்கொண்டிருந்த அந்தக் காலக் கட்டத்தில்தான் பாரதப் பிரதமர் மொரார்ஜி தேசாய் சிறுநீரின் மகத்துவங்கள் பற்றியும் மனிதர் தமது சிறுநீரைத் தாமே அருந்திக் கொள்வதன் மருத்துவக் குணங்களையும் பற்றிய விளக்கங்களை வேறு தந்துகொண்டிருந்தார். என்னதான் எப்படித்தான் என் அன்னை என்னைத் திட்டித் தீர்த்தாலும் எனது உடல் நலத்தில் அக்கறை மிகுந்தவளாகவே இருந்திருக்கிறாள் ... என்னே தாய் மனம்! எவ்வளவுதான் வைதாலும் கேட்டுக் கேட்டு எனக்கும் சுரணை கெட்டுவிட்டது. சைக்கிளை எடுத்துக்கொண்டு ஓடி விடுவேன். அது வேறு!

இந்தக் கணத்தில் “களவாணிப் பரதேசி ... பொறுக்கித் தின்னி ... கள்ளத் தோணி ...” இவற்றைத் தாங்கிக்கொள்ள மனது மூர்த்தன்னியமாக மறுத்தது. உடலில் இலேசான நடுக்கம். அழகாக ஸ்ருதி சேர்க்கப்பட்டிருந்த எனது நாடி நரம்புகளின் ஸ்வரங்களில் ஒன்றிரண்டு அநியாயமாக அறுந்து போனதாக உணர்ந்தேன். முன்னெப்போதுமில்லாத ஒரு மூர்க்கத்தனம் எனக்குள் வந்து புகுந்துகொண்டது. பழிவாங்கக் கூடிய சாத்தியக்கூறுகள் இருக்கும் திசைகளை நோக்கி மூளை பயணித்தது. எனது சுயமரியாதை செருப்படி வாங்கிய எரிச்சலை அந்த மச்சக்கோணி மெஷினின் கறளை உடைத்து நொறுக்கும் கூரிய இரும்புச் சில்லுகளில் சாதித்து அவற்றையும் உடைத்துத் தள்ளிவிட்டேன். இதையெல்லாம் கண்டும்காணாதவன் போன்று கப்பலின் மேற்தளத்தில் இங்கும்அங்குமாகப் போய்க் கொண்டிருந்தான் ‘டெக்’ பணியாளர்களுக்குப் பொறுப்பான மேற்பார்வையாளன் (போட்ஸ்வெய்ன்), ஸீஷெல்ஸ் தீவைச் சேர்ந்த கோல்டி லெஸ்பரேன்ஸா. மிகவும் நல்லவன். அதனாலேயே ஸெக்கண்ட் ஆபீஸருக்கு இவனையும் மிகவும் பிடிக்கும். ஸெக்கண்ட் நேற்றிரவு நடந்த கூத்துகளையெல்லாம் நிச்சயமாகச் சொல்லியிருப்பான். கூடவே சீஃவ் டெஸ்மண்ட் என்னை அழைத்துச் சென்றதை நான் டெக்கில் இல்லாததை வைத்து ஊகித்திருப்பான்.

நடந்ததை ஒன்று விடாமல் இன்றிரவு பன்னிரண்டு மணி வாட்சில் ஸெக்கண்ட் இடம் சொல்லிவிடத் துடித்துக் கொண்டிருந்தேன். தற்போதைக்கு அது ஒன்றுதான் மனதை ஆற்றுப்படுத்தும். ரஞ்ஜித்திடம் சொல்லவேண்டும் என்று எழுந்த

நினைப்பை அந்த வினாடியில் அழித்துவிட்டேன். அவனுக்கும் டெஸ்மண்டைக் கண்டால் ஆகாது. ஏதாவது ஒரு பொழுதில் அரைப் போத்தல் மிடெக்ஸாவை அருந்தி விட்டு அவன் முகவரியையே இல்லாது பண்ணிவிடக் கூடும்.

பகல் பன்னிரண்டு மணியாகிவிட்டது. மச்சக்கோணி இயந்திரத்தை நிறுத்திவிட்டு மதிய உணவுக்கு மெஸ்ஸை நோக்கி நடந்துகொண்டிருந்தேன். நுழைவதற்கு முன்னால் போட்ஸ்வெய்ன் கோல்டி என்னைத் தனியே அழைத்துக்கொண்டுபோய் மத்தியானச் சாப்பாட்டு இடைவேளை முடிந்ததும் ஒரு மணிக்கு டெக்கிற்கு வந்து ஓவர் டைம் வேலையைத் தொடரும்படியும்… மாலை நான்கு மணிக்கு நிறுத்திவிட்டு காபினுக்குப் போய் இளைப்பாறியபின் இரவு உணவை உட்கொண்டுவிட்டு மாலை எட்டு மணியிலிருந்து இரவு பன்னிரண்டு மணிவரையான காவற்கடமையில் சீஃவ் ஆபீஸரோடு இணைந்துகொள்ளும் படியும்… இனிமேல் எனது வாட்ச் இப்படித்தான் அமையும் என்றும்… அந்த 'ஆஸ் ஹோல்' டெஸ்மண்ட் இன்றிலிருந்து மாற்றிப் போட்டுவிட்டான் என்றும் சொல்லிவிட்டுப் போனான். இன்று காலையில் விசாரணை… மாலையில் காவற்கடமையின் நேர மாற்றம்… ஸெக்கண்ட்டிடமிருந்து என்னை விலக்கிவைக்க வியூகம் வகுத்திருக்கிறான்… அந்த மராத்தியப் பொறுக்கி. போட்ஸ்வெய்ன் சொன்னபடியே வேலையை முடித்துவிட்டுப் போய்க் குளித்துமுடித்து காபினுக்குச் சென்று தூங்கிப்போனேன். ஏழரை மணிக்கு லூயிஜ்ஜி வந்து ஸ்காஞ்ஜா சொல்லிவிட்டு அதே வழமையான கலகலப்போடு தன்னை நான்கு மணிமுதல் எட்டு மணிவரையிலான வாட்ச்சில் தேர்ட் ஆபீஸர் விஷ்ணு பட்டேலுடன் மாற்றிவிட்டான் சீஃவ் மேற் என்று சொல்லிச் சிரித்து… "யே… மான்… ஐ ஹாவ் மூவ்ட் ஃவ்றம் மராத்தி டு குஜ்ராத்… வாட்ச் அவுட்… ப்ரிட்டி பாய்… திஸ் கை இஸ் கே… டூ நாட் ஷோ யுவர் பட்டொக்ஸ்…" என்று கூறிக்கொண்டே அட்டகாசமாகச் சிரித்துக்கொண்டு கடற்காற்றில் கலந்து மறைந்தான். நான் காபினை விட்டு வெளியேறுமுன் ஏதோ வொன்று என்னை எச்சரித்தது. "எங்கோ ஏதோ ஒன்று சரியில்லை" என்று. எதற்கும் இருக்கட்டும் என்று ரஞ்ஜித்… குலமண்ணை இவர்களோடு திஸ்ஸலோணிக்கியிலிருந்து கப்பல் கிளம்புமுன் வெளியே சென்று வாங்கிக்கொண்ட க்றிஸ் கத்தியை எடுத்து ஜீன்ஸ் பாக்கெட்டில் போட்டுக்கொண்டு, கப்பலின் மேற்தளத்துக்கு வந்தேன். அந்தி இருள் சூழ்ந்துகொண்டிருந்தது. திருக்கோணமலைத் துறைமுகத்திலிருந்து கொட்டியாரக் குடாவில் பின்னால் ஒளிந்துகொள்ள முயலும் சூரியனின் அஸ்தமன அவஸ்தைகளை ரசித்துப் பார்த்துக்கொண்டிருந்த

எனக்கு நட்டநடுக்கடலில் அஸ்தமனம் சற்று வேறுவிதமாக இருந்தாலும் உதயமும் சரி... அஸ்தமனமும் சரி... என்றுமே அழகானவைதாம் என்பதைச் சந்தேகமற உணர்த்தியது.

மெஸ்ஸுக்குப் போய் ஒரு க்றீக் கோப்பி போட்டுக் குடித்து விட்டு மாலை எட்டுமணிக்கு ஐந்து நிமிடங்களின் முன்பு மெதுவாக ப்ரிட்ஜ்ஜை நோக்கி இரும்புப் படிக்கட்டில் ஏறிப்போகும் போது முதல் நாள் இரவில் நடந்த சம்பவங்கள் எல்லாம் ஒலியும் ஒளியுமாகச் சலனப் படம் போலப் புலன் காட்சித் திரையில் மீள் பதிவு செய்யப்பட்டுக் கொண்டிருந்தன. 'ஸ்ரார்போர்ட் சைட்' இறகில் 'லுக் அவுட்டில்' இருந்தான் லூயிஜ்ஜி. லிபியாவைத் தாண்டிக் கடந்துகொண்டிருக்கிறோமென்றும்... பென்காஸியின் மீன்பிடிக் கப்பல்களினதும்... ட்ரோளர்களினதும் நடமாட்டங்கள் அதிகமாக இருப்பதாகவும்... உள்ளே ரேடார் வழியாகவும்... வெளியே 'போர்ட்... ஸ்ரார்போர்ட்' இரண்டு இறகுகளிலும் ஓடியோடிப்போய் 'பைனோக்யுலர்' வழியாகவும் கண்ணுக்குள் எண்ணெய் விட்டபடி வேலையைப் பாரென்று எச்சரித்தான். ரேடியோ ஆபீஸர் சிறையில் வாடுவதாகவும்... காரணம் தெரியவில்லை என்றும்... அவன் தொழிலை காப்டன் செய்வதால் கடுப்பாக இருக்கிறான் என்றும்... போர்ட் காப்டனும், போர்ட் என்ஜினியரும் பலத்த வாக்குவாதத்தில் ஈடுபட்டு அடித்துக் கொள்ளாத குறையாக அலைகிறார்களென்றும்... சீஃவ் மேற் டெஸ்மண்ட் ஏனோ பம்மிக்கொண்டு வரைபடங்களுக்குள் தலையைப் புதைத்துக்கொண்டிருக்கிறானென்றும்... ஏதாவதொரு மீன்பிடிக் கப்பல் எம்.வி. ஔரோறாக் கிழவியைச் சீண்டினால் நான்தான் மாட்டிக்கொள்வேன் என்றும்... அதன்பிறகு சூயெஸ் கால்வாயின் 'போர்ட் சையித்' இலிருந்து "ஸ்ரெய்ட் ஃவ்ளைற் டு பாம்பே..." என்று உதிரியாக ஒரு குண்டையும் தூக்கிப் போட்டு... வழமையே போல் காவற்கடமை முடிந்த பின்னரும் அரைமணி நேரம் நின்று உபதேசங்கள் செய்துவிட்டு அகன்றான் அந்த சீஷெல்ஸ்காரப் பரதேசி.

பயங்கள் அடிவயிற்றைக் கலக்கினாலும் இம்முறை சினம் தான் மனதுக்குள் விஸ்வரூபமெடுத்தது. எத்தனைக்கென்று தான் ஒரு மனிதன் இல்லாத ஒன்றுக்காகப் பயந்துகொண்டிருப்பது? வாழைப்பழத்தில் ஊசியேறுவதே போன்று எனக்குள்ளேயான இயல்புமாற்றங்கள் மெதுவாக ஊடுருவின. வருவது வரட்டும்... கத்தியும் கையிலிருக்கிறது. இனியும் இழப்பதற்கு என்னிடம் எதுவுமில்லை. தைரியமாக இரு... என்று கனன்று கொண்டிருந்த மனதுக்குத் துணிவூட்டிக்கொண்டேன். இதமான மெடிட்டரேனியக் கடற்காற்று வெப்பத்தைச் சமனப்படுத்தியது. பத்துமணி ப்ரேக்கிற்குக் கூடப் போக முடியாத அளவுக்கு

பென்காஸிய நாவாய்களின் அலட்சியமான கடற் சாரத்தியங்களின் எதேச்சாதிகாரங்கள். நல்லவேளையாக இயல்பாகவே வெளிக்கு அமைதியாக இருப்பதாகப் பாவனை காட்டும் மெடிட்டரேனியன் அன்றும் அதே பாவனையைப் பூண்டிருந்தது. அதனால் பெரிதாக எந்த மீன்பிடிக் கப்பல்களும் அலைகளின் இழுவைகளால் எமது கப்பலை எச்சரிக்கும் அளவுக்கு நெருங்கி விடவில்லை.

இரவு பதினொன்றரை மணியாகிவிட்டது. கீழே இறங்கிப் போய் ஸெக்கண்ட் ஆபீஸரையும், நேர அட்டவணை மாற்றங்களின் படி அடுத்த காவற்காரன் செல்வராஜாவையும் எழுப்பிவிட்டு மேலே வந்தேன். சீஃவ் ஆபீஸர் 'லுக் அவுட்டில்' இருந்தான். எதுவும் பேசிக்கொள்ளவில்லை. இதோ இன்னும் சிறிது நேரம். எனினும் எச்சரிக்கையாகவே இருந்தேன். சரியாகப் பன்னிரண்டு மணிக்கு இருவரும் ப்ரிட்ஜ்ஜினுள் நுழைந்தார்கள். நான் உடனே இறங்கிப் போகாமல் சீஃவ் டெஸ்மண்ட் போய்த்தொலையட்டும் என்று செல்வராஜாவோடு பேசிக்கொண்டிருந்தேன். கொஞ்ச நேரத்தில் அவன் கீழே இறங்கிப் போவதைக் கண்டேன். மெதுவாக உள்ளே போய் காலையில் எனக்கு நடந்த விசாரணை என்ற மிரட்டலை ஸெக்கண்ட் இடம் விளக்கமாகச் சொன்னேன். அமைதியாகக் கேட்டுக்கொண்டிருந்தான். அதுவே எனக்கு மிகுந்த மனஆறுதலைத் தந்தது." நீ ஒன்றையும் பற்றிக் கவலைப்படாமல் நிம்மதியாகப் போய்த் தூங்கு. இவனால் உன்னை ஒன்றும் செய்துவிட முடியாது. இவனைப் பற்றிக் கப்பல் கம்பெனி முதலாளிகள் நிக்கோஸுக்கும், பனயோதிஸுக்கும் நன்றாகவே தெரிந்துவிட்டது. நாளை மதியம் நாங்கள் 'போர்ட் ஸையித்' இல் நங்கூரமிட்டுவிடுவோம். இவனும் அந்த வாஸ்க்கோவும் ஒன்றாகவே பம்பாய் பறக்கப்போகிறார்கள். திரும்பவும் உனது வாட்ச்சை மாற்றிக்கொண்டு என்னுடன் வந்துவிடுவாய். குட் நைற் ..."

நன்றி சொல்லிவிட்டுக் கீழே இறங்கி வரும்போது பொதியை இறக்கிய பின்பு வண்டியை இழுத்தோடும் காளையானேன்.

அடித்துப்போட்டதுபோலத் தூங்கிப்போனேன்.

11

பம்... பம்... பம்... பம்...
பாம்பே மேரி ஹே...

இலக்கம் 18, ஆர்.கமானி மார்க் இல் அமைந்திருந்தது "ப்ரின்ஸ் ஒஃவ் வேல்ஸ் ஸீமென்ஸ் க்ளப்". "தி ராயல் பம்பாய் ஸீமென்ஸ் ஸொஸைட்டி" கட்டிடத்தோடு இணைந்திருந்தது. இன்று காலை பத்து மணிக்கு இந்த க்ளப் வாசற் படியில் நின்றுகொண்டிருக்கிறேன் . . . மனது சோர்ந்து போய்க்கிடந்தாலும் மூளை உஷாராகவே இருந்தது. ஆனால் மனதோ மூளையோ ஒரு மரபணு அளவுதானும் ஊகித்திருக்கவில்லை இதே வாசலுக்கு நான்கு வருடங்களின் பின்னர் நான் திரும்பி வருவதையும் அதன் விளைவான விபரீதங் களையும்!

சாதாரணமாகவே ஷாலிமார் ஓட்டலில் "அண்ணைக்கு என்ன வேணும் . . ?" என்கிற சிறுவனிடம் வலதுகன்னத்தைப் புறங்கை விரல்களால் உரசியவண்ணம் "தம்பீ . . . இஞ்சி ஒரு சிறு துண்டு குத்திப் போட்டு ஒரு ப்ளேய்ன் டீ . . . சீனி கொஞ்சம் கூட்டிப்போட்டுக்கொண்டு வாறியாப்பா . . ?" என்று ஒரு தத்துவஞானிபோல் சொல் முத்துக்களை உதிர்க்கும் அருள்ஜோதி இப்போதோ நிஜமாகவே சொற்களை இழந்து போய்விட்டான். ஜெயக்குமார் சொன்ன தகவல்கள் அவனை ஆழ்ந்த மௌனத்தில் ஆழ்த்திவிட்டது. என்னையும்தான் ஆழமாகப் பாதித்துவிட்டது . . . எனினும் அடுத்தது என்ன . . . இனிவரும் நிகழ்வு களை எவ்வாறு எதிர்கொள்வது . . . என்பதான

திட்டம் 'ஆ' வை வரையத் தொடங்கியது மூளை. ஆயினும் இருவருக்குள்ளும் விம்பங்கள் தெளிவில்லாத சலனப் படங்கள் குறுக்கும்... நெடுக்குமாக... இருளும்... ஒளியுமாக அளவிட முடியாத ஆர்முடுகலில் ஓடிக்கொண்டிருப்பதை இருவருமே உணர்ந்துகொண்டிருந்தோம்.

எங்கள் நட்பு ரயில்பயணங்களல்ல. பழைய சினிமாப் பாடல்கள்போல் மனஆழத்திற்குள் வேரூன்றியவை. எங்கள் நட்பு வட்டம் மிக இறுக்கமானது. உணர்வுபூர்வமானது. ஒவ்வொரு வகை உணர்வுகளுக்கும் ஒவ்வொரு பாடல் இருந்தது. அறிவு பூர்வமானது. ஒவ்வொரு கருத்திற்கும் எங்களிடம் விமர்சனங்கள் இருந்தன. அதை ஏற்கவும் மறுக்கவும் எங்களுக்கு சுதந்திரம் இருந்தது. ஒரு கருத்தையோ, கொள்கையையோ யாரும் யார்மீதும் திணிக்க முனைந்ததில்லை. ஆயினும் பெரும்பான்மையான கருத்துகளும் கொள்கைகளும் எமக்கிடையே ஊடுபாவிய உடன்பாடுகளோடுதான் விளங்கின. ஒரு காலப்பகுதியில் கேட்டனுபவித்த பாடல்களும், ஒரு காலப்பகுதியில் இணைந்திருந்த நட்புகளும் என்றும் இளமையானவைதாம்.

இவையெல்லாம் நடந்துமுடிந்து எத்தனையோ ஆண்டு களின் பின்னர் இதனை எழுதிக்கொண்டிருக்கும்போது தான் அந்தக் காலப் பாடல்களை 'ரீ மிக்ஸ்' செய்து கேட்பது எவ்வளவு அபத்தமோ அவ்வளவு அபத்தம் அந்தக்கால நட்புகளை 'ரீ இனெக்ட்' செய்துபார்க்க முனைவதும்! பல்கலைக்கழகம்வரை பொதுஉடைமை பேசியவர்கள் பட்டம் பெற்றதும் திருமணம் என்கிற பக்கவாட்டுக் கதவைத் திறந்து கொண்டு பெண்டாட்டியோடு பல்லாங்குழி விளையாடிக் கொண்டிருப்பதை இன்னமும் நான் பார்த்துக்கொண்டுதான் இருக்கிறேன்.

அருள்ஜோதிக்குக் கறுத்து மெலிந்த தேகம். நடுத்தர உயரம். அடர்ந்து திரண்டு சுருண்டிருண்ட கேசம். இத்தாலிய மீசை. நவநாகரீக ஆடைகள் அணிவதில் நேர்த்தி. 'பெல் பாட்டம்ஸ்' எடுப்பாகவே இருக்கும். ஆனால் 'பாலைவனச் சோலை' திரைப்படம் வெளிவந்த நாளிலிருந்து சந்திரசேகரைப் போல் வெள்ளைப் பான்ட்... வெள்ளை ஷேர்ட் ஆகிவிட்டான். ஆங்கிலத்தில் நல்ல புலமையுள்ளவன். வீட்டிலேயே ஏராளமான மாணவ மாணவிகளுக்கு 'ட்யூஷன்' சொல்லிக் கொடுத்துக் கொண்டிருந்தான். யாராவது ஒரு எம்.பீ யைப் பிடித்து ஆங்கில வாத்தியாக ஏதாவதொரு கல்லூரிக்குள் குப்பை கொட்டியிருந்திருக்கலாம்! "சீச்சீ... இதெல்லாம் ஒரு பிழைப்பா... சுதந்திரமாகத் தொழில் செய்யவேணும் மச்சான்...

இன்டர்லெக்ஷுவல்களுக்கு இதெல்லாம் சரிப்பட்டு வராத விஷயம்...” என்பான். நானும் பதிலுக்குப் “பாட்டாளிகளுக்கு உனது ரொமான்டிக் புஷ்பங்கள் என்ன இழவென்றே புரியாது... போகட்டும்! இன்டர்லெக்ஷுவல்களுக்கு நீ எழுதாமலே எல்லாம் புரியும்... பிறகு நீ எதற்காய் எழுதோணும்?” என்று ஒரு வானம்பாடி ஹைக்கூவை எடுத்துவிடுவேன். எப்போதும் ஏதாவதொன்றைப் பற்றி விவாதித்துக்கொண்டேயிருப்பான். மேற்படி வாதங்களால் வந்த களைப்பால்தான் நாங்கள் சாராயச் சங்கமங்களை ஸ்தாபித்தோம்.

திருக்கோணமலையில் ஏறத்தாழப் பத்து வருடங்கள் எங்களது கூட்டணி கோலோச்சியிருந்தது. எங்கள் விவாதங்களாலும் விமர்சனங்களாலும் தங்களது அறிவைப் பெருக்கிக்கொள்ள வெனப் பல இளம் ஆர்வலர்கள் தினசரி மாலையில் திருமால் வீதியில் கூடுவர். எங்களுக்குச் சிற்றேவல்கள் செய்வதில் அவர்களுக்கு ஒரு குருதக்ஷணை கொடுத்ததான திருப்தி! ”ப்ரிஸ்டல் வாங்கிக்கொண்டு வா... சரஸ்வதி தியேட்டருக்கு முன்னால் போய் சுட்ட பிலாக்கொட்டை எடுத்து வா... பயணியர் ஹோட்டலில் ஒரு கொத்துரொட்டி ‘டேஸ்ட்டுக்கு’ வாங்கி வா...” மன்னரின் ஓலையை எடுத்துக்கொண்டு புரவிகளில் பறக்கும் தூதர்களைப்போல தமது சைக்கிள் குதிரைகளில் தாவி மிதிப்பார்கள். நாங்கள் குளக்கோட்டு மன்னர்களாகத் திகழ்ந்த காலமது.

எல்லாமே ஒரு நொடிப்பொழுதில் வெடிகேட்டுக் கலைந்த காகங்களாக ஆளாளுக்கு ஒரு திசையில் பறந்தோடிவிட்டனர். இதோ... “ப்ரின்ஸ் ஒஃவ் வேல்ஸ் ஸீமென்ஸ் க்ளப்” வாசலில் இரண்டு மன்னர்குலக் கொழுந்துகள் பொற்கிழிகளைப் பறி கொடுத்துவிட்டு விஜயனோடும், ஜெயக்குமாரோடும் எவனோ ஒரு ராபின் கந்தப்பா என்பவனை எதிர்பார்த்து அந்த அரசனின் திருவருட்கடாட்சம் பெறக் காத்திருக்கிறோம்.

மத்தியானம் பன்னிரண்டு மணியாகிவிட்டது. பம்பாய் உச்சி வெய்யில் மண்டையைப் பிளந்தது. காலையில் நேரத்தோடு எழும்பி நானும் அருள்ஜோதியும் தங்கியிருந்த வை.எம்.சி.ஏ. ஹாஸ்டலில் தேனீர் விற்றுக்கொண்டு வந்த ஒரு சிறுவனிடம் ஒரு சாராயப் போத்தலின் மூடியளவே இருந்த ஒரு குவளையில் தேனீர் அருந்திவிட்டுக் கிளம்பி வந்தாயிற்று, பைகுல்லாவை விட்டு. வி.டி. ஸ்டேஷனில் விஜயன், ஜெயக்குமார் ஆகியோருடன் இணைந்து இந்த ஸீமென்ஸ் க்ளப் வாசலில் பழிகிடக்கிறோம், ராபின் என்கிறவனைக் காண. பசியோ சிறுகுடலைப் பெருங்குடல் தின்கிற அளவுக்கு உக்ரமடைந்துகொண்டிருக்கிறது.

“வாங்கோ ... அண்ணையவை ... முதல்ல போய்ச் சாப்பிட்டிட்டு வருவம். உவன் ராத்திரித் தண்ணியடிச்சுப் போட்டுப் படுத்திருப்பான்போல ... பத்து மணிக்கு எங்களை வரச்சொன்னான் ... பாவி. டேய் ... குமார் ... நட ... போய்ச் சாப்பிடுவம் ...”

சற்றுத் தொலைவில் ஸீமென்ஸ் க்ளப்பின் உள் விறாந்தையில் சுவரில் வரிசையாகத் தொங்கிக்கிடந்த விளம்பரப் பலகைகளில் மேம்போக்காக மேய்ந்துகொண்டிருந்த ஜெயக்குமாருடன் கமானி மார்க் தெருக்கோடியில் நடைபாதையில் மூன்று கல் அடுப்பொன்றில் சோறு பொங்கிக்கொண்டிருக்க பெரிய பெரிய அலுமீனியப் பாத்திரங்களில் பருப்புப் பால்கறியும், மீன் குழம்பும், கீரை மசியலும் ... ஸாக் பன்னீர் ... என்று அறிமுகப் படுத்தினான் விஜயன் ... அலுமீனியத் தட்டில் நடைபாதையின் கட்டில் அமர்ந்து சாப்பிட்டோம். நேற்றுப் பகல் பம்பாய் வந்து சேர்ந்த பின்னர் உணவு உட்கொண்ட உணவகத்திற்கும் இந்தக் கையேந்தி பவனுக்கும் பாரிய பொருளாதார ஏற்றத் தாழ்வுகள் இருந்தன.

சந்தையில் கைவண்டி இழுக்கும் தொழிலாளர்கள் பலர் அடர்ந்து திரண்டிருந்த ஆலவிருட்சம் மனம் உவந்து இனாமாக இந்தப் பாட்டாளிகளுக்குத் தந்துகொண்டிருந்த நிழலின் வெளிச்சக் குளிர்ச்சியை அனுபவித்துக்கொண்டு தத்தமது வண்டிகளில் சாய்ந்திருந்து அந்தத் தொழிலாளர் வர்க்கத்து அறுசுவையை உருட்டிஉருட்டி உள்ளே தள்ளிக்கொண்டிருந்தனர். யாரும் சுவைத்துச் சாப்பிட்டதான முகபாவனைகளைக் காணக் கூடியதாக இருந்திருக்கவில்லை. அந்த ஆலமரம் இந்த வர்க்கத்தின் வறுமைக்குக் காலகாலமாகச் சாட்சியாய் இருந்திருக்கும். இந்த வர்க்கமோ தமக்கு மேலுள்ள வர்க்கங்களுக்கு விழுதுகளாய்த் தரை மீது காலகாலமாய் ஊன்றிக்கொண்டு சோற்றை உருட்டி விழுங்கிக்கொண்டிருக்கிறது.

“ஏதாவது காலரா ... கீலரா ... வந்து தொலைச்சால் என்னடா மச்சான் செய்யிறது ..?” என்று முனகினான் அருள்ஜோதி. முனகலைப் புரிந்துகொண்ட விஜயன் “கதிரை ... மேசை ... போட்டுக் கண்ணாடியறைக்குள்ள கொண்டுவந்து தாற கொட்டல்கள விட இது திறமண்ணை ... அங்கை பின்பக்கம் போனியளெண்டாத் தெரியும் ... சத்தி எடுக்காம நீங்கள் வெளிய வந்தியளெண்டா சந்தோசப்படுவன். இங்கை எல்லாம் கண்ணுக்கு முன்னால ... கண்டியளோ? திண்ட கோப்பையைக் கூடக் கண் பாக்கக் கழுவிறாள் உந்தப் பரட்டைத் தலைப் பெட்டை பாத்தியளே!”

உண்மைதான். நாங்களும் ஒத்துக்கொண்டோம். என்ன கொஞ்சம் குப்பைதான் ... தெருப்புழுதிதான் ... கப்பல் கிடைக்கும் வரைக்கும் கழுவவேண்டுமே இந்தப் பாழாய்ப்போன குடலை. வீட்டை விட்டுத் தெருவுக்கு வந்துவிட்டால் சுத்தங்களை, சுகங்களைச் சுத்தமாக மறந்துவிட வேண்டும் என்கிற முதலாவது பாடம் எங்களுக்குப் போதிக்கப்பட்டுவிட்டது.

எனக்குப் பரவாயில்லை. தாக்குப் பிடிக்க இயலும். அருள்ஜோதிதான் பாவம். முதுமையினாலும், நோய்களினாலும் பீடிக்கப்பட்டிருந்த தாயாரைக் கஷ்டப்படவிடாமல் ஷாலிமார் முஸ்லீம் ஹோட்டலில் கணக்கு வைத்துக்கொண்டு தனது ட்யூஷன் வருமானத்தில் மாதாமாதம் பணம் கொடுத்துக் கொண்டிருந்தவன் ... அதன் காரணமாகவே 'அமீபயஸிஸ்' நோயால் அவ்வப்போது அல்லற்படுவான். நாங்கள் எத்தனையோ முறை கூட இருந்து உதவியிருக்கிறோம். எத்தனை சொன்னாலும் அவனும் ஷாலிமாரை விடுவதாக இல்லை. மிகவும் விசுவாசமாக இருந்தான். விஜயன் சொல்லிக்கொடுத்த முதலாவது பாடத்தை நாங்கள் உடனே அங்கீகரித்ததற்கு வலுவான காரணமிருக்கிறது. அந்த முஸ்லீம் ஹோட்டலின் பின்பக்கம் போனால் உலை கொதிக்கும் கல்லடுப்புக்கருகே இருந்த மதில் ஓரம்தான் வாடிக்கையாளர்களின் சிறுநீர் கழிப்புத் தரிப்பு.

ஒரு வழியாக வயிற்றையும் கையையும் கழுவிக்கொண்டு, தண்ணீரைக் குடிக்கலாமா ... கூடாதா என்கிற பேதங்களுக்கு அப்பாற்பட்ட அத்வைத ஞானநிலையில் ... இந்த பம்பாய் வெய்யிலுக்கு இதுவே தேவாம்ருதம் என்கிற போதம் வர அள்ளிப் பருகிவிட்டு மீண்டும் ஸீமென்ஸ் க்ளப்பை நோக்கி நடந்தோம். வாசலைக் கடந்து உள்ளே நுழைந்தால் ஒரு அகன்ற பெரிய அறையில் 'பிலியட்ஸ்' மேஜைகள் நிறைந்து கிடந்தன. பலர் சுறுசுறுப்பாக விளையாடிக்கொண்டிருந்தனர். கைவிரல்களைக் கோத்து நெட்டிமுறிப்பதை ஒலி பெருக்கினால் எவ்வாறு கேட்குமோ அதுபோல அந்த அறை எங்கும் சொடுக்கெடுக்கும் சப்தம் நிறைந்திருந்தது. அறையின் இன்னொரு பகுதியில் வட்டவட்ட மேஜைகளில் நான்கு நான்கு பேர்களாக இடதுகையில் விசிறியாய்ப் பிரிந்த சீட்டுக் கட்டுகளும், வலதுகையில் சிகரெட்டுமாய் வாய் வழியே வளையங்களை வெளிப்படுத்தியவாறு முன்னூற்றிநாலு விளையாடிக் கொண்டிருந்தனர். கைக்கெட்டும் தூரத்தில் இருந்த சிறிய கண்ணாடிக் குவளைகள் ஒவ்வொன்றும் அரைவாசி பொன்நிறத் திரவத்தால் நிரம்பிக்கிடந்தன.

சுற்றுமுற்றும் தேடுகிற பாவனையில் பார்த்துக்கொண்டு நடந்த விஜயன் அறையின் மறுகோடியைக் குறிவைத்து . . . சைகையால் எங்களைத் தொடரச் சொல்லி முன்னேறி . . . கையில் கழியை வைத்துக்கொண்டு எங்களுக்குப் பின்புறங்களைக் காட்டியவாறு 'பிலியட்ஸ் டேபிளில்' தலைகீழ் 'ட'வாய் மடங்கிக் கிடந்த ஒருவனின் வலது தோளில் செல்லமாகத் தட்டினான்.

"அணே . . . மகே விஜே . . . கோஹமத? அவிங்க வந்திரிக்கானுவளா . . . ஸாரி . . . காலம்பற கொஞ்சம் போல வேல இரிஞ்சி . . . அதான் பத்து மணிக்காட்டி வரமுடில்ல . . . கஹாணவாத?"

இவன் தான் எங்களது தற்போதைய நம்பிக்கை நட்சத்திரம் ராபின் கந்தப்பா . . . என்று ஊகித்ததைச் சமிக்ஞையால் ஊர்ஜிதம் செய்தான் ஜெயக்குமார். எங்களை அறிமுகப்படுத்திவைத்தான் விஜயன். அவன் எங்கள் விமான, ரயில் பயணங்களின் சௌகர்யங்களைப் பற்றி அக்கறைப் பட்ட பின்னர் பிரயாணக் களைப்பில் இருப்போமென்றும் . . . இன்று நல்ல ரெஸ்ட் எடுக்கும் படியும் நாளை காலை சில கப்பல் ஏஜெண்ட்களைப் பார்க்க 'வேண்டியிரிக்கும்' என்றும் சொல்லிவிட்டு விஜயனிடம் "அணே . . . விஜே . . . இவிங்களுக்கு மொதல்ல சீ.டீ. எடுக்கோணும்தானே . . . ஒயா தண்ணவா நேத? இங்கிநேக்க வச்சி செய்ய வாணாம் . . . நெறைய ஆளுக இரிக்காங்க . . . வஸிக்கிலிய அத்துலட்ட யன்ன . . . தேரினவாத? ஒரு பொஸ்தகத்துக்கு அஞ்சுநூறுக்கு மேல குடுக்க வாணாம் சரியா . . . இப்ப ஒட்னே போங்க . . . ஆளு க்ளப்புக்குப் பின்னுக்குத் தான் இரிக்கான் . . . இப்ப சொன்னா ஹெட்ட உதே பான்தற ரெடி பண்ணிவெக்கும்"

சொல்லிக்கொண்டே இடது பான்ட் பாக்கெட்டுக்குள் கை நுழைத்து ஒரு கற்றை நூறு ரூபாய் நோட்டுக்களை எடுத்து விஜயனிடம் கொடுத்து . . . மறுநாள் காலை பத்து மணிக்கு உறுதியாக எங்களைச் சந்தித்து கப்பல் ஏஜென்ஸிகளிடம் அழைத்துப் போவதாக உத்தரவாதம் அளித்துவிட்டு விளையாட்டைத் தொடர்ந்தான் ராபின் கந்தப்பா. இந்தச் செயல் இன்னமும் நாங்கள் முழுமையாகப் பட்டை நாமம் தீட்டப்படவில்லை என்பதாக ஒரு சிறிய மனஅமைதியைத் தந்தது.

அந்த அறையைவிட்டு வெளியேறிய எங்களை அழைத்துக் கொண்டு வலதுகைப்புறமாக நீண்டிருந்த வராண்டா வழியாக நடந்து போன விஜயன் 'டாய்லெட்ஸ்' என்றெழுதி அம்புக்குறி போடப்பட்டிருந்த போர்ட் ஒன்றுக்கு முன்னா லிருந்த இன்னோர் அறைக்குள் நுழைந்தான். அங்கே சிலர் மது அருந்திக்கொண்டு 'காரம்போர்ட்ஸ்' விளையாடிக்

கொண்டிருந்தனர். அவர்களுள் குள்ளமாக... பருமனாக... குறுந்தாடிக்காரன் ஒருவனுடன் சிங்கள பாஷையில் பேசிவிட்டு... எங்களை அங்கேயே இருக்கும் படி சொல்லிவிட்டு என்னுடையதும் அருள்ஜோதியினதும் 'பாஸ்போர்ட்'களை வாங்கிக்கொண்டு அவனுடன் வெளியேறி மலசலச் கூடத்தைக் காட்டிய அம்புக்குறி வழியே நடந்து போனான்.

ஐந்தே நிமிடங்களில் இருவரும் திரும்பி வந்தனர். குறுந்தாடி எங்களிருவரின் கைகளைக் குலுக்கிவிட்டு விஜயனிடம் "ஹெட்ட உதே பான்தற... ஓகே?" என்று சொல்லிவிட்டு காரம்போர்ட்ஸில் கவனமானான். மறுநாள் காலையில் எங்கள் கரங்களில் தவழப் போகும் கடலோடிகளின் சேவைநலப் பதிவேடு என்கிற 'ஸீமென்ஸ் டிஸ்சார்ஜ் சேர்ட்டிஃவிக்கெட்' இல் இல்லாத கப்பல்களில் செய்யாத வேலைகள் பதியப்படப்போவதை எண்ணிக்கொண்டு நாளதுவரையான வாழ்நாளில் முதலாவது திருட்டுத்தனத்திற்கு உடன்பட்டதால் நொந்த மனத்தோடு ஸீமென்ஸ் க்ளப்பை விட்டு வெளியேறினோம்.

"சரி... அண்ணையவை... நாளைக் காலம்பிறை சந்திப்பம்... இவடத்துக்கு வாங்கோ... என்ன... குமார்... வா... வெய்யிலுக்க அலஞ்சது... லேசாத் தலையிடிக்கிது... ரூமுக்குப் போய்க் கொஞ்சம் படுக்கப்போறன்..." என்று சொல்லிக்கொண்டே விஜயன் பாக்கெட்டிலிருந்து இரண்டு நூறு ரூபாய் நோட்டுக்களை எடுத்து அருள்ஜோதியிடம் கொடுத்து... "ராத்திரிக்குச் சாப்பிட வச்சுக்கொள்ளுங்கோ... முடியேக்க சொல்லுங்கோ என்ன?"என்றான்.

"விஜயன் நீங்க போய்ப் படுங்கோ... நான் அண்ணர் ஆக்களுக்கு 'கேற் வே ஒஃவ் இன்டியா' காட்டிப்போட்டு வாறன்" என்ற ஜெயக்குமாருக்கு 'சரி' என்றவாறு தலையாட்டிவிட்டு நகர்ந்தான் விஜயன். என்னைப் பார்த்துக்கொண்டே அந்த நூறு ரூபாய்த் தாள்களைச் சட்டைப் பையில் நுழைத்துக்கொண்டான் அருள்ஜோதி.

பம்பாய்த் தெருக்களில் நடந்துபோய்க்கொண்டிருக்கும்போது கொழும்பில் 'காகிள்ஸ்... மில்லர்ஸ்...' கட்டிடங்களைப்போலவே ப்ரம்மாண்டமாக, சிவப்பு நிறத்தில்... தடித்த தூண்களுக்கும், கட்டிடத்து உட்புறத்து நுழைவாயில்களுக்கும் இடையேயான நிழல் கவிந்த நடைபாதையும்... காங்க்ரீட் தெருக்களும்... அசலாக இலங்கைத் தலைநகரின் பிரதான வீதியைப் பிரதியிட்டிருந்தது. பிரித்தானியக் கட்டிடக் கலையின் உறுதியையும்... கம்பீரத்தையும்... அவர்கள் பிடித்துவைத்துக்கொண்டிருந்த காலனித்துவ நாடுகளைப் போலவே... தக்கவைத்துக்கொண்டு ...சூரியன்

அஸ்தமிக்காத சாம்ராஜ்யத்து மஹாராணியாரின் சுரண்டிக் கொழுத்த சுகிர்தங்களைப் பறைசாற்றிக்கொண்டிருந்தன அந்தக் கட்டிடங்கள்.

"அண்ணை . . . இப்பிடியே இடதுபக்கம் போனால் 'நரீமன் பொயின்ற்' வரும். அங்கைதான் நாளைக்கு நாங்கள் ஏஜென்ஸியளத் தேடிப் போகப்போறம். ஸீமென்ஸ் க்ளப்பில அந்த விறாந்தையில ரண்டு பக்கமும் சிவரில கிடந்த அறிவிப்புப் பலகையளப் பாத்தனீங்களே ..? அதில கப்பலில வேலைக்கு ஆக்கள் தேவை... எண்டு எழுதிப்போட்டிருக்கிற விளம்பரங்களப் பாத்துப்போட்டு எங்களக் கூட்டிக்கொண்டு போவான் . . . இந்த றொபின் ... இதுக்குப் போய் 'ஆயிரத்திஐநூறில இருந்து ரண்டாயிரம் டொலருக்கு கிறீக் கப்பலக் கந்தப்பா மறிச்சுக் கட்டிவச்சிருக்கிறான் ... எங்களுக்காகக் கப்பலும் ... கந்தப்பனும் காத்துக்கொண்டு இருக்கினம் ...' எண்டு அந்த வேசை புளுகின புளுகில அம்மா, அக்காவையின்ர நகையெல்லாத்தையும் அடமானத்தில போட்டு காச அள்ளிக் குடுத்துப்போட்டு இங்கை வந்து பாத்தா எப்பிடி என்ஜோய் பண்ணிறான் பாத்தியள் தானே? நாளைக்குப் போய்ப் பாருங்கோ ... ஏஜென்ஸிக்காரன் சொல்லுற சம்பளத்தில எப்பிடி அந்த நகையள மீட்டி எடுக்கப் போறியள் எண்டது விளங்கும் ... இதச் சொல்லத்தான் விஜயனக் காய் வெட்டிப்போட்டு உங்களோட வந்தனான் ... சரி ... சரி ... வாங்கோ . . . வந்தனாங்கள் 'ப்ரிட்டிஷ்காரன்' எதுக்குள்ளால வந்து இந்தியாவப் பிடிச்சவங்கள் எண்டதப் பாத்துக்கொண்டு போவம் . . . போற வழிக்கு உதவும் . . . நாங்கள் 'லூஸராய்' இருந்தால் ப்ரிட்டிஷ்காரனும் . . . கந்தப்பனும் பிடிக்கத்தான் பிடிப்பாங்கள் ..."

கடுகும் . . . செத்தலும் தாளித்து வெடிக்க ஜெயக்குமார் பொரிந்துதள்ளினான். 'கேற் வே ஒஃவ் இன்டியா' விலிருந்து பார்த்தபோது தூரத்தே ஏராளமான 'கார்கோ' கப்பல்கள் ... 'டாங்கர்கள்' நங்கூரமிட்டிருந்தன. இவற்றுள் ஏதாவதொன்று எங்களுக்கானதாக இருக்கலாம் . . . என்கிற நம்பிக்கையை வலிந்து ஏற்றிக்கொண்டு ... வை.எம்.சி.ஏ. யூத் ஹாஸ்டல் திரும்பி வரும் வழியில் எதிரிலிருந்த புனிதர். பிரான்ஸிஸ் அஸிஸியின் தேவாலயத்தினுள்ளே நுழைந்து அன்றைய உளைச்சல்களைக் கொட்டித்தீர்த்துவிட்டுத் தூங்கப்போனோம். எது வரினும் தாங்கிக்கொள்வோம் என்ற தெம்பை அது தந்துதானிருந்தது ... ஆமென்.

12

நம்மைப் பிடித்த பிசாசுகள் போயின

ஓர் உண்மை நிகழ்வை எனது ஊனக் கண்களால் பார்த்துத்தொலைத்த குற்றம்... அதையே ஸெக்கண்ட் ஆபீஸரிடம் போய்ச் சொல்லித் தொலைத்த குற்றம்... இத்யாதி குற்றங்களுக்காகக் "களவாணிப் பரதேசி... பொறுக்கித் தின்னி... கள்ளத் தோணி..." என்றெல்லாம் நாமகரணம் செய்யப்பட்ட எனது இமாலய எரிச்சல் மறுநாள் மத்தியானத்தில் அடங்கிவிடக் கூடிய சாத்தியங்கள் சூசகமானது.

வட அட்லான்டிக் சமுத்திரத்தின் ஒரு பாகமாகிய மத்தியத் தரைக்கடல் என்றழைக்கப்படும் ஐரோப்பாக் கண்டத்தின் மெடிட்டரேனியன் கடலையும்... தெற்குப் புறத்தே ஆசியா கண்டத்தினுள் குறுக்கு வழியாக செங்கடலையும் இணைக்கும் ஒற்றையடிப் பாதையான சூயெஸ் கால்வாயின் வடக்குப் புறத்து வாயிலாகிய போர்ட் சையித் இல் எம்.வி.ஔரோறா மறுநாள் மதியம் ஒரு மணியளவில் நங்கூரம் பாய்ச்சியது. ஏராளமான கப்பல்கள் பல்வேறு நாடுகளின் கொடிகள் மென் காற்றில் படபடக்க கால்வாயைக் கடந்து தென் புறத்து வாயிலாகிய போர்ட் தௌஃவீக் ஐ அடைந்து விடக் காத்திருந்தன. மெடிட்டரேனியனின் மெல்லிய குளிர்ந்த தென்றலைத் தனது அனல் மூச்சால் மிரட்டிக்கொண்டு அகன்று விரிந்து பரந்து கிடந்தது சைனாய் பாலைவனம். இந்த இரண்டு கண்டங்களையும் இணைக்கும் நீர்ப்பாதை

ஆக 193.30 கிலோ மீட்டர்கள் மட்டுமே! பாலைவனத்தை மனிதக் கரங்களால் அகழ்ந்தெடுத்து ... கடல் நீர் நிரம்பி ... இந்தக் கால்வாயைக் கப்பல்கள் கடந்துபோவது சாத்தியப்படும் வரை ஐரோப்பாவுக்கும் ஆசியாவிற்குமான கடல் வாணிபம் ஆப்பிரிக்க கண்டத்தைச் சுற்றியே... ஏழாயிரம் கிலோ மீட்டர்கள் மேலதிகமாகப் பயணித்தபடியே நடந்தேறிக்கொண்டிருந்தது. ஆக... பாட்டாளி வர்க்கம் பாலைவனத்திலும் பாலை வார்த்துக் கொண்டு மனித உழைப்பின் மகத்துவங்களை இன்றளவும் உலகுக்குப் பறைசாற்றிக்கொண்டே இருக்கிறது. மணிக்கு எட்டே எட்டுக் கடல் மைல்கள் வேகத்தில் மட்டுமே கலத்தை நகர்த்தலாம் என்பது அமலிலிருக்கும் விதி. விதிக்கப்பட்ட வேகத்தில் நகர்ந்தால் பதினாறு மணி நேரத்தில் கடந்துவிடலாம். அதனை மீறி விரைந்தால் கடல்அரிப்பால் கால்வாய்க்குள் மணல் சேர்ந்துவிடும் ... பின்னர் அகழ்ந்து ... அகழ்ந்து ... எறிந்து ... காலமும், பணமும் வீணே விரயமாகிவிடும்.

காலையிலும் மாலையிலும் எட்டு மணியிலிருந்து பன்னிரண்டு மணிவரையுமாக சீஃவ் ஆபீஸர் டெஸ்மண்ட் மாற்றிப் போட்டிருந்த எனது கடமைநேரம் முடிந்தும் மெஸ்ஸுக்குச் சாப்பிடப் போக முடியாதபடி டெக்கில் வேலைகளிருந்தன. ஒருவழியாக நங்கூரமிட்டுவிட்டு மதிய உணவு கொள்ளப் போனோம்.

சாப்பிட்டுகொண்டிருக்கும்போது போட்ஸ்வெய்ன் கோல்டி தணிந்த குரலில் எங்களிடம் சொன்னான் ... அன்று மாலை நான்கு மணியளவில் எகிப்தியக் குடிவரவு அதிகாரிகள் சிறு படகில் வர இருப்பதாகவும் ... ரேடியோ ஆபீஸர் வாஸ்கோ, சீஃவ் டெஸ்மண்ட் ஆகிய பிராணிகளைக் கப்பலில் இருந்து கயிற்றேணி வழியாக கீழே இறக்கிப் பண்பான முறையில் தாரை தப்பட்டைகளோடு அழைத்துச் செல்லப்போவதாகவும் ... ஆகவே அவர்கள் தவறி வீழ்ந்து மெடிட்டரேனியனின் வரலாற்றில் ஒரு ஏடாகிப் போகாதிருக்கும் வண்ணம் ‘றோப் லாடர்’ஐ உறுதியாகப் போட்டுக்கொடுக்கும்படி ரஞ்ஜித்தையும், என்னையும் பணித்துவிட்டு இருவரும் ஈஜிப்ட்டிலிருந்து பாம்பேக்குத் தேன்நிலவுக்குப் போகிறார்கள் என்றும் தெரிவித்துச் சிரித்தான். ‘களு’ ரஞ்ஜித் நெற்றியையும், புருவங்களையும் சுருக்கியபடி ‘என்ன .. ?’ என்கிற பாவனையில் தலையை உயர்த்தினான். அவனுக்கு ஏதொன்றும் தெரிந்திருக்கவில்லை என்பதை என்னால் இலகுவில் ஊகிக்கமுடிந்தது.

உணவை முடித்துக்கொண்டு மெஸ்ஸை விட்டு வெளியே வந்தோம். மதிய இடைவேளை முடிய இன்னும் இருபது நிமிடங்

களிருந்தன. ரஞ்ஜித் 'ராத்மென்ஸ் கிங் சைஸ்' பாக்கெட்டைத் திறந்து என்முன்னே நீட்டினான். நான் ஒன்றை உருவிக்கொண்டேன். தானுமொன்றை வாயில் பொருத்திக்கொண்டு சட்டைப்பைகளைத் தட்டியபடி லைட்டரைத் தேடிக்கொள்ள நான் என்னுடையதால் இருவருமாகத் தீ மூட்டிக்கொண்டோம். "தாங்க்ஸ் மச்சான்" என்றுவிட்டு "சீஃவ் மேற்ற எதுக்கு அனுப்பணும் ... எனக்கு வெளங்கல ..." என்று சொல்லி நெற்றியைத் தேய்த்துக்கொள்ள ... இனியும் பதுக்கிவைக்க இயலாத நான் நடந்த விசாரணை முழுவதையும் சொல்லிமுடித்தேன். மனஅழுத்தம் கணிசமான அளவு குறைந்ததை உணர்ந்தேன்.

"ஏன்வா எனக்கு சொல்லல" என்று அவன் அலுத்துக்கொள்ள "நீங்க அவனக் கடல்ல தூக்கி எறிஞ்சிருப்பீங்க . . ." என்றேன். "சீச்சீ ... பிஸ்ஸுூத ..? இவன கடல்ல போட்டாக்க மீனெல்லாம் செத்துபோயிரும் ... அவ்ள வெசம் ... கரி வேசிக புத்தா ... சரி ... சரி ... வாங்க ... போயி அவிங்கள எறக்கீருவம் ..." இருவருமாக நடந்துபோய் டெக்கில் கப்பலின் முன்புறமாக அமைந்திருந்த ஸ்டோரேஜ் ரூமில் 'றோப் லாடர்' ஐயும் ஒரு கயிற்றுச் சுருளையும் எடுத்துக்கொண்டு கப்பலின் வலதுபுறமான ஸ்ரார்போர்ட் சைட்இல் இருந்த 'ரெய்லிங்ஸ்' இல் கயிற்றேணியைக் கட்டிவைத்துவிட்டிருக்க "மிச்சத்தையும் செஞ்சு முடீங்கவா ... நா அவசரமா டாய்லெட் ஒண்ணுக்குப் போய்ட்டு வாறது" என்று சொல்லியபடியே ரஞ்ஜித் அப்பால் நகர்ந்தான். நான் கயிற்றுச்சுருளை எடுத்துக் கட்டிவைத்திருந்த கயிற்றேணியின் அருகே அதற்குச் சமாந்தரமாகக் கடலுள் தொங்கவிட முடிச்சுப் போட முயலும்போது எங்கிருந்தோ ஒரு குறுக்குப்புத்தி முளைத்தது கப்பலின் மேற்தளத்திலிருந்து கீழே கடலின் நீர்மட்டத்தில் வந்து நிற்கப்போகும் சிறிய மோட்டார் விசைப் படகில் இறங்கிப் போய்விட ஏதுவான 'றோப் லாடர்' வழியாக இறங்கிக்கொண்டிருக்கும்போதில் சிலவேளை சமநிலை தவறிப்போகும் பட்சத்தில் பிடித்துக்கொள்ள உதவும் பிடிமானக் கயிறான 'லைஃவ் லைன்' என்கிற ஆபத்துதவியை பிடித்துக் கொள்ளும்போது அவிழ்ந்துபோய்விடக்கூடியதாக மெத்தனமாக முடிந்துவைத்தேன்.

மலசலக் கூடத்திலிருந்து சிறிது நேரத்தில் மீண்டு வந்தான் ரஞ்ஜித். "என்னா ... லைஃவ் லைன் போட்டிங்களா ..?" என்று கேட்டுக்கொண்டே எல்லா முடிச்சுக்களையும் அவன் அசைத்துப் பார்த்த போது பிடிமானக் கயிறு கைப்பிடியோடு வந்துவிட்டது.

"என்ன வேலவா செஞ்சிரிக்கீங்க ..? இதி வேணும் காட்டி செஞ்சதானே ... இல்லியா ... பொரு கியாண்டெப்பா ..." நான்

தலை குனிந்தபடியே 'ஆம்' என்பதாகத் தலையை அசைத்தேன். கயிற்றை மீண்டும் உறுதியாக முடிந்துவிட்டுத் திரும்பி எனது இடது தோளில் தனது வலக்கரம் பதித்து முகத்தைப் பார்த்துச் சொன்னான்.

"ஒங்க கோவம்... மட்ட தேரினவா... நாயமானதுதாங். ஆனா எதாச்சி ஒண்ணு நடந்தா நாம ரெண்டு பேத்துக்கும் தான்வா ப்ரச்னை... கப்பித்தான் தடி ஓட்டுவான்... சரி... அத்த விடுங்க... என்னதாங் கோவங் இரிந்தாலும் ஒரு உசிர சாவடிக்கலாமா... அதுக்கு நாம யாரு..?அப்பிடிச் செஞ்சா அவீங்களுக்கும் நமளுக்கும் இன்ன வித்யாசம்..?அவீங்களும் மனிச ஜாதிதானே... இல்லியாவா... அத்தான் போய்த் தொலையப் போறாய்ங்களே இன்னும் கொஞ்ச நேரத்துல... டேக் இட் ஈஸிவா..."

நிமிர்ந்து ஒரு மனிதனைப் பார்த்துக்கொண்டு சில பொழுது நின்றுகொண்டிருந்தேன். எப்படித்தான் பிறந்த பூமியை விட்டு இருவரும் இங்குற்றோம்? யார் எங்கள் ஸ்வாசத்தில் நஞ்சு கலந்தார்கள்? அந்த விஷக்காற்றுக்கும்... இந்தத் தூய கடற்காற்றுக்கும் தான் எவ்வளவு வித்தியாசம்? சூழக் கடலிருந்தும்... தவழ்ந்த மண்ணில் சுத்தமான காற்றை ஸ்வாசிக்க முடிந்திருக்கவில்லையே!

சரியாக மாலை நான்கு மணிக்கு விசைப்படகு எமது கப்பலின் அருகே வந்து நின்றது. சீருடையணிந்திருந்த மூன்று குடிவரவுத்துறை அதிகாரிகள் நாங்கள் கட்டிவைத்த கயிற்றேணி வழியாக ஏறி மேற்தளத்திற்கு வந்தார்கள். ரஞ்ஜித் என்னைப் பார்த்த அந்தப் பார்வையைப் பல விதமாக மொழி பெயர்க்கலாம். மூன்றாவது ஆபீஸர் விஷ்ணு பட்டேல் அவர்களை அழைத்துக் கொண்டு மேலே ஏறி ப்ரிட்ஜ்இற்குள் நுழைந்து மறைந்தான். சிறிது நேரத்தில் ஆளுக்கொரு சூட்கேஸ்களைத் தூக்கிக்கொண்டு ஆபீஸர்ஸ் மெஸ் பாய் ரவியும், செல்வராஜாவும் கீழிறங்கி வந்தனர்.

"இந்தப் பெட்டிகள கீழ நிக்கிற போட்டுக்குக் கட்டி எறக்க சொன்னான் காப்டன்..." என்றான் ரவி. தயாராகவே வைத்திருந்த 'ஹீவிங் லைனில்' ஒன்றன் பின் ஒன்றாகக் கட்டிக் கடலில் நான் இறக்கிவிடப் படகில் நின்ற மாலுமி அவற்றைப் பெற்றுக்கொண்டான்.

சில மணித் துளிகளில் குடிவரவாளர்கள் தோழியராய்ப் புடை சூழ... பெண் பார்க்க வந்த மாப்பிள்ளைக்குக் காப்பி கொண்டு போகிறவளைப் போல முன்நாள் சீஃவ்

ஆபீஸர் டெஸ்மண்ட்... அவனைத் தொடர்ந்து அறுப்புக்குப் போகிற ஆடு போல வாஸ்கோ... இருவரும் 'அப்பர் டெக்' இலிருந்து இறங்கி வந்துகொண்டிருந்தனர். நான் கட்டி வைத்திருந்த கயிற்றேணியருகே போய் நன்கு தெரிகிற மாதிரி நின்றுகொண்டேன். இதைப் பார்த்துவிட்டு ரஞ்ஜித்தும், 'போட்ஸ்வெய்ன்' கோல்டியும் கிரேக்க மொழியில் ஏதோ பேசிப் பலமாகச் சிரித்துக்கொண்டார்கள். வாஸ்கோவும், டெஸ்மண்டும் குனிந்த தலை நிமிர்த்தாமல் ஏணிவழியாக இறங்கிப் படகில் நுழைந்தனர். காப்டன், போர்ட் காப்டன், போர்ட் எஞ்ஜினியர் மூவரும் ப்ரிட்ஜில் 'ஸ்ரார்போர்ட் விங்' இல் நின்று இந்தப் பிரியாவிடை வைபவத்தைப் பார்த்துக்கொண்டிருந்தனர். விசைப்படகு புள்ளியாய் மறைந்தது. கடலை உரசியபடி கிடந்த கயிற்றேணியை உள்ளே இழுத்துச் சுருட்டிக் கட்டிவைத்து... ஏனைய கயிறுகளையும் திரட்டிக்கொண்டு ஸ்டோரேஜ் அறையில் வைத்துவிட்டு அன்றைய வேலையை முடித்துக் குளியலறையை நோக்கி விரைந்தோம்.

மறுநாள் அதிகாலையில் சூயெஸ் கால்வாயைக் கடந்து போகக் காத்திருக்கும் கப்பல்களின் 'கான்வோய்' ஆரம்பிக்க உள்ளதென்றும்... வெள்ளி எழுமுன்பே 'பைலட்' வந்துவிடுவான்... அதனால் இரவு உணவை முடித்துக்கொண்டு நேரதிற்குப் போய்த் தூங்கும்படியும்... அதிகம் மது அருந்தாதே... இந்த அரபிப் பைலட்டுகள் ஒரு தினுசானவர்கள்... மணந்து தொலைத்தால் விரட்டிவிடுவார்கள்... ஆறு ஏ.பீக்களும் ஆளாளுக்கு இரண்டு மணிநேரமாகப் பிரித்து 'வீல்' பிடிக்க வேண்டியிருக்கும் என்றும் அறிவுறுத்திவிட்டு நகர்ந்தான் கோல்டி.

குளித்துச் சுத்தமாகி... மெஸ்ஸுக்குப் போய் எல்லோருடனும் சேர்ந்து சாப்பிட்டுவிட்டு எனது காபினுக்குத் திரும்பினேன். வேளைக்கே தூங்க முயன்றேன். ஆயினும் பழக்கமின்மையால் தூக்கம் அவ்வளவு சீக்கிரம் தழுவி விடவில்லை. கடந்து போன மூன்று நாட்களில்தான் என்னவெல்லாம் நடந்தேறிவிட்டன! மனது அசைபோடத் தொடங்கிவிட்டது.

சிறுமைப் பட்டுப்போனேன் நான். என்ன ஒரு காரியம் செய்யத் துணிந்திருந்தேன்! இன்னோர் உயிருக்கு ஆபத்து விளைவிக்கும் வெறியை எது எனக்குள் ஊட்டியது? ரஞ்ஜித் எடுத்தியம்பி இருக்காவிட்டால் என்னையும் அறியாது எனக்குள் முகிழ்த்துக்கொண்டிருந்த பழி வாங்கும் உணர்வு என்னைத் தத்தெடுத்துக்கொண்டிருந்திருக்கும்! எவ்வளவுக்குச் சிறுபிள்ளைத் தனமாக நடந்திருக்கிறேன் நான். எண்ணிப் பார்க்கையில் எனக்குள்ளேயே நான் கூனிக்குறுகிப்போகிறேன். அதனை

ஆற்றுப்படுத்த ஊரிலிருந்து வெளியேறும்போது கையோடு எடுத்துவந்த . . . மேஜை மீதிருந்த பாரதியார் பாடல்கள் கையடக்கத் தொகுப்பை எடுத்துக் குறிப்பில்லாது திறந்தால் கண்களில் தென்பட்ட நான்கே வரிகள் அமைதியை நெஞ்சில் மீளப் பொருத்தியது.

"நானென்னும் பொய்யை நடத்துவோன் நான்;
ஞானச் சுடர்வானில் செல்லுவோன் நான்;
ஆன பொருள்கள் அனைத்தினும் ஒன்றாய்
அறிவாய் விளங்கும் முதற்சோதி நான்!"

மறுநாளின் அதிகாலையில் வரலாற்றுப் புகழ் வாய்ந்த சூயெஸ் கால்வாயின் ஊடாகக் கப்பல் சாரத்தியம் செய்ய இருப்பதை நினைத்ததும் எங்கிருந்தோ ஒருவிதக் குதூகலம் உறக்கத்தை வரவழைத்தது.

13

கப்பலில் ஏறிய கதை

இரண்டு வாரங்களாகிவிட்டன. பம்பாயின் வெய்யிலிலும், புழுதியிலும் அலைந்துதிரிந்ததில் நாட்கள் வேகமாக நகர்ந்ததை உணர்ந்துகொள்ள இயலவில்லை. பைகுல்லாவில் இருந்து விக்டோரியா டெர்மினல்... வி.டி ஸ்டேஷனில் இருந்து "ப்ரின்ஸ் ஒஃவ் வேல்ஸ் ஸீமென்ஸ் க்ளப்"... அங்கிருந்து நரீமன் பாயின்ட்... மீண்டும் மாலையானதும் புனிதர் பிரான்ஸிஸ் அஸிஸியாரின் தேவாலயம்... வை.எம்.சீ.ஏ.யுத் ஹாஸ்டல்... இப்படியே சென்னையிலிருந்து பாம்பே வரும் வழியில் கோலாப்பூர் நிறுத்தத்தில் வாங்கிக்கொண்ட செருப்புகள் தேய்ந்துகொண்டிருந்தன... எங்களது நம்பிக்கைகளைப்போல.

ராபின் கந்தப்பாவைச் சந்தித்து... கள்ளக் கடலோடிகள் பதிவேடு செய்துதரச்சொல்லிவிட்டு ஸீமென்ஸ் க்ளப்பை விட்டுத் திரும்பிய மறுநாள் காலை பத்து மணிக்கு... அந்த வேளையிலேயே மண்டையைப் பிளக்கும் வெயிலில் பம்பாய் நகரத்தின் சாலைப் போக்குவரத்து நெரிசல் களுக்குள்ளால் நகர்ந்து... நடைபாதை வழியாக ஊர்ந்துகொண்டிருந்த ஜனசமுத்திரத்தின் அலை களால் தாலாட்டப்பட்ட சிறு படகுகளாய்... நாங்கள் பெரும் படகுகளில் தொழில்வாய்ப்பு தேடிக்கொள்ள எங்களை அழைத்துக்கொண்டு நரீமன் பாயின்ட் வாணிபக் கப்பல் தரகர்களிடம் போனான் ராபின்.

பம்பாயின் பொருளாதாரத்தை நிர்ணயிக்கும் வர்த்தக நிறுவனங்கள் நிறைந்துகிடந்த அந்தப் பகுதியின் நெடிய தெருவொன்றில் இருபுறமும் அழகிய தொடர் மாடிக் கட்டிடங்கள் ... நுழைவாயிலில் பளபளப்பான உலோகத் தகடுகளில் பொறிக்கப்பட்டிருந்த பெயர்ப்பலகைகளை உன்னிப்பாகப் படித்துக்கொண்டே ... கையில் தாளொன்றில் எழுதிவைத்திருந்த முகவரிகளைச் சரிபார்த்துக்கொண்டு சில அலுவலகங்களில் எங்களை வெளியே நிற்கச் சொல்லிவிட்டு ராபின் உள்ளே போவதும் ... வருவதுமாகச் சில பொழுது நகர்ந்தது. மேலும் சில விலாசங்களில் எங்களை உள்ளே போய் கப்பல் வேலைக்கு ஆட்கள் தேவையா என்று கேட்டு வரும்படியும் சொன்னான்.

அப்படிப்போன சில ஏஜென்ஸிகளில் எமது திருட்டுக் கடலோடிகள் பதிவேடுகளைப் பார்த்துவிட்டு விண்ணப்பப் பத்திரங்கள் தந்து நிரப்பித் தரும்படி சொன்னார்கள். தினசரி காலையில் தங்களை வந்து சந்தித்துப் போகும்படியும் ... பம்பாய் துறைமுகத்தில் தரித்து நிற்கும் கப்பல்களில் வேலைவாய்ப்புகளிருப்பின் உடனேயே சேர்ந்துகொள்ளத் தயாராக வரும்படியும் கூறினார்கள்.

"நான் நேற்றுச் சொன்னத இப்ப நேரில பாக்கிறீங்க ... இல்லையா? ஊரில காசத்தூக்கிக் குடுத்துப்போட்டு 'வண் வே' டிக்கட்டில மெட்ராஸுக்கு வந்து ... ட்ரெய்ன்ல பொம்பேக்கு வந்திறங்கி நாங்கள் வருவமெண்டு பாத்துக்கொண்டிருந்த கப்பல் எங்கள விட்டிட்டுப் போக ... நாங்களே இன்னொரு கப்பல் தேடுற தலையெழுத்த எங்க அண்ணை போய் முட்டுறது ..?" பொருமினான் ஜெயக்குமார். விஜயன் அவனைப் பார்த்துவிட்டு ஒன்றும் பேசாமல் தலையைத் தொங்கப்போட்டான்.

"விஜி ... நான் அண்ணையவைக்கு எல்லாத்தையும் சொல்லிப்போட்டன் ... சொல்லாமலுக்கு விட்டிருந்தா இண்டைக்கு எல்லாம் அவைக்கு மணத்திருக்கும் ... நாங்களும் வெறும் பொய்யராய்ப் போயிருப்பம் ... இல்லையா?" விஜயன் ஒன்றும் பேசவில்லை. அன்று பகல் ராபின் கடைசியாக ஒரு முகவரியைத் தந்து கேட்டு வரும்படி சொன்ன ... பன்னிரண்டாம் மாடியிலிருந்த ஏஜென்ஸியிலிருந்து ... எலிவேட்டர் இயங்காததால் படிகட்டுகள் வழியாக இறங்கி வரும்போதில் ...

"அண்ணையவை ... நான் மெற்றாஸிலையே உதச் சொல்லேல்லை எண்டு குறை நினைக்காதையுங்கோ ... நம்பிக் கொண்டு வந்த உங்களச் சோந்துபோகவிடக்கூடாது எண்டுதான் சொல்லேல்ல. அப்பிடியே சொல்லியிருந்தாலும் நீங்கள்

என்னதான் செய்திருப்பீங்கள்? திரும்பிப் போகிறதுக்கும் டிக்கட் இல்லை. அக்கா அட்ரஸில்லாமப் போட்டா ... எப்பிடியும் ஒரு கப்பல் தேடி ஏறுறதுதான் ... உவனக்கொண்டுதான் ... உங்களுக்கு இந்தச் சுத்துமாத்துத் தெரிஞ்சமாதிரிக் காட்டிக் கொள்ளாதேங்கோ ... நாங்கள் உவனிட்டக் குடுத்த காசில இஞ்ச தங்கிக்கொண்டே ஒரு கப்பல் தேடி ஏறுவம் ... உவன அறுத்துப்போட்டுத்தான் போறது ...” விஜயன் இப்போது பொருமினான். வெளியே வந்து பார்த்தால் ராபின் காணாமல் போய்விட்டிருந்தான்.

“தண்ணி அடிச்சுக்கொண்டும் ... ‘பூல் டேபிள்’ விளையாடிக் கொண்டும் 'ஸீமென்ஸ் க்ளப்பில' இருப்பான் ... பொறுக்கி ... வாங்கோ இன்னும் ரண்டு மூண்டு கொம்பனி அட்ரஸ் இருக்கு ... அப்ளிக்கேசன் குடுத்துப்போட்டுச் சாப்பிடப் போவம் ...” சொல்லிக்கொண்டே மற்றுமொரு நெடிய மாடிக்கட்டிடத்தினுள் நுழைந்த விஜயனோடு நாங்களும் இழுபட்டோம். மூன்று கப்பல் முகவர்களிடம் விண்ணப்பப் பத்திரங்களை நிரப்பிக் கொடுத்துவிட்டு ‘கேற் வே ஒஃவ் இந்தியா’ நோக்கி நடந்தோம். சிறிது நேரம் இந்தியாவின் நுழைவாயிலில் அமர்ந்து அரபிக் கடலின் குளிர்ந்த காற்றில் உச்சி வெயிலின் உஷ்ணம் தணித்துக்கொண்டும் ... கண்ணுக்கெட்டிய தூரத்தில் மிதந்துகொண்டிருந்த கப்பல்களில் வேலை கிட்டிவிட்டதான கனவுகளில் மிதந்தபடியும் பொழுதை ஓட்டிவிட்டு “போய்ச் சாப்பிடுவோம்” என்ற விஜயனின் அழைப்பின் பேரில் எழுந்து நடந்தோம்.

அந்தப் பளபளப்பும், படாடோபங்களும் நிறைந்துகிடந்த வாணிபத் தெருக்கள் ... பிரித்தானிய வரலாற்றின் பெருமைகளைப் பறைசாற்றிக்கொண்டிருந்த கட்டிடங்கள் ... பம்பாயின் இருதயத்து நாடிகளாகப் பொருளாதாரக் குருதியோடிக்கொண்டிருக்க ... கிழிந்த ... ஒட்டுப்போடப்பட்டிருந்த ‘ப்ளாஸ்டிக்’ கூரைகளின் கீழே ‘காட் போர்ட்’ தடுப்புகளால் சிறு குடிசைகளாக அமைந்திருந்த சேரிக் குடியிருப்புகள் ... தெருக்குழாய்களில் தண்ணீர் நிரப்பிக்கொள்ள அழுக்குப் பாத்திரங்களோடு முண்டியடித்துக்கொள்ளும் பரட்டைத் தலைக் குழந்தைகள் ... அருகே கல்லடுப்புகளில் பெரிய பெரிய பாத்திரங்களில் தாய்மார்களின் நெற்றி வியர்வை கசிந்து விழ, குர்மாவையும் சோற்றையும் கிளறிவிட்டுக்கொண்டிருக்கும் தாய்மார்கள் ... உணவுத் தயாரிப்பை உமிழ்நீர் ஊற்றெடுக்க அலுமீனியத் தட்டுக்களோடு உற்று நோக்கிக்கொண்டிருக்கும் தொழிலாளர் திலகங்கள் ... பம்பாயின் நாளங்களாக அழுக்குப்படிந்த குருதியை அதன் மனசாட்சிக்கு மீட்டுத் தந்துகொண்டிருந்தன. எதிர்காலப்

பாட்டாளிகளாக நாங்களும் அந்தப் புனித வேள்வியில் கலந்து ... கையேந்தி ... எங்கள் மதிய உணவை முடித்துக் கொண்டோம். அருள்ஜோதியை நினைத்துத்தான் உள்ளூர நான் பயந்துகொண்டிருந்தேன்.

இவ்வாறாக இரண்டு வாரங்கள் கழிந்தன. அந்த ஒரு ஞாயிற்றுக்கிழமை பம்பாயின் புகழ் வாய்ந்த மஹாலக்ஷ்மி கோயிலுக்குப் போனோம். அருள்ஜோதியும் கூட வந்தான். ஆச்சர்யமாக இருந்தது. கையெடுத்துக் கும்பிட்டானா என்பது இன்றுவரை ஞாபகத்தில் இல்லை. மூன்றாவது வாரம் ஆரம்பத்தில் இரண்டு நாட்கள் இவ்வாறாகவே அலைக் கழிந்தன. விண்ணப்பித்திருந்த கப்பல் ஏஜென்ஸிகளில் தினசரி காலையில் சென்று விசாரித்த பின்னரே வேறு முகவர்களிடம் செல்வதென்பது ஒரு நியமமாகவே ஆகிப்போனது. மூன்றாவது நாள் காலையிலும் அவ்வாறே சென்று ஒரு கம்பெனியில் விசாரித்தபோதில் ‘க்றீஸ்’ நாட்டில் ஒரு கிரேக்கக் கப்பல் கம்பெனிக்குச் சொந்தமான கப்பலொன்றில் ஊழியம் செய்ய காப்டன் முதற்கொண்டு கடைநிலை ஊழியர்வரை இருபத்தி ஏழு கடலோடிகள் தேவைப்படுகிறார்கள் என்றும்... மறுநாள் வியாழக்கிழமை நேர்முகத் தேர்வு நடக்க இருப்பதாகவும்... ஊதியம் பற்றிய தகவல்களைத் தெரிந்துகொள்ளலாம் என்றும் சாதகமான ஒரு தெம்பூட்டும் செய்தி கிடைத்தது.

எங்கள் நால்வருக்கும் உள்ளூர ஒரு சிறுதுளி நம்பிக்கை சுரந்தாலும் சம்பளங்கள் சரிவருமா ... அடமானம் வைத்த நகைகளை மீட்டெடுப்பது மட்டுமல்ல ... நாலு காசு கையிலும் மிதக்குமா ... ஒரு சிறு கப்பல் பணக்காரனாய் ஊர் திரும்ப இயலுமா ... அல்லது பட்ட கடன் தீர்ப்பதற்காக மட்டுமே மாய்வதா ... நம்பகத்தன்மை இல்லாத கிரேக்கத்துக் கம்பெனிகளின் கப்பலில் வேலைக்குச் சேர்ந்து நடுவில் ஏதாவது ஆகிப்போய்த் திருப்பியனுப்பிவிட்டால் ... திரும்பவும் பம்பாய்க்கு வந்து அலுமினியத் தட்டைக் கையில் ஏந்துவதா ... அல்லது ஊருக்குத் திரும்பிப் போய் சிறைக் கம்பிகளில் நஷ்டக் கணக்கை எண்ணிக்கொண்டிருப்பதா ... என்றவாறெல்லாம் வாதப்பிரதி வாதங்களில் இந்தியாவின் நுழைவாயிலில் கடலைப்பார்த்த படிக்குப் பொழுது படும்வரை ஈடுபட்டுக்கொண்டிருந்துவிட்டு ‘எதற்கும் நாளைக்குப் பார்ப்போம்’ என்ற முடிவோடு அவரவர் தங்குமடங்களுக்குத் திரும்பினோம்.

அன்றிரவு அருள்ஜோதி இரண்டு மூன்று தடவைகள் படுக்கையை விட்டெழுந்து குளியலறைக்குப் போயும் வந்தும் கொண்டிருந்தான். என்ன செய்கிறது என்று நான் கேட்டதற்கு

“வாந்தி வாறமாதிரி இருக்கு மச்சான்... ஆனா வாறதில்லை... வயித்தப் பிரட்டிக்கொண்டிருக்கு ...” என்றான். நான் பயந்தமாதிரியே ஏதாவதாகித் தொலைக்குமோ ... என்று குழம்பிக்கொள்கையில் அவன் படுக்கையை விட்டெழுந்து நான்காவது தடவையாகக் குளியலறைக்குப் போகையில் நானும் கூடப் போனேன். இந்த முறை பகலில் சாப்பிட்ட உணவு அரைகுறையாய்ச் சமீபாடடைந்த நிலையில் வெளியே வந்துவிட்டது. “சரியாய்ச் செமிக்கேல்லப்போல ... எனக்கும் நாலஞ்சு நாளா வயித்தப் பிரட்டிறதும்... கக்கூஸுக்கு வராமலும் அடச்சுக்கொண்டுதான் இருந்தது மச்சான் ... உனக்கு இப்ப எல்லாம் வந்திட்டுது வெளிய... அது சரியாயிரும்... நாளைக்குப் பாரேன்...” என்ற ஒரு பச்சைப் பொய்யைச் சொல்லி அவனைத் திரும்பவும் படுக்கைக்குக் கூட்டி வந்தேன். அன்றிரவு முழுவதும் நான் தூங்கவேயில்லை. வாந்தி எடுத்த பலஹீனத்தில் மறுநாள் காலையில் நான் எழுப்பும் வரை அவன் நித்திரையாயிருந்தான்.

வியாழக்கிழமை காலையில் நாங்கள் நால்வரும் ஸீமென்ஸ் க்ளப்பில் சந்தித்துக்கொண்டு நரீமன் பாய்ன்டை நோக்கி நடந்தோம். அருள்ஜோதி சோர்ந்து போய்க் களைத்திருந்தான். எப்படியும் ஒரு கப்பலில் வேலை கிடைத்துவிடும் என்கிற நம்பிக்கைகளை நான் வாய்விட்டுப் பேசிக்கொண்டே நடந்ததில் தெம்பு அவன் உடலைச் சுமந்துகொண்டு பம்பாய்த் தெருக்களினூடே ஊர்ந்தது. “ஜெய்ராம் ஷிப்பிங் ஏஜென்ஸி” என்று பளபளப்பாகப் பித்தளைத் தகட்டில் எழுதப்பட்டிருந்த கதவைத் திறந்து உள்ளே நுழைந்தால் அந்த வரவேற்பறை பலரால் ஏற்கெனவே நிறைந்திருந்தது. ‘இவ்வளவு பேர்களுக்கு மத்தியில் எமது பொய்களுக்கு வேலை கிடைத்துவிடுமா ...’ என்ற பயம் மனதைச் சற்றே தளரவைத்தது. ஆயினும் எழில்கள் ஒன்று கூடித் திரண்டிருந்த ... பிறைநுதலில் சிகை அலட்சியமாகத் தவழ ... குருதி நிறத்தில் உதட்டுச் சாயம் பூசியிருந்த ‘ரிஸப்ஷனிஸ்ட்’ ஒவ்வொருவரையும் பெயர்சொல்லி அழைத்து மற்றுமொரு அறைக்குள்ளே அனுப்பிக்கொண்டிருந்த இங்கிதத்தில்... இதோ... நம்ம பெயரையும் இன்னும் சில பொழுதில் உச்சரிக்கப் போகிறாள் ... என்ற எதிர்பார்ப்பு உற்சாகத்தைத் தந்தது.

அந்தப் போதும் வந்தது. அவள் இதழ் பிரித்து அழைத்த ராசியோ என்னவோ... எங்கள் நால்வருக்கும் வேலை கிடைத்து விட்டது. ஜெயக்குமார் ‘மெஸ் பாய்’ ஆனான். விஜயன் ‘ஆய்லர்’ ஆகத் தேர்ந்தெடுக்கப்பட்டான். அருள்ஜோதியும், நானும் ‘ஏபிள் பாடீட் ஸீமென்’ ஆக ஏற்கப்பட்டுவிட்டோம். ஆக மொத்தம் எங்களது பொய்கள் அங்கீகரிக்கப்பட்டுவிட்டன. இந்தப் பாவங்களின் விலையை நாம் ஏற்பதா ... விடுவதா என்பது

தான் இப்போது எமக்கு முன்னால் இருக்கும் வினாக்குறி. ஊரில் முப்பதினாயிரம் ரூபாய்களை அக்காவிடம் கொடுத்தபோது உறுதியளிக்கப்பட்ட சம்பளத்தில் பாதிக்கும் குறைவாகவே பேரம் பேசப்பட்டது. உடன்பட்டால் மறுநாள் காலை மீண்டும் இங்கே வந்து ஒப்பந்தப் பத்திரத்தில் கைச்சாத்திடவேண்டும். முரண்பட்டால் கையில் அலுமினியத் தட்டைத் தொடர்ந்தும் ஏந்த வேண்டும். ஒத்துக்கொண்டால் ஒரு வாரத்தில் ஏதென்ஸ் நகருக்கு விமானப் பயணம் என்று அறிவுறுத்தப்பட்டிருந்தது நேர் முகத் தேர்வில். திரிசங்கு சொர்க்கத்தில் நாங்கள் திளைத்தோம்!

மீளவும் எங்களுக்காகிய முருங்கையான 'கேட் வே ஒஃவ் இந்தியா' வந்து அரபிக் கடலைப் பார்த்தபடி சாதக பாதகங்களை விவாதித்தோம். அருள்ஜோதி அடியோடு மறுத்துவிட்டான். எப்படியாவது யாழ்ப்பாணத்துச் சுண்டிக்குளிக்குப் போய் பணத்தை வாங்கத்தான் வாங்குவேன்... என்கிற பிடிவாதத்தில் இருந்தான்.

"உதெல்லாம் நடக்கப்போற விசயமில்லை அண்ணை..." என்று சொல்லிக்கொண்ட விஜயனோடு நானும், ஜெயக்குமாரும் "நாளைக்குக் கொன்றாக்ட் சைன் பண்ணிவிடுவோம்..." என்று முடிவெடுத்தோம். "மச்சான் அருள்... நீ திரும்பிப் போய் அவளிட்டக் காசத் திருப்பி எடுத்திடுவாய் எண்டதுக்கு ஏதொரு உத்தரவாதமும் இல்லடா... சரி... அப்பிடியே போறதெண்டாலும்... நாங்கள் வந்தது 'வண் வே டிக்கட்டில' தானே? காசு கையில இருக்காடா..?" என்றேன். அதற்கு அவன் "இருக்கிற காசோட சென்னைக்குப் போய் அங்க இருந்து ராமேஸ்வரம் போய்... பிறகு கப்பலில மன்னாருக்குப் போய்... யாழ்ப்பாணம் போவன்டா..." என்றான். "அலையத்தான் போறன்... எண்டுறியள்... எப்பிடியோ ஒரு கப்பலில ஏறத்தான் ஏறுவன் எண்டு நிக்கிறியள்... இல்லையா அண்ணை?" என்று சிரித்தபடியே சொன்ன விஜயனை ஒரு முறை முறைத்தான் அருள்ஜோதி.

காலக்கிழவன் போடும் புதிர்களை அவிழ்க்க முடியாத நாங்கள் அவரவர் மடங்களுக்குத் திரும்பினோம். அன்றிரவு அருள்ஜோதிக்குக் கடுமையான வயிற்றுப்போக்கு. நான் பயந்ததுபோலவே ஊரில் அவனுக்கு அவ்வப்போதில் நேரும் 'அமீபயஸிஸ்' இப்போதும். அந்த நள்ளிரவில் எங்கே போய் என்ன செய்வதென்றே தெரியவில்லை. மறுநாள் காலையில் அவன் தூக்கத்திலிருக்க நான் கீழே போய் 'யுத் ஹாஸ்டல்' அலுவலகத்திலிருந்த பணியாளரிடம் விஷயத்தைச் சொல்லி என்ன செய்யலாம் என்று வினவ அவர் சில மாத்திரை களைத் தந்தார். மேலே போய் அருள்ஜோதியை எழுப்பி

போட்டுக்கொள்ளும்படி கொடுத்துவிட்டு வெளியேறி விஜயன், ஜெயக்குமார் ஆகியோருடன் "ஜெய்ராம் ஷிப்பிங் ஏஜென்ஸி" சென்று ஒப்பந்தப் பத்திரங்களில் கையெழுத்துப் போட்டுவிட்டு விஜயனிடம் அருள்ஜோதியின் நிலைமையைச் சொன்னேன். "வாங்கோ அண்ணை ... போய்ப் பாப்பம் ... அங்கினேக்க ஒரு தர்ம ஆஸ்பத்திரி ஒண்டு இருக்கு ... சரிவராட்டிக்கொண்டே காட்டுவம் ..." என்று பரபரப்போடு உடன் வந்தான்.

வை.எம்.சி.ஏ யுத் ஹாஸ்டலுக்குத் திரும்பிவந்தபோது துவண்டுபோய் அந்த நார்க்கட்டிலின் நார்களிலொன்றாக இழைந்திருந்தான் அருள்ஜோதி. துடித்துப்போன நாங்கள் ஒருவாறு அவனை எழுப்பி உடுத்தி மெதுவாக கைத்தாங்கலாக அழைத்துக்கொண்டு அருகிலேயே இருந்த விஜயன் சொன்ன தர்மாஸ்பத்திரிக்குக் கொண்டுசென்றோம். ஒரு பெண் மருத்துவர் அவனைப் பரிசோதித்துவிட்டு தொடர்ச்சியான வயிற்றுப் போக்கால் சக்தி குன்றியிருக்கிறார் என்றும் குணமாகும் வரை மருத்துவமனையிலேயே தங்கவேண்டியிருக்கும் என்றும் சொல்லி சில மாத்திரைகளையும், 'டாணிக்கையும்' வாங்கிவரும்படி எழுதித் தந்தார். அருள்ஜோதியை அங்கே அனுமதித்து ... ஜெயக்குமாரை உடனிருத்திவிட்டு நானும் விஜயனுமாக வெளியே போய் சற்றுத் தொலைவிலிருந்த மருந்துக்கடையில் அவற்றை வாங்கிக்கொண்டு திரும்பி வந்தோம். விஜயன்தான் பணம் கொடுத்தான். கொஞ்சநேரம் பேசிக்கொண்டிருந்தோம். மாத்திரைகளின் வேகத்தாலோ என்னவோ அவன் சிறிது நேரத்தில் நன்கு தூங்கிப்போனான். தர்மாஸ்பத்திரியை விட்டு நாங்கள் மூவரும் வெளியே வந்து பைகுல்லா நகரத்துச் சாலைகளில் இலக்கில்லாது நடந்தோம். சிறிது நேரம் யாரும் எதுவும் பேசிக்கொள்ளவில்லை. அந்த மௌனத்தை விஜயன்தான் கலைத்தான்.

"அருளண்ணைக்கு வந்த இடத்தில உப்பிடியொரு வருத்தம் வந்திட்டுது ... முந்தியும் ஊரில அடிக்கடி வந்ததெண்டுறியள். உதோட கப்பல்ல வேலை செய்யிறது கஷ்டம் ... அதிலயும் ஏ.பீ. சீமெனாகக் கப்பலேறினால் ... நடுவில உப்பிடி வந்திட்டுதெண்டால் திருப்பியனுப்பிப் போடுவாங்கள். கடலில சும்மாவே சத்தி வரும். ஊரில நான் நயினாதீவுக்கு லோஞ்ச்சில போகேக்கயே சத்தி சத்தியா எடுத்திருக்கிறன் ... அருளண்ணையின்ர உடம்பில இப்ப இருக்கிற 'எனேர்சி'யோட ராமேஸ்வரம் போய் ... மன்னார் போய் ... சுண்டிக்குளிவரைக்கும் போய்ச்சேர மாட்டார். அண்ணை ... நான் சொல்லுறதக் கேளுங்கோ ... யாழ்ப்பாணத்தில வேல செய்யிற உங்கட பிறெண்ட் தானே உங்கள அந்தச் சுண்டிக்குளி வேசையிட்டக் கூட்டிக்கொண்டு

போனவர். அருளண்ணையும் அவருமாச் சேந்து அந்தக் கடைக்காரன கொஞ்சம் வெருட்டிக்கிருட்டி காசத் திருப்பி எடுக்கிற வழியப்பாருங்கோ . . . நான் உந்தத் தண்ணிக்கேஸ் றொபின் கந்தப்பனிட்ட அடிச்ச காசு கொஞ்சம் இருக்கு . . . அதில பொம்பேயில இருந்து கொழும்புக்குப் போறமாதிரி ஒரு டிக்கட் போட்டு அண்ணையப் பிளேனில ஊருக்கு அனுப்புவம் . . . அந்தத் தோறை எங்களப்போல கனபேரைப் பேயராக்கி இஞ்ச கொண்டுவந்து விட்டவள் . . . அதில பாதிப்பேயர் எங்களைப்போல உந்தப் பிச்சைச் சம்பளத்தில கப்பலேறிப்போட்டினம் . . . மிச்சப்பேயர் 'ஊரில போய் இயக்கக்காரப் பெடியளவச்சு அவள என்னெய்யிறனெண்டு பாருங்கோவன் . . .' எண்டு முறுகிக்கொண்டு போனவை . . . அவையின்ர 'ரிஸல்ஸ்' என்னெண்டு தெரியேல்ல . . . இப்ப கிடைச்ச கப்பலில ஏறுவம் . . . கொஞ்சக்காலம் வேலை பழகிப்போட்டு நல்ல ஒரு பொருத்தமான 'போர்ட்' வரேக்குள்ள அங்க பாஞ்சிருவம் . . . பிறகு 'ஓவர்லான்ட்டாக' எங்கயாவது போய் ஒதுங்குவம் . . . எங்களுக்கு இன்னும் ஒரு கிழமை இருக்கு . . . அருளண்ணைக்கு ஓரளவு சுகமான பிறகு அவரைக் கொண்டுபோய் பிளேனேத்தி விட்டிடுவம் . . . எனக்குத் தெரிஞ்ச ஒரு ரவல் ஏயன்ஸி இருக்கு . . . நாளைக்கே போய் விசாரிப்பம் . . . சரியா அண்ணை?"

இதனைத்தான் உலக வரைபடங்களை தாண்டி உய்ய விளையும் மனிதநேயமென்பதா? எங்கோ பிறந்து எங்கேயோ வளர்ந்து பூமிப்பந்தின் ஏதோவொரு புறத்தே சந்தித்து . . . துன்பங்களைப் பகிர்ந்து . . . அகத்தின் உள்ளார்ந்தே கிடக்கின்ற அன்பின் ஊற்றைச் சுரக்கப் பண்ணி . . . எனக்குப் பேச வரவில்லை. அந்தக் கணத்தில் விஜயன் எனக்குத் தெய்வமாய்த் தெரிந்தான். ஒவ்வொரு ஜீவனிலும் ஆண்டவன் தரித்தே இருக்கிறான் என்று அன்று புரிந்தது. ஆஸ்திகனோ நாஸ்திகனோ எல்லோரிலும் ஆத்மா குடியேறித்தான் இருக்கிறது. புனிதர் பிரான்ஸிஸ் அஸிஸியாருக்கு மானஸீகமாக நன்றி சொல்லிக்கொண்டேன்.

அதன் பிறகு எல்லாமே மள . . . மளவென்று நடந்தேறிவிட்டது. மூன்று நாட்களின் பின்னர் அருள்ஜோதி உடல்நிலை தேறினான். ஒரு வெள்ளிக்கிழமை மதியம் பம்பாய் சாந்தாக்ரூஸ் விமான நிலையத்திற்கு மின்சார ரயிலில் நால்வரும் சென்றோம். அருள்ஜோதி சிறிது நேரம் விஜயனைக் கட்டிக்கொண்டிருந்தான். வாயிலிருந்து வார்த்தைகள் எதுவும் வந்ததாக ஞாபகமில்லை. எங்கள் நால்வரின் கண்களும் நீர்த்துக்கிடந்தன. அதுதான் நான் எனது நண்பனைக் கடைசித் தடவையாகப் பார்த்தது. ஒரு

சிறிய அவகாசத்தில் விமானம் கிளம்பி மேகக்கூட்டங்களை ஊடுருவித் தொலைந்தது. நாங்களும் அதனூடே தொலைய நான்கு நாட்கள் இருந்தன.

'யுத் ஹாஸ்டலில்' அருள்ஜோதி தூங்கிய படுக்கையில் புதிதாக பெங்களூரைச் சேர்ந்த லக்ஷ்மண் என்ற இளைஞர் அமர்ந்திருந்தார். அவர் ஓர் இசைப்பிரியர். பிறகென்ன . . . சினேகமாகிவிட்டார். மத்தியக் கிழக்கில் வேலை வாய்ப்புத் தேடி வந்தாராம். அவருடன் ஊர் சுற்றினோம். பம்பாய் மினர்வா திரையரங்கில் 'சங்கராபரணம்' பார்த்தோம். நான்கு நாட்களும் நான்கே மணி நேரமாகி மறைந்தன. மீண்டும் சாந்தாக்ரூஸ் விமானநிலையத்திற்கு மின்சாரரயிலில் லக்ஷமணோடு நால்வராகிச் சென்றோம். நான்கே நாள் பழக்கத்தில் அந்த மனிதரின் கண்களும் கலங்கியிருந்தன. எதிர்காலம் சிறக்கப் பரஸ்பரம் வாழ்த்திக்கொண்டோம் . . . . . விடைபெற்றோம். விமானத்தில் தொலைந்தோம்.

இதோ . . . நடுக்கடலில் கப்பலின் மேற்தளத்தில் நின்று நிலவு பூத்த மேகங்களில்லாத வானத்தையும், தெளிந்த கடலின் நீர்ப்பரப்பையும் முன்னூற்றிஅறுபது பாகையிலும் சுற்றிப் பார்க்கும்போதில் ஒருசமயம் முழுவதுமே கடற்கோளமாக இருப்பது போலவும் இன்னொரு சமயம் அனைத்துமே வானத்தின் கோளமாக இருப்பது போலவும் இரண்டு பூதங்களுமே சித்து விளையாட்டுக்கள் காட்டிக்கொண்டிருப்பதைப் பார்த்து வியந்து கொண்டிருக்கிறேன் ஔரோறா என்ற கப்பலின் பெயருக்கேற்ப வைகறை விண்ணொளியெழும்வரை.

14

வாழைமரச் சோதி

இலங்கைத் தீவின் கிழக்கு மாகாணத்தின் தலை நகரமான திருக்கோணமலை ஒரு விசித்திர மான பூமி. அபூர்வமான மனிதர்கள். எல்லா இனங்களும் இணைந்தே இருந்தன ... எல்லா மதங்களும் இணக்கமாகவே இருந்தன . . . தென்னிலங்கை அரசியல்வாதிகள் கற்களைத் தட்டித் துவேஷத் தீயை மூட்டும் வரை. குளக்கோட்டு முதலி பரம்பரையில் வந்த இந்துத் தமிழர்கள் . . . இஸ்லாமியத் தமிழர்கள் ... காலகாலமாகவே வாழ்ந்துவந்த பௌத்த, கிறிஸ்தவ சிங்களவர்கள்... போச்சுக்கீசிய, பிரித்தானிய, பிரெஞ்சுக் கலப்பினத் தவர்கள் . . . எப்போது, எப்படி வந்தார்கள் என்பதற்கு வரலாற்றுக் குறிப்பில்லாத சீனர்கள் . . . இந்திய வம்ஸாவழித் தமிழர்கள் . . . வடமராட்சித் தமிழர்கள் . . . சிறு குழந்தையாய்க் காட்டில் தொலைந்துபோய்க் கரடியால் வளர்க்கப்பட்டு நகருக்குத் திரும்பியவர்கள்... இப்படியாகப் பல்லினக் கலாச்சாரம் வேரோடிக்கிடந்த பெரு நகரம்.

கடலும் மலையும் சூழ்ந்த திருக்கோணமலை மண்ணில் பிறந்து வளர்ந்தவர்களிடையே ஒரு பொதுவான மனோபாவம் உண்டு. எனக்களிக்கப் பட்ட இன்றைய தினத்தை மனநிறைவோடு வாழ்ந்து முடிக்கவேண்டும் ... நாளைகளைப் பற்றி அலட்டிக் கொள்ளக் கூடாது என்ற அமைதி இலகுவில் தூக்கத்தை வரவழைத்துவிடும். நாளெல்லாம் பாடுபட்டுப் பரம்பரைக்குச் சொத்து பத்தைச் சேர்த்து வைத்துவிட்டு ஒரு நாளைத்தானும் அனுபவிக்காது மண்டையைப் போடும் பொருளாதாரச் சாமர்த்திய

நுட்பங்களை இவர்கள் அறிந்தார்களில்லை. இதனாலேயே ஒரு வளவுக்குள்ளே ஏழெட்டு ஒண்டுக் குடித்தனங்களில் சுருங்கிப்போய் குறைந்தபட்ச வசதிகளே போதும் என்கிற திருப்திகளில் வாழ்பவர்கள். நூற்றைம்பது . . . இருநூறு வருடப் பழைமைவாய்ந்த சித்தோட்டு வீடுகள் வரலாற்றுச் சின்னங்களாக வாரிசுகளால் வாழ்ந்துகொண்டிருக்கின்றன. திருக்கோணேச்வரசாமி மலைக்கு மேலிருப்பதால் மாடிவீடு கட்டிக்கொண்டு வாழ்ந்தால் பழி நேரும் என்கிற பயப்பிராந்தி வேறு! அறிவும் அறியாமையும் புணர்ந்துகொள்ள வாழ்வைத் தொடரும் இவர்களுக்கு 'டொக்யாட்' கடற்படைத் தளத்திலோ . . . துறைமுகச் சரக்குக் கூட்டுத்தாபனத்திலோ . . . சீனன் குடா விமானப்படைத் தளத்திலோ . . . அப்பன் செய்த வேலையை வாரிசுகள் இலகுவில் ஸ்வீகரித்துக்கொள்ள முடிந்ததனால் பிரித்தானிய க்றிஸ்தவ மிஷனரிகள் மலையகத் தோட்டத் தொழிலாளர்களுக்குக் கொடுத்தால் தேயிலை, ரப்பர் தோட்டங்களுக்குள்ளே 'யூனியன்' தொடங்கிவிடுவார்கள் என்ற பயத்தில் கல்வியை ஒளித்தே வைத்ததேபோல இவர்களுக்கும் கல்வி வேண்டாம் என்று தீர்மானித்துவிட்டார்கள். இதனால் திருக்கோணமலை மாவட்டத்து மக்கள் தமக்கான பாடசாலைகளைத் தாமே கட்டிக் கொண்டார்கள். இதனைச் சாத்தியமாக்கியவர்கள் பரம்பரைச் சொத்துரித்து உள்ளவர்களும் . . . இராமக்ருஷ்ண மிஷனரி இந்துக் கல்வி நிலையங்களும். பெரும்பான்மையானவர்கள் சுயம்புவாகவே கல்வி, கலை, இலக்கியங்களில் தேர்ச்சி பெற்றார்கள். அலைகளை மீறி ஆழ்கடல் சென்றார்கள். கடற் தொழிலில் கரை கண்டார்கள். இயந்திரத் தொழில்நுட்பங்களை அறிந்து தேர்ந்தார்கள். இவர்களுள் சோதியும் ஒருவன்.

கோணேச்வர பூமியின் வரலாற்றில் முதன்முதலாக அத்து மீறிக் குடியேறிய தமிழன் சோதி. இவனது மூலம் யாருக்கும் தெரியாது. ஆனால் திருக்கோணமலையான்தான் என்பதில் யாருக்கும் இரண்டாவது அபிப்பிராயம் இருந்திருக்கவில்லை. நகரின் நாடிகளாக வடகரை வீதி, மத்திய வீதி, பிரதான வீதி ஆகியவை விபூதிப்பட்டை இட்டதுபோல சமாந்தரமாக கடல் முகப்பிலிருந்து வலதுபுறம் கொடி போலக் கடற்காற்றில் பறக்க . . . மூன்றையும் இணைத்துக்கொண்டு வங்காள விரிகுடாக் கடலுக்குச் சமாந்தரமாகக் கொடிஸ்தம்பம்போல . . . 'மக் ஹெய்ஸ்ஸர் ஸ்டேடியத்தை' உள்ளடக்கிப் பரந்து விரிந்துகிடந்த முற்றவெளியை . . . ஊடறுத்துக்கொண்டு திருக்கோணமலைக் கடற்படைத் தளத்தை நோக்கிச் செல்கிறது 'டொக்யாட்' வீதி. வீதியின் இடதுபுறத்தே . . . பகல் முழுவதும் சூரியக் கதிர்களை

உள்வாங்கிக்கொண்டிருந்த கந்தக பூமி . . . இரவில் உஷ்ணத்தை வெளியே கக்கினாலும் . . . பச்சையத்தைத் தன்னிடத்தே தக்கவைத்துக்கொண்டிருந்த முற்றவெளிப் புற்பரப்பின் ஓரத்தில் பளிச்சென்று சாணத்தால் மெழுகிய தரையில் ஆறடிக்கு ஆறடியாகச் சதுர வடிவில் . . . சுவராகவும், கூரையாகவும், வாசற் கதவாகவும் தார்ப் பீப்பாவின் தகரங்களின் கட்டுமானத்தில் இலங்கிய வர்த்தக நிலையம் சோதிக்குச் சொந்தமானதாகச் சோதி மட்டுமே கருதிக்கொண்டிருந்தான்.

கடைவாசலின் வலதுபுறம் தரையில் ஊன்றப்பட்டிருந்த கெவருடன் கூடிய தடியொன்றில்... தேய்ந்துபோய்க் கம்பிகள் பல்லிளித்துக்கொண்டிருந்த சைக்கிள் டயர் இரண்டு தொங்கிக்கொண்டு மென்காற்றில் ஆடிக்கொண்டிருந்தன. கவித்துவமான திருக்கோணமலையில் குறியீடு, படிமம் இவற்றால் அறிவுறுத்தப்படும் தரவுகளின் அடிப்படையில் அது ஒரு துவிச்சக்கர வண்டிகள் திருத்தும் நிலையம். எதிரே இராமக்ருஷ்ண மிஷன் இந்துக் கல்லூரியும், அருகே கோணேச்வர வித்யாலயமும் ஆண்கள் கல்வி நிலையங்களாக இருந்ததனால் நோய்வாய்ப்பட்ட ஈருருளிகளுக்குத் தட்டுப்பாடில்லாது சோதியின் தொழில் நன்றாகவே நடந்துகொண்டிருந்தது.

சோதிக்கு ஆறாவது பராயத்தில் ஒரு மூன்று சக்கர வண்டி கிடைத்ததாம். அவன் அதை அக்கு வேறு . . . ஆணி வேறாகக் கழற்றிவிட்டுப் பிரித்தெடுத்த பாகங்களை மீண்டும் பொருத்த முயன்றபோது கணிசமான உதிரிப் பாகங்கள் நிராகரிக்கப் பட்ட நிலையில் நிராதரவாகக் கிடந்தனவாம். எனினும் மீளப் பொருத்திய வண்டியில் சவாரிக்கு முயன்றபோதோ . . . குண்டி அடிபட விழுந்து வலது முழங்கையை ஒடித்துக்கொண்டானாம். மூன்று வாரங்கள் தாங்கொணா வலியோடும் . . . முறிவு, நெளிவு, சுழுக்குப் பரியாரி புக்கை வைத்துப் பத்துப் போட்டுவிட்ட முழங்கைக் கட்டுக்குள் அரிப்பெடுத்தபோது சொறிந்து கொடுக்க இயலாமற் போன எரிச்சலில் . . . குணமான பின்னர் தொடர்ந்தும் முயன்று . . . முயன்று மூன்று சக்கரங்களிலிருந்து இரண்டு சக்கரங்ளுக்கு உயர்ந்தானாம் . . . தனது பதினாறாம் அகவையில். “அன்று அடிபட்ட குண்டி . . . இன்று நிரப்புகிறதென் வண்டி . . .” என்று கவிதை வேறு!

நானும் எனது நண்பர்களில் சிலரும் சோதிக்கு விசுவாசமான வாடிக்கையாளர்கள். எனது பழைய ‘றலி’ சைக்கிளுக்கு அடிக்கடி உபாதைகள் ஏற்படும். கல்லோ முள்ளோ குத்தி ‘ட்யூப்’ ஓட்டையாகிவிடும். முள் குத்திக் காற்றுப்போனால் உபயோக்கிக்கப் படாத பழைய ‘ட்யூப்’ பிலிருந்து வட்ட வடிவமாக

வெட்டியெடுத்த ரப்பரைப் பசை போட்டு ஒட்டிக்கொடுப்பான் சோதி. இதற்குப் பெரிய செலவாகாது. ஆணியோ கல்லோ குத்திய பெரிய ஓட்டையானால் 'கல்வனைஸ்' பண்ணவேண்டும் என்று சொல்லிச் சிவப்பு நிறத்தில் ஒரு ரப்பர் கட்டியை நெருப்பில் உருக்கி அம்சமாக மெழுகி ஒட்டிக்கொடுப்பான். அது அசப்பில் பார்த்தால் அவனது கடைக்கு எதிர்ப்பக்கம் இருக்கும் பத்ரகாளி அம்மன் கோவிலின் மூல விக்ரஹத்திற்குக் குங்குமம் பூசிவிட்டது போலத் திகழும். இந்தக் கலையம்சத்திற்குக் கொஞ்சம் அதிகத் தொகை தேவைப்படும். காசு எனது கையைக் கடிக்கும் சமயங்களில் 'கல்வனைஸ்' பண்ணவேண்டிவந்தால் சோதி என்னிடம் பணம் கேட்க மாட்டான். பதிலாக பாலமுரளி க்ருஷ்ணாவின் 'ஒரு நாள் போதுமா . . .' வைப் பாடவேண்டும். முள்ளுக் குத்தினால் எஸ்.பி.பி. யின் 'இயற்கை என்னும் இளைய கன்னி . . .' போதும். ஓட்டைக்குத் தகுந்த பாட்டுகளாக எடுத்து விட வேண்டியிருக்கும். இவை போக 'ப்ரேக்' அறுந்து போனால் பி.பி. ஸ்ரீநிவாஸ், 'பக்கிள்' எடுப்பதற்குப் பாகவதர் . . . இப்படியாக ஒரு பட்டியலே வைத்திருந்தான்.

ஆள் நல்ல ரசிகன். வாடிக்கை இல்லாத நேரங்களில் நிறையவே வாசித்துக்கொண்டிருப்பான். நான் காலையில் கிறிஸ்தோப்பரின் கடல் அனுபவங்களை அவனது தெருவோர மீன் கடையில் அறிந்துகொண்டு மத்தியானம் திரும்பியதும் சோதியின் சைக்கிள் கடைக்கு வந்து பேசிக்கொண்டிருப்பேன். நடுப்பகலின் வெய்யிலுக்கு அந்த முற்றவெளிக் கடற்காற்று இதமாகவிருக்கும். வெப்பநிலையையும் . . . அன்றைய எமது நிதிநிலையையும் பொறுத்து சைக்கிள் கடைக்கு நேரெதிரே இருந்த 'ஃவ்ளோரா ஃவெளன்டன்' இல் ஐஸ்க்றீமோ . . . அல்லது அருகே இருந்த 'நெஸ்க்கஃவே'யில் போண்டா . . . உழுந்து வடை . . . ப்ளெய்ன் டீ . . . இப்படியாக வாழ்வு நகர்ந்து கொண்டிருக்க . . . ஒரு நாள் மதியம் நான் சோதியிடம் போன போது ஆளைக் காணவில்லை. அவனது தகரக்கடை தரையோடு தரையாகக் கிடந்தது. 'நெஸ்க்கஃவே'யில் விசாரித்தபோது திருக்கோணமலை நகராட்சி மன்றத்திற்குச் சொந்தமான முற்ற வெளியில் அத்துமீறிக் கடைவைத்த காரணத்தால் நகராட்சித் தலைவி சரஸ்வதி சுவாமிநாதன் ஆணைப்படி 'புள் டோஸர்' கொண்டு தகர்த்துவிட்டார்களாம். பதறிப்போன நான் அடித்துப் பிய்த்துக்கொண்டு ஓடிப்போய் மணிகூட்டுக் கோபுரத்தின் அருகே பார்த்தால் எனக்குச் சிரித்துத் தாங்க முடியவில்லை!

திருக்கோணமலை பேருந்து நிலையத்துக்கு முன்னால் இதே முற்றவெளியில் தார்ப் பீப்பாத் தகரங்களால் நிர்மாணிக்கப் பட்டு . . . சிங்களவர்களால் நடாத்தப்பட்டுக்கொண்டிருந்த

இருபத்து நான்கு மணிநேர உணவகமொன்றும், அருகே காலி 'ஜிம்கானா' குதிரைப் பந்தய 'புக்கி' யின் கடையும் சுறுசுறுப்பாக வியாபாரத்தைக் கவனித்துக்கொண்டிருந்தன. இரண்டு நாள் கழித்துப் போனபோது சோதி சிரித்துக்கொண்டிருந்தான். சைக்கிள் கடையோ புதுப் பொலிவோடு எழுந்து நின்றுகொண்டிருந்தது. இந்தச் சம்பவத்தைத் தொடர்ந்து மீண்டும் மீண்டும் அன்னையின் ஆணையைச் சிரமேற்கொண்ட நகராட்சி ஊழியர்கள் 'புள் டோஸருக்கே' அலுத்துப்போகும் அளவிற்கு, சோதியின் கடையைத் தகர்ப்பதும் . . . தன் முயற்சியில் சற்றும் மனம் தளராத சோதி மீண்டும் மீண்டும் உயிர்ப்பதும் வரலாறாகிக் கொண்டிருந்தது. "நானொரு வாழையடா . . . தம்பீ . . ." என்று எப்போதும் வீராப்பாகச் சொல்லிக்கொண்டே இருப்பான் சோதி.

இதே கால கட்டத்தில் திருக்கோணமலைப் புறநகர்ப் பகுதிகளில் . . . முடிக்குரிய காணிகளில் தென்னிலங்கைச் சிங்களவர்களின் அத்து மீறிய குடியேற்றங்களும்... வெலிக்கடைச் சிறைச்சாலையில் கொலை . . . கொள்ளை . . . கற்பழிப்பு போன்ற குற்றங்களில் தேர்ச்சி பெற்றுத் தண்டனை வழங்கப்பட்டிருந்த பட்டதாரிகளை இனவாதச் சிங்கள அரசின் ஆசீர்வாதங்களோடு குடியமர்த்தும் திட்டமிட்ட குடியேற்றங்களும் ஓசைப்படாமல் நடந்தேறிக்கொண்டிருந்தன. இதனைத் தமிழ் மக்களால் தேர்ந்தெடுக்கப்பட்ட தானைத் தலைவர்கள் கண்டும் காணாதிருந்துவிட்டனர். திருக்கோணமலை சுருங்கிக்கொண்டே வந்ததைத் திருக்கோணமலைத் தமிழர்களே உணர்ந்துகொள்ளத் தவறிவிட்டனர். ஏதோ ஒரு நாளில் தகர்க்கப்பட்டிருந்த சோதியின் சைக்கிள் கடை . . . நான் மறுநாள் சென்று பார்த்த போது மீண்டும் நிர்மாணிக்கப்பட்டிருக்கவேயில்லை. அதன் பிறகு சோதி என்வரையில் அணைந்தே போயிருந்தான் . . . அவனைப் பற்றிய ஒரு தகவலும் யாருக்கும் தெரிந்திருக்கவும் இல்லை. இது நடந்து ஒரு வருடத்தின் பின்னொரு நாளில் நானும் பம்பாய் கிளம்பிவிட்டேன் . . . கப்பலேற.

○○○

மெடிட்டரேனியன் கடலில்... சூயெஸ் கால்வாயின் வடபகுதி யான 'போர்ட் சையித்' இல் கால்வாயைக் கடப்பதற்காக நங்கூரமிட்டுக் காத்திருந்த எம்.வி.ஔரோறா கப்பலுக்கு மறுநாள் அதிகாலை ஐந்து மணிக்கெல்லாம் 'பைலட்' வந்து குதித்துவிட்டான். நாசித்துவாரங்களுக்கும், மேல்உதட்டுக்கும் நடுவே கால்வாயளவு இடைவெளியில் அடர்ந்து திரண்டிருந்த மீசையும் . . . அதேயளவில் புருவங்களுமாக . . . அலையலையாக

உப்பும் மிளகுத்தூளும் கலந்த தலைமுடியுமாக . . . ஆள் அசல் எகிப்தியன்தான். கடற்படையினருக்கே உரித்தான கம்பீரத்துடன் வெண்ணிற ஆடைகளோடு . . . பொன்னிற ஊலோகச் சின்னம் பொறித்த நீலநிறத் தொப்பியணிந்து கயிற்றேணி வழியாக மேலேறி வந்தவனை நான் 'ப்ரிட்ஜ்' இற்கு அழைத்துச் சென்றேன்.

கப்பலின் மேற்தளப் பணியாளர்கள் எல்லோருமே 'ஸ்டான்ட் பை' யிலிருந்தோம். 'பைலட்'டின் ஆணைகளைச் செவி மடுத்துக் கப்பலைக் கால்வாயினூடாகச் செலுத்துவதற்கு முதலில் ரஞ்ஜித் அனுப்பப்பட்டான். 'போட்ஸ்வெய்ன்' கோல்டியோடு... நானும், லூயிஜ்ஜியும் . . . நங்கூரத்தை மேலே இழுத்தெடுப்பதற்குப் பொறுப்பான 'கார்ப்பென்டர்' ரோஜே 'வாக்கி டாக்கி'யுடன் எந்த நிமிடமும் காப்டனிடமிருந்து வரப்போகும் ஆணைக்காக 'விஞ்ச்'சில் தயாராக . . . எல்லோரும் கப்பலின் முன்புறத்தில் நின்றிருந்தோம். அன்றைய காலையில் கடலுக்குள்ளால் முகிழ்த்துக் கிளம்பிய கதிரவனின் உதயம் கண்ணீரை வரவழைத்துவிட்டது. இதமான குளிர்ந்த காற்று சைனாய் பாலைவனத்திலிருந்து! என்னதான் உஷ்ணத்தை உவந்தேற்றுக்கொண்டுவரும் தென் திசைக் காற்றாயிருந்தாலும் தண்ணீர்ப் பெண்ணின் தழுவலில் தோற்றுத்தான் போய்விடுவான் போலும்! இப்படியேதான் திருக்கோணமலையிலும் அதிகாலைகள் இருந்தன. பூமிப் பந்தின் எந்தப் புறம் போனாலும் காலையின் காட்சிகளும், காற்றும் இப்படித்தான் இருக்கும் போலும்!

ஆறு மணிக்கு காப்டனிடமிருந்து நங்கூரத்தைத் தூக்கச் சொல்லி ரோஜேக்குக் கட்டளை வந்தது. 'ஸ்ரார்போர்ட் ஸைட்' நங்கூரத்தை 'விஞ்ச்' வழியாக மேலே இழுத்தெடுக்க... அது சமர்த்தாக வந்து அதன் துளைக்குள் அமர்ந்தது. ஐந்தே நிமிடங்களில் கப்பல் மெதுவாகக் கால்வாயின் தென்புறத்தே செங்கடலின் 'போர்ட் தௌஃவீக்' ஐ நோக்கிய பயணத்தைத் தொடங்கியது. 193.30 கிலோ மீட்டர்கள்... மணிக்கு எட்டுக் கடல் மைல்கள் அல்லது பதினைந்து கிலோ மீட்டர்கள் வேகத்தில்... சுமார் பதினாறு மணிநேரப் பயணம். 'சூயெஸ் கனல் ப்ரிட்ஜ்'ஐ அடையும்வரை ரஞ்ஜித்தும், லூயிஜ்ஜியும் கலத்தைச் செலுத்தினார்கள். அங்கிருந்து புதிய 'பைலட்'டோடு நானும் பின் செல்வராஜாவும் 'இஸ்மைல்லியா' வரை 'வீல்' பிடித்தோம். பின்பு ஸீஷெல்ஸ் ரோலன்ட்டும், பம்பாய் வாஸீம் காக்காவும் 'லேக் திம்ஷா' வரை ஓட்டினார்கள். அங்கிருந்து 'க்ரேட் பிட்டர் லேக்' இல் நங்கூரமிட்டு 'பைலட்' இறங்கிப் போக வேறொரு புதிய நடத்துநரோடு சூயெஸ் நகரிலிருக்கும் 'கல்ஃவ் ஆஃவ் சூயெஸ்' வந்தடையும்வரை மீண்டும் ரஞ்ஜித்திலிருந்து ஆரம்பித்து வாஸீம் காக்காவுடன் மிதந்துவந்து

செங்கடலுள் நுழைந்தோம். அதிகாலையில் மனோரம்யமான சூர்யோதயத்துடன் ஆரம்பித்த கால்வாய்க் கடப்பு... பன்னிரண்டு மணிநேரம் கடந்து பிரமிப்பூட்டும் அஸ்தமனக் காட்சிகளோடு அமைவுற்றபோது... ஏன் உலகின் பல பாகங்களிலும் இருந்து பலர் ஆபத்துகள் மலிந்த இந்தப் பாலைவனத்தை ஊடறுத்து மண்ணைப் பொன்னாக்கும் ரஸவாத வித்தையைக் கற்றுத்தேற ஒட்டகங்களோடு அலைகிறார்கள் என்ற உண்மை அனுபவமானது.

வாழ்வில் மறக்கவே முடியாத அனுபவமாகிப் போனது இந்தப் பயணம். வரும் வழியெல்லாம் பாலைவனத்தின் இரு கரைகளிலும் 1967லிருந்து 1973ஆம் ஆண்டுவரை நடந்த யுத்தத்தின் எச்சங்கள் ஆங்காங்கே மௌனசாட்சிகளாக இருந்தன. இந்த 'யொம் கிப்புர்' யுத்தம் மூண்ட காலப் பகுதியில் இலங்கையும் பாதிக்கப் பட்டது. எகிப்தின் ஜனாதிபதி அப்தல் நாஸர் சோவியத் யூனியனோடு குளிர்காய்ந்து இஸ்ரேலிய கப்பல்களைக் கால்வாயை உபயோகப்படுத்த அனுமதிக்காது போக... வெகுண்டெழுந்த இஸ்ரேல் ஸைனாய் குடாவைப் பிடித்து வைத்துக்கொள்ள . . . அதனை மீட்டெடுக்க மூண்ட யுத்தத்தில் எகிப்து சூயெஸ் கால்வாயை முற்றாக அடைத்துவிட... நடுவில் எட்டு வருடங்களாக மாட்டிக்கொண்ட பதினைந்து ஐரோப்பிய, அமெரிக்க, ஸ்கான்டிநேவியக் கப்பல்களின் பரிதாபக் கதைகளும்... 'கார்ட்டூன்' படங்களில் மிகைப்படுத்தப்படும் நாஸரின் மூக்கும்... ஒற்றைக் கண் தளபதி மோஷே தயானின் ஜகதலப்ரதாபங்களும் . . . நான் யாழ்ப்பாணத்தில் கல்வி கற்றுக் கொண்டிருந்த காலத்தில் சன சமூக நிலையங்களிலும், வாசிக சாலைகளிலும், முடி திருத்தும் நிலையங்களிலும் வரிசையில் நின்று தினசரிப் பத்திரிகைகளில் படித்தறிந்துகொண்ட ஞாபகங்கள் அணிவகுத்துவந்தன.

வெடிக்காது மணலில் புதையுண்ட குண்டுகளில் ஏதேனும் ஒன்று என்றாவது ஒரு நாள் எதேச்சையாக வெடிக்கும். யுத்தம் என்கிற தீ மூண்டுவிட்டால் எரிந்து முடிந்தாலும் நீறு பூத்திருக்கும். தணலாக இருக்கும் தீ இன்னுமொரு எரிவுக்குத் தருணம் பார்த்திருக்கும். அவ்வப்போது கண்ணிவெடிகளாய் வெடித்து அழிவுகளை நினைவூட்டி மனிதர்களை இணையவிடாது பார்த்துக்கொள்ளும். போர்களின் குணமே அதுதான். எழுந்த போர்த் தீ நீர்த்துப் போனதற்கான வரலாற்றுப் பதிவுகள் இல்லை.

கால்வாயைக் கடந்து செங்கடலினூடாகப் பயணித்துக் கொண்டிருக்கிறோம். இரவு பன்னிரண்டு மணியாகிவிட்டது. எனது காவற்கடமை மீண்டும் 'ஸெக்கன்ட்' ஆபீஸரோடு இணைந்துகொண்டது. வழமையே போல் கப்பலின் இடது

பக்கம் 'போர்ட் ஸைட்'இல் 'லுக் அவுட்' டில் நிற்கிறேன். சவுதி அரேபியாவைக் கடந்து எம்.வி.ஔரோறா செங்கடலின் இதமான அலைகளால் தாலாட்டப்படுகிறாள். புத்துணர்சி தரும் இளந்தென்றலோடு கடல் அமைதியாக விளங்கியது. தூரத்தே அரேபிய மீன்பிடி வள்ளங்கள் குறுக்கும் நெடுக்குமாகக் கார்த்திகை விளக்குத் தீபச்சட்டிகளைக் கடலில் மிதக்க விட்டது போலப் போய்க்கொண்டிருந்தது ரம்யமாக இருந்தது. ஓரிரு தினங்களில் ஐக்கிய அரபு அமீரகத்தின் 'ஜெட்டா' வில் எரிபொருள் நிரப்பிக்கொண்டு எமது 'வியட்னாம்' நெடும் பயணம் தொடரும் என்றும்... அனேகமாகப் புதிய 'சீஃவ் ஆபீஸரும்' 'ரேடியோ ஆபீஸரும்' இணைந்துகொள்ளச் சாத்தியங்கள் உண்டு என்றும் 'ஸெக்கன்ட்' சொன்னான். அதிகாலை நான்கு மணியாகிவிட்டது. அடுத்த 'வாட்ச்'இற்கு ரஞ்சித் வந்தான். சிறிது நேரம் பேசிக்கொண்டிருந்துவிட்டுப் போய்ப் படுத்துத் தூங்கிவிட்டேன்.

'ஸெக்கன்ட்' சொன்னது போலவே இரண்டு தினங்கள் கழிந்து ஒரு மத்தியானப்போதில் 'ஜெட்டா'வை அடைந்தோம். நங்கூரம் பாய்ச்சி நின்ற சில மணி நேரத்தில் எரிபொருளைச் சுமந்துகொண்டு 'பங்கர் பாஜ்' எமது கப்பலை அண்மித்தது. கப்பலின் வெளிப்புறத்துச் சுவரை உரசிவிடாதபடி 'ஃவெண்டர் களைக்' கட்டித் தொங்கவிட்டு 'பங்கர் பாஜ்'ஐ எமது கப்பலோடு இணைத்துக் கட்டி . . . 'பாஜ்' பணியாளர்கள் கப்பலினுள்ளே வருவதற்கு வகை செய்துவிட்டு நிமிர்ந்தால் "அட . . . யாரது? . . . தெரிந்த முகமாக இருக்கிறதே . . ." என்று நான் வாய்விட்டுச் சொல்லிக்கொண்டு பார்த்தால்... சோதி!

15

இடுக்கண் வந்தபின்னும் நகுக!

சிலுவையைச் சுமந்து கொண்டு 'கொல்கோதா' வுக்குப் போன இயேசு நாதரைப்போல் 'பங்கர் பாஜ்' இல் கறுத்த மலைப்பாம்பு போலச் சுருண்டிருந்த தடித்த றப்பர்க் குழாயின் ஒரு முனையை வலது தோளில் போட்டு இழுத்துக்கொண்டே எமது கப்பலுக்குள் தற்காலிகப் படிக்கட்டுகளால் இறங்கி வந்து ... அருகே நின்றுகொண்டிருந்த என்னை அடையாளம் கண்டுகொள்ள முடியாமல் ... வட்டமாக மூடியைத் திறந்துவைத்துக்கிடந்த எண்ணெய்ச் சேமிப்பு 'டாங்க்' இனுள்ளே அந்தக் குழாயை நுழைத்துவிட்டு நிமிர்ந்தான் சோதி.

அவனால் என்னை இனங்கண்டுகொள்ள இயலாது போனதற்கு நியாயமான காரணங்கள் நிறையவே உண்டு. பம்பாயிலிருந்து விமானத்தில் பறந்துவந்து ... கிரேக்கத்தின் தலை நகர் 'ஏதென்ஸ்' இல் தரைதட்டி ... அங்கிருந்து 'பெரமா' கப்பற் தளத்திற்கு வந்து ... அங்கு திருத்த வேலைகளில் ஈடுபட்டுக்கொண்டிருந்த எம்.வி. ஔரோறாவில் ஒரு பின்னிரவில் கால் பதித்ததிலிருந்து இன்றுவரை நான் முகச்சவரம் செய்துகொள்ளாதது முதலாவது காரணம். திருக்கோணமலையில் ஒரு கலைஞனாக ... இசையாசிரியனாக அறியப்பட்டிருந்த நான் அதற்கமைவாக எட்டுமுழ வேஷ்டியும் சட்டையும் அணிந்துகொண்டு நியமமாக மழிக்கப்பட்ட முகலாவண்யத்தை மட்டுமே பார்த்திருந்த சோதிக்கு

'பெயின்டும், க்றீஸும்' படிந்திருந்த 'ஓவர்ஹால்' உடையுடனும் . . . அடர்ந்து வளர்ந்திருந்த தாடி, மீசையுடனும் நான் தரிசனம் தந்தால் எப்படித்தான் கண்டுகொள்வான்? அதனோடு கூடவே சுத்தமான கடற்காற்றும், அதீதமான கொழுப்புத் திரண்ட கப்பல் சாப்பாடும், கடினமான உடலுழைப்பும் குச்சியாயிருந்த என்னைக் குத்துக்கல்லாக மாற்றி வேறு விட்டிருக்கிறதே?

எண்ணெய்க் குழாயைக் கொள்கலத்தினுள்ளே நுழைத்து விட்டு எரிபொருள் நிரம்புவதைப் பார்த்துக்கொண்டிருந்த சோதியினருகே மெதுவாகச் சென்று "எங்கைய்யா கிழக்கிலிருந்து மத்திய கிழக்குக்கு வந்து இந்தக் கடல்ல நிக்கிறீங்கள் சோதி?" என்று தணிந்த குரலில் கேட்டேன். திரும்பிப் பார்த்தவன் குரல் வழியாகவும், எனது கண்களினூடாகவும் அடையாளம் தெரிந்துகொண்டு "அடடே... பாட்டுத் தம்பீ . . . என்ன பலாய்டா இது... இதென்ன வேசம்... வேட்டி எங்கினேக்க போயிரிச்சு... நாசமாப்போன கோணமலையானே... எங்கள ஏன்யா இப்பிடி அலைக்கழிக்கிறாயப்பா?" என்று அரற்றிக்கொண்டே என்னை இறுகக் கட்டிக்கொண்டான். இருவரின் கண்களிலும் நீர் முட்டியது. அப்போது அந்தப் பக்கமாக வந்த 'போட்ஸ்வெய்ன்' கோல்டியிடம் "அன் ஓல்ட் ஃவ்ரெண்ட் ஃவ்றம் மை ஹோம் டவுண் . . ." என்றேன். சோதியிடம் வந்து கையைக் குலுக்கிவிட்டு "ஸ்மால் வேள்ட் ஹா . . ." என்று சொல்லிச் சிரித்துவிட்டுப் போனான்.

நான் ஏன் இவ்விதம் இங்கு நிற்கிறேன் என்ற காரணம் கேட்டான் சோதி. நடந்தவற்றை எல்லாம் விபரமாகச் சொன்னேன். கொதித்தான்... கெட்ட வார்த்தைகளால் முகமறிந்திராதவர்களை வைதான்... கமண்டலமோ தண்ணீரோ இல்லாது சபித்தான். அவன் காணாமற் போனதிலிருந்து இங்கு 'ஜெட்டாவில்' நிற்பதுவரை சொல்லச் சொன்னேன். அவன் சொல்லச் சொல்ல... நான் ஊரை விட்டு வெளியேறும்போது என்னுடன் பயணித்த அமைதியான, மென்மையான பண்புகள் எல்லாம் நாளது வரையில் மெதுவாகத் தேய்ந்துபோய்க்கொண்டு . . . எப்படி எங்கிருந்தோ ஒரு மூர்க்கத்தனமும், பழி வாங்கும் வெறியும் என்னுள்ளே ஊடுபாவிக்கொண்டிருந்ததோ அந்த மூர்க்கமே மேலோங்கியது. நானும் கொதித்தேன் . . . வைதேன் . . . சபித்தேன் . . . அதற்குச் சோதி அமைதியாகச் சொன்னான். "இந்த மூண்டையும் மட்டும் தான் தம்பி... நாம செய்யலாம் . . . அதுக்கு மேல வேணுமெண்டா நம்ம தலையில நாமளே அடிச்சுக்கிறலாம்... ஏதாச்சும் சாமான்கள அடிச்சு ஒடைக்கலாம்... இல்லாக்காட்டி வீட்ட விட்டு வெளிய போகக்குள்ள கதவ

அடிச்சுப்போட்டுப் போகலாம் . . . வேற ஒரு மசிரையும் புடுங்கேலாது . . .”

 OOO

அன்று ஒரு மாலையில் வழமையேபோல் தனது சைக்கிள் திருத்தும் கடையை மூடிவிட்டு அன்புவெளிபுரத்தில் அவன் வாடகைக்குக் குடியிருக்கும் அறைக்குத் திரும்பிக் கொண்டிருந்தானாம். போகிற வழியில் கரைவலையில் அகப்பட்டுத் துடித்துக்கொண்டிருந்த எறியால் மீனும், தினசரி மாலைகளில் அசோகா 'பேக்கரி'யில் வெதுவெதுப்பாக உட்கார்ந்திருக்கும் பாணையும் வாங்கிக் கொண்டு அறைக்குப் போய்க் குளித்து . . . குழம்பு வைத்து . . . பசியாறிப் படுத்துத் தூங்கிப்போனானாம். ஏதோ ஒரு சாமத்தில் ஆளரவங்களும், சிங்கள மொழியில் பேசும் குரல்களும் கேட்டுக் கலைந்த அரைக்கண் தூக்கத்தில் 'பட . . . பட . . .' வென்று அறைக்கதவு தட்டப்பட்டதில் எழுந்துபோய்த் திறக்க . . . நீண்ட குழல் துப்பாக்கியின் 'பயனற்' மார்பை உரசியதாம். வெளியே வந்து முன்னோக்கி நடக்கும்படி சொல்லி மார்பிலிருந்த துப்பாக்கி முதுகுக்குத் தாவியதாம். வெளியே வந்து பார்த்ததில் அவனைப்போலப் பல இளைஞர்கள் ராணுவ வண்டியில் ஏற்றப்பட்டுக்கொண்டிருந்தார்களாம். அந்தப் பின்னிரவில் நடந்த ராணுவ, கடற்படையினரின் சுற்றிவளைப்பில் கைதான ஆண்கள் அனைவரும் 'டொக்யாட்' கடற்படை முகாமுக்குக் கொண்டுசெல்லப்பட்டார்களாம்.

திருக்கோணமலைக்குள்ளேயே முடங்கிக்கிடந்த தமிழர்கள் திடீரென்று ஏற்பட்ட விழிப்புணர்வினாலோ அல்லது தேவையின் நிர்ப்பந்தத்தினாலோ புறநகர்ப் பகுதிகளில் குடியேறிக்கொண்டிருந்த நாட்களது. அலஸ் தோட்டம், மட்டிக்களி, பாலையூற்று, அன்புவெளிபுரம், சிவயோகபுரம், நிலாவெளிப் பக்கமாகச் சாம்பல்தீவு தாண்டியிருந்த ஆறாம் கட்டை, ஏழாம் கட்டைப் பகுதிகளிலிருந்த குடியேற்றங்கள் நிகழாத முடிக்குரிய காடுகளை வெட்டிக் கட்டை பிரட்டி விவசாயக்காணிகளாக்கி வெள்ளாமைக்கு முயன்றனர், துடிப்புள்ள திருக்கோணமலை இளைஞர்கள். இவர்களைப் பற்றிப் பாராளுமன்ற நாற்காலிகளே குறியாக இருந்த அரசியல் அமைப்புகள் அலட்டிக்கொள்ளவேயில்லை. “புதுக்காடு வெட்டித் திருத்திக் குடியேறுங்கள் . . . என்னாலியன்றவரை தற்காலிக அனுமதிப் பத்திரங்கள் பெற்றுத்தருகிறேன் . . .” என்று காதும் காதும் வைத்ததுபோல திருக்கோணமலை மாவட்ட மேலதிக அரசாங்க அதிபர் சாம்பசிவ ஐயர் . . . இது அவரின் உத்தியோகத்துக்கே ஆபத்து என்று தெரிந்தும் . . .

வாக்குறுதியளித்ததன் பேரில் . . . பல இளைஞர்கள் இந்த விஷப்பரீட்சையில் இறங்கினர்.

இதன் விளைவுகளை இவர்கள் எதிர்நோக்க அதிகக் காலமெடுக்கவில்லை. சோதி மாட்டிக்கொண்டதே போன்ற ராணுவச் சுற்றிவளைப்புக்களில் பலர் அகப்பட்டுக் கொண்டனர். மீதிப்பேர் பாதிக்கிணறு தோண்டிய நிலையில் தலைமறைவாயினர். இவர்கள் இயக்கங்களுக்கோ... வெளிநாடுகளுக்கோ தப்பியோடி யிருக்கலாம். கைதானவர்கள் ‘டொக்யாட்’ கடற்படை முகாமில் சித்திரவதைகளின் பால பாடங்களைக் கற்றுக்கொண்டு கூடுதல் அறிவை விருத்தி செய்துகொள்ள தென்னிலங்கையின் காலி மாவட்டத்திலிருக்கும் ‘பூஸா’ தடுப்பு... அல்லது சித்திரவதை முகாமில் சாகாமல் செத்துக்கொண்டிருந்தனர்.

சோதி சொல்லிக்கொண்டிருந்தான்... எரிபொருள் அதன் கொள்கலத்தினுள் நிரம்பிக்கொண்டிருந்தது. ‘டொக்யாட்’ கடற்படை முகாமில் ஒரு மரக்கிளையில் கட்டப்பட்டுத் தொங்கிக் கொண்டிருந்த கப்பியின் வழியாக இறங்கிய தேடாக் கயிற்றின் முனையில் சோதியின் இரண்டு கைகளையும் கட்டிவைத்து மறுமுனையை இரண்டு ராணுவ வீரர்கள் மேலே இழுத்து அவனைத் தொங்கவிட்டுக் கயிற்றை மரத்தின் வயிற்றுப்பாகத்தில் முடிந்துவைத்தார்களாம். அந்தரத்தில் தொங்கிக்கொண்டிருந்த சோதியின் அடிப் பாதங்களில் இன்னுமொரு ராணுவன் சுமார் மூன்றரை அடி நீளமான மூங்கில் தடியால் அவ்வப்போதில் அடித்துக்கொண்டிருந்தானாம். அது உச்சந்தலையில் அடிவிழுந்த தற்குச் சமமாக இருந்ததென்றான். அவனெதிரில் ஒரு கடற்படை அதிகாரி . . . அவன் அணிந்திருந்த சீருடையை வைத்து ஊகித்துக்கொண்டேன் . . . என்றான் . . . இது வேற! விசாரணை நடத்திக்கொண்டிருந்தானாம். இந்துக் கல்லூரி... திருக்குடும்பக் கன்னியர் மடத்துப் பெண்கள் கல்லூரி... மாணவ, மாணவியர்களை எந்த இயக்கத்திற்கு அனுப்பிவைத்தான் என்பதே விசாரணையின் சாராம்சம். அப்படி எதையும் தான் செய்யவில்லை என்றானாம். பாதங்களை மூங்கிற்கழி தாக்கியதாம். அந்த மாணவ, மாணவியரின் துவிச் சக்கர வண்டிகளை அவனது கடையில் . . . அவர்கள் காணாமற் போனபிறகு உறவினர்கள் வந்து அடையாளம் காட்டி எடுத்துச் சென்றதைப்பற்றி அவன் என்ன சொல்கிறான் என்று அந்தக் கடற்படை அதிகாரி கேட்டானாம். அதற்கு அவர்கள் காணாமற் போனதே அதற்கப்புறமாகத்தான் தெரியும் என்றானாம். அதற்குப் பிறகு ‘பூஸா’ முகாமுக்கு உத்தியோகபூர்வமான இடமாற்றம் கிடைத்ததென்று சிரித்துக்கொண்டே சொன்னான் சோதி.

காலையில் . . . நடுப்பகலில் . . . மாலையில் . . . நடுச்சாமத்தில் எப்போது வேண்டுமானாலும் விசாரணை நடைபெறுமாம்! வெளியே அரசியலமைப்புகள் “ஏராளமான அப்பாவித் தமிழ் இளைஞர்கள் ‘பூஸா’ தடுப்பு முகாமில் விசாரணையின்றித் தடுத்து வைக்கப்பட்டிருக்கிறார்கள் ...” என்று கோஷம் போட்டுக் கொண்டிருந்தது அப்பட்டமான பொய்யென்றான். அங்கே விசாரணை என்கிற அணுவணுவாகக் கொல்கிற சித்திரவதைகள் அன்றாடம் கிரமமாக நிகழ்ந்தேறியதாம். வடக்கு . . . கிழக்கு ... மாகாணங்களில் இருந்தும், மலையகத்திலிருந்தும் தமிழர்கள் . . . பெரும்பாலும் இளைஞர்கள் ... அந்த முகாமில் கரப்பான் பூச்சிகளோடு நிறைந்திருந்தார்களாம். ஒருநாள் நடுநிசியில் சோதியை அழைத்துக்கொண்டு போய் தனித்த ஒரு அறையில் விட்டு நிர்வாணமாக்கி... இரண்டு கைகளையும் முதுகுப்புறமாகப் பின்னங்கால்களோடு சேர்த்து இணைத்துக் கட்டித் தலையை மூடி ஒரு துவாய்த் துண்டைச் சுற்றிச் செருகி விட்டு விட்டத்தில் தொங்கிக்கொண்டிருந்த ஓட்டை வாளியின் வழியாக நீர்த்துளிகள் அவன் தலையில் சொட்டச் சொட்ட அதிகாலைவரை விசாரிக்கப்பட்டானாம். அதனைத் தொடர்ந்து ஒரு வாரம் குலைப்பன் காய்ச்சல் வந்ததால் சிறிய விடுமுறை கிடைத்ததென்றான்.

இவ்வாறாகப் பல்வேறு விசாரணை உத்திகளை அந்த ‘உத்திக புத்தாக்கள்’ பரீட்சித்துக்கொண்டிருந்தார்களாம் தமிழ் மொழி பெயர்ப்பாளர்களின் பேருதவியுடன். சோதிக்கு நன்றாகவே சிங்களம் பேச, எழுத, படிக்கத் தெரியும் என்பது எனக்குத் தெரியும். “ஏன் சிங்களம் தெரியாத மாதிரி நடிச்சீங்க..? நல்லா பேசுவீங்களே . . . ஒருவேளை பேசியிருந்தா அந்த மாதிரி வதைச்சிருக்க மாட்டாங்களோ என்னவோ ... எதுக்கு அப்பிடிச் செய்தீங்க?” என்று கேட்டேன். சித்திரவதை எல்லாம் சிங்களம் பேசிறதால குறைஞ்சு போயிருக்காது தம்பீ . . . இந்தத் தோட்டக்காட்டுப் பொடியன்மார் சிங்களத்தில பேசப்பேச செமை அடி வாங்கினாங்க ... நாம தமிழரெங்கிறதால தான் இந்த ‘ட்ரீட்மென்ட்’ தம்பீ . . . இதவிட எனக்கு அங்கின இருந்த ஆறு மாசத்தில பொழுதுபோக உதவின விசயம் என்னண்டா அந்த மொழிபெயர்ப்புக்காரன்ட தமிழ் . . . மவேங் கொன்னுட்டான் ஐயா ... அவன் பெயர்த்துத் தள்ளிய தமிழப் பெயர்க்க இன்னொரு அசல் தமிழன் தேவைப்பட்டிருந்திச்சு ... அவன் பேசப் பேச எனக்கு வந்த சிரிப்ப அடக்கிக் கொண்டிருந்தது எல்லாத்தியும் விடப் பெரீய சித்திரவதையா இருந்திச்சு . . . நான் சிரிச்சுத் தொலைச்சிருந்தா இப்ப ... இங்க ... நீங்க ... என்னயப் பாத்திருக்க மாட்டீங்க . . .” என்றான்.

சோதி 'பூஸா' முகாமில் வதைபட்டுக்கொண்டிருந்த ஆறு மாதங்களில் ஏதோ ஒரு நாளின் அந்திப் போதில் நடந்த ஒரு சம்பவத்தைச் சொன்னான். வழமை போல் விசாரணைக்காக அழைத்துச் செல்லப்பட்டானாம். "எந்த இயக்கத்திற்கு வேலை செய்கிறாய் ... எத்தனை மாணவர்களைச் சேர்த்துக் கொடுத்தாய் ... எந்த ஊருக்கு அனுப்பிவைத்தாய் ..." கேட்டுச் சலித்துப் போய்விட்ட அதே எல்.பி. யை ஊசி தேயத் தேயக் கேட்டுவிட்டு அவனை நிர்வாணமாக்கி ஒரு சாய்மனை நாற்காலியில் அமர்த்திக் கைகளிரண்டையும் இருக்கையின் பின்புறமாக இணைத்துக் கயிற்றால் கட்டிவிட்டுக் கால்களிரண்டையும் அகட்டிவைத்துக் கதிரையின் கால்களோடு சேர்த்துக் கட்டிவிட்டுக் குனிந்து தொய்ந்திருந்த அவனது தலையை பின்னால் நின்றுகொண்டிருந்த ஒரு ராணுவத்தான் சோதியின் தலைமுடியைத் தன் வலது கையால் கோதிப்பிடித்து இடதுகையை சோதியின் நாடியின் கீழே குரல்வளையைச் சுற்றி அவனது முழங்கை மடிப்பிற்குள் இறுக்கி நிமிர்த்தினானாம்.

முன்னால் ஒரு மேசையின் மீது வெற்று மார்புடன் அமர்ந்து ... கால்களைக் கீழே தொங்கப்போட்டு ஆட்டிக்கொண்டிருந்த தலைமை அதிகாரி . . . அருகிலிருந்த வெள்ளைப் போத்தலில் இருந்த வெள்ளைத் திரவத்தை ஒரு கண்ணாடிக் குவளையில் நிரப்பி ஒரே மூச்சில் விழுங்கிவிட்டு ஒரு சிகரெட்டைப் பற்றவைத்து இரண்டு இழுப்பு இழுத்துவிட்டு சோதியின் முன்பாக வந்தானாம். புகையை அவன் முகத்திலே ஊதிவிட்டுக் கையிலிருந்த ஒரு சைக்கிள் 'ஸ்போர்க்' கம்பியை அவன் கண்களின் முன்பாக ஆட்டியபடி "இதை நீ இங்கு வந்த நாளிலிருந்து மறந்துபோயிருப்பாய் என்று நினைக்கிறேன் ... சரி தானா?" என்று மொழிபெயர்ப்பாளன் வழியாகக் கேட்டானாம். குரல்வளை நெரித்துக்கிடந்த சோதி பதில் தர இயலாதிருக்க "இனிமேல் வாழ்க்கையில் மறக்கமாட்டாய்" என்று சொல்லிவிட்டுக் கீழே குனிந்து சோதியின் ஆணுறுப்பின் துவாரம் வழியாக நுழைத்தானாம். இதைச் சொல்லிக்கொண்டிருக்கும்போதில் சோதியின் கண்களில் வலி தெரிந்தது.

"இது நடந்து ஒரு ஒண்டு ... ஒண்டரை மாசத்துக்குப் பிறகு ஒருநா காலம்பறை என்னையக் கூட்டீட்டுப் போனாங்க . . . அதே அதிகாரி ... அதே மொழிபெயர்ப்பு ... ஆனா இந்த தயணம் அவன் சொன்னான் நான் திருக்கிணாமலை யூ.சி. கூட அடிக்கடிச் சண்டை போட்டுக்கொண்டிருந்த விசயம் இப்பதான் அவங்களுக்குத் தெரிஞ்சுதாம் ... எண்ட தகரக் கடைய அவங்க ஒடைக்கிறதும் ... திரும்ப நான் கட்டிறதும் தமிழனுவளால நடந்துகொண்டிருந்த நகரசபையோட நான்

'கச்சால்' போட்டுக்கொண்டிருந்ததால 'நீ ஒரு தமிழ்த் துரோகி . . . அதனால ஒன்னைய நாங்க நம்பறோம் . . . ஊருக்குப் போயி தொடர்ந்தும் சண்டையப் பிடி . . .' எண்டு சொல்லி 'ரிலீஸ்' பண்ணாங்க . . . அதுக்குப் பிறகு திருக்கிணாமலைக்கு வந்து சாமான்கள் எல்லாத்தையும் வித்துப்போட்டுக் கொழும்புக்குப் போயி எப்பிடியோ 'பாஸ்போட்' எடுத்து ஒரு ஏஜென்டப் பிடிச்சுக் காசக் குடுத்து இப்ப இங்கன வந்து நிக்கிறன் . . . தம்பீ . . . இதுதான் எண்ட கதை. இங்க ஜெட்டாவில என்னடாண்டா இந்த சுல்தான்கள் ஆளாளுக்கு அம்பது . . . நூறு எண்டு பொண்டாட்டிக வச்சிருக்கானுவள் . . . எனக்கு ஒண்ணையுமை வச்சுக்க முடியாம பண்ணிட்டானுவள் 'பூஸா' வில . . . தடுப்புமுகாம் போயி வந்ததில இருந்த ஒரேயொரு புடுக்கும் போயிரிச்சு . . . அத நினச்சாத்தான் எரிச்சலா இருக்கு தம்பீ" அதுதான் அவனை நான் கடைசியாகப் பார்த்தது.

சிம்லாவைச் சேர்ந்த . . . பார்வைக்கு நல்லவன்போல இருந்த ஒரு 'சீஃவ் ஆபீஸரும்' ஆந்திராவின் காக்கிநாடாவைச் சேர்ந்த ஒரு 'ரேடியோ ஆபீஸரும்' எம்.வி. ஔரோறா வின் ஊழியத்திற்காய் பம்பாயிலிருந்து பறந்துவந்து ஜெட்டாவில் எம்மோடு இணைந்துகொண்டனர். 'செக்கண்ட் ஆபீஸருக்குப்' பரம சந்தோஷம். 'சீஃவ் ஆபீஸர் அவரது ஊர்க்காரன். இருவரும் பேசித்தள்ளிக்கொண்டிருந்தனர். இரவு பன்னிரண்டு மணி 'வாட்ச்சில்'. நான் கையில் 'பைனோக்யுலரோடு' எனது காவற் கடமையைச் செய்துகொண்டிருக்கிறேன் 'ஸ்ரார்போர்ட் ஸைட்' இல் நின்றபடி. இதமான குளிர்க் காற்று உடலைத் தழுவிக் கடந்துபோய்க்கொண்டிருந்தது. வாய்விட்டுப் பாடிக் கொண்டிருக்கிறேன் . . . சில பாடல்களைப் பாடிய பிறகு தான் . . . உணர்வில் உறைத்தது . . . "அட . . . இந்தப் பாட்டுகள் எல்லாம் சோதி விரும்பிப் பாடச்சொல்லிக் கேட்பானே . . .?" ஜெட்டாவை விட்டுப் பிரிந்து வரும்போது அவன் சொன்ன வார்த்தைகள் காதில் மீண்டும் ஒலித்தது. "பாடிக்கொண்டே போங்க தம்பீ . . . மனசு லேசாயிரும் . . ." கப்பல் மெதுவாகச் செங்கடலைக் கடந்துகொண்டிருந்தது.

16

இடை மெலிந்த கதை

ஒரு நாற்காலியில் அமர்த்தப்பட்டிருக்கிறான் சோதி. அவன் கால்கள் இரண்டும் இருக்கையின் கால்களோடு சேர்த்துக்கட்டப்பட்டிருக்கிறது. கைகள் அவனது முதுகுப் பக்கமாக நாற்காலியின் சாய்மனையின் பின்புறம் வளைத்துக் கட்டப் பட்டிருக்கிறது. ராணுவச் சீருடை அணிந்திருந்த ஒருவன் இரண்டு மின்சார வயர்களின் தலைப்பில் தொங்கிய 'க்ளிப்'புகளை, சோதியின் இரண்டு மணிக்கட்டுகளிலும் பொருத்திவிட்டு எதிரே சுவரில் இருந்த மின்சாரம் பாய்ச்சும் விசையில் இடதுகையை வைத்தபடி நின்று கொண்டிருக்கிறான். சோதியைத் தவிர அந்த அறையில் இருந்த பொருட்களும் மனித உருவங்களும் மங்கலாகவே தெரிந்துகொண்டிருக்கின்றன. சுற்றுப்புறத்து ஒலிகள் மொழிக்கலவைகளின் குழப்பமாகவே தெளிவற்றிருக்கின்றன. திடீரென்று ஓங்கிஒலித்த ஒரு குரலைத் தொடர்ந்து அந்த ராணுவச் சீருடை யில் இருந்தவன் மின்விசையைக் கீழ்நோக்கி இழுக்கிறான். இலத்திரன்கள் சோதியின் வலிய தேகத்தினுள் ஊடுருவிப் பாய... அந்த அறைக் குள்ளே மட்டும் ஒரு பூகம்பம் வந்ததே போல விம்பங்கள் தாறுமாறான ஒளிச்சிதறல்களாகச் சுற்றிச் சுழல . . . ஓசைகள் ஏதுமில்லாதே நாற்காலியோடு சரிந்துவிழுகிறான் சோதி . . . தொடர்ந்து 'காங்க்றீட்' தரையில் விட்டெறிந்த கண்ணாடிப் பாத்திரங்கள் எழுப்புகிறதே போன்ற ஒலிச் சிதறல்களைக் கேட்டுத் திடுக்குற்று எழுந்தேன் படுக்கையை விட்டு.

முதல் நாளிரவு பருகிவிட்டு மேசையின்மேல் வைத்துக்கிடந்த ‘பியர்’ போத்தல்களும், கண்ணாடிக்குவளையும், ‘சிகரெட் ஆஷ் ட்ரே’ யும் எனது ‘காபின்’ தரையில் விழுந்து நொறுங்கிக் கிடந்தன. கப்பல் இடமும் வலமுமாக பயங்கரமாக ஆடிக்கொண்டிருந்ததை உணர முடிந்தது. கைக்கடிகாரத்தில் நள்ளிரவைத் தாண்டி இரண்டரை மணி. எழுந்து ‘காபினை’ விட்டு வெளியே வந்து நடந்துபோய் ‘ஸ்ரார்போர்ட் ஸைட்’ இல் இரும்புக் கதவைத் திறந்தபோது அலையொன்று வந்து முகத்தில் அறைந்து கடலுக்குள் மீண்டது. தடையைக் கடந்து ‘டெக்’ இல் வந்தால் எம்.வி.ஔரோறாவின் முன்புறம் கோதுமை நிறைத்திருந்த மூன்று களஞ்சிய அறைகளும் அலைக்கரங்களிடம் மூர்க்கத்தனமாக அறை வாங்கிக்கொண்டிருந்தன. கடல் நீர்ப்பரப்பினுள் கப்பல் காணாமல் போவதும் . . . பின் மீண்டெழுவதுமான மாயைகளைத் தோற்றுவித்தன. திரும்பிக் ‘காபின்’ தொகுதிக்குள் நுழைந்து கடந்து மறுபுறமாக வந்து அடுத்த இரும்புக் கதவைத் திறந்து கப்பலின் பின் புறம் பார்த்தால் மீதி இரண்டு தானியம் நிரம்பிய ‘ஹாட்ச்’களுக்கும் அதே தண்டனையை வங்காள விரிகுடாக் கடல் வஞ்சனையில்லாதே வழங்கிக்கொண்டிருந்தது. அந்தக் கும்மிருட்டில் அலைக்கரங்களின் பிடி நழுவாத கூரிய வெள்ளியினாலான அரிவாள்களைக் கொண்டு அந்தப் பாரிய இரும்புக் கப்பலைத் துண்டாடி விடுவதேயென்ற திடச் சங்கற்பம் பூண்டதே போல் இடவலமாகத் தாக்கின . . . வலிய இரும்பு உலோகத்தை ஓர் உயர்ந்த ஜாதி உலோகம் உருத்தெரியாமலாக்க முயன்றுகொண்டிருந்தது . . . ‘பே ஆஃவ் பெங்கால்’ என்கிற புயலுக்குப் பேர் போன கடல்.

“அடடே . . . இப்ப செல்வராஜா அல்லவா ‘வாட்ச்சில்’ இருப்பான் . . ? பாவம் . . . நல்லா மாட்டிக்கொண்டான் . . .” என்று வாய்விட்டே சொல்லிக்கொண்டேன். செங்கடலைத் தாண்டிக் குடாக் கடலுள் நுழைந்ததும் ’ஏ.பி.’க்களின் காவற்கடமையின் நியமனங்கள் மாற்றப்பட்டிருந்தன. நான் ‘தேர்ட் ஆபீஸர்’ விஷ்ணு பட்டேலுடன் அதிகாலை நான்கு மணியிலிருந்து எட்டு மணிவரையுமான கடமையில் இணைந்திருந்தேன். இன்னும் ஒருமணி நேரத்தில் ‘ப்ரிட்ஜ்’இற்கு நான் போய் செல்வராஜாவை விடுவிக்கவேண்டும். சுக்கானை நிச்சயமாக ‘ஆட்டோ பைலட்’டிலிருந்து அகற்றி இவன் கையில்தான் ஒப்படைத்திருப்பார்கள். ‘போர்ட் காப்டன்’ நிக்கோஸ் . . . ‘போர்ட் எஞ்சினியர்’ பனயோதிஸ் . . . நமது கப்பல் காப்டன் . . . (இன்னும் இந்தப் ‘பார்ஸி’க்காரனின் பெயர் வாயில் நுழைய அடம்பிடிக்கிறது . . .) எல்லோரும் ‘ப்ரிட்ஜில்’தான் கையைப்

பிசைந்துகொண்டு நிற்பார்கள். "சரி . . . சரி . . . பல்லைத் தேய்த்து . . . முகத்தைக் கழுவிக்கொண்டு ஒரு கோப்பி குடித்துவிட்டு மேலே போவோம் . . ." என்கிற தீர்மானத்தைச் செயற்படுத்தினேன்.

அதிகாலை மூன்றரை மணி இருளில் . . . 'அப்பர் டெக்'கில் அழுதுவடிந்துகொண்டிருந்த மின்குமிழ்களின் வெளிச்சத்தில் . . . அலைகள் எறிந்து விளையாடிக்கொண்டிருக்கும் ஔரோறா கப்பலின் இரும்புப் படிக்கட்டுகளின் வழியாக மிக அவதானமாக அடியெடுத்துவைத்து 'ப்ரிட்ஜ்'ஜை நோக்கி மேலேறிச்சென்ற சிரமங்கள் சாத்தியமானது. தலைக்குமேல் தொங்கிக்கொண்டிருந்த பாகைமானியைக் கண்ணிமைக்காமல் பார்த்தபடியே . . . வயிற்றோடு ஒட்டியும்ஒட்டாமலும் இருந்த 'ஸ்டியரிங் வீலை' இரு கரங்களாலும் ஏந்திப் பிடித்தபடி . . . 'போர்ட் காப்டன்' நிக்கோலஸ் "ஸ்டெடி த வீல் இஸ் ஆன் 180 . . . கீப் ஆன் ஸ்ராபோர்ட் 10 . . . ராஜா" என்று உரத்த குரலில் சொன்னதை . . . சொன்னபடியே 180 பாகையில் சுக்கானை நிறுத்தி வைக்கப் படாதபாடு பட்டுக்கொண்டிருந்தான் கொழும்பு கொச்சிக்கடை செல்வராஜா என்கிற ராஜா. அவன் உதடுகள் எதையோ முணுமுணுத்தபடி இருந்தது. புனித அந்தோனியாரைப் பிரார்த்திக்கும் வசனங்களாகவே இருந்திருக்கவேண்டும் என்று அனுமானித்துக்கொண்டு நான் வந்ததைக் காணாதே போன அவன் பக்கத்தில் போய் நின்று தோளைத் தொட்டேன்.

"அடே . . . மச்சான் . . . என்ன பலாய்டா இது? நா 'வாட்ச்'சுக்கு வந்த ஒட்னே 'ஆட்டோ பைலட்' டில இருந்து 'வீலக்' களட்டி என்ற கையில குடுத்துப்போட்டான் மவேன் . . . பனிரண்டு மணீல இருந்து இப்ப வரகாட்டியும் கப்பித்தானும் நானும் பெரீய்ய மாச்சல் பட்டுக்கிட்டிரிக்கம்வா . . . மெதூவா அலையடிக்கத் துவங்கக்குள்ளவே 'கோர்ஸ்ஸ' மாத்திமாத்திக் குடுக்கத் துவங்கீட்டான் மவேன் . . . ஒரு கோப்பித் தண்ணீ கூட குடிக்க முடியாம போயிரிச்சு . . . ரண்டு மணிக்கு மேல புயல் பெரீசாவிக்கிட்டே வருது . . . இன்னும் ஒரு மணித்தியாலம் போகக்காட்டி 'சைக்ளோன'க் கடந்துபோயிருவமாம் . . . புது ரேடியோ கொஞ்ச முன்னால வந்து சொன்னான் . . . நீங்க தப்பீட்டீங்க மச்சீ . . . நின்னுகிட்டே இருந்தனா . . . இடுப்பெல்லாம் கடுக்குது . . . நா ரஞ்ஜித்துக்குத் தான் 'தாங்ஸ்' பண்ணவேணும் . . . அவரு சொல்லிக்குடுக்காம விட்டிருந்தா இன்னக்கி நா நாறிப் போயிருப்பன் தானே?" ராஜா கொட்டித் தள்ளிவிட்டான்.

என் மனக்கண்ணில் கீர்த்திதான் தெரிந்தான். மானசீகமாக நன்றி சொன்னேன். அவனில்லாது போயிருந்தால் நான்

எப்போதோ நாறிப்போயிருப்பேன். "போய் ஒரு 'ஷொட்' அடிச்சிட்டுப் படு மச்சான்..." என்று அவன் கையிலிருந்து சுக்கானைப் பொறுப்பெடுத்தேன். 'ரேடியோ ஆபீஸர்' சொன்னதுபோலவே வங்காளக் குடாக் கடலில் மையம் கொண்டெழுந்த புயல் காலை ஐந்தரை மணிவாக்கில் எம்மைக் கடந்தேகியது . . . கப்பலும் சமநிலைப்பட்டது. புயல் இந்து மஹா சமுத்திரத்தை நோக்கிப் போய்க்கொண்டிருப்பதாக நிக்கோஸ் சொன்னார். 'ஸ்டியரிங் வீலை' மீண்டும் 'ஆட்டோ பைலட்' டில் போட்டுவிட்டு சுக்கான் அறைக்கு வெளியே வந்து கடலினதும் ககனத்தினதும் இணைகோட்டில் முகிழ்த்துக் கிளம்பும் ஆதவனின் செப்படிவித்தைகளைப் பார்த்து அனுபவித்துக்கொண்டிருக்கிறேன். இதையெல்லாம் தரையில் முழுமையாகக் கண்டு உய்ய இயலாது. இதனாலேயோ என்னவோ இயற்கை . . . உலக உருண்டையின் மொத்தப் பரப்பளவின் எழுபது விகிதத்தை நீருக்குள்ளே பொதிந்துவைத்திருக்கிறதோ? மீதமுள்ள முப்பது விகித நிலத்தைப் பங்கு போட்டு ஆப்பம் பிரித்துக்கொண்டு அடிபட்டுச் சாவுங்கடா குரங்கு நாயிங்களா ... என்று மனிதரிடமே விட்டுவிட்டது போலும்!

கிழக்கின் வெளிச்சத்தினால் அந்தகாரம் ஓடி மறைந்திடக் காலை ஏழுமணியளவில் 'ப்ரிட்ஜ்' இலிருந்து பார்த்துக் கொண்டிருந்தபோது கப்பலின் முன்புறத்தே நிக்கோஸ், பனயோதிஸ், நமது காப்டன், புதிதாக வந்த சீஃவ் ஆபீஸர், கோல்டி, ரோஜே, ரஞ்ஜித், லூயிஜ்ஜி, வாஸீம் காக்கா, எலெக்ட்ரீஷியன் சுரீந்தர் சிங் . . . எல்லோரும் கோதுமை மாவு மூடைகள் நிரம்பியிருந்த 'மக்ரெக்கர் ஹாட்ச்' களின் மூடிகளை ஒவ்வொன்றாகத் திறந்துவைத்துவிட்டு உள்ளே இறங்கி மாவு மூடைகளைப் புரட்டிப்போட்டுப் பரபரப்பாக ஏதோ ஆராய்ந்துகொண்டிருப்பதைக் கண்டேன். 'ஹாட்ச்' களின் இருமருங்கிலும் சிறியதும், பெரியதுமாகக் கடந்துபோன இரவில் அலைக்கரங்களால் வீசியெறியப்பட்டு டெக்கில் கிடந்த மீன்களில் இன்னமும் துடித்துக்கொண்டு இருந்தவற்றை 'சீஃவ் ஸ்ருவேர்ட்' ராஜீவ் ஷர்மாவுடன் ஆபீஸர்ஸ் மெஸ்பாய் ரவியும், 'க்றூ' மெஸ்பாய் ஜெயக்குமாரும் ஐஸ்கட்டிகள் நிரப்பியிருந்த 'ப்ளாஸ்ட்டிக்' வாளிகளில் பொறுக்கிப் புதைத்துவைத்துக் கொண்டிருந்தார்கள். அடக் கண்ராவியே . . . ஒரு ஷர்மா ஓடி ஓடி மீன் பொறுக்குவதை இன்று காண முடிந்ததில் மகிழ்ச்சியே! நிக்கோஸூம், பனயோதிஸூம் நிற்கும்போதில் இந்த பீஹாரி பையா நன்றாகவே குண்டியைத் தூக்கிக் கொடுக்கிறானே . . .? 'எதற்காக இப்போது கப்பல் நடுக்கடலில் ஓடிக்கொண்டிருக்கும்

போது திறக்கிறார்கள்?' என்ற வினா குறுகுறுத்தது. தேர்ட் ஆபீஸரிடம் வினவினேன். தானும் அதையே யோசிப்பதாகச் சொன்னார். சீஃவ் ஆபீஸரும், ஏ.பி. ரோலண்டும் மேலே வந்தபின் எட்டுமணிக்கு எனது கடமை முடிந்து மெஸ்ஸுக்குக் காலைஉணவு கொள்ளச் சென்றபோதுதான் குறுகுறுத்தது அம்பலத்துக்கு வந்தது.

மெஸ்ஸில் ஒரு மாநாடே நடைபெற்றுக்கொண்டிருந்தது. என்ஜின் ரூமிலும், ப்ரிட்ஜிலும் அந்தந்த நேரத்துக் கடமையில் ஈடுபட்டிருப்பவர்களைத் தவிர அத்தனை 'க்றூ' அங்கத்தினர்களும் திரண்டிருந்தார்கள். 'போர்ட் காப்டன்' நிக்கோஸ் நடுநாயகமாக நின்றுகொண்டு விஷயத்தை விளக்கிக்கொண்டிருந்தான். நேற்றிரவு கடந்துபோன புயலின் அனர்த்தங்களினால் . . . முதுமை எய்தித் தளர்ந்துபோய் விட்டிருந்த 'மக்ரெக்கர் ஹாட்ச்' களின் 'காஸ்கெட்'டுகள் பலஹீனமடைந்திருந்ததனால் . . . அடித்து ஓய்ந்த அலைகளின் உவர்நீர் கப்பலின் ஐந்து களஞ்சிய அறைகளினுள்ளேயும் நுழைந்து கணிசமான கோதுமை மாவு மூடைகளில் ஊறிக்கிடக்கிறதாம். இந்தத் தானியத்தைக் கொண்டு போய் இருபது வருட யுத்தத்தால் இளைத்துப் போய்க் கிடக்கிற வியட்நாமுக்கு நிவாரண நன்கொடையாகக் கொடுத்தால் நாங்கள் இளைத்தவர்களாகிவிடுவோம் . . . கிரேக்கத்து நயத்தக்க நாகரிகம் நகைக்கத் தக்க நாகரிகமாகிவிடுமாம். அதனால் அவற்றை அபகரிக்க முயன்ற அலைகளிடமே சேர்ப்பித்து விடவேண்டும் என்றும் . . . அதையும் உடனடியாகவே செய்துவிட வேண்டும் என்றும் . . . நாங்கள் போய்க்கொண்டிருக்கும் கடற் பாதையிலிருந்து மாலைத்தீவு, ஸ்ரீ லங்கா, குறிப்பாக சிங்கப்பூர், பிலிப்பைன் தீவுகள் ஓரளவு சமீபத்திலிருப்பதால் பூமத்திய ரேகையிலிருந்து கொஞ்சம் கீழிறங்கி இந்துமாக்கடலுள் நுழைந்து நனைந்து கெட்டுப்போன மாவு மூடைகளைக் கடலில் இறக்கிவிட வேண்டுமென்றும் . . . இல்லையேல் அவை அருகிலிருக்கும் இந்த நாடுகளின் கரைகளில் ஒதுங்கிவிட்டால் நமது கப்பல் கம்பெனி அபராதம் செலுத்த நேரிடும் என்றும் . . . கப்பல் ஊழியர்கள் எல்லோரும் உதவிக்கரம் நீட்டினால் மூன்று அல்லது நான்கு நாட்களில் மாவைக் கடலில் கரைத்துவிடலாமெனவும் . . . அதற்கான பிரதியுபகாரமாய் நியாயமான 'ஓவர் டைம்' ஊதியம் தருவதை உறுதிப்படுத்துவதாகவும் சொல்லி அமைந்தார்.

சிவனேயென்று வியட்னாம் நோக்கிப் போய்க்கொண்டிருந்த நாங்கள் புயல் செய்த உபத்திரவத்தால் பாதையை மாற்றிக் கொண்டு நாடுகளின் கரைகளை விட்டுத் தொலை தூரம்

சென்று இந்துமா கடலுள் உவர்நீர் ஊறிய மாவு மூடைகளை இறக்குவதென முடிவாயிற்று. போகும் வழியில் ஸ்ரீ லங்காவைக் கடந்துபோய்க்கொண்டிருக்கிறோம் என்று ரேடியோ ஆபீஸர் சொன்னார். யாராவது தொலைபேசித் தொடர்பு கொள்ள வேண்டுமென்றால் இணைப்புத் தருகிறேன் என்றார். அன்றைய இரவு 'வாட்சில்' செல்வராஜா தனது வீட்டாருடன் பேசினான். வேறு யார் வீட்டிலும் தொலைபேசி இருக்கவில்லை. இந்த செல்வராஜா வசதியான வீட்டுப் பையன். கொச்சிக்கடையில் தகப்பனார் பிரபலமான வர்த்தகராம். பிறகு எதற்குத்தான் இப்படிக் கடலுக்கு வந்து மாய்கிறான் என்பதுதான் புரியவில்லை.

கரைகளை விட்டுக் கணிசமான தொலைவு வந்துவிட்டோம். மறுநாள் கப்பலின் வேகத்தைக் குறைத்துவிட்டு மளமளவென்று ஐந்து களஞ்சிய அறைகளையும் திறந்துவிட்டு இன . . . மத . . . பேதமின்றி இரண்டு அணிகளாகப் பிரிந்து . . . கெட்டுப்போன கோதுமை மூடைகளை ஓர் அணி 'ஹாட்ச்'சுக்குளிருந்து எடுத்தெடுத்து 'டெக்கில்' எறிந்துவிட . . . மறு அணி அவற்றின் வயிற்றைக் கத்தியால் கிழித்துக் கடலின் மடியில் மூழ்கடித்துக் கொண்டிருந்தனர். முதல் நாள் அனைவரினதும் முதுகுகள் பிய்ந்துபோயின . . . மறுநாள் இடுப்புகள் மெதுவாக நொறுங்கிப் போய்க்கொண்டிருந்தன . . . தோள்களின் பட்டைகள் கழன்று போகும் நிலையிலிருந்தன . . . இந்தக் கட்டத்தில்தான் செல்வராஜா என்கிற ராஜா தனது தந்தையாரின் வெற்றிகரமான வியாபார முயற்சிகளைப் பற்றி விஜயனிடம் சொல்லிச் சொல்லி அழாக்குறையாகப் புலம்பிக்கொண்டிருந்தான் . . . மூடைகளோ எடுக்கஎடுக்க வந்துகொண்டே இருந்தன . . . இதைப் பார்த்து ரோலண்ட் சொல்லிக்கொண்டிருந்தான் . . . இப்படியே போனால் திரும்பி 'சீ ஷெல்ஸ்' போகும்போது பணமுடிப்புக்குப் பதிலாக அவனது இரண்டு விதைகளும் கீழே இறங்கித் தெருத்தெருவாகத் தேயத் தேய . . . மனைவியிடம் சொல்வானாம் . . ." ஹேய் . . . ஃவ்ரீடா . . . ஹணீ . . . ஐ ஆம் ஹோம் வித் ரூ பாக்ஸ் ஒஃவ் மணீ . . ." என்று அதையே ஒரு பாடலின் பல்லவியாக்கிப் பாடிக்கொண்டிருந்தான்.

இந்த அவஸ்தைகளை ஆற்றுப்படுத்த கம்பெனிக் கணக்கில் 'மிடெக்ஸா' மது பானமும், 'ட்ரெக்கார்' பியர்ப் புட்டிகளும், 'டன்ஹில்' சிகரெட் பாக்கெட்டுகளும், இலக்கங்களில் தெளிவில் லாத 'ஓவர் டைம்' ஊதியமும், இரவு பகலாக 'பேக்கன் . . . ஸாஸெஜ் . . . சிக்கன் . . . பீஃவ் ரோஸ்ட் . . . இவற்றோடு மொறு மொறுவென்று காரசாரமாக பீஹார் மாநிலத்துப்

பாணியில் மீன் வறுவலும்... ஆலு பராத்தாவும்... அடடே . . . ஷர்மா . . . ஷர்மான்னா . . . ஷர்மாதான்! எழுபத்தி இரண்டு மணிநேரம் பல் தேய்ப்போ . . . குளிப்போ . . . தூக்கமோ இல்லாது எம் வி. ஔரோறா கப்பலின் இருபத்தி ஏழு ஊழியர்களும் கிரேக்க நாகரிகத்தின் முகத்தில் கறை படியாதிருக்க யூகோஸ்லாவியக் கழுதைகளாக உழைத்தனர். நான்காவது நாள் ஒருவழியாக சுத்திகரிப்பு நிறைவேறியது. எல்லோரும் குளித்தனர்... குடித்தனர்... கொறித்தனர்... தூங்கிப்போயினர்... நானும்தான்.

இலக்கம் முப்பத்து நான்கு, க்றீன் வீதி, திருக்கோணமலையில் நான் பிறந்த நூற்றைம்பது வருடப் பழைமை வாய்ந்த புராதன . . . ஆனால் உறுதியான இல்லத்தின் தெருவோர வாசலில் நின்று கொண்டிருக்கிறேன். காலை ஏழுமணி. வீட்டின் இடது புறம் எனது சின்னம்மாவின் வீடு தாண்டி இருந்த தேனீர் . . . சாப்பாட்டுக் கடையின் உரிமையாளர் இந்திய வம்சாவழித் தமிழர் சுந்தரராஜன் ஒரு கனரக துவிச்சக்கர வண்டியில் . . . முன்புறமாக இருந்த இரும்புச் சட்டத்தினுள் பாதுகாப்பாக அமர்த்தப்பட்டிருந்த கள்ளிப் பலகைப் பெட்டியினுள் ஆவி பறந்துகொண்டிருக்கும் பாண்களைத் தனது வர்த்தக நிலையத் தினுள் இறக்கிவைத்துக்கொண்டிருக்கிறார்... அயல் வீடுகளின் படலைகள் திறக்கப்படுகின்றன . . . பள்ளிச் சீருடைகளோடு வெளிவந்த சிறுவர் சிறுமியர் அவரிடம் போய் சுடுபாண் பெற்றுக்கொண்டு மீண்டும் படலைகளுக்குள்ளே மறை கிறார்கள்... அரை மணிக்கூறில் காலைப் பலகாரமாக அரைத்த சம்பலுடன் சுடுபாண் சாப்பிட்ட சந்தோஷத்தில் கலகலப்பாகப் பள்ளிகளை நோக்கி வெண்பட்டாம் பூச்சிகளாக . . . மேலும் ஒரு அரைமணி நேரத்தில் தகப்பன்மார்கள் அதே பாணும், சம்பலும், 'ப்ளெய்ன் டீ' யும் தந்த பரவசத்தில் அரச அலுவலகங்களை நோக்கி 'சைக்கிளை' உழக்குகிறார்கள் . . . எழுபதுகளில் எகிப்திய நாட்டில் மூண்ட 'யொம் கிப்புர்' யுத்தத்தினால் சூயெஸ் கால்வாய் மூடப்பட்டுக்கிடக்கிறது . . . அமெரிக்கன் மா . . . என்கிற கோதுமை மாவுக்கு இலங்கையில் பெருமளவு தட்டுப்பாடு நிலவுகிறது . . . ஒரு கூப்பன் முத்திரைக்கு இரண்டு இறாத்தல் பாண் பலநோக்குக் கூட்டுறவுச் சங்கக் கடைகள் வழியாக வழங்கப்பட்டுக்கொண்டிருக்கிறது . . . அயலவர்கள் அனைவரினதும் கூப்பன் புத்தகங்களை வாங்கிச் சேகரித்து வைத்திருக்கும் சுந்தரராஜன் அதிகாலையில் அங்கு போய் அனைவருக்கும் பாண் வாங்கிக்கொண்டு வருகிறார் . . . அவரவர்கள் எடுத்துச்சென்றது போகக் கணிசமாக மீந்திருந்தவற்றைத் தனது வியாபாரத்திற்கு உபயோகித்துக்

கொண்டிருக்கிறார் . . . அவருடைய மனைவியாரின் கைப் பக்குவத்தில் அம்சமான மீன்குழம்போடு மதியம் சாப்பிடத் துறைமுகச் சரக்குக் கூட்டுத்தாபன ஊழியர்கள் "பாட்டாளி வர்க்கம் . . . வாழ்க . . . வாழ்க . . ." "பாட்டாளிகளே . . . எழுக . . . எழுக . . ." என்ற கோஷம் விண்ணைப் பிளக்கத் திரண்டு வந்து கொண்டிருக்கிறார்கள் . . . சிறுபோதில் எல்லா விம்பங்களும் ஒன்றன் பின் ஒன்றாகக் காணாமற் போய்க்கொண்டிருக்கின்றன . . . கப்பல் மட்டும் தூக்கமின்றி மெதுவாகப் பழைய வேகத்தின் ஆர்முடுகலில் 'மலாக்கா ஸ்ரெய்ட்'டை நோக்கி மிதந்து கொண்டிருக்கிறது.

17

காலிழந்த பறவைக்குக் காற்றுத்தான் படுக்கை

திருப்பாற்கடல்... பாம்பணையின் இதமான படுக்கையில் ஸ்ரீ லக்ஷ்மி சகிதம் பள்ளிகொண் டிருக்கிறார் ஸ்ரீமன் நாராயண மூர்த்தி . . . பாம்பின் வால்பாகத்தில் ஓர் ஓரமாக நானும் துயில்கொண்டிருக்கிறேன் . . . பாற்கடலின் அலைகள் அவ்வப்போதில் உடலைத் தழுவிப் பிரியும்போதெல்லாம் கோதுமைமாவு வாசனை வீசிக்கொண்டிருந்தது . . . கதவு தட்டப்படும் சத்தம் கேட்கிறது . . . அட! திருமால் கடலை விட்டு எப்போது 'காபினுக்குள்' அடக்கமானார்!? என்று குழம்பிய நிலையில் முழிப்பு வந்தது. "ஸ்காஞ்சா . . . மவேன் . . . ஸ்காஞ்சா . . ." என்று அதிகாலை மூன்றரை மணிக்கு என்னை எழுப்பிக்கொண்டிருக்கிறான் செல்வராஜா. எழுந்து போய்ப் பார்த்தால் ஆளைக் காணோம். எனது காலைக் கடன்களை முடித்து . . . கோப்பியும் குடித்துவிட்டு நான்கு மணிக்கு 'ப்ரிட்ஜ்' இற்குப் போனேன். எழுபத்தியிரண்டு மணிநேரம் மாவுமூடைகளைக் கடலில் கரைத்த களைப்போடு இரவு பன்னிரண்டு முதல் அதிகாலை நான்கு மணி நேரத்துக் காவற்கடமையும் இணைந்து கொள்ள 'கின்னஸ்' சாதனையாளர் பட்டியலில் இடம்பெற வேண்டிய செல்வராஜா என்கிற ராஜா கிறங்கிய நிலையில் எனக்கு ஒரு 'குட் மார்ணிங்'கூடச் சொல்லிக்கொள்ளாது தள்ளாடிக்கொண்டே படியிறங்கிக் கீழே போனான் . . . பரிதாபமாக இருந்தது . . . துட்டுக்காரப் பயல் . . . எதுக்கு இப்படி

மாய்வதற்குக் கப்பலேறினான் . . . மர்மம் இன்னமும் துலங்க வில்லை. சரி . . . சரி . . . இவனுக்குள்ளேயும் ஒரு கதை இருக்கும்!

"குட் மார்ணிங் . . . தேர்ட் . . ." என்று சொல்லிக்கொண்டே 'பைனோக்யுலரை' எடுத்துக்கொண்டு 'லுக் அவுட்'டுக்காகக் கப்பலின் இடதுபுறம் சென்றேன். இருள் இன்னமும் பிரியவில்லை. கிழக்கே தூரத்தில் கருமை திரண்ட ஆகாயத் திரைச் சீலையில் நிலவுப் பெண்ணின் சிறுவிரல் நகம் ஒளிர்ந்தது. அமாவாசை நெருங்குகிறது போலும்! அந்தச் சிறிய சுடரொளிக் கீற்றையும் உள்வாங்கிக்கொண்டு இந்து மஹா சமுத்திரத்தின் அலைகள் வெளிச்சத் தெறிப்புகளோடு கள்வெறியில் மிதந்து கொண்டிருந்தன . . . கடல் அமைதியாகவே இருந்தது. தொலைவில் சில கப்பல்கள் ஊர்ந்து போய்க்கொண்டிருந்தன. 'தேர்ட் ஆபீஸர்' விஷ்ணு பட்டேல் வரைபடங்களுக்குள் தலையைப் புதைத்துக் கொண்டிருந்தார். பார்த்த கணமே நல்ல மனிதர் என்கிற தராதரப் பத்திரம் பெற்றுக்கொள்ளக் கூடிய பிறவிகளில் இவரும் ஒருவர். இருபத்திஏழு ஆண்டுகாலக் கப்பல் அனுபவம். 'செக்கண்ட் ஆபீஸரைப்' போலவே ஆரம்பத்தில் இந்தியக் கடற்படையில் தேசப்பற்றோடு இணைந்து . . . பின்னர் ஊதியத்தைக் கண்டதும் பற்றழிந்து . . . இதைவிடவும் குஜராத் மாநிலத்தின் 'போர்பந்தரில்' போய் உஞ்சவிருத்தி பண்ணலாம் என்கிற ஞானம் மீதுரப்பெற்று . . . வாணிபக் கப்பல்களில் ஊழியம் செய்த அனுபவஸ்தர். மஹாத்மா காந்தி அவதரித்த ஊரில் இவரும் பிறந்தமையே இவரது தேசாபிமானத்திற்குக் காரணம் என்று முன்பொரு தடவை என்னிடம் சிரித்துக்கொண்டே சொல்லியிருக்கிறார். கடலோர நகரமாகிய போர்பந்தரில் கடலோடு பிறந்து கடலோடி யாக இன்றுவரை வாழ்ந்துகொண்டிருக்கும் விஷ்ணு பட்டேலுக்கு அகவை அறுபத்தி ஐந்து என்பது அவரே சொல்லி நான் தெரிந்துகொண்டது. கடல் வாழ்க்கையும் . . . சுத்தமான ப்ராண வாயுவும் வயதைக் கணிசமான அளவு கழித்தே கணக்குக் காட்டியது.

நடுத்தர உயரம். மாலுமிகளுக்கே உரித்தான திடமான சரீரம். செவ்வக முகம். மீசை மழிக்கப்பட்டிருந்தாலும் அதன் அடர்த்தி புருவங்களில் ஏறியிருந்தது. 'ஏபிள் பாடீட் ஸீமென்' ஆகக் கடல்வாழ்வை ஆரம்பித்துப் படிப்படியாக உயர்ந்து கடந்த எட்டு வருடங்களாக மூன்றாவது ஆபீஸராகப் பணியேற்றதில் சிறிதே தொந்திவிழுந்திருந்தது. 'ப்ரிட்ஜ்' இற்கு வரும்போது எப்போதும் வெண்ணிற அரைக்காற் சட்டையும் 'ஷேர்ட்'உம் அணிந்துகொள்வது ஏன் என்று கேட்டதற்கு இந்தியக் கடற்படையை விட்டு விலகினாலும் தேசப்பற்றை விடமுடியவில்லை என்றார். கண்களை ஊடுருவிப் பார்க்கும்

போதெல்லாம் அதன் மெல்லிய திரைக்குள்ளால் ஆழ்ந்த சோகம் கப்பிக்கிடப்பதாகவே எனது புலன்காட்சிக்குப் படும். அபூர்வமாக அதிகம் பேசுவதைத் தவிர . . . எப்போதும் ஆழ்ந்த மௌனம்தான். அன்றைய தினத்தின் அதிகாலையில் அந்த அபூர்வக் கணங்களில் ஒன்றாக 'போர்ட் ஸைடில்' காவலில் நின்றுகொண்டிருந்த என்னருகில் வந்து . . . இன்னும் சில தினங்களில் மலேசியக் குடாவையும், இந்தோனேசிய, சுமாத்ரா தீவுக் கூட்டங்களையும் ஊடறுத்துச்செல்லும் 'மலாக்கா ஸ்ரெய்ட்' என்கிற கால்வாயை அண்மித்துவிடுவோம் என்று பேச்சை ஆரம்பித்தார். "நான் எனது தாய்நாட்டைத் தாண்டிப் போய்க்கொண்டிருக்கிறேன் . . . எனது இருபத்திஏழு வருடக் கடற்பயணத்தில் எத்தனையோ தடவைகள் கடந்து போயும் . . . வந்தும் கொண்டிருந்தாலும் ஒவ்வொரு முறையும் எனது மண்ணைக் கண்பார்வையிலிருந்து தூரத்தே விட்டு விலகி . . . விலகிப் போய்க்கொண்டிருப்பதை உணரும்போது மனது வலிக்கிறது . . . இந்த வயதிலும் . . . இன்னும் எனது நிலத்தில் போய் விழுவதற்கான அங்கீகாரத்தை ஆண்டவன் எனக்குத் தரவில்லை . . . ஏன் . . . நீயும்தான் . . . ராஜா . . . ரஞ்ஜித் இவர்களைப்போல . . . பிறந்து . . . தவழ்ந்து . . . விழுந்து பின் எழுந்து . . . நடந்துதிரிந்த மண்ணை விட்டு வெகுதூரம் விலகிப்போய்க் கொண்டிருக்கிறாயே . . . இதயம் கனக்கவில்லையா . . ?" என்று கேட்டு நிறுத்தினார்.

நான் 'பைனோக்யுலர்' இலிருந்து கண்களை அகற்றி அவரை சில வினாடிகள் ஏறிட்டுப் பார்த்தேன். "உன்னுடைய உணர்வுகளைப் புண்படுத்திஇருந்தால் மன்னித்துக்கொள் . . ." என்றார். சிறு துளி மௌனத்திற்குப் பிறகு "நான் விழுதாக ஊன்றிய எனது மண்ணை விட்டு விலகிப் போகவில்லை . . . அந்த மண்தான் என்னை வெட்டித் தள்ளி விரட்டிவிட்டு எனது ஆலமரங்களைச் சிறுகச் சிறுக அழித்தபடியே என்னை விட்டு விலகிப் போய்க்கொண்டிருக்கிறது . . ." என்று தொடங்கி எனது தாய் மண்ணின் . . . பலராலும் தறிக்கப்பட்டுக்கொண்டிருக்கும் ஆலமரங்களின் அவலக்கதையை விஷ்ணு பட்டேலுக்கு விளக்கமாகச் சொன்னேன். "கேள்விப்பட்டிருக்கிறேன் . . . ஆனால் இத்தனை ஆழங்கள் . . . வெளியே அதிகமாகத் தெரியாமல் ஊடகங்களால் இருள் பூசப்பட்ட புதினங்களைத்தான் 'இந்து' பத்திரிகையில் படிக்க நேர்கிறது . . . இப்போது உனது துன்பங்களை உணர்கிறேன் . . ." என்றார் மிகுந்த வேதனையோடு. சிறிது நேரம் இருவரும் பேசிக்கொள்ளவில்லை. காலை ஆறுமணியாகிவிட்டது. நான் கீழிறங்கிப் போய் எங்களிருவருக்குமாய் கோப்பி தயாரித்து மேலே எடுத்துவந்து . . . அவருக்கும் கொடுத்து . . . நானும் பருகிக்கொண்டபோதில் மெதுவாகக் கேட்டேன்.

"தேர்ட் . . . சமீப நாட்களில் நாங்களிருவரும் காவற் கடமையில் இணையும்போதெல்லாம் என்னை உறுத்திக் கொண்டிருக்கிற ஒன்றைக் கேட்கலாமா?"

"கமான் . . . ஸ்பிட் இட் ஔட் . . . மை டியர் ஸன் . . ."

"நீங்கள் எப்போதுமே அதிகமாகப் பேசுவதில்லை . . . எப்போதாவது பேச நேரும்போது உங்களைக் கண்களின் ஊடாகப் பார்த்தால் மனஆழத்தே கவலைகளின் விம்பம் தெரிகிறது . . . சரிதானா . . ? தவறெனில் இந்தக் கேள்வியைத் தயவு செய்து உதாசீனப்படுத்திவிடுங்கள் . . ."

சில நிமிஷங்கள் ஆழ்ந்த மௌனத்தில் கழிந்தேகின. அவரது பெருமூச்சு அதனைக் கலைத்துவிட வார்த்தைகள் வெளிவந்தன. "உனது கணிப்பு மிகவும் சரியானதே . . . நானும் தான் உன்னுடன் முதன்முதலில் கடமையில் ஈடுபட்ட பொழுது உனது கண்ணிமைகளுக்குள்ளே பாசியாய்ப் படர்ந்து கிடந்த சோகத்தை அனுமானித்திருக்கிறேன் . . . அதற்கான காரணத்தை நீ இப்போது விளக்கினாய் . . . ஆகவே, எனது துன்பத்தை உன்னிடம் சொல்வதால் நாம் இருவரும் சமமாகி விடுகிறோம் . . . இல்லையா?" என்று சொல்லித் தொடர்ந்தார்.

விஷ்ணு பட்டேலுக்கு முப்பத்தைந்து வயதில் ஒரு மகனும் . . . முப்பத்தி மூன்று வயதில் ஒரு மகளும் திருமணமாகி . . . முறையே ஆளாளுக்கு இரண்டிரண்டாக மூன்று பேரன்களையும் ஒரு பேத்தியையும் பெற்று இவருக்குப் பாட்டன் என்கிற அந்தஸ்தைக் கொடுத்து மகிழ்ச்சிகரமாக வாழ்ந்துவந்திருக்கிறார்கள். மூத்தவன் விஜய் ஒரு 'கெமிக்கல் என்ஜினியர்' . . . இளையவள் லக்ஷ்மி 'சார்ட்டட் அக்கௌண்டன்ட்' . . . இருவரும் குஜராத் மாநிலத்தின் அருகே இந்தியாவின் இதயமாகத் திகழ்ந்த மத்தியப் பிரதேஷ் மாநிலத்தின் 'போபால்' தலைநகரில் அமெரிக்க இந்தியக் கூட்டு நிறுவனமாக விளங்கிய 'யூனியன் கார்பைட்' இரசாயனத் தொழிற்சாலையில் கொழுத்த சம்பளத்தில் வேலை கிடைத்து . . . படிப்படியாக உயர்ந்து . . . பின்பு கல்யாணமாகிக் குழந்தைகளும் பெற்றுக்கொண்டு . . . ஆயுட்காலப் பொருளாதார உத்தரவாதங்களோடு நிம்மதியாகக் குடும்பம் நடத்திக்கொண்டிருந்த அந்த நாட்களில் . . . நாட்களோடு நாட்களாக 1984ஆம் ஆண்டு டிஸெம்பர் மாதத்தின் இரண்டாம், மூன்றாம் திகதிகளும் இணைந்துகொண்டன.

"அந்த வருடம் நான் கிரேக்க கம்பனிக்குச் சொந்தமான ஒரு 'ஆயில் டாங்கரில்' தேர்ட் ஆபீஸராக நல்ல சம்பளத்தில் வேலைபார்த்துக்கொண்டிருந்தேன் . . . எனது 'காண்ட்ராக்ட்'

முடிவதற்கு இன்னமும் ஆறே மாதங்கள்தாம் இருந்தன . . . மகனும் மகளும் அழகான வாழ்க்கையை அமைத்துக் கொண்டார்கள் ... ஆகவே இதுவே இறுதிக் கடற்பயணமாக இருக்கட்டும் ... இனிமேல் நானும் எனது துணைவியாரும் போர்பந்தரில் ஊரோடு ஒதுங்கிக் கடலோரத்தில் பேரன் . . . பேத்திகளுடன் மணல்வீடு கட்டி விளையாடி, முதுமைக் காலத்தை மனநிறைவோடு கழித்து, பக்வான் ஸ்ரீ மஹேஷ்வரோடு போய்ச்சேர்ந்துவிடலாம் ... என்றவாறெல்லாம் நான் கட்டிக் கொண்டிருந்த மணற்கோட்டையை ... எங்கிருந்தோ வந்த ஆழிப்பேரலை ... இதோ ... என்னையும் சேர்த்து இழுத்து வந்து உனக்கு முன்னால் என் துன்பத்தைச் சொல்லிப் புலம்ப வைத்திருக்கிறதே . . ! வாழ்க்கை என்பதே வெறும் புலன் காட்சிப் படுதாவில் விசித்திரங்கள் ஒன்று கூடி உருவகித்த சித்திரங்கள்தாம் மகன் ... நீ ... உனக்குள்ளேயே உள்மனத் திரையில் உனக்குப் பிடித்தவாறெல்லாம் வடிவங்கள் தீட்டி மகிழ்ந்துகொண்டிருக்கலாம் ... உனக்குப் பிடிக்காதவற்றை நீ ஒரு போதும் வரையப்போவதில்லை . . . ஆனால் வாழ்வியலின் யதார்த்தம் என்கிற விதி உனக்காக வரைந்து . . . அல்ல . . . அல்ல . . . செதுக்கிவைத்திருக்கிற சிற்பங்களில் பெரும்பாலானவை உனக்கு அறவே பிடிக்காதவையாகத்தான் இருக்கும் . . ! நான் சிறுவயதில் படித்தவற்றில் பிடித்த ஒரு கவிதை . . . என் கதைக்குப் பொருத்தமாகவே இருக்கிறது . . . ‘கால்களை இழந்துவிட்ட பறவை . . . ககனவெளியில் காற்றிலேதான் தூங்கவேண்டும்’ இதோ . . . நடுக்கடலில் காற்றலைக்கும் . . . கடலலைக்கும் நடுவே தொங்கிக்கொண்டுத் தூங்குகிறேன் . . . பார்த்தாயா ?” மௌனமே மௌனித்துப்போயிருந்தது . . . அவர் வேதனையைக் கொட்டி நிறுத்தியதும்.

அமெரிக்காவின் ‘டெக்ஸாஸ்’ மாநிலத்தைத் தலைமையகமாகக் கொண்டு உலகளாவி வியாபாரத்தை விஸ்தரித்துக்கொண்டிருந்த ‘யூனியன் கார்பைட்’ நிறுவனம் ஐம்பத்தியொரு விகிதப் பங்கைத் தன்னுள்ளடக்கி மீதி நாற்பத்தொன்பது விகிதத்தை இந்திய வங்கிகளின் முதலீடாக்கி இரசாயனப் பூச்சிக் கொல்லி மருந்தை உற்பத்திசெய்து நிகரலாபமீட்டிக்கொண்டிருந்த உல்லாசத் தேன்நிலவு நாட்களில் . . . ‘யூனியன் கார்பைட் இந்தியா லிமிட்டெட்’ தொழிற்சாலையின் பராமரிப்பு அதிகாரிகளின் கவனக்குறைவால் ‘மீதைல் ஐஸோ ஸயனைற்’ என்கிற நச்சு வளிமம் கசிந்துதொலைக்க . . . போபால் பேரழிவு . . . உலகில் உள்ள தொழிற்சாலைகளால் ஏற்பட்ட பேரழிவுகளிலேயே மிக அதிகமான பாதிப்பை ஏற்படுத்திய பேரழிவாக அமெரிக்கக் ‘கார்ப்பரேட்டுகளுக்கு’ மகுடம் சூட்டியது. ஐந்து இலட்சத்திற்கும்

மேற்பட்ட மக்கள் பாதிக்கப்பட்டனர். உடனடி உயிரிழப்பான ... ஏறத்தாழ இரண்டாயிரம் உடல்கள் கருகித் தீய்ந்து ... மரபணுக்களே இல்லாது போனவர்களில் விஜய் பட்டேலும் லக்ஷ்மி பட்டேலும் அடக்கமாகிப்போயினர். தாயின் முலைப்பாலைத் தவிர வேறெதையும் பருகியறியாது வளர்ந்த குழந்தைகள் . . . பேரப் பிள்ளைகளை அந்தரிக்க விட்டுவிட்டு அகாலத்தில் எரிந்து போனதைத் தாங்கிக்கொள்ளத் திராணியற்றுப்போன தாயார் பாரிய மனநோயால் பாதிக்கப்பட்டு . . . மருமகளின் இரண்டு குழந்தைகளோடு மூன்றாவதாகி . . . சொல்லிக்கொண்டிருக்கும் போதே விஷ்ணு பட்டேலின் நேத்திரங்கள் நீர் துளிர்த்தன.

“நானோ பசுபிக் சமுத்திரத்தின் தென்மேற்கு நீர்ப்பரப்பின் மையப்புள்ளியில் நடந்துமுடிந்த அனர்த்தங்கள் எதனையும் பற்றிய பிரக்ஞையில்லாது நியூஸீலாந்தை நோக்கிப் போய்க் கொண்டிருக்கிறேன் . . . மூன்று வாரங்களில் ‘போர்ட் ஆஃவ் ஆக்லண்ட்’ இல் கரையொதுங்கி . . . அதன் பின்பும் ஒரு வாரம் கழித்துக் கப்பல் கம்பெனியால் ‘க்றீஸிலிருந்து’ மீள அனுப்பி வைக்கப்பட்ட அஞ்சல்பொதியினுள்ளே எனக்காகிய வேதனைகள் பொதிந்திருந்தன. அதிர்ந்து போனதைத் தவிர வேறெதனையும் என்னால் அப்போது செய்ய முடிந்திருக்கவில்லை. மருமகன்தான் எழுதியிருந்தான். கடிதத்தின் வரிகளில் ஆங்காங்கே கண்ணீர்க் கறைகளினால் மை கசிந்து எழுத்துக்கள் கலைந்துபோயிருந்தன. கம்பெனியுடனான ஒப்பந்தத்தை முறித்துக்கொண்டு ஊருக்குப் போவதால் ஆவதொன்றுமில்லை. எனது மனைவியையும் . . . பேரன், பேத்திகளையும் பார்க்கும் ஒவ்வொரு கணமும் எனக்குள் நான் மீண்டும்மீண்டும் இறந்து தொலைக்கவேண்டும் . . . இதனைவிடவும் இப்போதைய நிலைமையில் நான் அவர்களுக்கு இன்றியமையாதவனாக இருக்கிறேன் . . . எனவே இன்னும் ஐந்து மாதங்கள் எனது வேதனைகளைப் பெருமூச்சாக்கிக் கடற்காற்றிலேயே கரைத்துவிட்டுக் கரையொதுங்குவது . . . என்று எனது மனவுணர்வுகளைச் சமநிலைப்படுத்திக்கொண்டேன். கப்பலின் மொத்த ஊழியர்களும் எனது குடும்ப அங்கத்தினராகி விட்டதில் . . . பசுபிக் சமுத்திரத்தின் ஆழத்திலிருந்து தலை தூக்கமுடிந்தது.” என்று தொடர்ந்தார்.

“ஏதோஒரு நாளில் போர்பந்தருக்குத் திரும்பிப்போனேன். எதுவுமே நடந்திராததுபோல . . . அதது நடந்து . . . கடந்து போய்க்கொண்டே இருந்தது. என் மனைவிக்கு நான் விஜய் என்றாகிப்போனேன். ‘மகன் திரும்பி வந்துவிட்டான் . . !’ என்று ஊர் முழுவதும் தண்டோரா போட்டுக்கொண்டிருந்தாள். மருமகள் பெருமளவு தேறியிருந்தாள் . . . இரண்டு மகன்களால். உன்னை என் மூத்தவனாகவே நினைத்துச் சொல்கிறேன் மகன் . . .

சிறு கற்குவியலாகவோ ... அன்றிப் பெரும் பாறையாகவோ துன்பங்கள் உருக்கொண்டு இந்தச் சிறிய, இதயத்தை அழுத்தும் போது... அந்த வலியிலிருந்து விடுபட காலம் ஒன்றேதான் அதிக சக்தி வாய்ந்த நிவாரணி ... என்ன ... கொஞ்ச நாட்களுக்குப் பத்தியம் காக்கவேண்டிஇருக்கும் ... இதுதான் ஆயுளின் வேதம்! அதனை உணர்ந்து நிதானித்துக்கொள்ளாது உடனடி உணர்வு களின் அலைக்கழிப்பினால் . . . துன்பியலின் அழுத்தத்தி லிருந்து சீக்கிரமாக மீளவென நாம் சில துரித நிவாரணி களுக்கு முன்னுரிமை கொடுத்துவிடுகிறோம் . . . இதன் விளைவாக ... கூடிய சீக்கிரமே வெந்து சாம்பராகிவிடுகிறோம் ... அல்லது ஆறடி மண்ணுக்குள்ளேயே புழுத்துப்போகிறோம். அத்தனை மனோதைரியம் இல்லாதவர்கள் இறுதி மூச்சுவரை துன்பத்தையே கட்டிக்கொண்டு சித்த ஸ்வாதீனமற்றுப்போய் உழல்பவர்களாகிவிடுகிறோம் . . . தாங்கொணாத் துயரங்கள் வாழ்வைத் தாக்கும்போதுதானே இந்த ஞானங்கள் நமக்கு வெளிச்சம் காட்டுகிறது ... பார்த்தாயா? புயலின் அடர்த்தியில் தானே பயணிக்கும் கலத்தின் வலிமையை அறியமுடிகிறது?" அடிவாங்கி வாழ்வின் அனுபவப் பாடங்களைக் கற்றறிந்த கசப்பு வார்த்தைகளாகி வெளிவந்தன அவரிடமிருந்து.

"மகன் ... எனது துன்பங்களையெல்லாம் உன்னோடு பகிர்ந்து கொண்டிருக்கும் இந்த நிமிஷம்வரை வெறும் ஒற்றை ரூபாய் நஷ்டஈடு கூட உயிரிழந்துபோன ஐயாயிரத்துக்கும் மேற்பட்ட பிணங்களுக்கோ ... விஷவாயுவின் பாதிப்பால் சிறுகச் சிறுகச் சிறுநீரகங்கள் அழுகிப்போய்ச் சாவைத் தழுவிக் கொண்டிருக்கும் இலட்சக்கணக்கான மனிதர்களுக்கோ தரப்படவில்லை ... தெரிந்துகொள்! இன்னமும் விஷம் கலந்த மஞ்சள் நிறக் குடிநீரையே அருந்திக்கொண்டு அணுவணுவாக இறந்துபோய்க்கொண்டிருக்கும் ஆத்மாக்களின் உயிருக்கு எந்த வோர் உத்தரவாதமும் இல்லாத ஒரு தேசத்தில் நான் பிறக்க நேர்ந்தது என்னவொரு பாக்கியம் . . ? இந்து தத்துவத்தின் ஸ்மிருதிகளின் படி எவ்வளவு சீக்கிரம் கங்கையில் பிணமாகி மிதக்கிறீர்களோ அவ்வளவு சீக்கிரம் முக்திபெறலாம் . . ! இந்தப் பாவங்களுக்கெல்லாம் காரணமான 'யூனியன் கார்பைட்' நிறுவனத்தின் முதன்மைச் செயலதிகாரி 'வாரன் ஆண்டர்ஸன்' குற்றவாளியாக நிரூபிக்கப் பட்டிருந்தும் சகல அரசமரியாதை களோடு கௌரவமாக அமெரிக்காவிற்கு விமானத்தில் அனுப்பி வைக்கப்பட்டான் ... இன்னுமொரு விசித்திரம் ... பார் ... இந்த அமெரிக்கா யார் மீதோ கொண்ட கோபத்தை ஓர் அப்பாவி நாட்டில் தீர்க்க முனைந்து ... இருபது வருடங்களாக முயன்று அந்த நாட்டையே நிர்மூலமாக்கி ... இன்றும் எழுந்து வரமுடியாதபடிச்

செய்து தனது செருக்கை நிலைநாட்டிக்கொண்டுவிட்ட அந்த நாட்டுக்கல்லவா நாம் இப்போது போய்க்கொண்டிருக்கிறோம்?"

அதிகமாகப் பேசாத விஷ்ணு பட்டேல் பொரிந்து தள்ளி நிறுத்தினார். 'எல்லாவற்றையும் என்னிடம் கொட்டியதில் மனது ஒரு பறவையின் மென்சிறகாகிவிட்டது' என்றார். அமைதியாகக் கேட்டுக்கொண்டிருந்ததற்கு நன்றி சொன்னார். அவர் சொன்ன வாறே சில தினங்களில் 'மலாக்கா ஸ்ரெய்ட்' நீரிணையை அண்மித்து நங்கூரமிட்டுவிட்டோம். கடற்கொள்ளையரைப் பற்றி அவரிடம் கேட்டேன். "ஆஃவ்டர் ஆல்... வெறும் கோதுமைக் காக எல்லாம் சுமாத்ராவின் கடற்கொள்ளையன் தனது கௌரவத்தை இழக்கமாட்டான்... மகன் . . . அவனுக்குக் கூடச் சில விழுமியங்கள் உண்டு" என்றார். திருக்கோணமலையில் சங்கக் கடையில் பாண் வாங்கவென கூப்பன் முத்திரைகளோடு வரிசையில் அரைக்காற்சட்டையோடும் . . . வெறும் மேலுடனும் நின்றுகொண்டிருந்த கோலங்கள் கண்ணில் மின்னி மறைந்தன.

18

பறக்கும் குதிரையும் இறகிழந்த தேவதையும்

சூயெஸ் கால்வாயைப் போலவே கடல் வாணிப முக்யத்வம் வாய்ந்த நீரிணை 'மலாக்கா ஸ்ரெய்ட்' என்கிற மலேசியத் தீபகற்பத்துக்கும் இந்தோனேஷ்யாவின் சுமாத்திராத் தீவுக்குமிடையில் 850 கிலோமீட்டர்கள் நீளமான உலகின் மிக முக்கியமான கப்பற்பாதை. இந்த நீரிணை பசுபிக் பெருங்கடலையும் . . . இந்து மஹா சமுத்திரத்தையும் இணைத்துவைப்பதனால் . . . இந்தியா, சீனா, ஜப்பான், தைவான், தென்கொரியா ஆகிய ஆசியாவின் பெரும் பொருளாதார நாடுகளை வர்த்தக ரீதியாக இணைக்கிறது. காலகாலமாகக் கடற்கொள்ளையரின் அட்டகாசங்களையும் தாங்கிக்கொண்டு ஆண்டு தோறும் ஐம்பதினாயிரத்திற்கும் மேற்பட்ட கப்பல்கள் பயணித்துக்கொண்டிருக்கும் இந்த நீரிணையில் எம்.வி.ஔரோறாவும் இதோ . . . நீந்தவாரம்பித்து விட்டது.

இந்தப் பயணத்தின்போதுதான் எதிர்பாராமல் ஓர் அசம்பாவிதம் நிகழ்ந்தது. 'லுக்அவுட்' என்கிற காவற்பணியில் நான், ரஞ்ஜித், வாஸீம் காக்கா, லூயிஜ்ஜி, ரோலண்ட், செல்வராஜா . . . ஆறு 'ஏ.பிக்களும்' முறை போட்டுக்கொண்டு வேலையைத் தொடர்வோம். மூன்று பேர் முறையே 12 – 04, 04 – 08, 08 –12 'வாட்ச்சை'ப் பகலும், இரவும் இரண்டு வாரங்களுக்குத் தொடர்வோம். தொடரும் இரண்டு வாரங்களுக்கு ஏனைய மூன்று ஏ.பி.க்கள் . . . காவல் இல்லாத இரண்டு வாரங்களும் பகலில் கப்பலின்

பராமரிப்பு வேலைகள் . . . என்றவாறு பகுத்துவைத்திருந்தோம். இதன் படிக்கு 'மலாக்கா' நீரிணையில் கப்பல் செல்லவாரம்பித்த அந்தக் காலைவேளையில் நானும், செல்வராஜாவும், லூயிஜ்ஜி யும் பகல்வேலைக்கு மாறியிருந்தோம். இதையெல்லாம் அறிந்திருக்காத 'போர்ட் என்ஜினியர்' பனயோதிஸ் . . . ஏற்கெனவே மெலிந்த உடலமைப்புள்ள . . . மேலதிகமாகச் சமீபத்தில் நீர் ஊறிக்கிடந்த மாவு மூடைகளைக் கடலில் வெட்டிக் கரைத்ததில் இடையும் மெலிந்துபோன அசதியில் . . . அசந்து தூங்கிக்கொண்டிருந்த செல்வராஜாவின் 'காபினை' அதிகாலையில் தட்டியெழுப்பியிருக்கிறான். என்னமோ... ஏதோ என்று எழுந்துபோய்க் கதவைத் திறந்தவனை 'என்னுடன் வா' என்று 'டெக்' கிற்கு இழுத்துப்போன பனயோதிஸ்... 'க்றூ மெஸ்' ஸையும், சமையலறையையும் அண்டியிருந்த நாலாம் நம்பர் 'ஹாட்ச்'சை மின்விசையை அழுத்தித் திறந்து அவனை உள்ளே இறங்கச் சொல்லி "மாவுமூடைகளைப் புரட்டிப் பார்... கடல் நீர்க் கறைகள் இருந்தால் எடுத்து வெளியே எறிந்துவிடு . . ." என்று பணித்துவிட்டு மேலேயிருந்தவாறு சிகரெட் புகைத்துக் கொண்டிருந்திருக்கிறான்.

புலர்ந்தும்புலராத விடிகாலைப் பொழுதின் மங்கிய வெளிச்சத்தில்... முதலில் ஏனோதானோவென்று சில மூடை களைப் புரட்டிப்பார்த்ததில்... இடுப்பு வலி தாங்க முடியாதுபோன செல்வராஜா 'ஹாட்ச்'சை விட்டு மேலேறி வந்து "என்னால் முடியவில்லை... தவிரவும் எனது வேலை எட்டு மணிக்குத்தான் ஆரம்பிக்கிறது . . . எனக்குச் சிறிது ஓய்வு வேண்டும் . . ." என்று மீண்டும் 'காபினுக்குப்' போக எத்தனிக்கையில் எதிர்பாராது அவன் கன்னத்தில் ஓங்கி அறைந்துவிட்டான் பனயோதிஸ். கொதித்துப்போன செல்வராஜா "அடேய்... கரி வேசிக புத்தா..." என்று கத்திக்கொண்டே ஓடிச்சென்று சற்றே தொலைவிலிருந்த நீண்ட 'ஷிஃப்டிங் ஸ்பானரை' எடுத்து பனயோதிஸை நோக்கி விட்டெறிந்திருக்கிறான். அதுவோ உரத்த சத்தமெழுப்பி 'ஹாட்ச்'சின் இரும்புக் கதவில் மோதிக் கப்பலையே எழுப்பி விட்டிருக்கிறது. 'க்றூ மெஸ்' ஸில் ஆறு மணி 'ப்ரேக்கில்' தேனீர் அருந்திக்கொண்டு, புகை பிடித்துக் கொண்டிருந்த 'ஆய்லர்' விஜயனும் . . . ரஞ்ஜித்தும் வெளியே ஓடிவந்திருக்கிறார்கள். இன்னும் ஏதாவது கிடைக்காதா விட்டெறிய... என்று நாலாபுறமும் தேடிக்கொண்டிருந்த செல்வராஜாவை விஜயனும் . . . 'குக்' அத்துலத்தும் ஓடிச்சென்று கட்டிப்பிடித்துக்கொண்டார்கள். அவனைக் குறிவைத்து மூர்க்கத்தனமாக முன்னேறிய பனயோதிஸை ரஞ்சித்தும் . . . 'சீஃவ் ஸ்ருவேட்' ராஜீவ் ஷர்மாவும் இறுக அணைத்துக்கொண்டார்கள். 'அப்பர் டெக்கில்' வந்து

எட்டிப் பார்த்த 'போர்ட் காப்டன்' நிக்கோஸ் தடதடவென இரும்புப் படிக்கட்டுகளால் இறங்கி ஓடிவந்து . . . அதுவரை எழுப்பப்பட்டிருந்த ஓசைகளை விடவும் பேரோசையாய் . . . "மோஸஸைப் புணர்ந்தவனே . . . அன்னையைப் புணர்ந்த வனே . . . அழுக்குப் பன்றியே . . . முஷ்டி மைதூனம் செய்பவனே . . . காலங்காத்தால ஏன் இந்தக் கூத்தடித்துக் கொண்டிருக்கிறாய்?" என்று கிரேக்கத்து மொழியிலுள்ள புனித வார்த்தைகளைத் தாராளமாக உபயோகித்துத் திட்டிக்கொண்டே அவர்களின் பிடியிலிருந்து அவனை விடுவித்துவிட்டு . . . அதன் பின் இருவருமாக தங்களது மார்பில் அறைந்து கொண்டும் . . . அவ்வப்போதில் அவரவர் மர்ம ஸ்தானத்தில் இரு கைகளையும் குவித்து வைத்துப் பின்னர் எதிராளியை நோக்கி வீசியெறிந்து சாபங்கள் கொடுத்தபடி துருவக் கரடிகள் போல வாக்குவாதப் பட்டுக்கொண்டார்கள். 'காமுத்தி பனாக்கியாஸ்' (கடவுளைப் புணர்ந்தவனே . . .) என்கிற சொல்லாட்சி அதிகம் உபயோகிக்கப் பட்டதாகவும் . . . மேலும் பல அரிய சொற் பிரயோகங்களை அந்தக் காலைவேளையில் அறிந்துகொள்ள முடிந்தது என்றும் . . . இவையெல்லாம் நடந்தேறிய பின்னர் 'மெஸ்' ஸுக்கு வந்த என்னிடம் சொல்லிக்கொண்டிருந்தான் ரஞ்ஜித்.

பனயோதிஸை 'அழுக்குப் பன்றியே . . .' என்று 'போர்ட் காப்டன்' நிக்கோஸ் விளித்திருந்த விஷயம் அரசல் புரசலாக 'என்ஜின் ரூமிலும்' 'டெக்'கிலும் பணியாற்றும் 'க்றூ' அங்கத்தினரிடையே பரவி ஒரு பாரிய விழிப்புணர்வை ஏற்படுத்தியிருந்ததை அன்றைய தினத்தின் ஆதவன் மறையும் முன்னமே எல்லோரும் உணர்ந்தோம். பகல் வேலை முடிந்து . . . குளித்தான பின் கப்பலின் பின்புறத்து மேல் 'டெக்' இல் ஓய்வாக உட்கார்ந்து குளிர்ந்த 'பியர்' அருந்திக்கொண்டே பேசிக்கொண்டிருந்த போதில் 'ஆபீஸர்ஸ் மெஸ் பாய்' ரவி . . . அறை வாங்கிய பொருமலில் இருந்த செல்வராஜாவின் தோளில் ஆதரவாக வலது கையால் அணைத்தபடி சொல்லிக் கொண்டிருந்தான்.

"அணே . . . பாருங்க வா இந்தப் பன்னாடை பனயோதிஸை . . . 'அழுக்குப் பன்னி' ன்னு நிக்கோஸ் சரீக்குத்தான் திட்டியிரிக்கான் . . . அவனுக்கே தாங்க முடியல்ல . . . இவனுவள்ட 'காபின்' எல்லாம் பகல்ல நான்தானே 'க்ளீன்' பண்ற . . . எனக்குத் தெரியும் . . . நான் கப்பலுக்கு வேலைக்கு வந்த நாள்ளேர்ந்து பாக்கிறேன் . . . இவன் போட்டிருக்கிற அரைக் காச்சட்டையையும், பனியனையும் இவன் 'வாஷ்' பண்ணி நாம பாத்ததேயில்ல . . . இவன் 'காபினுக்கு' உள்ளாற போகக்குள்ள நா . . . 'மாஸ்க்' போட்டுக்கிட்டுத் தான்வா போற . . . அணே . . . சவக்காம்பிராக்குள்ள கூட சரீக்கு

சந்தண வாசம் வரும் தானே . . ." இப்போது செல்வராஜாவால் கொஞ்சம் சிரிக்க முடிந்தது. "ஸைன் ஆஃவ் பண்றத்துக்குள்ள இவனுக்கு நான் ஆப்பு இறுக்கீட்டுத்தான் போற..." என்றவனைப் பலமாகத் தலையாட்டி வழிமொழிந்தான் ரவி. ரஞ்ஜித் இடை மறித்துச் சொன்னான். "இப்போதிக்கி ஒண்ணும் கச்சால் போட்றாதீங்க . . . சரியான 'போர்ட்' வரக்குள்ள நா சொல்ற . . . என்ன?" எல்லோரும் ஏகமனதாக ஆமோதித்தோம் . . . பின் கலைந்துபோய் அவரவர் கூடுகளை நோக்கி நடந்தோம். நான் செல்வராஜாவோடு அவனது 'காபினுக்குப்' போனேன்.

"செல்வா . . . கேக்கிறேனே எண்டு குறை நினைக்காதீங்க . . . உங்க அப்பா சொந்தமாகத் தொழில் செய்யிறார் . . . வசதியாக கொழும்பில சீவியம் போய்க்கொண்டிருந்தது எண்டு எனக்குச் சொல்லியிருக்கிறீங்க . . . நீங்க ஓரேயொரு மகனா இருக்கிறீங்க . . . பிறகு எதுக்குக் கப்பலுக்கு வேலைசெய்ய வந்து இப்பிடி முறியிறீங்க . . ? மனசுக்குக் கஷ்டமாயிருந்தா நீங்க படுங்க . . . நாளைக்குக் காலம்பற வேலை... நான் 'காபினுக்குப்' போகிறேன்..." என்றேன். சற்று நேரம் எனது முகத்தையே உற்றுப் பார்த்துவிட்டு பேசவாரம்பித்தான்.

"நா . . . இது வரக்காட்டியும் ஆருகிட்டவும் இதப்பத்திப் பேசினதில்ல . . . ஆரும் கேட்டதுமில்ல . . . இந்த மருதானை ரவிக்குத் தெரியும் எங்க அப்பாருவ... அவங்கூட கேட்டதில்ல . . . நீங்க தான் கேட்டீங்க . . . யாருகிட்டயாச்சும் சொன்னாக்கா மனசுக்கு நல்லாயிருக்கும் தானே . . . அப்படீனு எப்பவாச்சும் தோணும் . . . கப்பலுக்கு வந்த நாள்ளேர்ந்து ஓங்கள நா பாத்துக்கிட்டுத் தான் வாரேன் . . . நீங்க ஏங்கூடப் பழகிற விதம் எனக்குப் புடிச்சிருக்கு . . . உங்ககிட்ட ஒரு நேர்மை இருக்கு . . . இன்னிக் காலைல இப்பிடி நடந்த பொறகு சொன்னாக்கா நல்லாருக்கும் போலதான் தோணுது . . ." கேட்டுக்கொண்டிருந்த போது எனக்கு உள்ளூரப் பெருமையாகத்தானிருந்தது. " உங்களுக்கு ஆறுதலாக இருக்குமெண்டா சொல்லுங்கோ செல்வா . . ." என்றேன் . . . தொடர்ந்தான்.

செல்வராஜாவின் தகப்பனார் தியாகராஜன் கொழும்பு . . . மருதானையில் சிறியதாக ஒரு மோட்டார் வாகன உதிரிப் பாகங்கள் விற்பனையை ஆரம்பித்து சுமாராக வியாபாரம் ஓடிக்கொண்டிருந்த நாட்களில் தாயார் செல்வாம்பிகை கர்ப்பம் தரித்த நாளிலிருந்து வர்த்தகம் செழித்து வளர ஆரம்பித்ததாம். மகன் பூமிக்கு வந்து தவழவாரம்பித்த பின் அவன் பெயரிலேயே 'எஸ். ஆர். மோட்டர்ஸ்' வரையறுக்கப் பட்ட நிறுவனமாக பஞ்சிகாவத்தையில் உருவாகி அவன்கூடவே எழுந்து . . . நடந்து . . .

உயர்ந்து கொண்டிருந்த அதே சுபயோக சுபமுகூர்த்தத்தில் அப்போதைய இலங்கைப் பிரதம மந்திரி சிரிமாவோ பண்டார நாயக்க அவர்களுக்கும் இந்தியப் பிரதம மந்திரி லால் பகதூர் சாஸ்திரி அவர்களுக்கும் நாடற்றவர்களாக இருந்த இந்திய வம்ஸாவளித் தமிழர்களின் எதிர்காலம் தொடர்பாக ஏற்பட்ட உடன்படிக்கையில் 1964ஆம் ஆண்டு அக்டோபர் மாதம் 30ஆம் திகதி கைச்சாத்திடப்பட்ட ஒப்பந்தத்தினால் குடியுரிமை பெற்ற 300,000 பேர்களில் இவர்களும் அடங்கிவிட... ஆமர் வீதி அடுக்கு மாடிக் குடியிருப்புப் பொந்தை விட்டு விடுதலையாகிக் கொழும்பு 3 கொள்ளுப்பிட்டிய வில் காலிமுகக் கடலைப் பார்த்தபடி இருந்த... சொந்தமாக வாங்கிய தனித்த மாடிவீட்டில் குடிவந்த போது செல்வாவுக்கு ஆறுவயதாம்.

பிரித்தானியர்களின் காலணித்துவ ஆட்சியின் கோரப் பிடியில் அகப்பட்டுச் சீரழிந்துகொண்டிருந்த இலங்கைத் தீவின் இயற்கை வளங்களனைத்தையும் சுவையாகத் தேனீரை உறிஞ்சிச் சுவைத்துப் பருகுவதைப் போலக் கொள்ளை கொண்டு கொண்டிருந்த வெள்ளையர்கள் ஒரு புறமும்... தோட்டக் காட்டுக்குள்ளே இரத்தம் உறுஞ்சும் அட்டைகளோடு மல்லுக் கட்டிக்கொண்டே கொழுந்து பறித்துக்கொண்டிருந்த தொழிலாளர்கள் மறுபுறமுமாக... ப்ரிட்டிஷ்காரர் தேயிலைச் சாயத்தைப் பருகி முடித்துவிட்டுப் போனதும்... அடிக் கோப்பையில் அடங்கிச் சாயமிழந்து போய்க்கிடந்த தேயிலைத் தூளாகிப் போன மலையகத் தோட்டத் தொழிலாளர்கள் வம்ஸத்தில் வந்த செல்வராஜாவின் தாய், தந்தையர் ஒருவாறாகப் பிறந்த நிலத்தைச் சொந்த நாடாக்கிக்கொண்டு சுதந்திரக் காற்றைச் சுவாசித்து மகிழ்ந்து போயிருந்த நாட்களின் பெரும்பாலான மாலைப் பொழுதுகளில்... செல்வராஜா தன் தந்தையின் தோளில் ஏறி அமர்ந்துகொள்ள... அவர் மிக அவதானமாக ரயில்வே தண்டவாளத்தைத் தாண்டி... காதலர்கள் மிக நெருக்கமாகச் சந்தித்துக்கொள்ளும் கற்குவியலையும் தாண்டிப் போய் காலிமுகத் திடலின் மணலில் அவனை இறக்கி விட்டுவிட அலைகளோடு விளையாடி... குதிரைச் சவாரிகள் செய்து... மெல்லிய கருக்கலில் “இஸ்ஸோ வடே... இஸ்ஸோ வடே...” என்று கூவிக்கொண்டிருப்பவர்களிடம் இறால் வடையும் வாங்கிச் சாப்பிட்டுக்கொண்டு இல்லம் திரும்பிக்கொண்டிருந்த நாட்களைப் பற்றிச் சொல்லிச் சிறிதே நிறுத்தினான் செல்வராஜா.

“அப்பாரு எப்பவும் வெள்ளை வேஷ்டி... முழுக்கை வைத்த வெள்ளை ஷேர்ட்... நெத்தி நெறைய்ய விபூதி... சந்தணப்பொட்டுக்கு நடுப்புரை கொஞ்சமா குங்குமம்... ரொம்ப பக்தியோடதான்வா... கடைக்கிப் போவாரு... வெள்ளிக்

கிழமைகள்ள தவறாமெ வெள்ளவத்தை கோயிலுக்குக் கூட்டிப் போவாரு . . . பள்ளிக்கூடம் லீவு விட்டாக்கா கத்தறகம போயி மாணிக்க கங்கையில முங்கீட்டு வாற . . . சிவனொளிபாத மலையேறீட்டு வாற . . . சிவராத்திரிக்குத் திருக்கேதீச்வரம் . . . ஏன்வா . . . ஒங்க ஊருக்குக் கூட அடிக்கடி வருவம் . . . கோணேச்வர மலை சூப்பர் . . . கன்னியாய் சுட்தண்ணிக் கெணத்துல காலங்காத்தால குளிச்சுப்பிட்டு . . . சூடா டம்ளர்ல பசுப்பால் குடிச்சாக்கா . . . ம் . . . ம் . . . ம் . . . இப்பிடி ஒரு பத்து வருசம் போயிரிச்சு . . . எனக்கும் பதினாறு வயசாயிரிச்சு . . . அதுக்கப்புறமாத்தான் எல்லாமே தலைகீழா மாறிப் போயிரிச்சி . . .”

ராகமவில் சகலவிதமான மோட்டார் வாகனங்களையும் பழுது பார்த்துக் கொடுப்பதில் நிபுணத்துவம் வாய்ந்த இளைஞர் சவரிமுத்து ஒரு இந்திய வம்சாவளிக் கிறிஸ்துவர். மலையகத்து இறப்பர்த் தோட்டங்களில் இழுபட்டுக் கொண்டிருந்த மூதாதையர்கள் இறைவனடி சேர்ந்துவிட . . . தாய், தந்தையர் இலங்கைப் பிரஜாவுரிமை நிராகரிக்கப் பட்டு நாகப்பட்டினம் சென்றுவிட . . . வாஸந்தி என்கிற அழகின் வரைவிலக்கணங்களை எல்லாம் மீறிப் பேரழகு என்ற புதிய இலக்கியமாகத் திகழ்ந்த . . . கிறிஸ்துவ சிங்கள இனத்துப் பெண்ணைத் திருமணம் செய்துகொண்டு இலங்கைக் குடி மகனாக ராகமவிலேயே நிரந்தரமாகிவிட்டார் சவரிமுத்து. தொழிலும் நன்றாகவே நடந்துகொண்டிருந்தது. சவரிமுத்து செல்வராஜாவின் தகப்பனார் தியாகராஜனின் ‘எஸ். ஆர். மோட்டர்ஸ்’ நிறுவனத்தின் நேர்மையான வாடிக்கையாளர். தியாகராஜனுக்கு செய்தொழில் நேர்த்தியும் . . . துடிப்பான இளைஞராகவுமிருந்த சவரிமுத்துவை மிகவும் பிடித்திருந்தது. பெரும்பாலும் சவரிமுத்துவே பஞ்சிகாவத்தைக்கு வந்து உதிரிப் பாகங்களை வாங்கிச் செல்வது வழக்கம் . . . எனினும் ‘கராஜ்’இல் வேலைப்பழு அதிகமாகும் சமயங்களில் வாஸந்தியும் அவ்வப்போதில் ‘எஸ்.ஆர். மோட்டர்ஸ்’ இற்கு வருவதும் உண்டு. அவசரமான நேரங்களில் உதிரிப் பாகங்களைப் புத்தகத்தில் குறித்து வைத்துக்கொண்டு பணம் வாங்காமலேயே இவர்கள் எடுத்துப்போக அனுமதிக்கும் அளவுக்கு தியாகராஜனின் நம்பிக்கையைச் சம்பாதித்து வைத்திருந்தனர்.

செல்வராஜாவின் அப்பாருவைப் பொறுத்த அளவில் ‘எது எது நன்றாக நடக்கவேண்டுமோ . . . அது அது நன்றாகவே நடந்துகொண்டிருந்தது . . .’ சவரிமுத்துவின் தலையெழுத்தில் நவக்கிரகங்கள் சில மாற்றங்களை ஏற்படுத்தும் வரை! கடந்து போய்விட்டிருந்த பத்து ஆண்டுகாலமாக நேர்மையான வாடிக்கை யாளனாகத் திகழ்ந்திருந்தவனின் கணக்குப் புத்தகத்தில் கடன்கள்

கவிதையெழுதத் துவங்கியிருந்தன. மெதுவான ஆர்முடுகலில் ஏறிக்கொண்டிருந்த கணித அலகுகளின் மாற்றங்களை அவதானித்திருந்தும் நம்பிக்கையின் மீது அதீத நம்பிக்கை வைத்திருந்தார் தியாகராஜன். 'காரணமிருக்கும் . . .' என்றும் சமாதானித்துக்கொண்டார். எனினும் நாளாவட்டத்தில் எரிபொருள் நிரப்புகையில் இலக்கங்கள் விரைவதேபோலப் பதிவேட்டில் எண்கள் எகிறிப்போய்க் கொண்டிருந்தன. தவிரவும் இப்போதெல்லாம் வாஸந்தியே கடைக்கு வந்து தியாகராஜ னுடன் பேசிக்கொண்டிருந்துவிட்டு உதிரிப் பாகங்களைப் பெற்றுக்கொண்டு ராகமவுக்குத் திரும்புவது என்பது நவீன வழமையாகிக் கொண்டிருந்தது.

எல்லோருக்கும் சிங்களம் பேசத் தெரிந்திருந்தாலும் . . . வாஸந்தியோடு சிரிக்காது பேசிக்கொள்ள முடிபவர்கள் 'செம . . . முண்டங்கள்' என்பது 'எஸ்.ஆர். மோட்டர்ஸ்' ஊழியர்கள் அனைவரினதும் ஏகோபித்த கணிப்பு. குளிர்ந்த நிலவு குடி கொண்டிருந்த கண்களை அகல விரித்து . . . வசீகரமான . . . சாயங்களில்லாதே செவ்வந்தியாய்ச் சிவந்திருந்த உதடுகளைப் பிரித்து . . . தழையத் தழைய முடிந்திருந்த காரிருள் கேசத்தின் அசைவில் ஒரு சிறிய பதவர்ணம் அரங்கேற . . . அவள் பேசிக்கொண்டிருந்த எழில்களெல்லாம் திரண்டு தியாகராஜனின் மனசாட்சியை வெகுவாக மிரட்டிக்கொண்டிருக்க... பேசி முடித்து அவள் திரும்பிச் செல்கையில் அணிந்திருந்த முழுநீளப் பாவாடைத் திரைச்சீலையின் எழுச்சி . . . வீழ்ச்சிகளில் அமாவாசையும் . . . பௌர்ணமியுமாக நிலவொழுகிக்கொண்டிருந்த பாதங்கள் . . . தியாகராஜனின் தலையெழுத்தில் புதிய வார்த்தைப் பிரயோகங் களைப் பொழிந்து தள்ளிக்கொண்டிருந்தன. எதனாலோ . . . என்னமோ . . . யாரும் வாஸந்தியின் இந்த நவீன வழமையாகிப் போன வருகையின் பின்னணியை அறிந்துகொள்ள எத்தனித்த தில்லை. அவளது கண்களின் கீழே . . . நாசிக்குமேல் இட, வலமாகத் தொங்கிக்கொண்டிருந்த சின்னஞ்சிறு பறிகளில்... சிதல் கட்டியிருந்த சோகங்களை அறிந்துகொள்ள அவளது அதீதமான அழகும் இடம் கொடுக்கவில்லை. வனப்போ . . . எல்லோருக்கும் கிண்ணங்களில்லாதே மதுவை வார்த்துக்கொண்டிருந்தது. அது தந்திருந்த போதையில் கணக்குப் பதிவேட்டின் அறவிடமுடியாக் கடன் வகையாறாவில் சவரிமுத்து மெது மெதுவாக மூக்கை நுழைத்துக் கொண்டிருந்ததன் காரணத்தைக் கூட வாஸந்தியிடம் கேட்டறியத் திராணியற்றுப் போயிருந்தார் தியாகராஜன்.

ஏதோ ஒரு அடைமழை நாளில் சவரிமுத்து காணாமற் போய்விட்டிருந்தான். அவன் நன்றாக உழைத்துக்கொண்டிருந்த நாட்களில் ராகமவில் வாங்கிப்போட்டிருந்த வீட்டை 'ஹட்டன்

நாஷனல்' வங்கி ... அவன் பட்டிருந்த ஈட்டுக் கடனுக்காக ஸ்வீகாரம் பண்ணிக்கொண்டது. மணாளனையும், மனையையும் ஒருசேர இழந்துபோன வாஸந்தியை தியாகராஜன் ஏற்றுக்கொண்டார். மருதானையில் ஒரு சின்ன வீட்டை வாடகைக்கு அமர்த்தியிருந்தார். பல வருடங்களுக்கு முன்னர் தியாகராஜனுக்குத் திருமணமான புதிதில் தம்புள்ளவில் நிகழ்ந்த ஒரு மண்சரிவில் அவரது தூரத்து உறவினர் இறந்து போய்விட அனாதையாகி விட்ட அவர்களது ஒரே மகனைத் தன்னோடு அழைத்து வந்ததில் . . . புது மனைவி செல்வாம்பிகை தன் குழந்தையாகவே அன்பைக் குழைத்து ஊட்டிவிட ... அவனும் வளர்ந்து ... படித்து... 'எஸ்.ஆர். மோட்டர்ஸ்' நிறுவனத்திலேயே சிரேஷ்ட கணக்காளனாகப் பணியாற்றிக்கொண்டிருந்த நாட்களில் தன் தாயாகவே ஏற்றுக்கொண்ட செல்வாம்பிகைக்கும்... தம்பியாகவே எண்ணித் தூக்கி வளர்த்த செல்வராஜாவுக்கும் இந்த விவகாரங்களை எல்லாம் இது நாள்வரை தெரிந்தும் சொல்லாதிருந்து ... இப்போது விவகாரம் முற்றிய நிலையில் 'சொல்லிவிடு' என்று மனசாட்சி கொடுத்த அறையை வாங்கிக் கொண்டு ஆதியோடந்தமாக ஒப்பித்து விட்டான்.

கொள்ளுப்பிட்டியவில் . . . வாழ்வு . . . இருந்த வீட்டைக் காலி செய்துவிட்டு கொழும்பு கொச்சிக்கடையில் தாயும், மகனுமாக 'ரட்னம்ஸ் ரோடில்' இருந்த தொடர் குடியிருப்பில் ஒன்றை வாடகைக்கு எடுத்துக்கொண்டு ஒண்டுக் குடித்தனமும், பொதுக் கழிப்பறையுமாகத் தொடர்ந்தும் வாழ முயன்றனர். வளர்த்த மகன் கணக்குப்பிள்ளை ஒத்தாசையாக இருந்தான். 'எத்தனை நாளைக்குத் தான் . . ?' என்று தீர்மானித்த செல்வராஜா உடன்பிறவா அண்ணனிடம் கடனாகப் பணம் வாங்கிக்கொண்டு பம்பாய்க்கு வந்து இதோ . . ! தன் கதையை என்னிடம் சொல்லிப் புலம்பிக்கொண்டிருக்கிறான்.

அப்படி என்னதான் பாரதூரமான தப்பைப் பண்ணிவிட்டான் சவரிமுத்து? 'காலி'யிலிருந்த 'ஜிம்கானா க்ளப்'இல் முதலில் ஒரு குதிரையின் மேல் ஐம்பது ரூபாய்கள் மட்டுமே பந்தயம் கட்டினான் ... தோற்றான் ... அவ்வளவேதான் . . ! அதன் பின் எல்லாவற்றையும் மீதிக் குதிரைகளே பார்த்துக்கொண்டன!!!

எம்.வி. ஔரோறா கப்பல் மட்டும் மிதமான வேகத்தில் சுமாத்ரா ... இந்தோனேஷ்யா ... தாண்டி வியெட்நாமை நோக்கிச் சீனக்கடலின் தென்புறமாக மிதந்து போய்க்கொண்டிருக்கிறது.

19

ஒளியைக் கண்டவரின் தேசத்தில்

அந்த ஒரு மறக்கமுடியாத காலைப்பொழுதில் ப்ரம்மாவின் படைப்பு விசித்திரங்கள் எனக்குள் அனுபவமானது! இந்தோசீனத்து வளைகுடாவின் கருநீல நிறத்து நீர்ப்பரப்பின் மீது கடுஞ்சிவப்பு நிறத்தில் பாய் விரித்து இங்கும் அங்குமாக மிதந்துகொண்டிருந்த பாய்மரக் கப்பல்களை எம்.வி. ஔரோறாவின் மேற்தளத்தில் நின்றபடி பார்த்து . . . வியந்துகொண்டிருந்துவிட்டுக் கண்களைக் கடல் நீர்ப்பரப்பிற்குச் சமாந்தரமாக நூற்றியெண்பது பாகையில் உயர்த்திய போது . . . திருக்கோணமலையை விட்டுக் கிளம்பி வந்து படாத பாடுகளையெல்லாம் பட்டுழன்று . . . சுமக்காத சிலுவைகளையெல்லாம் சுமக்க நேர்ந்து... பிறவிப் பெருங்கடலை நீந்திவந்து . . . இந்த நிமிடத்தில் . . . இந்த இடத்தில் நிற்க நேர்ந்தது . . . இயற்கையென்னும் இறைவனடி சேரத்தான் என்பது சந்தேகமற நிரூபனமாகியது. விரிகுடாவின் அலைக் கரங்கள் . . . பச்சைப் பசேலென விரிந்து மதர்த்துச் செழித்துக் கிடந்த மலை சார்ந்த குடாநாட்டைத் திரும்பத் திரும்பத் தொட்டுத் தழுவிப் பிரிந்து . . . பிரிவின் துயர் தாங்கொணாதே விரகம் மீதுரப் பெற்று... கருநீலக் கடற்காதலன்... பசுமை போர்த்திய நிலக்காதலியை ஏதுமொரு நிறப்பிரிகை களுக்கும் இடங்கொடாது... மேலிருந்தவாறு பார்த்துக்கொண் டிருந்த வெளிர் நீல வானம் சாட்சியாக . . . கூடி முயங்கிக்கொண்டிருந்த வனப்போ . . . இதயக்

கூட்டிலிருந்து மனதை உருவி இழுத்துச் சென்று வியெட்நாமின் 'ஹொங் கை' கிராமத்தில் வீசிவிட்டது.

தென் சீனக் கடலை உள்வாங்கிக்கொண்டு அகன்று விரிந்திருந்த 'ஹா லோங்' நீரிணையில் . . . விவரிக்க முடியாத அழகுகளையெல்லாம் தன்னகத்தே பொதிந்து வைத்துக்கொண்டு திகழ்ந்த வடவியட்நாமின் கரையோரக் கிராமமான 'ஹொங் கை' துறைமுகத்திலிருந்து கண்ணுக்கு எட்டிய தொலைவில் நங்கூரம் பாய்ச்சி எம்.வி.ஔரோறா கப்பலின் நாற்பத்தி ஐந்து நாட்கள் தொடர்ச்சியான கடற் பயணத்தை ஒரு முடிவுக்குக் கொண்டு வந்தோம். இந்தக் 'கோதாரியிலபோன' கோதுமை மா கூத்தடிக்காது விட்டிருந்திருந்தால் ஐந்து நாட்கள் முன்னரே இங்கு வந்திருப்போம். 'என்ஜின்' நிறுத்தப்பட்டு 'பிஸ்டன்' களின் அடாவடிச் சத்தங்கள் அறவே நின்று போக 'என்ஜின் ரூமிலிருந்து' மேலேறி வந்தான் கன்னாதிட்டி விஜயன். ஒரு அரைக்காற் சட்டையை மட்டுமே அணிந்திருந்தவனின் வெற்றுடம்பெல்லாம் எண்ணைப் பிசுக்கோடு . . . கரியும் படிந்து... அவனது சிவந்த மேனியெங்கும் புதருக்குள்ளோ . . . பற்றைக்குள்ளோ மறைந்திருந்து எதிராளியைத் தாக்குவதற்கு ஏதுவாக கரித்துண்டுகளால் வரையப்பட்ட ஒரு கெரில்லாப் போராளியின் ஓவியம் போலக் கைகளில் துப்பாக்கிக்குப் பதிலாக ஒரு கற்றை பருத்தி நூல் கந்தலை வைத்துக்கொண்டு முகத்தையும், உடம்பையும் துடைத்தபடி கப்பலின் மேல்தளத்திற்கு வந்தவன் ஒருசில கணங்கள் உறைந்துபோய் நின்றுவிட்டான். மீண்டும் உருகு நிலைக்கு வந்தவனின் வாயிலிருந்து பின்வருமாறு வசனங்கள் உருகி வழிந்தன;

"அண்ணை . . . நீங்கள் குடுத்து வச்சனியள் . . . ஊரில சொர்க்கமெண்டு சொல்லுவினம்... அதின்ர ஒரு 'ஸெக்க்ஷன்' மாதிரியெல்லோண்ணை இந்த இடம் இருக்கு? முதல்ல நாங்கள் வியட்நாம் போறம்... எண்டேக்குள்ள என்ர மண்டேக்குள்ள விழுந்த படங்கள்... உடைஞ்ச கட்டிடங்கள் . . . எரிஞ்சுபோன வீடுகள் . . . குண்டடிபட்டுக் கிடக்கிற லொறி... ஆமிக்காறற்ர றக்குகள்... விழுந்து நொருங்கின ப்ளேன்கள்... ஆயிரக்கணக்கான மனிசற்ற மண்டையோடுகள் மணல்கும்பி மாதிரி அங்கங்க கிடக்க . . . பயிர் பச்சை எல்லாம் தீஞ்சு கருகிப்போயிருக்கிற மாதிரியெல்லோ 'றீல்ஸ்' ஓடிக்கொண்டிருந்தது . . . நான் இம்மளவு நேரமும் வேலேல நிண்ட என்ஜின் ரூம் மாதிரியெல்லோ வியெட்நாம் இருக்குமெண்டு நினச்சன்? இஞ்ச பாருங்கோண்ணை... கடலுக்கு நடுவில புகாருக்குள்ளால தெரியிற பாறையள!!! அதுக்குள்ளால சிவப்புக் கலரில பாய் விரிச்ச தோணியள் . . . இஞ்சையும் அங்கையுமாப் போய்க்கொண்டு திரியிற வடிவ? அண்ணை ...

அங்க கரையப் பாருங்கோவன் . . . எங்கட கண்டி . . . பதுளை . . . பண்டாரவளை மாதிரியெல்லே இருக்கு? உவன் எங்கட 'குக்கன்' கண்டியான் அத்துல கண்டா இப்ப . . . இதில . . . மண்டையப் போட்டிறுவான் . . . என்ன . . . இல்லயெண்டிறியளே . . ? உதையெல்லாம் நீங்கள் ஏ.பி. மார் கப்பலின்ர டெக்கில நிண்டு பாத்து அனுபவிக்கக் கிடச்சதத்தான் . . . குடுத்துவச்சனியள் எண்டநான் . . ."

நுண் கலைகளில் ஒன்றான தங்க நகைகளை உருவாக்குவதைத் தொழிலாகக் கொண்ட பரம்பரையில் வந்த விஜயனின் அழகுணர்ச்சி எனக்கு வியப்பைத் தரவில்லை. மாறாக நான் இந்த மூடுபனித் திரைக்குள்ளால் என்னென்ன கவிதைகளைக் கண்டேனோ அதையே இவனும் காண்கிறான்! பரந்த ஏரியின் நீர்ப்பரப்பில் ஆங்காங்கே செங்குத்தாக நின்றிருந்த சுண்ணாம்புக் கற்பாறைகள் . . . தம்மைத் தழுவிப் பிரியும் மூடுபனிப் புகாரின் சில்மிஷங்களிலிருந்து தப்பித்துக் கொள்ளவென ஒளித்தும் பின் வெளித்தும் தெரிந்து கொண்டிருக்க . . . குறுக்கும் நெடுக்குமாகச் செம்பதாகைகளோடு திரிந்துகொண்டிருந்த நாவாய்கள் கருநீலக் கடலுக்கும் வெளிர்நீல வானுக்குமிடையே தெரிந்தும் தெரியாது போய்க்கொண்டிருந்த முப்பரிமாணக் காட்சிக் கோப்புகள் அகக்கண்களுக்கு அரிய விருந்தாகத் திகழ்ந்தது.

இயற்கையின் இத்துணை அழகையெல்லாம் தானா அமெரிக்க ஏகாதிபத்தியம் அழித்தொழித்துவிட இருபது வருடங்களாகப் பத்தியம் காத்திருந்தது? ஏற்கெனவே கி.பி. 938இல் சீனப் பேரரசின் ஆதிக்கத்திலிருந்து 'பாதாங்' நதிக்கரையில் போராடிப் பெற்ற சுதந்திரத்தின் உத்வேகத்தில் புவியியல் ரீதியிலும் அரசியல் ரீதியிலும் தென்கிழக்காசியா நோக்கி விரிவடைந்திருந்த வியெட்நாமை 19ஆம் நூற்றாண்டில் அபகரித்துக் கொண்டது பிரெஞ்சுக் காலணித்துவ ஏகாதிபத்தியம். இந்தோசீனத் தீபகற்பத்தின் வளங்கள் அனைத்தையும் சூறையாடிக்கொண்டிருந்த இந்த மண்தின்னிகளோடு பதின்நான்கு வருடங்கள் போராடி . . . பிரெஞ்சு ஆதிக்கத்தை விரட்டியடித்து . . . அவர்கள் சூப்பித் துப்பியெறிந்துவிட்டுப் போன கொட்டைகளை மீண்டும் விதைத்து வாழத் தொடர்ந்தும் முயன்ற ஒரு வருடத்தில் வடக்கும் தெற்குமாகப் பிளவுபட்டுப்போய் . . . தென் வியெட்நாமிற்கு 'உதவும் கரங்கள்' என்கிற ஊத்தை வாளிகளோடு ஊடுருவிய அமெரிக்கப் பேராசைகளோடு மீண்டும் இருபது வருடங்கள் வடவியெட்நாம் போராடி . . . 1974இல் அவர்களையும் வாளியும் கையுமாக விரட்டியடித்து விட்டு இன்னமும் வாழ்வைத்தேடும் இந்தச் சின்னஞ்சிறிய மாவீரர்களைப் பற்றி இயற்கை கிஞ்சித்தும் அலட்டிக்கொள்ளவே

யில்லை. அது பாட்டுக்குத் தனது அழகையும், வளங்களையும் அள்ளியெறிந்துதானிருந்தது. இயற்கை மனித ராசிகளை எள்ளளவும் மதிப்பதுமில்லை . . . மன்னிப்பதுமில்லை. தனக்குப் பரம எதிரிகள் இவர்கள்தான் என்பது அதற்கு நன்கு தெரியும். சேறு கண்ட இடத்தில் உழக்கிவிட்டுத் தண்ணி கண்ட இடத்தில் கழுவிக்கொண்டு போகும் மானங்கெட்டவர்கள் மனிதர்கள் என்பது இயற்கையின் தீர்க்கமான கணிப்பு.

'ஹா லோங்' நீரிணையில் நங்கூரமிட்டுத் தரித்து நின்ற காலை வேளை . . . பகல் பன்னிரண்டு மணியானபோதில் மூடுபனிப் புகார் கணிசமான அளவு கலைந்து போயிருந்தது. கண்ணுக்கு எட்டிய தொலைவில் சுண்ணாம்புக் கற்பாறைகள் செங்குத்தாக ஆங்காங்கே வெண்சீருடை அணிந்த கடற்படை வீரர்கள் போல விறைப்பாக நின்றுகொண்டிருந்தன. இந்தச் சுத்தமான சுண்ணாம்புக்கல்லை 'ஆக்ஸி ஐதரசன்' சுடரில் காய்ச்சினால் மிகப் பிரகாசமான ஒளியைத் தரும். அதுபோலவே 'வியெட்காங்' கரந்தடி படையினரை அணிதிரட்டி வழிநடத்திச் சென்று அமெரிக்க அழையா விருந்தாளிகளுக்குத் தண்ணிகாட்டித் துரத்தியடித்த தலைவர் 'ஒளியைக் கண்டவர்' என்ற பொருள் படும் பெயரைக் கொண்ட 'ஹோ சீ மின்' . . . விடுதலைப் போராட்ட நெருப்பில் . . . சுதந்திரம் என்கிற சுண்ணாம்புக் கல்லை எரித்தபோதில் தெறித்த ஒளியைக் கொண்டு வடக்கையும், தெற்கையும் மீள இணைத்தார். நூற்றாண்டு . . . நூற்றாண்டாக விடுதலைக்காகப் போராடுவதையே தலையெழுத்தாகக் கொண்டிருந்த இந்தச் சின்னஞ்சிறிய மனிதரின் கடந்த இருபதாண்டுகாலப் போரின் இன்றைய விளைவுகளை அன்று மாலையே என்னால் அறிந்து கொள்ள முடிந்தது.

மதிய உணவின்போது 'போட்ஸ்வெய்ன்' கோல்டி அன்று மாலை ஆறு மணியிலிருந்து மறுநாள் காலை ஆறுமணி வரையிலான 'போர்ட் வாட்ச்' காவற் கடமையை இரண்டு வாரங்கள் வரை தொடரவேண்டியது எனது முறையாகிறது என்று ஞாபகப்படுத்தினான். விதிக்கிழவியை மனதுக்குள்ளே வைதபடி சாப்பிட்டுவிட்டுப் போய்ப் படுத்துவிட்டேன். சுமார் ஐந்தரை மணிவாக்கில் எழுந்திருந்தேன். 'மெஸ்'சுக்குச் சென்று ஒரு க்றீக் கோப்பி போட்டுக் கோப்பையைக் கையில் எடுத்துக்கொண்டு 'டெக்' இற்கு வந்து தென்சீனக் கடலுள் வீழ்ந்துகொண்டிருக்கும் அன்றைய தினத்து ஆதவனின் அந்திம காலத்தைப் பார்த்து ரசித்தபடியே ஒரு சிகரெட்டைப் பற்றவைத்துப் புகைத்துக்கொண்டிருக்கும் போதில் 'இளமை இனிது . . . முதுமை நன்று . . . உயிர் நன்று . . . சாதல் இனிது' என்ற பாரதியின் வரிகள் பாட்டாக முணுமுணுக்க வைத்தது.

கப்பலின் மேற் தளத்தில் யாருமே இல்லை . . . எல்லோரும் எங்கே தொலைந்தார்கள் . . . இந்த அந்தியின் அழகை அலட்சியம் செய்துவிட்டு ?

பாடிக்கொண்டே கப்பலின் 'போர்ட் சைடில்' இருந்து 'ஸ்ரார்போர்ட் சைடுக்கு' எல்லாவற்றையும் சரிபார்த்தபடியே மெதுவாக நடந்து வந்துகொண்டிருந்தபோதில் ஒரு மோட்டார்ப் படகு எமது கப்பலை அண்மித்து வருவதைக் கண்டேன். படகு 'காங் வே' இற்கு நேர்கீழாக வந்து நின்றது. இரத்தச் சிவப்பு நிறப் பின்னணியில் கடும் மஞ்சள் நிறத்தில் நட்சத்திரம் பதித்த வியெட்நாமின் தேசீயக் கொடி படபடக்க எமது கப்பலோடு அணைந்து நின்ற படகிலிருந்து இராணுவச் சீருடை அணிந்திருந்த இருவர் வலது கைகளில் ஏ.கே. 47 ரகத் துப்பாக்கிகளை ஏந்திய படி இடது கரங்களை என்னை நோக்கி அசைத்து மேலே ஏறி வருவதற்கான 'காங் வே'யின் ஏணிப் படிகளைக் கீழே இறக்குமாறு சைகை செய்தார்கள். கையிலிருந்த கோப்பிக் குவளையைக் கீழே வைத்துவிட்டு மோட்டாரின் மின்விசையை அழுத்திப் படிக்கட்டைக் கீழிறக்கினேன். இருவரும் நிதானமாக மேலே ஏறி வந்துகொண்டிருக்க . . . மோட்டார்ப் படகு கரையை நோக்கித் திரும்பிக்கொண்டிருந்தது.

வந்தவர்கள் இருவரையும் பார்த்தால் அசப்பில் 'ஜெமினி பிக்சர்ஸ்' இரட்டைக் குழந்தைகள் போலவே இருந்தனர். என்ன . . . ஒரு வித்தியாசம் . . . கௌபீனத்திற்குப் பதிலாக இராணுவச் சீருடை அணிந்திருந்தனர். அதே துணியில் தைக்கப் பட்டிருந்த ஒரு பையும் இரண்டு தோள் பட்டைகள் வழியாக முதுகுப் புறமாக கீழிறங்கியிருந்தது. இடுப்பு என்று ஒன்று இருந்திருக்க வேண்டிய உடலின் கூற்றில் சிறு சிறு 'பாக்கெட்' டுகளோடு கூடிய 'பெல்ட்' இடையை இறுக அணைத்திருக்க . . . அதனுள்ளே 'க்ரனைட் க்ளிப்'புகள் தெரிந்தன. இடது புறமாக கொஞ்சம் நீளமாகத் தொங்கிய 'பாக்கெட்டில்' தோட்டாக்கள் அடங்கிய 'மகஸீன்' ஒன்றும் செருகப்பட்டிருந்தது. இந்த விளையாட்டுச் சாமான்கள் மட்டும் இவர்களிடம் இல்லாதிருந்திருப்பின் இவர்களை ஒரு வேப்பங் குச்சியாய் ஒடித்துப் பல் துலக்கியிருப்பேன் !

பால் வடிந்துகொண்டிருந்த முகங்களில் . . . ஒரு முகத்தின் வாயிலிருந்து வினாக்குறியின் தொனியில் "யூ வாட்ச்?" என்ற ஒலி பிறந்ததைக்கேட்ட நான் "யெஸ்" என்றேன். அவனும் பதிலுக்கு "மீ . . . வாட்ச் டு நைட் . . . ஹிம் வாட்ச் டு நைட் . . . ஓகே . . . டுமோலோ மோல்னிங் . . . வீ . . . றீவ் . . . ஓகே . . ." என்று சொல்லிவிட்டு கப்பலின் முன்புறத்தை நோக்கி விடுவிடென்று நகர்ந்து போக . . . அடுத்தவன் பின்புறத்தை

நோக்கி விரைந்தான். அட . . . ச் சே! ஒரு கோதுமை மாவுக்கா இத்தனை ஆயுதம் தாங்கிய பாதுகாப்பு? என்று வியந்த எனக்கு அதற்கான விடை இரண்டு நாட்கள் கழித்துத் தான் கிடைத்தது.

நேரம் நள்ளிரவை நெருங்கிக்கொண்டிருந்தது. தூக்கம் கண்களின் கீழுள்ள சுருக்குப் பையினுள் விழுந்துகொள்ள அடம் பிடித்தது. ஏதாவது சாப்பிட்டுவிட்டு ஒரு க்றீக் கோப்பி குடித்தால் சொல்வழி கேட்கும் என்ற அனுபவஞானம் உந்த 'மெஸ்ஸை' நோக்கி அடியெடுக்க முனைந்த எனக்குள் இந்தப் பாலகர்களின் முகங்கள் தோன்றின. கப்பலின் முன்புறம் போய்ப் பார்த்தேன். மேலே 'ஆங்கர் டெக்' இல் என்னுடன் பேசிய வியட்நாமியன் . . . துறைமுக மேடையோடு கப்பலை அணைத்துக் கட்டப்படும் சமயங்களில் கயிற்றை எட்டாக முடிச்சுப் போட்டுவைக்கும் இரும்புப் பீடத்தில் அமர்ந்து சிகரெட் புகைத்தவாறு இருந்தான். மெல்லப் படியேறி நான் வந்த அரவத்தைக்கேட்டு எழுந்திருந்து துப்பாக்கியை இறுகப் பிடித்தபடி என்னைச் சலனமில்லாது நோக்கினான். "மை ஃவ்றெண்ட் . . . ஐ ஆம் கோயிங் டு மேக் ஸம் கஃவே . . . யூ வான்ட் ஸம்?" என்று கேட்டேன். "நோ . . . நோ . . . நோ . . . கஃவே... ஓகே?" என்று அவசர அவசரமாக மறுத்தான். கொஞ்சம் அசாதாரணமாக இருந்தது! இன்னுமொரு தடவை கேட்டால்... இதற்கான பதில் அந்தக் குழந்தையின் கையில் தவழும் மற்றொரு குழந்தையிடமிருந்து தான் வருமோ... என்னமோ... என்கிற பயம் பிடரியைத் தள்ள "ஓகே... ஓகே..." என்று சொல்லிப் பின்வாங்கினேன்.

ஒரு கப்பல் துறைமுகத்தில் தரித்து நிற்கும்போது பன்னிரண்டு மணிநேர இரவுக்காவற் கடமையிலிருக்கும் மாலுமிக்கு குருச்சந்திர யோகம் தான். சிறப்புச் சலுகைகள் உண்டு. நான்கு மணிநேர மேலதிக ஊதியமும் உண்டு. 'பான்ட்றி'யில் ஒரு உணவு விடுதியே இருக்கும். என்ன வேண்டுமானாலும் உண்டு மகிழலாம். நான் ஓரடி நீளமான இரண்டு 'க்றீக் ஸாஸேஜ்' களைப் பொரித்து . . . பிரெஞ்சு 'பகெத்' பாணை இரண்டாகப் பிளந்து... காரசாரமான 'டீஜோன் மஸ்டட்' தடவி... 'சலாட்' இலைகள் வைத்து வட்டமாக அரிந்திருந்த சிவப்பு வெங்காயத்தையும் உள்ளடக்கிய இரண்டு 'ஸான்ட்விச்' களைத் தயாரித்து . . . இரண்டு பெரிய கண்ணாடிக் குவளைகளில் குளிர்ந்த பாலையும் நிரப்பி எடுத்துக்கொண்டு 'மெஸ்ஸை' விட்டு வெளியே வந்து மூடிக்கிடந்த நான்வது 'ஹாட்ச்' இன்மேல் வைத்துக் காத்திருக்க . . . கீழே என்ஜின் ரூமிலிருந்து விஜயன் எண்ணெயைத் துடைத்துக்கொண்டு சரியாக மேலேறி வந்தான்.

இருவருமாகப் பேசியபடியே சாப்பிட்டுக்கொண்டிருக்கும் போதில் ... கப்பலின் பின்புறத்தில் காவலில் ஈடுபட்டிருந்த இன்னொரு வியட்நாமியன் எங்களையே பார்த்த படி நின்று கொண்டிருப்பதை எமது குருட்டுப் புள்ளி உணர்த்தியது. எங்கள் பார்வையை அவன் பக்கமாகத் திருப்பும் தருணங்களில் பாராதது போன்ற பாவனையில் நின்றிருந்தான். "அண்ணை ... இவனுக்கு ஏதெண்டாலும் சாப்பாடு எடுத்துக் குடுக்கட்டே ... பாவம் ... பசியோட இருப்பான் போல ..?" விஜயன் கேட்டான்.

"இங்க பார் ... தம்பீ ... அவன்ர கையில என்ன வச்சிருக்கிறான் பாத்தியா? அங்க முன்னுக்கும் ஒருத்தன் ஆயுதபாணியாக நிக்கிறான் ... நான் கோப்பி வேணுமா எண்டு கேட்டதுக்குத் துவக்க இறுக்கிப் பிடிக்கிறான் ... சுள்ளிப் பயல் ... 'க்ரனைட்' வேற இடுப்பில தொங்குது ... ஒரு பழம் பாட்டுத் தெரியுமே? ஊரில தமிழ் வகுப்பில அடிக்குப் பயந்து பாடமாக்கினது ... ஞாபகமிருக்கே ..? கொம்புள்ளதற்கு ஐந்து முழம் ... குதிரைக்குப் பத்து முழம் ... வெம்பு கரிக்கு ஆயிரம் தான் வேண்டுமே ... எண்டு ... மிச்சம் மறந்து போச்சு ... எண்டாலும் ஆயுதத்தை நம்பிக்கொண்டு நிக்கிற மனநோயாளியக் கண்டா ... ஐயாயிரம் முழம் தள்ளி நிக்கவேணும் ... விளங்குதோ ... விஜயன்?"

"சரிதான் அண்ணை ... எண்டாலும் நாங்கள் சாப்பிடேக்க அவன் பாத்துக்கொண்டு நிக்கிறதப் பாத்தாக் கொஞ்சம் ஒரு மாதிரி இருக்கு ... அதுசரி ... சண்டை தான் முடிஞ்சுபோச்சே ... பேந்தென்ன மசிருக்குத் துவக்கத் தூக்கிக் கொண்டு நிக்கிறான் ...? அமெரிக்கன் கோதுமை மாவுக்குள்ளாலையும் பூந்திருவான் எண்ட பயமாயிருக்கும் ... சரி ... சரி ... விடுங்கோ ... பாருங்கோ அண்ணை ... உந்த நிலவின்ர வெளிச்சம் திட்டுத் திட்டா இருக்கிற புகாருக்குள்ளால நுழைஞ்சுவரப் படுகிற பாட்ட? நாளைக்கோ ... நாளையிண்டைக்கோ ஊருக்குள்ள ஒருக்காப் போய்ப் பாக்கவேணுமெண்டு ஆசையாயிருக்கு ... 'கார்கோ'வ 'அங்கரில' வச்சுத்தான் இறக்கப் போறாங்கள் எண்டு சீஃவ் என்ஜினியர் சொன்னார் ... என்ன மாதிரியெண்டு தெரியேல்ல ..."

விஜயன் அவதானித்துச் சொன்னது மிகச் சரியானதே! மூடுபனிக்குள்ளால் மூக்கை நுழைத்துக்கொள்ள முயன்று கொண்டிருந்த திங்களின் ஒளிச் சிதறல்கள் ... சுண்ணாம்புக் கற்பாறைகளின் மேல் தெறித்து அந்தச் சூழலையே ஒரு கனவுலகம் போலாக்கியது. இவ்வாறான தோற்ற மாயைகளை மூதூர் மாவட்டமெங்கும் இசைக் கச்சேரிகள் செய்தும் ... நுளம்புக் கடியும் வாங்கித் திரிந்த காலங்களில் கண்ணாரக்கண்டு

அனுபவித்திருக்கிறேன் . . . இப்போது . . . இந்தப் பின்னிரவு நேரத்தில் இந்தோசீனத்துத் தீபகற்பத்தில் நின்றுகொண் டிருக்கையில் . . . என்னோடு அலைந்து திரிந்த ஒரு மாபெரும் இசைக்கலைஞன் தான் வாழ்ந்திருந்ததற்கான ஏதொரு தடயங் களையும் விட்டுச் செல்லாது காணாமற் போன ... என்னைவிடவும் வயதில் மிக மூத்த நண்பன் ஆர்த்தர் ஸாம்ஸன் தான் எனது நினைவு முழுவதிலும் வியாபித்திருந்தான். அவன் அன்று சேனையூர் கிராமத்தில் இதே மாதிரியான நிலாக்கசிவில் . . . எங்களைத் தங்க வைத்திருந்த விழா அமைப்பாளரின் வீட்டிலிருந்து ஒரு மரப்பலகைகளை அரியும் வாளை இரவல் வாங்கி . . . தனது 'வயலின்' வாத்தியத்தின் 'போ' வை இழைத்து ... விடிய ... விடிய ... இசைத்த மெட்டுகளின் ஓசைகள் எனது செவிப்பறையில் புனர் ஜென்மமெடுக்க . . . இந்த அழகொழுகும் பின்னிரவில் அவன் கதையை விஜயனுக்குச் சொல்லவாரம்பித்தேன்.

20

பீத்தல் பரங்கியும் ஆர்த்தர் ஸாம்ஸனும்

திருக்கோணமலை உட்துறைமுக வீதியில் அமைந்திருந்த மூதூருக்கான படகுச்சேவை நியமமாக நிகழும் 'ஜெற்றி'யிலிருந்து ஒரு வெள்ளிக்கிழமை மத்தியான்ன வேளையில் கிளம்பிய பஷீர் காக்கா வின் 'லாஞ்சி'யொன்றில் நானும் . . . எனது 'ராகமாலிகா' இசைக்குழுவின் கலைஞர்களான பாடகர் தம்பலகாமத்துச் சண்முகலிங்கம் அண்ணர், 'வயலின்' சங்கரலிங்கம் 'மாஸ்டர்', ஆர்மோனியம் கனக.சடாட்சரம், தபேலா முத்து. சிவராஜா, 'அக்யுஸ்டிக் கிற்றார்' ஜஸ்டின், 'பேஸ் கிற்றார்' சாம்பசிவன், புல்லாங்குழல் யேசுதாஸன், 'டம்பரின்... மரக்காஸ்' மைக்கல் . . . இவர்களுடன் ஆர்த்தர் ஸாம்ஸனும் தொற்றிக்கொண்டு கொட்டியாரத்தை நோக்கிக் குடாக் கடலின் வயிற்றைக் கிழித்தபடி விரைந்து போய்க்கொண்டிருக்கிறோம். ஜன்ன லோரமாக அமர்ந்திருந்த நான் நுரை தள்ளிக் கொண்டிருந்த வங்காளக் கடலை இடது கையால் அளைந்துகொண்டே . . . 'லாஞ்சி'யைச் சாரத்யம் செய்துகொண்டிருந்த நுஹ்மான் கனியின் நேயர்விருப்பத்தை நிறைவேற்ற "இறைவனிடம் கையேந்துங்கள் . . . அவன் இல்லையென்று சொல்லுவதில்லை . . ." என்று வாய்விட்டுப் பாடிக்கொண்டு மறுநாள் சம்பூர் பத்திரகாளி அம்மன் கோவில் பூங்காவனத் திருவிழாவில்

நிகழப்போகும் எமது குழுவின் இசைக் கச்சேரிக்காக... 'ஸவுண்டு... லைட்டு'த் தம்பியப்பாவுடன் பயணித்துக்கொண் டிருக்கிறேன். பாடி நிறுத்தியதும் "இன்ஷா அல்லாஹ்... இன்ஷா அல்லாஹ்... அல்ஹம்துலில்லாஹ்" என்று தொழுகையில் ஆழ்ந்துவிட்டார் நுஹ்மான் கனி. அவரது மகன் ஹனீஃவா சுக்கானைப் பொறுப்பெடுக்க 'லாஞ்சி' நிறைந்திருந்தது பிரயாணி களால். எல்லோருக்கும் எங்களைத் தெரியும்... எங்களுக்கும் எல்லோரையும் தெரியும். எல்லோருக்கும் பாடினோம்... எல்லோரும் எங்களுடன் பாடினார்கள். இஸ்லாமியர், இந்துக்கள், கிறீஸ்தவர்கள், பௌத்தர்கள், நாஸ்திகர்கள்... எல்லோரும் கொட்டியாரத் தமிழில் குதூகலமாகப் பேசிக்கொண்டேபோக... குடாக் கடலும் சந்தோஷ நுரைகளைக் கொட்டித்தள்ளிக்கொண்டு கூடவே எங்களோடு வந்தது.

எத்தனை முறை இப்படிப் பயணம் செய்திருக்கிறோம்..! ஒவ்வொரு முறையும் இதே அனுபவங்கள்தாம். அலுக்கவே அலுக்காத கடற்பயணம். திருக்கோணமலையிலிருந்து மூதூருக்கு... மூதூரிலிருந்து வாகரைக்கு... வாகரையிலிருந்து திருக்கோவிலுக்கு... அன்பான மனிதர்கள்... பண்பான விருந்தோம்பல். தரையிலும் கடலிலும் சுயதொழில் வேளாண்மையை அறுவடைசெய்து ஆண்மைச்செருக்கோடு தோள்நிமிர்த்தி நடப்பவர்களிடம் மட்டுமே காணக்கூடிய மனிதப் பண்புகள்... கிழக்கின் வெளிச்சத்திற்கு ஒப்பானது. மூதூர் ஜெற்றியை வந்தடைந்தோம். 'ட்ராக்டர்'களின் 'ட்ரெய்லர்' பெட்டிகளில் எங்களைச் சேனையூருக்கு அழைத்துச்சென்றார்கள் திருவிழா உபயக்காரர்கள். புராதனமான அம்மன்கோவில் ஸ்தாபனமாகியிருந்த சம்பூரின் அயல்கிராமமாகிய சேனையூரில்... பல்வகை மரங்கள் அடர்ந்திருந்த ஒரு தோப்புக்குள் நுழைந்து... வானுறவோங்கிய நெற்குதிர்களைத் தாண்டிச்சென்று... தாழப் பதிந்திருந்த கூரையோடு அமைந்திருந்த சித்தோட்டு வீடொன்றின் முன்னால் ஆதரவாக இறக்கிவிட்டார்கள். தலை தாழ்த்தித்தான் வீட்டுக்குள் நுழையவேண்டும்... என்கிற தலைமுறை தலைமுறையான நம்பிக்கை... இந்த மண்ணின் மனிதர்கள் மகோன்னதமான செழிப்பிலிருந்தாலும் தன்னடக்கத்தைத் தம்மிடையே தக்க வைத்திருக்கும் திறனைத் தந்திருந்தது. அம்மன்கோவில் திருவிழாக் காலமானதால் சுத்தமான மரக்கறிச் சாப்பாடு. அந்த ஊரரிசியின் வாசனையும் கிராமத்துக் கைப்பக்குவமும்... அன்று அந்தத் தாமரையிலை மீது பரிமாறப்பட்ட சுடுசோற்றிலிருந்து கிளம்பிய சுகந்தம் எனது நாசித்துவாரங்கள் வழியே ஊடுருவி மனதை வளைத்துப் போட்டு இன்றுவரையிலும் என்னுடனேயே

பயணிக்கிறதைப் பற்றியெல்லாம் வரிக்கு வரி எச்சிலூற . . . அந்தப் பின்னிரவில் வியெட்நாமின் 'ஹா லோங்' நீரிணையில் நின்றவாறு கன்னாதிட்டியான் விஜயனுக்கு விவரித்துக்கொண்டிருக்கிறேன்.

சேனையூரில் எங்களைத் தங்கவைத்து விருந்தோம்பிக் கொண்டிருந்த பூங்காவனத் திருவிழாவின் உபயக்காரர்களது வீட்டில் மதியஉணவை முடித்துக்கொண்டு வெளியே வந்தோம். பிற்பகலின் சூரியன் அந்தத் தோப்பிற்குள் எப்படியாவது நுழைந்தேதீர்வது என்றவாறு பல்வேறு எத்தனங்கள் செய்து பார்த்தும் இயலாத ஏமாற்றத்தாலும் . . . அதனால் ஏற்பட்ட அவமானத்தாலும் மெதுவாக மேற்கின் இடுக்குகளில் மறைந்துகொள்ள முயன்றான். நாங்கள் தோப்பைத் துழாவி நடந்தோம். தோப்பின் ஓர் எல்லையில் இருந்து பரந்து விரிந்திருந்தது பச்சைப்பசேலென்ற வயல்வெளி. மேற்குத் திசைக் காரனோ அவமானப்பட்டுக் குறுகித் திரும்பிய சூரியனை எரிதணலில் தூக்கிஎறிந்துவிட . . . செந்நிறமாகிப் பொரிந்து கொண்டிருந்தவனின் ஒளிக் கலவைகளின் பின்னணியில் . . . பச்சை விரித்துக்கிடந்த பயிரின் கேசத்தை வகிடெடுத்த வரப்புகளில் நாங்கள் நடந்துபோய்க்கொண்டிருந்தோம். சற்றுத் தொலைவில் ஒரு சிற்றோடை சலசலத்தது. நேரம் போனதை யாருமே உணர்ந்துகொள்ளவில்லை . . . தோப்பின் எல்லையிலிருந்து இரவு உணவுக்கான அழைப்பு வரும்வரை! இராப்போசனம் அமர்க்களமாக இருந்தது. மூங்கிற் குழற்பிட்டு . . . பலாச்சுளையோடு! மூங்கிற் தட்டுகளில் இடியாப்பத்தை அவித்து எங்கள் முன்னிருந்த வாழையிலைகளில் தரவிறக்கம் செய்ய . . . ஆவி பறக்கும் கொதிநிலையில் வாழையிலைப் பச்சயம் உருகிக் கிளப்பிவிட்ட வாசனையோடு . . . சுண்டைக்காய் வத்தல் குழம்பும், கொடிமுல்லை இலைகள் மிதந்திருந்த தேங்காய்ப்பால் சொதியும் சேர்ந்துகொள்ள . . . 'ராகமாலிகா' குழுவினர் நவரச கன்னட ராக ஆலாபனையில் படுதீவிரமாகி வாய் முணுத்தல் மறந்துபோயிருந்தனர்.

இரவு பத்துமணியாகிவிட்டது . . . ஆலாபனை முடிந்தது. எல்லோரும் அவரவர்க்கு அருகே வைக்கப்பட்டிருந்த பித்தளைச் செம்புகளை எடுத்துக்கொண்டு மிதமான வேகத்தில் மிதந்தார்கள், தாழ்வாரத்தின் மூலையில் கையலம்பிக்கொள்ள. அன்றிரவின் உறக்கத்தைப் பற்றி யாருமே உணர்ந்துகொள்ள இயலாதபடிக்கு அவரவர் உதரங்களோ நிறைமாத கர்ப்பத்தில் இருந்தது. தாம்பூலத் தட்டோ மிகச் சிறிய அளவிலேயே சமீபாட்டுக்கான ஒத்துழைப்பை ஈய்ந்தது. எங்களை உபசரித்த மனிதர்களிடம் ஆர்த்தர் ஸாம்ஸன் ஒருபாகம் நீளத்திலிருந்த மரஅரிவாளொன்றைக் கேட்டுப்

பெற்றுக்கொண்டு . . . சங்கரலிங்கம் 'மாஸ்டர்' இடம் அவரது 'வயலின் போ' வையும் வாங்கிக்கொண்டு எங்கள் எல்லோரையும் தன்னுடன் வரும்படிச் சொல்லி "நாங்க எல்லாமும் 'ரிவர்' வரைக்கும் போய்ட்டுவாறது . . . " என்று வீட்டுக்காரரிடம் சொல்லி விலக . . . அவர்கள் ஆர்த்தரை ஒரு தினுசாகப் பார்த்தபடி ஐந்தாறு 'டார்ச் லைட்' களை எங்களிடம் தந்து "நுளம்புக் கடி கொஞ்சம் ஒசக்க இரிக்கும்... பாத்துக்குங்க . . ." என்று வாழ்த்தி அனுப்பிவைத்தார்கள்.

ஆர்த்தர் ஸாம்ஸன்... திருக்கோணமலையின் மிக அபூர்வ மான ஓர் இசைக்கலைஞன். இவரால் வாசிக்க முடியாத மேலைத் தேசத்து இசைவாத்தியங்கள் இனிமேல் தான் உருவாக்கப்படவேண்டும் என்பது ஊராரின் பொதுவான கருத்து. 'க்ரான்ட் ப்யானோ', 'அக்கோர்டியன்', 'வயலின்', 'செல்லோ', 'ஸாக்ஸ்ஸஃவோன்', 'க்ளாரினெட்', 'பிக்காலோ', 'ட்ரம்பெட்', 'கிற்றார்', 'ட்ரம்ஸ்' . . . இவ்வாறாகப் பல. எனது "ராகமாலிகா" இசைக்குழுவில் 'அக்கோர்டியன்', 'க்ளாரினெட்' வாசித்துக்கொண்டிருந்தார். இவர் யாரிடமும் எதையும் முறைப்படிக் கற்றுத்தேறியவரல்ல. ஒரு ஸ்வயம்பு. மேற்கத்திய 'ஸ்டாஃவ் நொட்டேஷன்' எழுதுவதிலும் . . . ஆங்கில மொழியில் மிகுந்த புலமையும் . . . இத்தனை வாத்தியங்களை இசைப்பதில் வல்லமையும் மட்டுமே பூர்வீகச் சொத்தாகப் பிரித்தானியக் கடற்படையினரின் அணிவகுப்புகளில் இசைக்கப்படும் 'ப்ராஸ் பாண்ட்' இன் நடத்துனராக . . . இரண்டு கைகளிலும் இரு குச்சிகளை வைத்துக்கொண்டு குப்பை கொட்டியபடி பலகாலம் உழைத்து மறைந்த பாட்டனாரிடமிருந்து மரபணுக்கள் வழியாக ஸ்வீகரித்துக்கொண்டவர். அவர் விட்டுச்சென்ற ஓர் 'ஸ்ராடிவேரியஸ் வயலின்', 'க்ளாரினெட்' இரண்டையும் தவிர வேறெந்த வாத்தியங்களும் கிடையாது. இளவயதிலேயே தந்தையார் மறைந்துபோக... வயதான போர்துக்கீசிய வம்ஸாவளித் தாயாருடன் ஒரு மிகச்சிறிய ஒண்டுக் குடித்தனத்தில் ஒழுக்குக் கூரையின் கீழ் சீவிய நகர்வு. மாரி காலங்களில் ஜலதரங்கம் வாசிக்கவும் பழகிக்கொண்டிருப்பதாக வறுமையிலும் ஒரு எள்ளல்! தினசரி மாலைகளில் சிறுவர், சிறுமியர்களுக்கு ஆங்கிலம் போதிப்பது . . . பிரதி ஞாயிற்றுக்கிழமைகள்தோறும் பெரியகடையிலிருந்த புனிதர் செபஸ்தியார் தேவாலயத்தில் பூசை நேரங்களில் 'ஆர்கன்' வாசிப்பது... வயிற்றையும் வாடகையையும் இட்டு நிரப்பியது. "இத்தனை வாத்தியங்கள் வாசிக்கிறீர்களே... பழகிக்கொள்ள விரும்பி நிறையப்பேர் இருக்கிறார்களே . . . வருமானம் நிரம்பி வழியுமே..." என்று ஒரு நாள் நான் கேட்டதற்கு

"அந்த ஒன்றை மட்டும் என்னால் செய்ய முடியாமலிருக்கிறது... 'ப்ரோ'... அதற்கான பொறுமை என்னிடத்தில் கிடையாது..." என்று பதில் வந்தது.

இவ்வளவு அபார இசைஞானத்தைத் தன்னுள்ளே தக்க வைத்துக்கொண்டிருந்த இந்தக் கலைஞனின் உள்ளே இன்னுமொரு குறும்புத்தனமான மனிதனும் ஒளிந்துகொண்டிருந்தான். எப்போதும் வெள்ளை நிறத்தில்... ஆங்காங்கே கிழிசல்கள் ஒட்டுப் போடப்பட்டிருக்க அணிந்திருந்த 'பான்ட்'டின் இரு கால்பாகங்களையும் கணுக்காலோடு சேர்த்து மடித்து 'ஆங்கிள் க்ளிப்'புகள் கவ்விப் பிடித்துக்கொண்டிருக்க...'பளபள'வென்று 'பாலிஷ்' செய்யப்பட்டு முகம் பார்த்துக்கொள்ளக் கூடியதாக கறுப்புச் சப்பாத்துகள் அணிந்தபடி... முழுக்கை வைத்த வெள்ளை 'ஷேர்ட்' டின் கழுத்து 'பட்டன்' பூட்டப்பட்டிருக்க... 'காரியர்' வைத்த துவிச்சக்கர வண்டியில் ஆறடிக்கு மேல் உயர்ந்திருந்த ஆகிருதியை நிமிர்த்தி விறைப்பாக வைத்தபடி... பாட்டன் அவதரித்த 'எடின்பரோ'வில் புரவியில் சஞ்சரித்துக் கொண்டிருப்பதான மிதப்பில் தினசரி காலை பதினொரு மணியளவில் 'க்றீன்' வீதியில் எனது வீட்டினருகே இருந்த சுந்தரராஜன் தேனீர்ச்சாலையின் முன் வந்திறங்கி... குதிரையை எதிரேயிருந்த 'நெல்சன் தியேட்டர்'இன் மதிலோரத்தில் மாரி காலத்தில் மட்டுமே நீர் ஓடிக்கொண்டிருந்த வாய்க்காலின் உள்ளே கட்டிவைத்துவிட்டு, சுந்தரராஜனின் பிரசித்திப் பெற்ற மீன்குழம்பும், பாணும் சாப்பிட்டபடியே என்னுடன் பேசிக் கொண்டிருப்பதில் ஆர்த்தர் ஸாம்ஸனுக்கு அலாதிப் பிரியம்.

தபால்முத்திரைகள் சேகரிப்பது இவரது மிகப்பெரிய பொழுதுபோக்கு. இதனால் உலகின் பல நாடுகளிலும் இதே ஈடுபாட்டோடு இருந்த பேனா நண்பர்கள் ஏராளமானவர்கள் இவரோடு அஞ்சல் தொடர்பிலிருந்தனர். தொடர்ந்த புகை பிடிக்கும் பழக்கத்தாலும்... தொகை தொகையாய்க் கடிதங்கள் எழுதும் வழக்கத்தாலும்... 'சிகரெட்'டின் மஞ்சள் காவியும், 'ஃவௌன்டன்' பேனாவின் நீல மைக்கசிவும்... இடது கைப் பழக்கமுள்ள இவரது சுட்டுவிரலிலும், நடுவிரலிலும் நீக்கமற நிறைந்திருக்கும். அபூர்வமான... பழைமையான முத்திரைகளும், முதல்நாள் உறைகளும் மட்டுமல்லாது... இரும்புத்திரை நாடாக 'ஸோவியத் ரஷ்யா' இருந்த காலத்துத் தபால்தலைகளும் இந்த மஹானிடம் எவ்வாறு வந்தடைந்தன என்பது இன்றுவரை வினாக்குறியே! இக்காலப் பகுதியில் தான் ஒரு சுவாரஸ்யமான சம்பவம் நடந்தது.

திருக்கோணமலை நகராட்சி மன்றம் அமைந்திருந்த கட்டிடம்... யாழ்ப்பாணத்துப் பொதுநூலகத்தின் கட்டிட வரைபடத்தின் நீலப்பிரதியை ஆதாரமாக கட்டப்பட்டது. அந்த அளவுக்குப் பெரிதாக இல்லாவிடினும் அதனளவின் முக்கால் பாகமிருந்தது. இதன் புகைப்படம் ஒன்றை 'லண்டனில்' தொடர்பிலிருந்த தனது பேனாநண்பி ஒருவருக்கு "இதுதான் நான் வசிக்கும் இல்லம்" என்று அடிக்குறிப்பிட்டு அனுப்பிவைத்துவிட்டு . . . அப்போது சீனிக்குப் பெருந்தட்டுப்பாடு நிலவியதால் சீனிக்கட்டிடியைச் சூப்பிக்கொண்டு தேயிலைச் சாயத்தைப் பருகியபடிப் புகைத்துக்கொண்டே என்னிடம் சிரித்துச் சிரித்துச் சொல்லிக்கொண்டிருந்தார் ஆர்த்தர். "மச்சாங் . . . இன்னக்கி எனிக்கி 'லஞ்ச்' வந்து 'காட்ட'வும் 'ப்ரிஸ்டலும்'தான். இந்த லண்டன்காரி 'பிக் மான்ஷன்' படமெல்லாம் அனுப்பிறா . . . அதாங் நா இத அனுப்பினது . . . 'ஹௌ வுட் ஷீ நோ?' நானும் ஒரு மன்ஷன் மாதிரி 'மான்ஷன்ல' இருந்திட்டுப் போறன் . . . அவ என்ன வந்து பாக்கவா போறா?" அதீதமான நகைச்சுவை உணர்வைப் பேச்சிலும், அஞ்சல் வழியே எழுத்திலும் ததும்ப வைக்கும் திறனுள்ள இந்தப் பீத்தல் பரங்கியை எல்லோருக்கும் பிடித்துப்போனதில் ஆச்சர்யம் ஏதுமில்லை. என்ன ஒரு சிறிய சிக்கல் . . . ஆர்த்தர் புகைப்படம் அனுப்பி இரண்டு மாதங்களின் பின் ஒருநாள் அந்த லண்டன்காரி 'மார்க்ரெட்' வீடுதேடித் திருக்கோணமலைக்கே வந்திறங்கிவிட்டாள்.

கொழும்பிலிருந்து ஒரு 'பஸ்' வண்டியில் தொற்றிக்கொண்டு திருக்கோணமலைப் பேருந்துநிலையத்தில் வந்திறங்கிய அந்த வெள்ளைக்காரியைத் தனது கொச்சை ஆங்கிலத்தால் மடக்கி அவனது 'டாக்ஸி' யினுள் அடக்கிக்கொண்ட சாரதி கண்ணுச்சாமியிடம் அவள் ஆர்த்தர் அனுப்பிவைத்த 'வீட்டின்' புகைப்படத்தைக் காண்பிக்க . . . நடந்துபோவதானால் நாலே எட்டில் அடைந்துவிடக்கூடிய நகராட்சி மன்றக் கட்டிடத்திற்கு . . . உவர்மலை வழியாக ஊரையே சுற்றிக்காண்பித்த பின் கொண்டுவந்து இறக்கிவிட்டு . . . ஒருவாரத்து உழைப்பை ஒரு மணிநேரத்தில் சம்பாதித்துக்கொண்ட சாமர்த்தியத்தில் . . . இன்னமும் கொஞ்சம் பிடுங்கலாம் . . . என்கிற உபரி அவாவில் அங்கேயே தரித்துநின்றான் கண்ணுச்சாமி. உள்ளே சென்று விசாரித்தவளை நகராட்சிமன்ற ஊழியராக இருந்த நாடகக் கலைஞர் செல்லப்பா அண்ணர் காலை விந்திவிந்தி நடந்து வெளியே கூட்டிவந்து "அதான்யா . . . 'டைக் ஸ்ரீட்ல' அந்தப் பீத்தல் பரங்கியின்ர வீட்டில கொண்டுபோய் இறக்கிவிடு . . . என்ன . . . கண்ணு!" என்று சொல்ல . . . கோணேசமலையானுக்கு

நன்றி சொல்லித் தனது இரண்டாவது அதிர்ஷ்டச் சுற்றுப் பயணத்தை ஆரம்பித்தான் கண்ணுச்சாமி.

எப்படியோ தனது மரபுவழியே வந்த பிரித்தானிய ஆங்கிலப் பேச்சு வழக்கால் நகைச்சுவை ததும்பப் பேசிச் சிரிக்கவைத்து . . . 'ஜோன் ஸெபாஸ்தியென் பாஃ' இன் 'ஃவைனல் மூவ்மென்ட்' 'கொன்சேர்ட்டோ #3' ஐ, 'ஜீ மேஜரில்' வயலினில் இசைத்து மயக்கி 'மார்க்ரெட்'டை ஆர்த்தர் வசமாக்கிவிட . . . அவளும் ஆர்த்தரின் இசையாலும், வயதான தாயார் காட்டிய அன்பாலும் 'மறப்போம் . . . மன்னிப்போம்' என்று திருக்கோணமலை 'ரெஸ்ட் ஹளஸில்' ஒரு மாத காலம் தங்கியிருந்து . . . நீச்சல் தெரியாத ஆர்த்தர் ஸாம்ஸன் கரையிலிருந்து பார்த்துக்கொண்டிருக்க . . . கடலில் முக்குளித்து . . . ஆழ்கடலின் மற்றுமோர் அதிசய நகரின் பிரஜைகளான பலவர்ணமயமான மீன்குஞ்சுகள் . . . கடல்மடியில் விளைந்திருந்த அபூர்வத் தாவரங்களினூடாகவும், முருகைக்கற் கிளைகளினூடாகவும் ஒளிந்தும் மறைந்தும் தெரிந்தும் வேற்றுலகின் விஷமங்களிலிருந்து விலகி விளையாடிக்கொண்டிருக்க . . . அவர்களுடன் அளவளாவி . . . பின்னர் சந்தோஷமாக ஊர் திரும்பினாளாம். புகையிரத நிலையத்தில் 'மார்க்ரெட்'டை வழியனுப்பும்போது தான் அனுப்பிவைத்த பொய்க்கு மன்னிப்புக் கோரியபோதில் . . . வண்டி புறப்பட முன்னர் தன்னைக் கட்டித் தழுவிக்கொண்டு இரு கன்னங்களிலும் முத்தங்கள் தந்து . . . "உன்னையும் உனது அன்னையையும் எனக்கு மிகவும் பிடித்திருக்கிறது . . . உன்னை மாதிரிப் பேர்வழியை நான் சந்திப்பது இது முதல் தடவையல்ல . . . லண்டனிலேயே ஏராளமானவர்கள் வாழ்கிறார்கள் . . . உங்கள் அழகிய நாட்டை ஆண்டாண்டு காலமாகச் சூறையாடிச் சொத்துச் சேர்த்தவர்களாயிற்றே நாங்கள் . . .'யூ ஆர் எ டிப்பிக்கல் ப்ரிட்டிஷ் பாய் . . ." என்று சொல்லி விடைபெற்றாள் என்று சொல்லிச் சிரித்துக்கொண்டிருந்தார் ஆர்த்தர் . . . பின்னொரு நாளில் 'காட்ட'வும் 'ப்ரிஸ்டலும்' உறிஞ்சிய வண்ணம் . . . சிகரெட்டின் கடைசி இழுப்பை இழுத்துவிட்டு "த லாஸ்ட் பஃவ் ஓஃவ் எ சிகரெட் . . . இஸ் ஈக்வல் டு த ஃவெர்ஸ்ட் கிஸ் ஓஃவ் மார்க்ரெட்" என்று கவிதை வேறு!

மேகங்கள் கலைந்துபோயிருக்க . . . நீலவானிலிருந்த நிலவின் மடியிலிருந்து பூமிக்கரங்கள் பால் கறந்துகொண்டிருந்ததில் திருவிழா உபயக்காரர்கள் தந்துவிட்டிருந்த 'டார்ச் லைட்'டுக்களுக்கான தேவை இருந்திருக்கவில்லை. நாங்கள் வந்துசேர்ந்த மாலையில் அந்த வயற்காட்டில் கேட்டிருந்த சிற்றோடையின் சலசலப்பு வந்துகொண்டிருந்த திசையைக் குறிவைத்து நடந்து . . . ஓடை

யென்று நாம் நினைத்தது ஒரு சிற்றாறென்று அறிந்துகொள்ள நள்ளிரவாகிவிட்டது. மஹாவலி கங்கை நதியாள் மல்லாந்து படுத்தபடியே தலையோடு குளித்துக்கொள்கையில் ... பரந்து விரிந்து நீண்டிருந்த கேசத்தின் ஒரு சின்னஞ்சிறிய கற்றை ... அந்தச் சேனையூருக்குள்ளும் சிறிய பாறைக்கற்களினிடையே அகப்பட்ட இடுக்குகளினூடாக ஊடறுத்துச் சிகையலங்காரம் செய்தபடியே ஓடிக்கொண்டிருந்தது. ஆளுக்கொரு பாறைக் கல்லில் நீரின் பிரவாகத்தில் கால்களை நனைத்தபடி அமர்ந்து கொண்டோம். ஆங்காங்கே சில் வண்டுகளின் ஷட்ஜ, பஞ்சமங்கள் இசைத்து ஸ்ருதி மீட்டின. நீரோட்டத்தின் குமிழிகளில் நிலவொளி தெறித்து நட்சத்திரங்களைப் பயிராக்க முனைந்து கொண்டிருந்தபோது எங்கிருந்தோ வந்த கரிய மேகத்திரள் ஒன்று சாரதச் சந்திரிகைக்குத் தற்காலிகக் களங்கத்தை ஏற்படுத்திக் கலைந்துபோனது. மீண்டும் ஒளிர்ந்த தண்ணிலவும்... மூடுபனிப் புகாரும் அங்குல இடைவெளி கூட இல்லாது செய்துகொண்ட ஆலிங்கனங்களில்... பிறப்புயிர்ப்பின் உச்சத்தில் தெறித்துவீழ்ந்த துமிகள் ஒரு சிறிய மழைக்குக் கட்டியம் கூறின.

யௌவனங்களெல்லாம் ஒன்றுகூடித் திரண்டிருந்த அந்த இராப்போதில் ... நாங்கள் தங்கியிருந்த வீட்டிலிருந்து பெற்றுக்கொண்டு வந்த மரம் அரியும் வாளின் கைப்பிடியை வலதுதோளில் இருத்தி முகவாய்க் கட்டால் அழுத்திப் பிடித்துக்கொண்டு வலதுகையால் ஒரு பாகம் நீளமிருந்த வாளின் உலோகத்தகட்டின் தலைப்பை உள்ளங் கையை மடித்துப்பிடித்தபடி ... இடதுகையில் சங்கரலிங்கம் மாஸ்டரிடம் இரவல் வாங்கிய வயலின்வில்லை வாளின் கூரிய பற்களில்லாத பக்கத்தில் வயலின் தந்திகளில் இழைப்பதே போல் உரசிய வண்ணம் உள்ளங்கையால் பிடித்திருந்த உலோகத் தகட்டை அலையலையாய் நெளிப்பதன் மூலம் பல்வேறு ஸ்வரஸ்தானங்களை உயிர்ப்பித்து ... எங்களில் யாருமே அதுவரை கேட்டிராத தொனியை உருவாக்கி ... அபூர்வமான இசைக்கோர்ப்புகளை அதிகாலை மூன்று மணிவரை வாசித்து ... ஆர்த்தர் ஸாம்ஸன் என்கிற குறும்புத்தனங்கள் இல்லாத மஹோன்னதமான கலைஞனின் மற்றுமொரு பரிணாமத்தை நாங்கள் தரிசிக்க வைத்தார். இயற்கையின் அரங்க ஒப்பனையில் பொலிந்து, குளிர்ந்திருந்த அந்த வயற்காட்டின் மேடையில் ஓர் அசாதாரணமான இசைநிகழ்வு அரங்கேறியது ஒன்பதே பேர் சாட்சியாக!

இந்தோசீனத்து தீபகற்பத்தின் 'ஹா லோங்' நீரிணையில் நின்றபடி இந்த அரங்கேற்று காதையைச் சொல்லிநிறுத்தியதும் ...

கிழக்கு மாகாணத்துச் சேனையூரின் எழில்களையெல்லாம் எனது நேத்திரங்களின் வழியே அதுவரை பார்த்துக்கொண்டிருந்த விஜயன் ... தென்சீனக் கடற்காற்றில் சில பெருமூச்சுகளை எறிந்தபடியிருந்தான். “விடிஞ்சுபோச்சு ... தம்பி ... அங்க பாருங்க ... கிழக்கில ஒளரோறா தெரியிது ... அண்டைக்குச் சேனையூரில ... அந்த மழை மட்டும் பெய்யாம இருந்திருந்தா வெள்ளாப்பு வரைக்கும் ஆர்த்தர் வாசிச்சுக்கொண்டே இருந்திருப்பார் ... இனிமே எப்ப இதெல்லாம் பாக்கப்போறமோ ... கேக்கப்போறமோ ... வாங்க ... போய்ப் படுப்பம் ... நாளக்கி எவனெவன் ஏ.கே.யோட வந்து நிக்கப்போறானோ .. ?” ஊருக்குத் திரும்பிப் போகும் உத்தேசங்கள் எதுவும் இல்லாது ... வாழ்ந்த நினைவுகளை மட்டுமே ... அது இன்பமோ, துன்பமோ ... என்ன இழவோ ஒருவருக்கு ஒருவர் பகிர்ந்துகொண்டு ... இருவரும் தூங்கப்போனோம்.

21

யுத்தமோ நின்று நிதானமாய்க் கொல்லும்

மறுநாள் வந்தது . . . அதற்கு மறுநாளும் வந்தது . . . அந்த இரண்டு ராணுவச் சீருடை அணிந்து . . . ஏ.கே. 47 உடனும், ‘க்ரனைட்’டுக ளுடனும் இரவுக் காவலுக்கு வந்துபோய்க் கொண்டிருந்த பாலகர்களைத் தவிர வேறு எந்த வியெட்நாமியர்களையும் முழுதாகப் பார்க்கமுடிந்திருக்கவில்லை. கவிந்திருந்த பனிப் புகாரின் உள்ளால் கண்ணுக்கெட்டிய தூரத்தில் இங்கும் அங்குமாகப் போய்க்கொண்டிருந்த நாவாய்களில் . . . வட்ட வட்டமாக மூங்கிலால் பின்னப்பட்ட தொப்பிகள் அணிந்து முகங்கள் மறைக்கப்பட்டிருந்த மனிதஉருவங்கள் வட வியெட்நாமின் ‘ஹொங் கை’ கிராமத்துவாசிகளாக இருக்கக்கூடும் என்கிற ஊகங்களோடு மூன்று நாட்கள் கழிந்துபோனதைத் தவிர வேறெந்த நடவடிக்கைகளும் மேற்கொள்ளப்படவில்லை. பரதேசத்து மனிதர்களைப் பார்க்கும் ஆவல் மட்டும் மேலோங்கியே இருந்தது. இந்த நாட்களில் இரவுக் காவலிலிருந்த எனக்கும் விஜயனுக்கும் மனதுக்கிதமான ஒரேயொரு நல்ல விஷயம் நிகழ்ந்த தென்றால் அது எமக்கும் அந்த இரண்டு இராணுவக் குழந்தைகளுக்கும் இடையேயான நல்லிணக்கப் பேச்சுவார்த்தைகள் . . . ஒன்றாகக் கூடியிருந்து கோப்பி பருகும் அளவுக்கு முன்னேறியிருந்ததே!

கிரேக்கத்தின் 'திஸ்ஸலோணிக்கி' துறைமுகத்திலிருந்து ஆரம்பித்த கடற்பயணத்தில் எம்.வி. ஔரோறா கப்பலின் அனைத்து ஊழியர்களும், கோதுமைமாவு மூடைகளும் தரையிறங்கத் தருணம்பார்த்துக்கொண்டிருந்தனர். நாற்பத்தி எட்டு நாட்களாகிவிட்டது. அந்த ஒரு புதன் கிழமை மாலையில் எமது கப்பலை நோக்கி ஐந்து 'பாஜ்' என்று அழைக்கப் படுகிற செவ்வக வடிவமான நீண்ட, ஆளுயர, மிதவைக் கொள்கலன்களை 'டக் போர்ட்' என்கிற இழுவைப்படகுகள் இழுத்து வந்துகொண்டிருப்பது தெரிந்தது. காப்டன், போர்ட் காப்டன் உட்பட மேற்தளப் பணியாளர்கள் எல்லோரும் திரண்டு சுறுசுறுப்பானோம். கொள்கலன்களைக் கப்பலுடன் இணைத்துக் கட்டும்போது சிராய்ப்புகள் ஏற்படாதவாறு பருமனான றப்பர்வளையங்கள் கயிறுகளில் கட்டிக் கீழிறக்கப் பட்டது. 'காங் வே' கடல்மட்டத்திற்குப் பதிக்கப்பட்டது. 'ஹீவிங் லைன்கள்' தயாராக இருந்தது... 'பாஜ்'களின் பாசக் கயிறுகளைப் பற்றிக்கொள்ள. ஒன்றரை மாதமாகச் சிவனே என்று படுத்துக் கிடந்த 'டெரிக்'குகள் வானோங்கி எழுப்பப்பட்டன . . . களஞ்சிய அறைகளிலிருந்து மாவுமூடைகளைக் காவி . . . மேலே தூக்கி வெளியே கடலில் தரித்துநிற்கப்போகும் கொள்கலன்களுள் நிரப்ப ஏதுவாக. நானும், 'களு' ரஞ்சித்தும் அனைத்து 'விஞ்ச் டெக்' குகளிலும் ஏறி... இரும்புக் கம்பிகளால் பின்னப்பட்டிருந்த தடித்த 'கேபிள்' களை இடமும் வலமுமாகக் கப்பலின் உள்ளே இழுத்தும் . . . வெளியே புறந்தள்ளியும் பொதிகளைச் சுமந்தும் . . . பின் இறக்கிவைத்தும் உருண்டுருண்டு மாயப்போகும் பாரிய உருளைகளை இயக்கப்போகும் இராட்சத இயந்திரங்களின் மின் இணைப்புக்களைக் கொளுவிவிட்டு இயக்கிப் பார்த்துக்கொண்டே இறங்கிவந்துகொண்டிருக்க . . . சகல ஏற்பாடுகளும் துரிதகதியில் நிகழ்ந்தன. ஐந்து 'மக்ரெய்கர் ஹாட்ச்'களை மூடியிருந்த தொடர் இரும்புக்கதவுகள் அழகாக ஒன்றுடன்ஒன்று மடித்துப் பொருந்தி ஒரு தாமரைமொட்டு விரிவதே போல் திறந்துகொண்டன. புளுங்கிய கோதுமையின் வாசனை அந்தக் கடற்பிராந்தியத் தையே வளைத்துப்போட்டது. 'போட்ஸ்வெய்ன்' கோல்டி எல்லா வற்றையும் சரிபார்த்துக்கொண்டே வந்தான்.

கப்பலை அண்மித்து நின்ற 'பாஜ்' களில் 'ஹீவிங் லைன்' களின் பந்துகள் எறியப்பட்டு . . . அதன் கயிறுகளை எமது கப்பலுக்கு இழுத்தெடுத்து . . . மாவு மூடைகளை ஏற்றிச் செல்லப்போகும் ஐந்து மிதவைக் கொள்கலன்களையும் ஐந்து களஞ்சிய அறைகளுக்கு இடவலமாக ஒன்றுவிட்டு ஒன்றாக அணைத்துக் கட்டிவிட்டு நிமிர்ந்தபோது . . . மூன்று இயந்திரப் படகுகள் 'காங் வே'யின் அடிவாரத்தை வந்தடைந்தன. நாளதுவரையில் கப்பலில் வாழ்ந்த

இருபத்தேழு மனித ராசிகளையே நண்பனாய், நல்லாசானாய், மந்திரியாய், சேவகனாய்ப் பார்த்திருந்த எல்லோருக்கும் வட வியெட்நாமியத் தரையில் வாழ்ந்து . . . இதோ! 'காங் வே' வழியாகக் கப்பலினுள் ஏறி வரப்போகும் அந்தத் தேசத்து மனிதர் களைப் பார்க்கும் பற்று மிகுந்துவர... 'போர்ட் ஸைட்' பக்கத்தில் திரண்டிருந்த எங்கள் எல்லோர் முகத்திலும் ஏதோ வேற்றுக் கிரகத்து அன்னியர்களைக் காணப்போகிறோம் என்பது போன்ற ஒரு பாவனை இழையோடியிருந்தது! ஒன்றரை மாதங்கள் கடலிலேயே திரிந்துவிட்டு... இன்னமும் தரையில் கால் பதிக்க இயலாதிருக்கும் எமக்கு... நிலத்திலிருந்து வரப்போகும் அந்த மனிதர்களை எதிர்கொள்ளப்போகும் அந்தத் தருணம்... ஆழ நெடுங்கடல் தாண்டிப் பயணித்துக்கொண்டிருக்கையில்... இரவில் கலங்கரைவிளக்கின் ஒளியையும்... பகலில் கடற் பறவைகளின் எக்காள ஒலியையும் . . . காணும்போதும், கேட்கும் போதும் . . . தோணிகளுக்குள் கிளர்ந்தெழும் புளகாங்கிதத்திற்கு ஒப்பானதென்றே என்னால் உணர்ந்துகொள்ளமுடிந்தது.

"அட... இஞ்ச பாருங்கோண்ணை... வேம்படிப் பள்ளிக் கூடப் பெட்டையள் 'கஷ்ஷுரீனா பீச்' சுக்குப் 'பிக்னிக்' போற மாதிரியெல்லோ வர்றாளவை . . !" விஜயன்தான் கூவாத குறையாகச் சொன்னான். 'ஹீவிங் லைன்'களைச் சுருட்டிவைத்துக்கொண்டிருந்த நான் வெளியே எட்டிப் பார்த்தேன். மிகையல்ல! எனது இடுப்பளவே உயரமிருந்த பெண் குழந்தைகள்... அவர்களில் அதிகமானோர் வெண்ணிற ஆடைகள் தரித்து... ஒருவர் பின் ஒருவராக ஏணிப்படிகளில் ஏறி வந்துகொண்டிருந்தனர். எல்லோர் கைகளிலும் தென்னோலையால் இழைத்த கைப்பைகள். எல்லோரும் ஒரே நிறம்... ஒரே முகம்... ஒரே மாதிரியாகக் குட்டையாக வெட்டப்பட்டிருந்த கருத்த கேசம். சாரிசாரியாக மேலே வந்து கப்பலில் 'கான்வஸ்' சப்பாத்துகள் அணிந்திருந்த பாதங்களைப் பதித்த மறுகணமே . . . மழைத் துமிகள் ஒன்றிரண்டு விழத் தொடங்கிய வினாடியில் கலைந்துபோகும் எறும்புகள் போல் . . . சுறுசுறுப்பாக ஓடிப்போய் ஐந்து 'ஹாட்ச்' களையும் தமது கட்டுப்பாட்டில் கொண்டுவந்து . . . 'விஞ்ச்' களை இயக்கும் வேலையை ஆரம்பித்து... கப்பலுக்கு வெளியே 'பாஜ்' களில் இருந்து கட்டுக்கட்டாக 'பலட்' களை 'ஹாட்ச்' களுக்குள்ளே இறக்கி . . . அதில் மாவுமூடைகளை நேர்த்தியாக அடுக்கி . . . மீண்டும் வெளியே மிதக்கும் 'பாஜ்'களுக்குள்ளே கொண்டுபோய் இறக்கி . . .! "உதத்தான் அண்ணை . . . மின்னல்வேகம் எண்டுறது . . . இல்லை எண்டிறியளோ?" நாசித்துவாரங்களுக்குள் வலது கையின் சுட்டு விரலையும், பெருவிரலையும் உபயோகித்துக்

குடைந்தெடுத்ததை உருட்டிய வண்ணம் வாய் பிளந்து சொல்லிக் கொண்டிருந்தான் விஜயன்.

“தம்பியோவ் . . . வாய்க்குள்ள போட்டிராத ஐயா . . . இப்ப பாரதியார் இருந்து இதப் பாத்திருந்தா ‘பெண்மை வாழ்க . . .!’ என்று ‘அப்பர் டெக்’ முழுக்கச் சுத்திச்சுத்தி வந்து கூத்தாடியிருப்பார் . . . அங்க பாரைய்யா . . . ‘விஞ்ச்’ சுக்குப் பின்னால அவள்ற தலைக் கறுப்புக் கூடத் தெரியேல்ல . . . ஆளில்லாம தானியங்கியா வேலைசெய்யிற மாதிரியெல்லோ இருக்கு? இந்தக் ‘க்ளிப்’ பண்ணின நகம் மாதிரிக் கண்ண வச்சுக்கொண்டு எப்பிடி ‘விஞ்ச்’ச உள்ளயும் வெளீலயும் ஏத்திஇறக்கிப் ‘பலட்’டுகளக் குரங்காக்கி வித்தை காட்டிக்கொண்டிருக்கிதுங்க இந்த ரெண்டு பெட்டையளும்! . . . ‘ஹாட்ச்’சுக்குள்ள பார் தம்பீ . . . வேலுப் பிள்ளை மாஸ்டரின்ர மூங்கில் பிரம்பு மாதிரி உடம்ப வச்சுக் கொண்டு . . . பொடியன்மார் மாதிரி ஐம்பது கிலோ மூட்டையளத் தூக்கித் தூக்கிப் ‘பலட்’ டில எறியிற ‘ஸ்பீட்ட!’ இதுக்கெல்லாம் காரணம் என்ன தெரியுமா . . . விஜயன் . . . சொல்லுங்க பாப்பம்?” என்றேன்.

“யுத்தம் தானண்ணை இதுகள இப்பிடி ஆக்கிவச்சிருக்கு . . .”

“சரியாச் சொன்னீங்க . . . யுத்தம் தான் தம்பீ . . . யுத்தம் தான். அம்மாட வயித்துக்குள்ள இருக்கேக்கயே வேட்டுச் சத்தத்தோடதான் படுத்தெழும்பிக்கொண்டிருந்ததுகள் . . . குண்டு வெடிச்சதில குறை மாசத்தில பிறந்ததுகள் . . . பரம்பரை பரம்பரையாகப் போருக்குள்ள வெள்ளாப்பில எழும்பி . . . போருக்குள்ள மூத்திரம் பெய்து, கக்கா இருந்து . . . போருக்குள்ள நாலு காசு பாத்து . . . போருக்குள்ள சாப்பிட்டு . . . போருக்குள்ள படுத்து . . . போருக்குள்ளையும் சின்னச் சின்ன சந்தோஷங்களைத் தாய் தேப்பன் அனுபவிச்சு . . . போருக்குள்ளேயே மாண்டு போக . . . இதுங்க பிறந்துவந்து இங்க இப்பிடி முறியுதுகள் . . . ஊர விட்டுப் போட்டு ஓட முடியாததுகளின்ர தலையில இப்பிடித்தான் பொழிஞ்சுவச்சிருக்கு . . . எங்கட ஊரிலையும் இப்பிடித்தான் வரும்போல கிடக்கு . . . என்னையும், உங்களையும்போல ஆக்கள் தான் இத மெதுவாத் துடக்கிவச்சிருக்கிறம் எண்டுதான் நினைக்கிறன் . . . ‘க்றீஸ்’ இல ‘யுத் ஹாஸ்டல்’ல பாத்தீங்கதானே? கீர்த்திக்கு நடந்தது தெரியும் தானே விஜயன் . . . பாவம் எப்பிடி இருக்கிறாரோ . . . என்ன செய்யிறாரோ?”

அன்றிரவுப் பொழுது முழுவதும் வேலைசெய்தார்கள். இரவுக்காவலில் இருந்த எனக்கும் விஜயனுக்கும் மிகச் சுவாரஸ்யமாக நேரம் கழிந்துகொண்டிருந்தது. அந்த நீண்ட கடற்பயணத்தினால் பெண்வாசனையையோ, குரலையோ . . .

நாசிமுகர்வதையும், செவிமடுப்பதையும் அறவே மறந்து போய்விட்டிருந்ததால் . . . மீண்டும் துளிர்த்த இளவேனிலின் புத்துயிர்ப்பாலோ என்னவோ 'களு' ரஞ்ஜித், செல்வராஜா, மருதானை ரவி, 'சீ ஷெல்ஸ்' ரோலண்ட் பரபாஸ், லூயிஜ்ஜி ஆகியோர் பஞ்சணை நொந்து . . . பால் கசந்து . . . ஆளுக்கொரு 'பியர்' புட்டிகளுடன் அந்த நள்ளிரவில் 'டெக்'கில் உலாபோய்க் கொண்டிருந்தனர். களஞ்சிய அறைகளின் பக்கவாட்டில் நின்றபடி எத்தனை 'பலட்'டுகள் வெளியேறுகின்றன என்று குறிப்பேட்டில் கணக்கெடுத்துப் பதிந்துகொண்டிருந்த அந்த வியெட்நாமிய இளசுகளுடன் ரோலண்ட்டும் லூயிஜ்ஜியும் சரளமாகப் பிரெஞ்சில் வழிந்துகொண்டிருக்க . . . சற்றே கிளம்பிய பொறாமையின் உந்துதலில் ஏனைய இறகில்லாத தேவதைகளுடன் ஆங்கிலத்தில் வழிய முயன்று சிறு வெற்றியையும் ஈட்டினோம்! ஏ.கே.47 களுடன் கப்பலின் முன்னும் பின்னும் சுற்றிச்சுற்றிவந்த இரண்டு இராணுவக் குழந்தைகள் . . . அன்றிரவு எங்களிடமிருந்து கொஞ்சம் அன்னியப்பட்டது இதனாலேயே இருக்கலாம்! கோப்பி கலந்து தந்தபோது வேண்டாம் என்று மறுத்துவிட்டனர். பேச்சுவார்த்தை முறிந்ததாகத்தான் நினைத்தேன் . . . பிற்பாடு இல்லை என்பதும் காரணங்களும் தெரிந்தன.

பிரெஞ்சு காலனித்துவத்தால் பிரெஞ்சு மொழியும், அமெரிக்க ஏகாதிபத்தியத்தினால் அரைகுறையாக ஆங்கிலமும் பேசத்தெரிந்ததனால் அந்த இளம் பெண்கள் கலகலப்பாகவே பேசினார்கள். பேச்சு பெரும்பாலும் ' எப்ப வெயில் எறிக்கும் . . . எப்பெப்ப மழையடிக்கும் . . . எந்த மாதங்களில் 'டைஃவூன்' அலைக்கழிக்கும் . . . அந்தப் புயலிலிருந்து எப்படித் தப்பிக் கொள்வீர்கள் . . . ' இந்த மாதிரியேபோகும். அரசியல் நிலவரங்கள் பற்றியோ . . . அன்றாட வாழ்க்கை பற்றியோ பேச்செடுத்தால் நாகரிகமாகக் கழற்றிக்கொண்டார்கள். வயதைக் கேட்டால் எல்லோருமே பதினெட்டு என்றார்கள் . . . பெயரைக் கேட்டால் அத்தனை பேருமே 'மாய் . . . மாய் . . . மாய் . . . ' என்றார்கள். 'என்ன கன்ராவிடா . . . இது' என்று அலுத்துக் கொண்டான் செல்வராஜா. நிறம், உயரம், முகம், கண்கள், இடை, உடை, சப்பாத்து, சிகையலங்காரம் இத்யாதி ஒருமைப்பாடு களோடு பெயரும் வயதும் சேர்ந்துகொண்டது. "என்னதான் கம்யூனிஸ நாடாக இருந்தாலும் அண்ணை இவையள் கூடவா பொதுஉடைமை?" என்று வியந்தான் விஜயன்.

'போர்ட் காப்டன்' நிக்கோஸ் 'லைஃவ் போட் டெக்'கில் வந்துநின்று பார்த்துக்கொண்டு நிற்பதை உணர்ந்த நான் . . . விஜயனின் தோளில் தட்டி உணர்த்திவிட்டு மெதுவாக நடந்து கப்பலின் முன்புறமாகக் கடமையே கண்ணாக இருப்பதான

பாவனையில் நகர்ந்தேன். விஜயனும் கப்பலினுள்ளே இறங்கி 'என்ஜின் ரூமுக்குள்' பதுங்கிக்கொண்டான். வட வியட் நாமிய அழகிகளின் வருகையால் தூக்கம் தொலைந்த 'களு' ரஞ்சித் குழுவினர் தொடர்ந்தும் சல்லாப முயற்சிகளை மேற்கொண்டனர். கப்பலின் முன்புறம் முதலாம் இலக்கக் களஞ்சிய அறையை அண்மித்தபோது துறைமுகப் பணியாளர்களில் மூன்று நான்கு பெண்கள் . . . மாவுமூடைகளை 'விஞ்ச்'சில் தூக்கிப் பறித்ததில் அதன் சிறு துவாரங்கள் வழியாகக் கப்பலின் துருவேறிக்கிடந்த இரும்புத் தரையில் கொட்டப்பட்டுக்கிடந்த கோதுமையைச் சிறிய கைத்துடைப்பங்களினால் கூட்டியள்ளிச் சேகரித்து ஒரு பாத்திரத்தில் இட்டு நிரப்பிக்கொண்டிருப்பதைக் கண்டேன். அப்படியே நடந்து இரண்டாம் இலக்க 'ஹாட்ச்' ஐக் கடக்கையில் அதேபோலச் சில பெண்கள் ஒரு மண்ணெண்ணெய் அடுப்பில் கேத்திலில் கொதித்துக்கொண்டிருந்த சுடுநீரைச் சேகரித்த மாவில் விட்டுக் குழைத்துக்கொண்டிருந்ததைக் கண்டேன்.

தொடர்ந்து மூன்றாம் இலக்க அறையினருகில் குழைத்த மாவைத் தட்டித் தட்டி வட்டவட்டமாக 'கெரஸின்' அடுப்பின் மீதிருந்து சூடாகிக்கொண்டிருந்த வட்டமான இருப்புத் தட்டில் சுட்டெடுத்துக்கொண்டிருந்தனர். கப்பலின் பின்புறமாக நாலாம், ஐந்தாம் இலக்கக் களஞ்சிய அறைகளின் அருகே ஓரமாக அனைத்துத் தொழிலாளர்களும் உணவுநேர இடைவேளையில் சுட்டெடுத்த ரொட்டித் துண்டுகளில் சிறு கண்ணாடிப் போத்தலிலிருந்து ஏதோவொரு பதார்த்தத்தை வழித்துத் தடவிச் சாப்பிட்டுக்கொண்டிருந்தனர். அந்த வாசனையோ குடலின் பசிச்சுருக்கங்களை அதிகரித்து நாவின் நீரூற்றுக் கண்களைத் திறந்தன. நான் மீண்டும் கப்பலின் முன்புறம் சென்றபோது எல்லோரும் ஒவ்வொரு 'ஹாட்ச்' களின் அருகிலும் குழுமியிருந்து உணவருந்தியபடிப் பேசிக்கொண்டிருந்தனர். திரும்பிப் பின்புறம் வந்தபோது 'போர்ட் காப்டன்' காணாமற்போயிருந்தான். விஜயன் மேலே வந்து ரஞ்ஜித் குழுவினரோடு பேசிக்கொண்டிருந்தான். எல்லோருக்குமே இந்தப் புதினம்தான் பேசுபொருள். நானும் கலந்துகொண்டேன். அநியாயமாகப் பசித்தாலும் . . . ஏனோ சாப்பிடப் பிடிக்கவில்லை!

'சீஷெல்ஸ்' ரோலண்ட் பரபாஸ் ஒரு மூத்த . . . பழுத்த அனுபவமுள்ள கடலோடி . . . கீர்த்தி, ரஞ்ஜித், குலம் அண்ணர் இவர்களைப்போல. பல வருடங்கள் ஆஸ்திரேலிய கப்பல்களில் தான்ஸான்யா, இலங்கை, கம்போடியா, வியெட்நாம், மலேஷ்யா என்று பயணித்த கடல்மனிதன். நெடிய ஆகிருதி. கடின உழைப்பை ஆவணப்படுத்திய உடல்வாகு. நெளிநெளியாக உப்பு, மிளகுத்தூள் கேசம். "என்னை மன்னர் பிலாத்து விடுதலை

செய்ததாலேயே இயேசு சிலுவையில் அறையப்பட்டார் . . .” என்று முன்பொரு சமயம் சொல்லியிருக்கிறார். இடதுகாலின் நீளம் . . . வலதுகாலினின்றும் சற்றே குறைவாக இருந்ததால் உடலைச் சற்றே இடதுபுறம் சரித்து விந்தியபடியே நடப்பார். பேச்சில் அங்கதச்சுவை எப்போதுமே ததும்பும்.

இருபது ஆண்டுகள் நீடித்த யுத்தம் அமெரிக்க ராணுவம் விரட்டியடிக்கப்பட்டபின் ஓய்ந்திருந்தாலும் . . . அதன் அனர்த்தங்கள் உடனடியாக வியெட்நாம் மக்களை நிமிர்ந்து எழுந்திருந்து, சுதாரித்துச் சுதந்திரத்தைச் சுவாசிக்க விடவில்லை. பேரழிவுகளால் விளைந்த பொருளாதார முடக்கம் வறுமைக்கோட்டிலிருந்து அதளபாதாளத்துக்கே அவர்களைத் தள்ளிவிட்டிருந்தது. ஆஸ்திரேலிய அரசாங்கம் பல வழிகளில் நிவாரணங்களை அளித்துக்கொண்டிருந்த காலப் பகுதியில் ரோலண்ட் பல தடவைகள் வியட்நாமின் பல்வேறு துறைமுகங்களிலும் நங்கூரமிட்டிருக்கிறார். துருவேறிக்கிடந்த கப்பலின் மேற்தளத்தில் சிந்திய கோதுமையைக் கூட்டியள்ளி ரொட்டி சுட்டுத் தின்று பசியாறிக்கொண்டிருக்கும் அந்தத் தொழிலாளர்களின் அவலத்தைப் பற்றி நாங்கள் மிகுந்த மனவேதனையோடு பேசிக்கொண்டிருந்ததைக் கேட்டவர் . . . யுத்தம் முடிந்தும் சுடச் சுட எரிந்துகொண்டிருந்த வியட்நாமுக்கு நாங்கள் வந்திருந்தால் இதைவிடவும் உயிரை உலுக்கும் பரிதாபங்களைக் கண்டிருக்க முடிந்திருக்கும் என்றார்.

“இருபது வருட யுத்தத்தில் ஆண்வர்க்கமே முற்றாக அழிந்து போனதோ என்ற சந்தேகம் எனக்கேற்பட்டது . . . நடை தளர்ந்த வயது முதிர்ந்தவர்கள் படகுகளில் மீன் பிடித்துக்கொண்டிருக்க . . . நடுத்தர வயதுப் பெண்கள் கைக் குழந்தைகளுக்குப் பாலூட்டி விட்டுத் தூளி கட்டித் தொங்கவிட்டுத் தூங்க வைத்து . . . வேலையையும் செய்துகொண்டு . . . தாங்க முடியவில்லை . . . மக்களா . . . சில சமயங்களில் சின்னஞ்சிறுவர்களும் சிறுமிகளும் கூடப் பொதி சுமக்க வந்தார்கள் . . . பத்து வருடங்களுக்குப் பிறகு நான் மீண்டும் இங்கே வருகிறேன் . . . இதோ . . . இந்தப் பெண்கள் ஒருவேளை அந்தச் சிறுமிகளாக இருக்கலாம் . . . அதோ . . . துப்பாக்கிகளோடு காவலிலிருக்கும் அவர்கள் கூட அன்று நான் கண்ட அந்தச் சிறுவர்களில் ஒருவராகவும் இருக்கலாம் . . . ”

‘ஹொங் கை’ போன்ற சிறிய கிராமத்துத் துறைமுகங்களில் அமெரிக்க இராணுவத்தால் பாலியல் பலாத்காரம் செய்யப்பட்ட பெண்கள் எத்தனையோ பேர் . . . ஆழத்து நீர்ப்பரப்பில் அமிழ்ந்து கிடந்த நங்கூரத்தின் தடித்த இரும்புச்சங்கிலி வழியாகக்

கப்பலுக்குள் ஏறிவந்து ஒளிந்துகொண்டு பட்டினியோடு கிடந்து . . . கப்பல் நடுக்கடலுக்குள் நுழைந்ததும் வெளியேறிவந்து அடையாளம் காட்டிய அந்த அகதிளை நாங்கள் ஆஸ்திரேலியா வரை அழைத்துப் போய் இறக்கிவிட்டிருக்கிறோம் . . . 'ஹனோய்' தலைநகரில் இரவுவிடுதிகளில் அமெரிக்கர்களுக்கு வறுமையை விற்றுக்கொண்டிருந்த பல பெண்களை ஏ.பீக்களாகிய நாங்களே இரவில் கயிற்றேணி வழியாகக் கப்பலுக்குள் ஏற்றிக் கடத்திக் கொண்டுவந்து தாய்லாந்திலும் சிங்கப்பூரிலும் யாருக்கும் தெரியாமல் தள்ளிவிட்டிருக்கிறோம் . . . மக்களா . . . இப்படியாக ஒரு நான்கு வருடங்கள் எனது கடல்வாழ்வில் கழிந்துகொண்டிருந்த நாட்களில் . . . ஒரு நாள் அந்தக் கொடூரத்தை எனது நிர்வாணக் கண்களால் சாட்சியப்படுத்திய அவலம் நிகழ்ந்தது . . .!" என்று சொல்லி நிறுத்தினார் ரோலண்ட் பரபாஸ்.

22

பழி ஓரிடம் பாவமோ இவர்களிடம்

"மூன்று 'ஹாட்ச்'சுகள் 'ப்ரிட்ஜ்... காபின்' தொகுதிக்கு முன்புறமாக அமைந்திருக்க... இரண்டு 'க்ரேன்'களுடன் கூடிய இருபதினாயிரம் மெட்ரிக் தொன்களே எடையுள்ள 'ஹான்டிஸைஸ்' கப்பலான 'ஹன்டரில்' நான் 'போட்ஸ்வெய்ன்' ஆக வேலைசெய்துகொண்டிருந்த நாட்களில் ஆஸ்திரேலியாவின் வடபகுதியிலிருந்த 'டார்வின்' துறைமுகத்திலிருந்து 'தைமோர்' கடல் வழியாக ஜாவா கடலைத் தாண்டி தென்சீனக் கடலுக்குள் நுழைந்து வியெட்நாமின் பல துறைமுகங்களில் இதே போல கோதுமையும், நிலக்கரியும், கட்டிடப் பொருட்களும், சேகரிக்கப்பட்ட ஆடைகளும் இன்னும் என்னவெல்லாமோ கொண்டுவந்து கொடுத்து... திரும்பிப் போகும்போது 'ஸ்டோவேவே'யாக ஒளித்திருந்த அகதிகளை அழைத்துப்போயிருந்திருக்கிறோம்... அந்த ஒரு அவலத்தைக் கண்களால் காணும்வரை!" என்று சொல்லி நிறுத்திவிட்டுத் தூரத்தே அந்த பின்னிராப் பொழுதில் மலைமுகடுகளைத் தொட்டுச்செல்லும் மேகக் கூட்டங்களைச் சில நிமிடங்கள் வெறித்துப் பார்த்துக்கொண்டிருந்தார் ரோலண்ட் பரபாஸ்.

"அந்தத் தடவையும் பொதிகளைச் சுமந்துகொண்டு 'ஹனோய்' துறைமுகத்தைச் சென்றடைந்தோம். அது ஒரு பரபரப்பான கடல் வாணிபத் தளம். அமெரிக்க இராணுவம் விரட்டியடிக்கப்பட்ட பின்னர் விபச்சாரம்

சட்டவிரோதமாக்கப்பட்டிருந்தாலும் இலை மறை காயாகி வருமானத்திற்கு வழிகோலிக்கொண்டிருந்தது. அமெரிக்கக் கப்பல்களையும் 'அன்பளிப்புகளோடு' அங்கே காணக்கூடியதாக இருந்தது. பாவ மன்னிப்பு கேட்டுக்கொள்வதற்காக வந்திருக்கக் கூடும். மக்களா . . . 1975இல் உத்தியோகபூர்வமாக யுத்தம் முடிவடைந்திருந்தாலும் இருபது ஆண்டுகாலக் கொடூரமான அழிவுகளிலிருந்து மீண்டெழுவதென்பது முன்னதை விடவும் கொடிய யுத்தமாகிவிட்டிருந்தது. விமானங்கள், குண்டுகள், துப்பாக்கிகளின் ஓசைகள் அடங்கிப்போய்... வறுமை, பசி, பட்டினி, நோய்களின் கூக்குரல்கள் ஓங்கியொலித்துக்கொண்டிருந்த 1976ஆம் ஆண்டிலிருந்து தொடர்ந்து நான்கு ஆண்டுகள் நான் வியெட்நாமின் பல்வேறு துறைமுக நகரங்களையும் கிராமங் களையும் கண்டுவந்திருக்கிறேன் . . . தம்பிகளா ! கேளுங்கள் . . . அத்தனை அழிவுகளிலும் மிகக் கேவலமான, கீழ்த்தரமான யுத்தத் தந்திரத்தை அமெரிக்க அரசு பிரயோகித்தது தென் வியட்நாமில்... 'ஒப்பரேஷன் ராஞ்ச் ஹான்ட்' என்ற பெயரில்!"

"1961இல் இருந்து 1971ஆம் ஆண்டு வரையில் தென்பகுதியில் பரந்து விரிந்திருந்த விவசாயப் பூமியெங்கும் 'ஏஜென்ட் ஒரேஞ்ஜ்' என்கிற கொடிய இரசாயன நச்சுத் திராவகத்தை விசேடமாக வடிவமைக்கப்பட்ட விமானங்கள் மூலம் பத்து ஆண்டுகாலமாக சுமார் இருபது மில்லியன் யூ.எஸ். கலன்கள் விசிறப்பட்டது . . . ஏன் தெரியுமா மக்களா . . . கெரில்லாப் போரில் தீவிரமாகியிருந்த 'வியெட் காங்' போராளிகளை அழித்தொழிப்பதற்காகவே. உங்கள் பண்ணைகள், காடுகள் பாதுகாக்கப் படவேண்டுமாகில் வெளியே வாங்கடா 'ஸ்மோக்கி பெயர்களா' . . . உங்களால் மட்டுமே உங்கள் வனங்கள் பாதுகாக்கப்பட முடியும்... என்று கொக்கரித்தபடி அவர்களைச் சரணடைய வைப்பதற்காக ஏனைய உலக நாடுகளின் எதிர்ப்பையும் மீறி எடுத்த நடவடிக்கை தோற்றது. ஆயினுமென்ன . . . அழிவுகள் நிரந்தரமாகின . . . 3,100,000 'ஹெக்டயர்' காடுகள் மீள முளைத்தெழ முடியாதபடி மலடு தட்டிப்போயின." சொல்லிக்கொண்டுவரும்போதே ரோலண்டின் முகத்தில் சினம் கொப்பளித்துச் சிவந்துகொண்டு வந்ததைப் பார்த்தபடியே எல்லோரும் ஓசையின்றிக் கேட்டுக் கொண்டிருந்தோம்.

"தாவரங்கள் செழித்திருந்த பூமியைத் தரிசாக்கியது மட்டு மல்லாது இன்னுமொரு சீரழிவையும் 'ஏஜென்ட் ஒரேஞ்ஜ்' விளைவித்திருந்தது . . . மக்களா ! இந்த நச்சுத் திராவகத்தின் பாதிப்பால் ஆயிரக்கணக்கான தென்வியெட்நாமியர்கள் 'லூக்கெமியா' முதலாக எத்தனையோ விதமான புற்றுநோயால் பீடிக்கப்பட்டு மரித்துப்போயினர். பிறந்த குழந்தைகளோ . . .

உருவழிந்து பிறந்தன ... அங்கஹீனர்களாக அல்லல்பட்டன ... சித்தஸ்வாதீனம் அற்றுப் பிறந்தன ... வறுமையையும் நோய்களையும் பத்து வருடங்களாக வாரி வழங்கிக்கொண்டிருந்த அமெரிக்க 'ஏஜென்ட் ஒரேஞ்ஜ்' இன் சர்வ நாசங்களையும் 'ஸைகோன்' துறைமுகம் வரைக்கும் போய்ப் பார்த்து வந்தவன் நான் தம்பிகளா ... "

"அந்த 'ஹனோய்' பயணம் தான் இறுதியானதாக இருக்கும் என்றே அன்று நான் நினைத்திருந்தேன் ... அப்படியொரு கோரத்தை நான் இன்றுவரை காண நேர்ந்ததில்லை. கொண்டுவந்த பொருளுதவிகளை இறக்கி முடித்துவிட்டு எமது 'ஹன்டர்' கப்பல் மீண்டும் ஆஸ்திரேலியா திரும்பும் நாள் வந்தது. திரும்பிப்போகும்போது கப்பலின் களஞ்சிய அறைகள் வெறுமையாகவே இருக்குமாதலால் அங்கே தரித்து நின்ற நாட்களில் சில அத்தியாவசியப் பராமரிப்பு வேலைகளில் நானும் சக மாலுமிகளும் ஈடுபட்டிருந்தோம். குறிப்பாகக் கப்பலின் அடிப்பாகத்தில் 'பில்ஜ்'களுக்குள்ளே கடல் நீருடன், கப்பலிலிருந்து வெளியேறும் அழுக்குநீரும், கழிவு எண்ணெயும் நிரம்பிக்கொள்ளும்போது அதைப் 'பம்ப் அவுட்' செய்து ... அவற்றினுள்ளே துருப்பிடிக்காதிருக்க 'ஹாட்ச்'சுகள் வெறுமையாகிவிடும் தருணங்களில் நாங்கள் உள்ளே இறங்கி சீமெந்தைத் தண்ணீரில் குழைத்த கலவையைச் சுவர்களில் பூசிவிடுவோம் இல்லையா ... மக்களா ... கொஞ்சம் கஷ்டமான வேலைதான் ... துர்நாற்றம் தாங்க முடியாது ... மூச்சுத் திணறும் சமயங்களில் அடிக்கடி அதன் ஓட்டைக்குள்ளால் தலையைத் தூக்கி ... நீர்மட்டத்திற்கு மேலே மூக்கை வைத்துக்கொள்ளும் முதலைகளைப் போலக் காற்றெடுத்து மறைவோமே என்ன ... நீங்களும் செய்திருப்பீர்களே?" நானும், செல்வராஜாவும் ஒருவரை ஒருவர் பார்த்துக்கொண்டோம் ... 'என்ன பலாய்டா இது?' என்பது போல! இனியும் கப்பல் வேலையில் என்னவெல்லாம் உபத்திரவங்கள் வர இருக்கிறதோ என்பதான அர்த்தங்கள் பரிமாறப்பட்டுக்கொண்டன ... ரோலண்ட் மேலும் தொடர்ந்தார்:

"வெறுமையாகிவிட்டிருந்த 'ஹாட்ச்'களைச் சுத்தம் செய்துவிட்டு அதன் அடிவாரத்தில் 'பில்ஜ்'களை மூடியிருந்த இரும்புத்தகட்டைத் திறந்து 'கார்கோ லைட்'டுகளைத் தொங்கவிட்டு ... இரண்டிரண்டாக ஏ.பீக்களை உள்ளே இறக்கி ... அவர்கள் அடிப்பாகத்தை அடைந்ததும் நீரில் கலந்திருந்த சீமெந்துவாளியையும், 'ப்ரஷ்'களையும் உள்ளே இறக்கிக் கொடுத்துவிட்டு நான் ஒரே நேரத்தில் இரண்டு 'பில்ஜ்'களுக்குமிடையே ஓடிக்கொண்டு அவர்களுக்குத் தேவையானவற்றை உள்ளே இறக்கிக் கொடுத்தபடி எல்லோருமாக

ஒருவழியாக இரண்டு 'ஹாட்ச்'களின் 'பில்ஜ்'களைப் பூசி முடித்துவிட்டோம். மறுநாள் காலையில் மூன்றாவது 'ஹாட்ச்'சில் இருந்த 'பில்ஜ்'களில் வேலையை முடிக்க . . . மதியஉணவு இடைவேளை வந்துவிட்டது. எல்லோரும் 'மெஸ்'ஸுக்குச் சென்று சாப்பிட்டுமுடிக்க 'ப்ரிட்ஜ்'ஜிலிருந்து இன்னும் ஒன்றரை மணிநேரத்தில் 'பைலட்' வர இருப்பதாகவும், கப்பலைப் பிரயாணத்திற்காகத் தயார் செய்யும்படியும் செய்தி வந்தது."

"சில மணிநேரத்தில்'ஹனோய்' துறைமுகத்தை விட்டு நமது 'ஹன்டர்' தென்சீனக்கடலை அடைய 'ரெட் ரிவர்' வழியாகக் கிளம்பிவிட்டது. வழமையே போல் ஆஸ்திரேலியாவின் 'டார்வின்' துறைமுகத்தை நோக்கிய பயணமாகத்தான் இருக்கும் என்று எல்லோரும் நினைத்திருந்தோம். வெறுங்கையோடு ஊரை நோக்கித் திரும்பும் கப்பலானதால் 'பலாஸ்ட் டாங்க்'குகளில் நான் கடல்நீரை நிரப்பிக்கொள்ள . . . 'கார்ப்பென்டர்' மில்லர் 'சௌண்டிங்' எடுத்து அளந்துபார்த்து கப்பல் சமநிலையில் இருப்பதை ஊர்ஜிதப்படுத்திய அறிக்கையை இருவருமாக 'ப்ரிட்ஜ்'இற்குச் சென்று காப்டனிடம் கையளிக்கும்போதில் 'ரேடியோ ஆபீஸர்' செய்தி கொண்டுவருகிறான். நாங்கள் 'டார்வின்' செல்லாது கப்பலை ஆஸ்திரேலியாவின் கிழக்கே இருந்த 'ப்ரிஸ்பன்' கொண்டு செல்லவேண்டுமென்றும் . . . அங்கே பொருட்களை ஏற்றிய பின்னர் 'தஸ்மேனியா' செல்ல விருப்பதாகவும் தகவல் தந்தான். 'ப்ரிஸ்பன்' சென்றடைவது சற்றே நீண்ட கடற்பயணம். நான் கீழே இறங்கி வந்து 'டெக்'இல் 'ஹாட்ச்'களை மூடிக்கொண்டு வருகையில் மூன்றாவது 'ஹாட்ச்'இல் மதியஉணவு அவசரத்திலும் . . . உடனடியாக கப்பல் புறப்பட்டுக்கிளம்பியதாலும் 'பில்ஜ்'களை மூடிவிட மறந்திருந்ததை அவதானித்தேன். கீழே இறங்கிப்போய் அந்தத் துவாரங்களில் இரும்புத் தகடுகளை மீண்டும் பொருத்தி இறுக மூடிவிட்டு மேலேறி வருகையில் அன்றைய தினத்து வேலை முடிவடைந்து மாலையின் சந்தோஷங்கள் என்னை அணைத்துக் கொண்டன."

சொல்லிக்கொண்டே வந்த ரோலன்ட் இந்த இடத்தில் நிறுத்தினார். நாங்கள் அமைதியாகக் கேட்டுக்கொண்டு நின்றோம். அதிகாலை அண்மித்துக்கொண்டிருந்தது. இருள் இன்னமும் விலகவில்லை. வெள்ளி என்னேரமும் எழலாம்! குடாக்கடல் பளிங்குத்தரை போலிருந்தது. கடலின் மீன் கலந்த வாசனை எழுத்தில் விவரிக்க முடியாத வித்தியாசமான ஸ்வாஸானுபவத்தைத் தந்துகொண்டிருந்தது. ரஞ்ஜித் 'சிகரெட் பாக்கெட்'டை எடுத்து எல்லோரிடமும் நீட்டிவிட்டுத் தானும் ஒன்றைப் பற்றவைத்துக்கொண்டு "வாட் ஹாஸ் ஹப்பின்ட்

ஆஃப்டர் தற் ரோலன்ட்?” என்று எங்கள் எல்லோரையும் போல என்னதான் நடந்தது... என்று அறிந்துகொள்ளத் துடித்தான். “அதற்குப் பிறகு... அதற்குப் பிறகு... மக்களா...” தொடர்ந்து பேச இயலாது ரோலன்ட்டின் குரல்நாண்கள் சுருதி கலைந்து கரகரத்தன. நாங்கள் சாய்ந்துநின்றுகொண்டிருந்த நான்காம் இலக்கக் களஞ்சிய அறையையே வெறித்துப் பார்த்துக் கொண்டு நின்றவரின் கண்கள் லேசாகப் பனித்திருந்தன. சுதாரித்துக்கொண்டு மீண்டும் தொடர்ந்தார்.

“மக்களா . . . ஏறத்தாழ மூன்று வாரங்களின் பின் ‘க்வீன்ஸ்லான்ட்’இன் கிழக்குக் கரையோரத்திலிருந்த ‘ஃபிஷர்மென் ஐலன்ட்’ ஐ நெருங்கிவிட்டோம். துறைமுகத்தினுள் நுழைந்தபின் ‘பில்ஜ்’களில் தேங்கிக்கிடக்கும் அழுக்கு நீரை வெளியேற்றுவது சட்டவிரோதமாகையால் ‘ப்ரிஸ்பன் ரிவர்’இல் ‘பம்ப் அவுட்’ செய்ய ஆரம்பித்தோம். முதல் இரண்டு ‘பம்ப்’புகளும் ஒழுங்காக நீரை வெளியேற்றியது. மூன்றாவது அடம்பிடித்தது. ‘சீஃவ் என்ஜினியர்’ உட்பட நாங்களும் தேடியதில் மூன்றாம் இலக்க ‘ஹாட்ச்’சின் கீழுள்ள ‘பம்ப்’ இயங்கவில்லை என்று தெரிந்தது. அதனுள்ளே இறங்கிப்போய் அடிவாரத்திலிருந்த நுழைதுவாரத்தின் இரும்பு மூடியை அகற்றி... ‘ஹாட்ச்’சின் மேலிருந்து ஒரு ‘ஹோஸ்’ஐ அதன் உள்ளே இறக்கி . . . எண்ணெய்ப்பிசுக்கும், உவர்நீரும் கலந்திருந்த அழுக்குநீரை ‘மோட்டர்’ வழியாக இறைத்துக் கடலில் தள்ளிய பின்னர் . . . ‘பில்ஜ்’ஜின் துவாரத்தினூடாக அடிப்பாகத்திற்குப் போய் . . . உறைந்துபோனோம்!” தொடர முடியாமல் நிறுத்தினார் ரோலன்ட்.

‘ஹன்டர்’ கப்பல் ‘ஹனோய்’துறைமுகத்தில் கடைசியாக நின்ற அந்த மத்தியானத்தில் மூடப்படாதிருந்த ‘பில்ஜ்’இன் துவாரத்தினுள்ளே ஓர் இளம் கணவன், மனைவி, சிறு பையன், பெண் குழந்தை ஆகியோர் உயிர் வாழ்தலின் இறுதி இழையைப் பிடித்துக்கொண்டு இறங்கி ஒளிந்திருக்கிறார்கள். அன்று அவர்கள் உடைத்துப் படித்த ‘ஃவார்ச்யூன் குக்கி’யில் அந்த உயிர்களின் விதி... நிர்ணயிக்கப்பட்டிருந்தது ஒரே வரியில் . . . ‘ஒரு வாரப் பயணம்... மூன்று வாரங்களாகும்’ என்று அதில் எழுதப் பட்டிருந்தது.

“மக்களா . . . மனிதத் தவறு என்று ஒன்று இருக்கிறதல்லவா? வியெட்நாமியர்களின் அவல வாழ்வைத் தெளிவாகப் பார்த்து அறிந்துகொண்டதாக நினைத்திருந்த நான் ஓர் அற்ப மதிய உணவுக்காக எத்துணை கவனக்குறைவாக நடந்துகொண்டு இருந்திருக்கிறேன்! அந்த ஜீவன்கள் எவ்வளவு துடிதுடித்து

இறந்துபோயிருப்பார்கள்! அந்தக் கொடுமைக்கு நான்தானே பொறுப்பு? பத்து வருடங்களின் பின்னர் எந்த முகத்தோடு இங்கு வந்து நிற்கிறேன்? மக்களா . . . ஒரு கடலோடி அழவே கூடாது . . . அழுதால் கடலுக்கே பிடிக்காது! ‘என்மீது நின்றுகொண்டு எனக்கே நீர் தெளிக்கிறாயா . . . அற்பனே . . . வெட்கமாயில்லை உனக்கு?’ என்றவாறு அலைகளால் அறையும்! அந்த அறைகளை எனது மனசாட்சி கடந்துபோன பத்து வருடங்களாக வாங்கிக் கொண்டிருக்கிறது . . . கர்த்தரே . . . என்னை மன்னித்தருளும் எனது பாவத்தை வாங்கிக்கொள்ளும் . . .”

இந்தச் சம்பவத்திற்குப் பிறகு ரோலன்ட் ஆஸ்திரேலியக் கப்பல்களில் வேலை செய்யவேயில்லை. பாம்பே சென்று எங்கெல்லாமோ . . . ஏதேதோ கப்பல்களில் அலைந்து இன்று வியெட்நாம் மீண்டும் வந்தது தனக்கான பாவமன்னிப்பு என்று பின்னொரு நாளில் என்னிடம் சொல்லியிருக்கிறார்.

○○○

அடுத்த நாள் மத்தியானம் இரவுக்காவல் முடித்து . . . காலை முழுவதும் தூங்கியெழுந்த நானும் விஜயனும் உணவுக்காக ‘மெஸ்’ஸை நோக்கிப் போய்க்கொண்டிருக்கும் போதில் எமது எம்.வி.ஔரோறாவை நோக்கி ஒரு விசைப் படகு வந்துகொண்டிருந்தது. ‘டெக்’, ‘என்ஜின் ரூம்’ உறவுகள் எல்லோரும் ‘மெஸ்’ஸில் உட்கார்ந்து கலகலப்பாகப் பேசியபடியே சாப்பிட்டு முடிக்கும் தறுவாயில் ‘சீஃவ் ஸ்ருவேர்ட்’ ராஜீவ் ஷர்மா ‘ஹாலோங்’ நீரிணையில் இருந்த சுண்ணாம்புக் கல்லின் பிரகாசத்தை முகத்தில் ஏற்றிவைத்துக்கொண்டு இடதுகை நிறையக் கடிதங்களை ஏந்திக்கொண்டு வந்து ஒவ்வொருத்தராகப் பெயர் கூறி அழைத்து அவரவர் அஞ்சல்களைக் கையளித்தான். கடிதம் பெற்றுக்கொண்டவர்களிடமிருந்து ‘யூ . . . ஹூ . . . ’ என்று கிளம்பிய எக்காள ஒலி அந்தக் கடற்பிராந்தியத்தின் ஒவ்வொரு மூலையிலும் எதிரொலித்துப் பின் நம்மிடமே திரும்பிவந்தது. ஒவ்வொருவர் முகங்களிலும் சுண்ணாம்புக்கல் ஒளிர்ந்தது! கடிதம் கிடைக்காதவர்கள் கூட அவர்களோடு சேர்ந்து ஆனந்தித்தார்கள்.

முதன்முதலாகக் கப்பலில் வேலைசெய்ய நேர்ந்த எங்களுக்கு இது புதிய அனுபவமாக இருந்தது. தரையில் அஞ்சல்கள் பரிமாறப் பட்டுக்கொள்ளும்போது அனுப்புநர் பெயரைப் பொறுத்தே உணர்ச்சிகள் வெளிப்படும். கடலில் கடிதங்களைப் பெற்றுக்கொள்ளும்போதோ கடலளவல்லவா மகிழ்ச்சி பொங்குகிறது? விஜயனுக்கு மூத்த அக்காள் எழுதியிருந்தார். எல்லோரும் நலமே இருப்பதாகவும், தம்பி . . . வாழ்வு தேடிப்

போனதில் எல்லோருக்கும் நல்ல சந்தோஷமென்றும் . . . கூடவே அந்தக் கடிதஉறைக்குள் பெருமாள் கோயிலின் அர்ச்சனைப் ப்ரசாதமென்று சிறிய வீரகேசரிச் சரைகளில் விபூதியும் குங்குமமும் அடங்கியிருந்தன. ஜெயக்குமாருக்கு அம்மா எழுதியிருந்தார். அந்த மடலுக்குள்ளேயும் நலமும் ப்ரசாதங்களும்... கூடவே நலமறியும் அவாவும் குவிந்திருந்தன. ‘சீஷெல்ஸ்’ மக்காளுக்குள் லூயிஜ்ஜிக்கு மட்டும் அவன் பெண் சினேகிதி எழுதியிருந்தாள். படித்துக்கொண்டே பிரெஞ்சில் ‘ஓள ஸோன் தே சோன்த் யூத்ரே தே தோம் தெ ல மெயர்’ என்று திரும்பத்திரும்பச் சொல்லிக்கொண்டே பெரிதாகச் சிரித்துக் கொண்டிருந்தான். முழு ‘சீஷெல்ஸ்’ ஸூம் அவன்கூடச் சேர்ந்து சிரித்தது ... ஏதோ அவர்களுக்கும் சேர்த்தே அந்தக் கடிதம் என்பதாக!

திரும்பி லூயிஜ்ஜியும் நானும் ‘காபின்’ வரும்போது என்னதான் எழுதியிருந்தாள் என்று கேட்டேன். அவன் ஊரை விட்டுக் கிளம்பி பம்பாய் போய் மூன்று ஆண்டுகளாகி விட்ட தென்றும், க்ரீஸில் இருந்து ஒரு ‘பிக்சர் போஸ்ட் கார்ட்’ மட்டுமே இதுவரை கிடைத்ததென்றும், இன்னும் கொஞ்ச நாளில் திரும்பிவரவில்லையென்றால் தன்னை மூன்று குழந்தைகளோடு தான் காணவேண்டியிருக்கும் என்று எழுதியிருக்கிறாளாம். பிரெஞ்சில் ஏதோ சொல்லிச் சிரித்துக்கொண்டிருந்தாயே என்று கேட்க... அவர்களை மீண்டும் தாயின் கருப்பைக்குள் திருப்பி அனுப்பிவிடுவேன் என்று மொழிபெயர்த்தான்.

மாலை ஆறு மணிக்கு இரவுக்காவல் செய்ய வந்தபோதுதான் அன்றிரவு மாவுமூடைகளை எடுத்துச்செல்லத் துறைமுகப் பணியாளர்கள் வரமாட்டார்கள் என்பது மட்டுமல்ல... அதன் காரணமாக இரவுக்கடமையில் இருப்பவர்களைத் தவிர ஏனையவர்கள் அத்தனைபேரும் கரையிலிருந்து வந்த விசைப்படகுகளில் தரையில் கால் பதிக்கப் போன கதை! விதியை நொந்துகொண்டு அப்பால் நகர்ந்தால் ‘டெக்’கில் ‘தேர்ட் ஆபீஸர்’ விஷ்ணு பட்டேலும், ‘எலக்ரீஷியன்’ சுரீந்தர் சிங்கும் சிரித்துச்சிரித்துப் பேசிக்கொண்டிருந்தார்கள். மாலை வணக்கம் சொல்லிவிட்டு அவர்களுடன் கலந்துகொள்ள . . . ரஞ்ஜித்தும் வந்து சேர்ந்துகொண்டான். விஷ்ணு பட்டேல் “குஜராத்தியில் எழுதியிருக்கிறது . . . படித்துப் பார்” என்று ஒரு கடிதத்தைக் கொடுத்தார். கிறுக்கலாக இருந்தது. “எனது பேரப்பிள்ளைகள் எழுதியிருக்கிறார்கள் . . . ஒரு குட்டி நண்டின் கால்களை மையில் தோய்த்துக் காகிதத்தில் உலவவிட்டது போல . . . இல்லையா ?” என்று சிரித்தார். அதில் அன்பு நிறையவே

சொரிந்தது. சுரீந்தர்சிங் தனது மனைவி எழுதியிருப்பதாகச் சொல்லிப் பஞ்சாபியிலிருந்து ஆங்கிலத்தில் மொழிமாற்றம் செய்து படித்துக் காண்பித்தார். அதில் அமிர்த்ஸாரில் இன்னமும் மழை பெய்யவில்லையென்றும், பம்பாய் வெங்காயத்திற்குப் பலத்த தட்டுப்பாடு நிலவுகிறதென்றும், வரும்போது ஒருமூடை எடுத்துவந்தாலன்றி வெங்காய பஜ்ஜி கிடையாதென்றும் அவரது துணைவியார் எழுதியிருந்தார். ஆழ்ந்த சந்தோஷம் தெரிந்தது. ரஞ்ஜித்திடம் ஏதாவது தபால் வந்ததா என்று கேட்டேன். "நாங் ஒவ்வொரு போர்ட் போகக் காட்டியும் எனக்கே ஒரு 'பிக்சர் போஸ்ட் கார்ட்' போட்டுக்கிறது. பிறகு அத சேத்துவச்சுக்கிறது . . . அவ்ளதான்வா" உள்ளூரக் கப்பியிருந்த சோகம் தெரிந்தது.

அட . . ! இத்தனை சிறிய காகிதத்துண்டுக்கு இவ்வளவு சக்தியா . . ! இன்று ஆழக்கடல்மீது நிற்கும்போதுதான் தெரிகிறது . . . இங்கு வந்துசேரும் அஞ்சல்கள் எல்லாம் சொர்க்கத்துக்கே விலாசமிடப்பட்டவை என்பது!

23

சிறுபிள்ளை வேளாண்மை

இரவு பதினொரு மணியாகியிருந்தது. கொஞ்சநேரம் என்னுடன் பேசிக்கொண்டிருந்துவிட்டு ரஞ்ஜித் "மம நிதாகன்ன யெனவா ... மல்லி ..." என்று சொல்லிக் கிளம்பிவிட்டான். நானும், 'தேர்ட் ஆபீஸர்' விஷ்ணு பட்டேலும் 'டெக்'இல் இரவுக்கடமையிலிருந்தோம். 'ஸெக்கண்ட் என்ஜினியர்' ராகுல் வர்மாவும் விஜயனும் 'என்ஜின் ரூம்' 'ஜெனரேட்டர்'களைக் கவனித்துக் கொண்டிருந்தனர். 'காப்டன்' புத்தகம் படித்துக் கொண்டிருப்பது 'காபின்' வெளிச்சத்தில் ஜன்னல் வழியாகத் தெரிந்தது. மீதி அத்தனை உயிரினங்களும் வட வியெட்நாமின் 'ஹொங் கை' கிராமத்தில் நான் பார்த்தறியாத நிலப்பரப்பில் உலாபோய்க்கொண்டிருப்பதான விம்பங்கள் எனது உள்மனதில் தோன்றிச் சிறிதே சோர்வைத் தந்துகொண்டிருந்தன. ஒரு 'சிகரெட்'டை வாயில் பொருத்திப் பற்றவைத்துப் புகையை உறிஞ்சி அண்ணாந்து வானத்தை நோக்கி ஊதியதில் ... இன்னும் ஒரு வாரத்தில் முழுமையடையப்போகும் சந்திரனும் ... இதமான குளிர்ந்த கடற்காற்றும் ... பளிங்குக் கடலும் ... கடலின் மெல்லிய அலைக் கரங்கள் வலையை வீசி வானத்து நட்சத்திரங்களைப் பிடித்துத் தனது மடியில் போட்டுக்கொண்டு தாலாட்டிக்கொண்டிருக்கும் அழகும் ... நிலவின் தெறிப்பில் ஒளிர்ந்துகொண்டிருந்த சுண்ணாம்புக் கற்பாறைகளும் மட்டுமே புதிய தெம்பைத் தந்து கொண்டிருந்தன.

முகவாய்க்கட்டைச் சொறிந்துகொண்டபோதுதான் ஒரு மாறுதலை யதார்த்தமாக உணர்ந்துகொள்ள முடிந்தது! எம்.வி. ஔரோறா கிரேக்கத்தின் 'திஸ்ஸலோணிக்கி' துறைமுகத்தில் இருந்து கிளம்பிய நாளிலிருந்து நான் முகச்சவரமே செய்து கொள்ளவில்லை என்பது. குளியலறைக்குள் போய்க் கண்ணாடி யில் தெரிந்த என்னை நானே அன்னியப்பட்டுப் பார்த்துக் கொண்டு நிற்கிறேன் ... புகைந்துகொண்டிருந்த 'சிகரெட்' விரல்களைச் சுட்டதும் தான் ... நான் தான் அந்த ஸ்வாமிஜி என்கிற விவரணம் கிடைத்தது. அநியாயம் சொல்லக்கூடாது... சுருள்சுருளாக, அடர்த்தியாக ... அதே போதில் நேர்த்தியாகத் திரண்டு வளர்ந்து செழித்திருந்தது. அட ..! என்னென்ன மாற்றங்கள் என்னிடத்தில்! வெற்றுடம்போடு நின்றுகொண்டிருந்த எனது தேகமெங்கும் கடல் கவிதையெழுதி இருந்தது தெரிந்தது. உழைப்போ ... இடையைச் சுருக்கிப் புஜங்களை முறுக்கேற்றி 'தோளை வலிவுடையதாக்கி ... உடற்சோர்வும் பிணிபலவும் போக்கி . . . அரிவாளைக்கொண்டு பிளந்தாலும் கட்டு மாறா உடலுறுதி' தந்திருந்ததை இரண்டு மாதங்களின் பின்னர் தற்செயலாக இன்று இந்த நிமிடத்தில் உணர்கிறேன். எந்த வகையான சவால்களையும் எதிர்கொண்டு அடித்து நொறுக்கி விடலாம் என்கிற மனோதைரியத்தைக் கண்ணாடியில் பிரதிபலித்த எனது கட்டுடலின் தோற்றம் சிறுகச் சிறுகப் போதையேறுவது போல எனது ஆழ்மனதைச் சிலிர்க்க வைத்துக்கொண்டிருக்கிறது. எனது குணாதிசயங்களும் கடல் தந்த வலுவால் கணிசமாகவே மாறியிருப்பதும் புலனாகியது.

அப்பாவின் ஞாபகம் எங்கிருந்தோ வந்தது. திருக்கோண மலையை விட்டுக் கிளம்பிவந்த இந்த நாள் வரையிலும் யாருடைய அன்பையும் இழந்துவிட்டு வந்ததான சோகங்கள் எதனையும் உணர்ந்தறியாத எனக்கு இப்போது அப்பாவைப் பார்க்கவேண்டும் போலிருக்கிறது. நான் வீட்டை விட்டுக் கிளம்பிய அந்த மத்தியானவேளையில் அப்பா சொன்ன கடைசி வார்த்தைகள் அசரீரியாக ஒலித்தன.

"மகன் . . . நீ திரும்பி வரேக்குள்ள நான் இருக்கிறனோ . . . இல்லையோ தெரியாது. நான் பெரிசாக ஒண்டும் சம்பாதிச்சு சேர்த்துவைக்கேல்ல. அம்மாவோட வந்த இந்தப் பரம்பரை வீட்டிலகூட ஒழுக்குக்கூரைக்கு ஓடு மாத்திப்போட என்னட 'பென்ஷனால' முடியாம இருக்கு... எண்டால் பாரய்யா. இந்தப் பரம்பரைச் சொத்துகளை நம்பாதே. இது பாவச் சொத்து. பணக்காரச் சுவாமிநாதர் தன்னட கைத்தடியால... அவரிட்ட அறா வட்டிக்குக் கடன் பட்ட ஏழைபாழைகளின்ட காணிகளை அளந்து வட்டியும் முதலுமாக அறவிட்ட பாவங்களெல்லாம்

இந்த வீட்டின்ட அத்திவாரத்துக்குக் கீழ புதைஞ்சுகிடக்கு. அதுதான் உன்னையும் ஊரவிட்டு விரட்டுது . . . உனக்கிது வேண்டாம். நீ... நீயாக இரு. நேர்மையாக உழைச்சுச் சம்பாதி. உன்னட மனசாட்சி என்ன சொல்லுதோ அதைக் கேள். எந்த ஒரு காரணத்துக்காகவும் உன்னை விட்டுக்கொடுக்காதே ... சுகமாகப் போய்வா ... கடிதம் போட முடிந்தால் போடு ... 'இங்லிஷ்' இல் எழுது ... என்னட தமிழ் உனக்குத் தெரிஞ்சது தானே . . . நான் அந்தக் காலத்து 'லண்டன் மெற்றிக்' ஐயா . . . போய்ட்டு வா ... உடம்பப் பாத்துக்கொள் . . . என்ன? முடிஞ்ச வரைக்கும் யோகாசனம் செய் ... சரி மகன் நேரம் போகுது ... கிளம்பு"

அதுவரையிலும் கண்ணாடியில் தெரிந்து கொண்டிருந்த எனது விம்பம் காணாமல் போய்விட்டிருந்தது. ஒரு தகப்பனின் நேசிப்பும், அக்கறையும், பாதுகாப்பும் தேவைப்பட்ட வயதில் அப்பா என்னோடு இருக்கவில்லை. நான்கு வயதிலேயே கொழும்புக்கு மாற்றலாகிப்போய்விட்டார். சின்ன வயதில் என்னை 68/1, கச்சேரி நல்லூர் வீதி, யாழ்ப்பாணத்துக்கு வந்து ஒவ்வொரு 'ஆகஸ்ட்' மாத விடுமுறையிலும் கொழும்புக்குக் கூட்டிச்சென்றிருக்கிறார். பம்பலப்பிட்டியவில் யாரோ ஒருத்தருடைய வீட்டின் பின்புறத்தில் இருந்த சின்னஞ் சிறிய அறை ஒன்றில் இருவரும் தங்குவோம். 'க்றீன் லாண்ட்ஸ்' இல் மூன்று வேளை சாப்பாடு. 'பிக்கடெல்லீஸ்' இல் 'ஐஸ்க்றீம். அவ்வப்போது 'வாப்பா ஈட்டிங் ஹளஸ்' இல் பிர்யாணி, முட்டையப்பம். செல்வராஜாவின் அப்பாரு செய்தது போல... தினசரி மாலைகளில் காலிமுகத் திடலில் இறால் வடை ... தும்பு மிட்டாய்... குதிரைச் சவாரி. வெள்ளவத்த பிள்ளையார் கோவில் ... தெஹிவல மிருகக் காட்சிசாலை . . . 'எக்ஸ்போ' 70 ... இப்படியாகப் பாடசாலை விடுமுறைகள் கழியும்.

ஒருமுறை . . . அப்போது எனக்குப் பன்னிரண்டு வயதிருக்கும் என்று நினைக்கிறேன் . . . மத்தியான சாப்பாட்டுக்குக் கொஞ்சம் ரூபாய்கள் கொடுத்துவிட்டு அப்பா காலையிலே வேலைக்குப் போய்விட்டார். தனித்துவிடப்பட்ட நான் அப்பாவின் 'ஷேவிங்' உபகரணங்களை எடுத்து 'வில்க்கின்ஸன்' 'ப்ளேட்'ஐப் பொருத்தி அதன் உலோகத்தாலான கைபிடியில் பூட்டிவைத்துவிட்டு . . . சிறுபாத்திரத்தில் சுடுநீர் எடுத்து . . . மரப்பிடியோடு கூடிய . . . தும்புதும்பாக நீண்டிருந்த 'ப்ரஷ்'ஐத் தோய்த்து ... சவர்க்காரத்தில் தேய்த்துத்தேய்த்து நுரையெழுப்பி முகமெங்கும் பூசிவிட்டு முகச் சவரம் செய்ய முனைந்தபோதுதான் அந்த இரத்தக்களரி ஏற்பட்டது. மாலையில் இரத்மலானவிலிருந்து திரும்பிவந்த அப்பா . . . எனது விளக்க உரைகள் எதுவுமே தேவைப்படாது . . .

எல்லாவற்றையும் விளங்கிக்கொண்டு சிரித்த சிரிப்பிருக்கிறதே . . ! அப்பாவுக்கு எப்போதுமே சிரித்த முகம். ஆனாலும் இப்படிச் சிரித்ததை இதற்கு முன்போ பின்போ நான் காண நேர்ந்ததில்லை.

குளியலறைக் கண்ணாடியில் மீண்டும் எனது விம்பம் தெரிய 'அட . . . இந்தத் தாடிக்கும், மீசைக்கும் தானா அன்று இரத்தம் சிந்தினேன் . . .!' என்று எனக்குள்ளே சிரித்துக்கொண்ட போது ஒன்றுக்கும் மேற்பட்ட மோட்டார் படகுகளின் உறுமல் கேட்டது. நேரம் பதினொன்றரை. வெளியே வந்து 'டெக்' இல் பார்த்தபோது கரைக்குச் சென்றிருந்தவர்கள் கப்பலை நோக்கி வந்துகொண்டிருந்தார்கள். 'காங் வே' ஏணிப்படியை இறக்கி விட . . . எல்லோரும் சந்தோஷத் தள்ளாட்டத்தில் இனங்கண்டு கொள்ளப்படாத மொழியில் யாரும் புரிந்துகொள்ள வேண்டிய அவசியங்களில்லாது பேசிக்கொண்டே ஏறி வந்தார்கள். இரவுக் காவலிருந்த அந்த இரண்டு ராணுவப் பாலகர்கள் மிக உன்னிப்பாக மேலேவந்துகொண்டிருந்த ஒவ்வொருவரையும் கண்களால் அளந்தபடிப் பரபரப்பாக இருந்தார்கள். கப்பலுக்குள்ளேயே கிடந்த மாலுமிகள் கரைக்குப்போய்க் கொஞ்சம் காலாற நடந்து சந்தோஷப்பட்டுவிட்டுக் கப்பலுக்கே மீண்டும் வருகிறார்கள் . . . இதில் இவர்கள் ஏன் துப்பாக்கியை இறுகப்பிடித்துக்கொண்டு யுத்தசன்னத்தராகிறார்கள் என்பதற்கு விளக்கம் அப்போது கிடைக்கவில்லை.

வந்தவர்களின் குழறுமொழிகள் மெதுவாகத் தேய்ந்து 'காபின்'களுக்குள்ளே அடங்கிப்போனது. 'என்ஜின் ரூம்' இலிருந்து விஜயன் ஓசைகள் கேட்டு மேலே வந்தான். கொச்சிக்கடை செல்வராஜாவும், மருதானை ரவியும் ஊர்ப்புதினங்கள் சொல்லிக்கொண்டிருந்தார்கள். "என்னவா . . . இந்த ஊரு? . . . சரீக்கு அப்பிடியே ரத்னபுர போல இல்லியா தீஞ்சு கெடக்கு! 1977 கலவரத்தில எங்க பெரீயப்பா ஒருத்தரோட 'பிஸ்னஸ்' எல்லாம் எரிஞ்சுபோனப்ப எங்க அப்பாரு என்னயக் கூட்டிக்கிட்டுப் போனாரு . . . அப்ப பாத்திருக்கேன். ரத்னபுர பூராவும் இதே மாதிரிதான் தீஞ்சு கெடந்திச்சு . . . ராத்திரியோட ராத்திரியா பஜார்ல இருந்த கடைகள்ள கெடந்த அரிசிமணீலேர்ந்து ரத்தினக்கல்லு, மாணிக்க கல்லுவரகாட்டியும் கௌப்பீட்டு எங்கோத்தா . . . மவேன் . . . ஊரு பூரா தீய வெச்சுப்பிட்டான்யா . . . அத மாதிரியில்ல வியெட்நாமயும் பண்ணிப்புட்டாய்ங்க?" சொல்லிக்கொண்டிருக்கும்போதில் செல்வராஜாவின் முகத்தில் சினம் ஒளிர்ந்தது.

"நாம்ப போன 'ஸீமென்ஸ் க்ளப்' ஒண்ணுதான்வா பெரீய்ய 'பில்டிங்' . . . முந்தி அமெரிக்கன் பிடிச்சு வச்சிருந்தான்னு

சொன்னாங்க. 'பாம்பே'ல இருந்த 'க்ளப்' கொஞ்சம் கூடப் பெருசு. மத்தப்படி நாலஞ்சு பறண 'பூல் டேபிள்'... 'டோப்' அடிக்கத்தான் வெளிய போனமாதிரி இருந்திச்சு... கப்பல்ல இல்லாத தண்ணியா? இதுக்குப் போயீ காச 'வேஸ்ட்' பண்ணிக்கிட்டு ... கொஞ்சம் ஊர சுத்திப் பாக்கலாம்னா பகல்ல போகவிடமாட்டான்போலக் கெடக்கு. ஒத்தையடிப் பாதைமாதிரி இருந்த ரோட்டாலதான் நடந்துபோகோணும். வீடுகள் மாதிரி ஒண்ணோ, ரண்டோ தோப்புக்குள்ளாற கெடந்தமாதிரி இருந்திச்சு. பதினொரு மணி வரகாட்டியும்தான் இருக்கலாம்னு சொல்லி வெரட்டிப்புட்டாய்ங்க... ஆளுங்களே இல்லாத ஊராப் போயிரிச்சு..." என்று சொல்லிப் பெருமூச்சுவிட்டான் ரவி. கொஞ்ச நேரம் பேசிவிட்டுத் தூங்கப்போய்விட்டார்கள்.

நள்ளிரவு தாண்டி ஒரு மணியாகிவிட்டது. இதமான குளிர்ந்த தென்சீனக் காற்றில் பசித்தது. "அணே ...மகே விஜே ... வெளிய போகலாம்னுட்டு இருந்த ஆசையப் பாவிமவேய்ங் ரண்டு பேரும் கெடுத்துக் குட்டிச்சுவராக்கிப்பிட்டாய்ங்க... வாங்க தம்பீ ... ஏதாச்சும் துன்னுக்கிறலாம் ..." என்று சொல்ல சிரித்துக்கொண்டு "என்ன அண்ணை நீங்களும் அவங்களப் போல கதைக்கிறியள் ... சரி வாங்கோ ..." என்று சொல்லவும் ஆயுதமேந்திய குழந்தைகள் இருவரும் எங்கள் பக்கமாக வந்ததைக் கண்டுவிட்டு "வீ ஆர் கோயிங் டு ஈற் சம்திங்... கான் வீ மேக் ஸம் ஸாட்விச் ஃவார் யூ..?" என்று விஜயன் கேட்க அவர்களும் "ஓகே ... ஓகே ... தாங்க்யூ... தாங்க்யூ ..." என்று ஏகக்காலத்தில் பதிலிறுத்தார்கள். "என்னண்ணை இரணைப் பிள்ளையள் மாதிரி எதக்கேட்டாலும் இரட்டைக்கிளவியாகப் பதில் வருது..?" என்று விஜயன் கேட்க... "வடக்கையும் தெற்கையும் யுத்தம் பிடிச்சு ஆட்டிவச்சதில வெட்டு ஒன்று... துண்டு ரெண்டு தம்பி... வாய்யா... வயிறு புகையிது... நாம்ப போயீ வெட்டுவம்" என்று சொல்லிக்கொண்டே 'பான்ட்றி'யினுள் நுழைந்தோம்.

சிறிது நேரத்தில் பொரித்த 'லுக்காணிக்கா', 'ஸ்விஸ் சீஸ்' இவற்றோடு ஏனைய பிறவும் அடங்கியிருந்த நான்கு 'ஸான்ட்விச்'களோடு பால்பெட்டிகளையும் எடுத்துக் கொண்டு 'டெக்'இற்குப் போனோம். அவர்களைக் காணவில்லை. கப்பலின் முன்புறமாகப் போனபோது மூடியிருந்த முதலாம் இலக்க 'ஹாட்ச்'இன் மேல் சம்மணம் கொட்டி உட்கார்ந்திருந்தார்கள் இருவரும். நாங்களும் மேலேறி அமர்ந்து சாப்பிட ஆரம்பித்தோம். நன்றாகக் கடித்து, ருசித்து, அனுபவித்துச் சாப்பிட்டார்கள். பார்க்க சந்தோஷமாக இருந்தது. கடிக்கொருதரம் "தாங்க் யூ ...

தாங்க் யூ . . .” என்று சொல்லிக்கொண்டிருந்தார்கள். சில தினங்களில் பூர்ணமடையப் போகும் தண்நிலவின் வெளிச்சக் குளிர்ச்சியாலும்... இதமாக வீசிய கடற்காற்றினாலும்... இனமோ, மொழியோ, மதமோ, உருவ அமைப்போ யாதொன்றும் பிரித்தாள முடியாத பிரபஞ்சத்தின் குழந்தைகளாக நாங்கள் அமர்ந்து உண்டு களித்ததினாலும் நால்வருக்குமே இனம்புரியாத நிறைவும், சகோதர வாஞ்சையும் மீதுரப்பெற்று மனது மிகவும் இலேசானதாகி இருந்தது.

பால்பெட்டிகளைத் திறந்து பருகிக்கொண்டிருக்கும் போதில் நான் மெதுவாகப் பேச்சுகொடுத்தேன். “யுத்தம் தான் முடிந்து தொலைந்து ஆண்டுகளாகிவிட்டனவே . . . இங்குக் கடலில் நின்றுகொண்டு உங்கள் ஊரைப் பார்க்கும்போதே இயற்கை தனது வளங்களை நாலாபுறமும் அள்ளி எறிந்திருப்பதை எனது கண்களால் அளக்கமுடிகிறதே . . . எதனால் மீண்டும் அபிவிருத்தியடைந்து மீண்டெழ முடியாதிருக்கிறது நண்பர்களே?” கேள்வியோடு நிறுத்தியதும் சிறிய மௌனத்தின் பின்னர் இருவரும் மடியில் கிடத்திவைத்திருந்த ஏ.கே.47களை சம்மணம் கொட்டியிருந்த கால்களுக்குச் சமாந்தரமாகக் கீழே வைத்து விட்டு அவர்களுள் ஒன்றரை அங்குலம் உயரமாக இருந்தவன் பேசவாரம்பித்தான்.

“காம்ரேட்... என்றே அழைத்துப் பழகிப்போன எங்களுக்கு நீங்கள் நண்பர்கள் என்று அழைத்தது வித்தியாசமாக இருந்தது தாங்க் யூ . . . தாங்க் யூ . . . எங்கள் மூதாதையர்கள் காலத்திலிருந்தே பரம்பரைபரம்பரையாக யுத்தம்தான் எங்களது வாழ்வியலாக இருந்துவந்திருக்கிறது என்பதை ஓரளவு நீங்களிருவரும் அறிந்திருப்பீர்கள் இல்லையா? இப்போது நடந்துமுடிந்த யுத்தத்தோடு ஒப்பிடுகையில் இதற்கு முன்னரான போர்களெல்லாம் எங்கள் தேசத்தில் எங்களுக்குச் சேரவேண்டிய . . . நீங்கள் கண்களால் அளந்த . . . வளங்களை எல்லாம் அபகரித்துத் தங்களை வளப் படுத்தும் காலனித்துவ ஆதிக்க வர்க்கத்துக்கு எதிரானவையே. அவர்கள் இயற்கையை அழிக்கவில்லை. எங்களை வைத்துக்கொண்டே அபகரித்தார்கள். அனுபவித்தார்கள்! எங்களுக்காகவும் கொஞ்சம் கிள்ளித்தெளித்தார்கள். அதில் எங்களது வாழ்வை நகர்த்திச்செல்லவும் பழகிப்போய்விட்டிருந்தோம். அவர்கள் பருகிவிட்டுவைத்துப்போன தேநீர்க் குவளையில் எங்களுக்காகவும் கொஞ்சம் ஆறிப்போன தேனீர் இருந்தது . . !” என்றுவிட்டுக் கொஞ்சம் நிறுத்திப் பாலைப் பருகிக்கொண்ட போதில் மற்றையவன் தொடர்ந்தான்.

“அடிமை வாழ்வுதான் … ஆனாலும் ஏதோ வாழ்ந்தோம். எங்கள் அன்னை, தந்தையர் வெடிகுண்டுகளுக்குப் பிறக்க வில்லை … எங்கள் வயற்காடுகள் தீயில் கருகவில்லை … எங்கள் சகோதரிகளின் பெண்ணுறுப்பில் ‘க்றனைட்’களைச் சொருகி வைத்து … எங்கள் இருப்பிடங்களைக் காட்டிக்கொடுக்கும்படி எந்த நாய்களும் கேட்டதில்லை… தெற்கில் மீண்டும் தளிர்க்க முடியாத படிக்கு எங்கள் விவசாயபூமிகளை நச்சுத்திராவகத்தால் அழித்து வெறியாட்டம் ஆடவில்லை… மாறாக, இருபதாண்டுக்காலமாக ‘கெரில்லா’ யுத்தத்தினால் ஒரு தலைமுறையே அழிந்துவிட்டது. எங்களது காலத்தில் போர் முடிந்திருந்தாலும் பொருளாதார பலமும் மனிதவளமும் கணிசமாகக் குறைந்துபோயின. போர்க்காலத்தில் வாழ்வு அல்லது ஒரேமுறைதான் சாவு. போர் ஓய்ந்த பின்னரான அழிவுகளிலிருந்து மீள முடியாத வறுமைக் காலங்களில் அன்றாடம் சாவு. யுத்தங்களை விடவும் கொடிய யுத்தம் வறுமைக்கு எதிரானதே! உழைத்து வாழ்ந்த மனிதர்கள் அகப்பட்ட வழிகளிலெல்லாம் பிழைப்புக்காக ஊரைவிட்டுப் புலம்பெயர்ந்தனர். வேலைக்கு ஆளில்லை … முதலீட்டுக்குப் பணமில்லை … இந்த நிலையில் எந்த ஆதாரங்களின்மீது எமது ஏணிகளை நிறுத்திவைப்பது உடனடியாக மேலேற? இதெல்லாம் தான் அடிப்படைக் காரணிகள் எமது அபிவிருத்தியின் மந்தகதிக்கு, நண்பர்களே.”

நானும், விஜயனும் அதிர்ந்துபோனோம் பாலறாவாயர்கள் என்று இவர்களைப் பரிகசித்ததற்குக் கிடைத்த நெத்தியடியால். மேலும் பேசிக்கொண்டேபோனார்கள் ஆளுக்காள் மாறி மாறி. இருவருமே ‘கெரில்லா’ போர்ப் பயிற்சி பெற்றுக் கொண்டவர்கள். களத்தில் இறங்குவதற்குள் புறமுதுகிட்டு யுத்தம் ஓடோடிவிட்டதால் கொஞ்சம் ஏமாற்றமே என்றார்கள். ‘அதனாலென்ன ..? இன்னொரு போர் வராமலா போகும்… அதுதான் நமது வழிவழி வந்த வாழ்மானமாயிற்றே?’ என்று நக்கல் வேறு! இருவருமே வெறும் ஆயுதக் கவர்ச்சியினாலோ, ராணுவச் சீருடைகளின் பல்லிளிப்பினாலோ போர்ப் பயிற்சிக்குப் போனவர்களல்லர். முறையாக அரசியல்போதம் பெற்றவர்கள். உலகஅரசியலும், பூகோளமும் தெரிந்தவர்கள். இலங்கையைத் தெரியும் என்றார்கள். ‘கம்யூனிஸச் சித்தாந்தம் தழுவிய போர்முறையும், தேசத்தின் மீதான பக்தியுமே இந்த வயதில் எங்களை ஆயுதபாணிகளாக்கின’ என்று ஏக காலத்தில் சொன்னார்கள். எனது மனத்திரையில் யாழ்ப்பாணத்துப் புனித. சம்பந்திரிசியார் கல்லூரியின் பின்பக்கத்து மதிற்சுவரில் ‘டாலர் மாமா … மிரட்டாதே சும்மா’ என்றும் ‘வெளியேறு வியட்நாமை விட்டு’ என்றும் கரித்துண்டாலோ அல்லது கருப்பு

வர்ண மையினாலோ எழுதப்பட்டுக் கிடந்த வாசகங்களை 'டபிள் டெக்கர் பஸ்' இன் மேலிருந்தவாறு படித்துக்கொண்டே வருவது போல ஒரு குறும் படம் ஓடிக்கொண்டிருந்தது. ஒன்றரை அங்குலம் உயரமாக இருந்தவனுக்கு இருபத்தொரு வயது. மற்றையவனுக்குப் பதினெட்டே வயது.

"சரி . . . உண்மைதான் நண்பர்களே. நீண்டகாலப் போருக்குள்ளால் நடந்துவந்த எந்த நாடுகளுமே மறுநாளின் விடியலில் எழுந்துநின்றதில்லை தான் . . . ஒத்துக்கொள்கிறேன். ஆயினும் போர்மேகங்கள் கலைந்துபோய் வெளுத்திருந்த வானத்தின் கீழே வாணிபக் கப்பல்கள் கடலில் தரித்துநிற்கிற போதும் ஏன் ஆயுதங்கள் தரித்துக் கப்பலில் காவலிருக்கிறீர்கள்? மாலுமிகள் உங்கள் எதிரிகளா?" என்று வினவினேன்.

"ஓ . . . நோ . . . ஓ . . . நோ . . . நீங்கள் எங்களுக்கு உதவிக்கரம் நீட்டியிருக்கிறீர்கள். காவல் உங்களுக்கு எதிரானதல்ல. கடலோடிகளின் பலஹீனங்களை உணர்ந்துகொண்ட எங்கள் இளம்பெண்கள் தங்களையே முதலீடாக்கி எப்படியாவது கப்பலுக்குள்ளே அவர்களோடு ஒளித்திருந்து வியெட்நாமை விட்டு வெளியேறிவிட எத்தனிக்கிறார்கள் . . . ஏதாவதொரு நாட்டில் இந்த முதலீடு பெரும் பயனைத் தராதுபோயினும் விபச்சாரத்தையாவது தொழிலாக்கிக்கொள்ளலாமென்ற நம்பிக்கையோடு. தேசத்தை நம்புபவர்கள் ஒருபோதும் இந்தச் சீரழிவை அனுமதிக்கமாட்டார்கள். அதனாலேயே உன்னிப்பாக அவதானித்துக்கொண்டிருக்கிறோம் . . . அவர்கள் எங்கள் சகோதரிகள் . . . எங்களுக்காகவே போராடினார்கள் . . . அவர்களைப் பாதுகாப்பது எங்களது தார்மீகப் பொறுப்பல்லவா . . . நண்பர்களே?"

காலை புலர்ந்தது. கரையிலிருந்து விசைப்படகு வந்தது . . . நண்பர்களை அழைத்துப்போக. விடைபெற்றுக்கொண்டோம். நால்வராகத் தூங்கப்போனோம்.

24

முடிவிலியை நோக்கி

“ இதே போலத்தான் மகன் . . . உடலுக்கும் மனதுக்கும் இதமான அந்த இரவில் கிழக்கு ‘மெடிட்டரேனியன்’ கடலின் தாலாட்டில் எனது கப்பலின் மேல் தளத்தில் நானும், எனக்கு இடமும் வலமுமாக எனது இரட்டைக்குழந்தைகள் ஸ்பீரோஸும் திமித்ரீஸும் மல்லாந்து வானத்தை நோக்கிப் படுத்துக்கிடக்கிறோம் . . . வானமளாவி இறைந்து கிடந்த நட்சத்திரங்களைப் பார்த்துக் கொண்டு. இருவரும் சிறிது நேரம் சுட்டுவிரலால் எண்ணிக்கொள்ள முயன்றனர். ஆறே வயதுக்குத் தெரிந்த கணிதஅலகுகளுக்குள் அடக்கிவிட முடியாதுபோனதில் என்னையும் சேர்த்துக் கொண்டார்கள். அந்தப் பிஞ்சு விரல்களும் எனது முதிர்ந்த விரலும் எவ்வளவு முயன்றும் முடியவில்லை. “திரியாக்கோஸ் பெனியெந்தே பப்பா ...” என்றான் திமித்ரீஸ். “முன்நூற்றி ஐம்ப தில்லை . . . இன்னும் நிறைய்ய இருக்கிறது . . . இல்லையா பப்பா ? சரியாக எண்ணிக்கொள்” என்று திருத்தினான் ஸ்பீரோஸ். அவன்தான் மூத்தவன் என்ற நினைப்பு. ‘எண்ணி முடியாவிட்டால் ஒரு முடிவிலியைப் போட்டுக்கொள் . . .’ என்றேன் . . .” ‘போர்ட் என்ஜினியர்’ கொறிந்தஸ் பனயோதிஸ் ஆகாயத்தை வெறித்துப் பார்த்தபடி ... கீழுதட்டுக்கும், நாடிக்கும் நடுவே இருந்த பள்ளத்தை இடது கைவிரல்களால் நீவிக்கொண்டே கண்கள் பனிக்கப் பேசிக்கொண்டிருந்தார்.

கப்பலிலிருந்து எல்லோருமாகக் கரைக்குப் போய்விட்டு சுவாரஸ்யங்கள் ஏதுமில்லாது

திரும்பிவந்த முதல் நாளைத் தொடர்ந்து வந்த நாட்களில் அதிகமாக யாரும் வெளியே போகவில்லை. செல்வராஜாவும் ரவியும் தொடர்ச்சியாகப் போய்வந்தனர். ரஞ்ஜித்தும், குலம் அண்ணரும், ஜெயக்குமாரும், சில'ஸீஷெல்ஸ்'காரர்களும் அவ்வப்போது சென்றுவந்தனர். "என்ன மச்சாங் . . . ஒரு 'ஆயில் சேஞ்ச்'சே பண்ணிக்க முடியாத ஊர்ல வந்து நிக்கம் . . . ஐராவ 'போர்ட்'வா . . . ம் . . . ம் . . . சரி . . . சரி . . . அடுத்த 'போர்ட்' வரகாட்டியும் 'செல்ஃவ் ஸேர்விஸ்' தாங் போல . . ." என்று புலம்பிக்கொண்டே போனான் ரஞ்ஜித். நானும், விஜயனும் இன்னும் மூன்று தினங்களில் எங்களது இரவுக் கடமை முடித்துத் தரையில் நடக்கவென விதிக்கப்பட்டிருந்தது.

'கார்கோ'எடுத்துச்செல்லப் பணியாளர்கள் வந்திருக்காத அன்றைய இரவில் ஒன்பது மணிவாக்கில் நான் 'டெக்'இல் உலவிக்கொண்டிருந்தபோதில் 'போர்ட் எஞ்ஜினியர்' 'ப்ரிட்ஜ்' இலிருந்து கீழே இறங்கிவந்துகொண்டிருந்தார். 'மோஸஸைப் புணர்ந்தவனே . . . அன்னையைப் புணர்ந்தவனே . . . அழுக்குப் பன்றியே . . . முஷ்டிமைதுனம் செய்பவனே . . . ' என்றவாறெல்லாம் விமர்சிக்கப் பட்டவனை 'அவர்' என்று விளிக்கவைத்தது அன்று எனக்கும் அவருக்கும் இடையே நிகழ்ந்த உரையாடல். உவர் நீர் ஊறிக்கிடந்த கோதுமை மாவுமூடைகளை வெட்டிக் கடலில் எறிந்த எழுபத்தியிரண்டு மணிநேர 'மாரதோன்'இல் இடை மெலிந்திருந்த கொச்சிக்கடை செல்வராஜா கன்னத்தில் அறை வாங்கியதன் பின்னர் அதிகமாக இவரைக் காண முடிந்திருக்கவில்லை.

"கலிஸ்பேரா . . . சீஃவ்" என்றேன். "குட் ஈவ்னிங் . . . ஸன் . . ." என்று எனது இடது தோளில் ஆதரவாகத் தனது வலதுகரத்தை வைத்து வாழ்த்திய இதம் நம்பவே முடியாதிருந்தது. அவரைப் பற்றியதான என் மனத்தின் சித்திரிப்பில் இலேசாக நீர் ஊறியதாக உணர்ந்தேன். "நோ அன்லோடிங் டு நைட் . . . புவர் பீப்பிள் . . . நாட் இனஃவ் மான் பவர் . . . ஸ்ரகிள் இஸ் தேர் லைஃவ் லைன் . . . ஜீஸஸ் . . ."என்று பேசவாரம்பித்தார். வியெட்நாமில் 'கார்கோ'வை இறக்கி முடித்ததும் தாய்லாந்து போகிறோம் என்றும் . . . அங்கு பொருட்களை நிரப்பிக்கொண்டு சிங்கப்பூர் சென்று 'ட்றை டொக்'இல் கப்பலின் அடிப்பாகத்தைச் சுத்தம்செய்துவிட்டு 'ஈஜிப்ட்'டின் 'அலெக்ஸாந்த்ரியா' போவதாக இருக்கிறோம் என்றும் . . . திட்டமிட்ட பயணம் வங்காளக் குடாக்கடலின் புயலினால் தாமதப்பட்டுவிட்டதொருபுறம்போக . . . இவர்களால் தாமதிப்பது இன்னொருபுறமாக . . . இப்படியே இழுபட்டால் எமது 'கம்பெனி'க்கு வரவேண்டிய சவாரிகளும், 'கம்பெனி'யின் மானமும் வேறொரு கப்பலில் ஏறிச்சென்றுவிடும் என்றும் . . .

அப்படிப் போனால் நாங்கள் நடுக்கடலில்தான் நிற்க நேரிடும் என்றும் சொல்லிச் சிரித்தார்.

நான் எனது செவிப்பறைகளை நம்ப இயலாதவனாகவும், இலேசாக உடலில் கிள்ளிப் பார்த்துவிடலாமா என்ற முனைப்புடனும் திகைத்து நிற்க... “ஸன்... கான் யூ மேக் மீ ஸம் க்றீக் காஃவே... ப்ளீஸ்” என்ற அடுத்த அதிரடியால் ‘இதோ... கொண்டுவருகிறேன்... சீஃவ்’ என்று பறந்தேன். சிறிது நேரத்தில் கிரேக்கத்து கோப்பியுடன் ‘டெக்’இற்குப் போனால் ஆளைக் காணவில்லை. கப்பலின் முன்புறமாகப் போனபோது அணிந்திருந்த மேற்சட்டையைக் கழற்றி இடுப்பில் கட்டிக் கொண்டபடியே நடந்துகொண்டிருந்தார். ‘சீஃவ்’ என்று அழைத்து கோப்பிக் குவளையைக் கையளித்தேன். ஒரு சொட்டு உறிஞ் சிவிட்டு “ம் . . .ப்ராவோரே கனோண்யா . . . யூ பீப்பிள் ஆர் வெரி ஃவாஸ்ட் லேனேர்ஸ் . . . தாங்க் யூ ஸன் . . . ஃவார் தி க்ரேட் கஃவே . . .” என்று சொல்லித் தொடர்ந்தார். அவர் ஸ்தாபித்த கப்பல் கம்பெனியில் அதிகமான ‘க்றூ மெம்பர்கள்’ இலங்கையைச் சேர்ந்தவர்கள் என்றும், வரும்போதோ வேலை எதுவுமே தெரியாமல் ஆரம்பித்துக் குறுகிய காலத்திலேயே வேலைகளைப் பழகிக்கொள்வது மட்டுமல்லாது அதில் தேர்ச்சியும் நேர்த்தியும் அடைந்துவிடும் கடின உழைப்பாளிகள் என்று புகழ்ந்தார். உள்ளூரப் பெருமையாக இருந்தது. இனங்களிடையே பரஸ்பரம் புரிந்துணர்வின்மையால் நாடு கடந்து வெளியேறிய நிலைமைகளையெல்லாம் மிகத் தெளிவாகவே தெரிந்துவைத்துக் கொண்டிருக்கிறார். தற்போதைய நிலவரங்களை என்னிடம் கேட்டறிந்துகொண்டார். நாங்களிருவரும் ‘ஸ்ரார்போர்ட்’ பக்கத்து ‘ரெய்லிங்ஸ்’இல் முழங்கைகளை ஊன்றிக்கொண்டு கடலைப் பார்த்தபடியே பேசிக்கொண்டிருந்தோம். இடுப்பில் கட்டியிருந்த ‘ஷேர்ட்’இலிருந்து ‘சிகரெட் பாக்கெட்’ஐ எடுத்து என்னிடம் நீட்டிவிட்டுத் தானும் ஒன்றை உருவி உதடுகளில் பொருத்தி . . . இருவருக்குமாகப் பற்றவைத்தார்.

முதலில் எனக்குக் கொஞ்சம் கூச்சமாக இருந்தது. உடையாருக்கு முன்னால் கள்ளருந்தும்போது சால்வையால் மறைத்துப் பருகுவது போல... கடற்காற்றில் புகை அவர் திசைக்குப் போகவிடாது மெல்ல நகர்ந்து பவ்யமாகப் புகைத்தேன். என்னைவிட வயதில் மிகவும் மூத்தவர் . . . கடல் அனுபவத்தில் அதையும் விட! எனக்கு ஊதியம் தரும் ‘கம்பெனி’யின் உரிமையாளர். ஊரிலே இந்தச் சம்மாட்டியார், கரைவலைக்காரர்... போடியார், அறுப்புக்காரர் . . . ஆண்டான், அடிமை எல்லாவற்றையும் பார்த்துப் பார்த்து முதலாளி, தொழிலாளி வர்க்கச் சிக்கல்களையெல்லாம் புரிந்துகொண்டு

வெறுத்துப்போயிருந்த எனக்கு இந்தவிதமாகவும் வர்க்க பேதங்கள் அறலாம்... அல்லது வர்க்கச் சுபாவங்கள் மாறாது போயினும் குறைந்த பட்சம் முதலாளிக்கு முன்னால் துண்டைக் கமக்கட்டுக்குள்ளே சொருகிக் குனியத் தேவையில்லை . . . இவற்றுக்கான சாத்தியப்பாடுகள் இருக்கவே இருக்கிறது என்கிற போதம் வர மெல்லச் சுதாரித்துக்கொண்டு "சீஃவ் . . . மே ஐ ஆஸ்க் யூ ஸம்திங்?" என்று கேட்டேன். "ஷூட் த க்வெஸ்ச்சன் ஸன்... " என்றார்... தெம்பு வந்தது.

"சீஃவ்... இந்த மாலைப்பொழுதில் நீங்களும் நானும் இவ்வாறு பேசிக் கொண்டிருந்தோம்... என்பதை விவிலியத்தில் வலதுகை வைத்துச் சொன்னாலும் கப்பலில் யாரும் நம்பப் போவதில்லை..! (சிரித்துக்கொண்டார்) இப்படியொரு மென்மையான குணாதிசயம் உங்களுக்குள்ளே இருப்பதை இன்றுதான் கண்டேன். பல வாணிபக் கப்பல்களுக்குச் சொந்தக் காரர் நீங்கள் . . . உங்களிடம் ஊதியம் வாங்கிக்கொண்டு கப்பலில் வேலைசெய்யும் ஒரு மாலுமி நான்... என்னையும் ஒரு மனிதனாக மதித்துப் பேசியதற்கு நன்றி... இப்படியொரு அணுகு முறைக்கான முன்னனுபவம் எனக்கில்லை... கொத்தடிமைக் கலாச்சாரம்தான் எங்களுடையது. (மீண்டும் ஒரு சிரிப்பு) இத்தனை பண்போடு பழகக்கூடியவராக நீங்கள் இருந்தும் அன்று எழுபத்தியிரண்டு மணிநேரம் தொடர்ந்து முறிந்துவிட்டு உடல்வலியோடு 'காபின்'இல் படுத்துக்கிடந்த எனது சக தொழிலாளன் செல்வராஜாவிடம் எதனால் அப்படி நடந்து கொண்டீர்கள்...? என்பதை நினைக்கும்போதில் நேரிலேயே கேட்டுவிடலாம் என்று தோன்றியது . . . கேட்டும்விட்டேன் . . . அவ்வளவுதான்"

சிறிய மௌனம் இறுக்கமானதாக இருந்தது. ஒருசில பெருமூச்சுகளின் பின்னர் "வா... மகன்... இப்படி உலாவிக் கொண்டே பேசுவோம்... " என்று சொல்லும்போது கரகரத்த குரலைச் சில செருமல்களோடு சீராக்கிக்கொண்டு தனது இரட்டைப் புதல்வர்களோடும் கப்பலின் மேற்தளத்தில் விண்மீன்களை எண்ணிக்கொண்டிருந்ததிலிருந்து சொல்லத் தொடங்கினார்.

"எனக்கு அப்போது இருபத்திஏழே வயதுதான் ஆகியிருந்தது, முதலாவது கப்பல் 'எம்.வி.பொஸைடன்' எனக்குச் சொந்தமானபோது! என் தந்தையார்தான் அந்தப் பெயரைச் சூட்டினார். அனுபவ அறிவை மட்டுமே வைத்துக்கொண்டு பல்வேறு கப்பல்களில் 'காப்டன்'ஆகப் பணியாற்றிய சிறந்த கடலோடி. கிரேக்கப் புராணத்தில் பன்னிரண்டு ஒலிம்பியக்

கடவுளர்களைப் பற்றிக் கேள்விப்பட்டிருக்கிறாயா . . .மகன்? அவர்களுள் 'பொஸைடன்' கடலின் தெய்வம். என் தந்தைக்கு இவர் மீது அசாத்தியமான பக்தி. தனது சமுத்திரத்திலும் தரையிலுமான ஈருடக வாழ்வின் வெற்றிகளுக்கெல்லாம் அதுதான் ஆதாரம் என்கிற திடமான நம்பிக்கை. கூடவே கொஞ்சம் மூடநம்பிக்கையும் உண்டு . . . இவரை வழிபடாது புறக்கணித்தால் தனது சூலாயுதத்தால் பூமியைக் குத்தி உசுப்பேற்றிப் பூகம்பங்களை விளைவித்துக் கப்பல்களைக் கவிழ்த்துவிடலாம் என்கிற உள்ளார்ந்த பயம் என் தந்தைக்குள் ஆழமாக வேரோடிஇருந்தது. நான் 'ஏதென்ஸ்' பல்கலைக் கழகத்தில் 'மெரீன் எஞ்ஜினியரிங்' படித்துக்கொண்டிருந்த நாட்களில் உங்கள் இந்துப் புராணங்களையும் வாசித்திருக்கிறேன். எங்கள் கிரேக்கப் புராணக் கதைகளைப் போலவே விசித்திரமான கடவுளர்களும், சித்தரிப்புகளும், அச்சுறுத்தல்களும் நிறைந்தவை. புராணக் காலத்துச் சம்பவங்களை எல்லாம் ப்ரம்மாண்டமாக்கிப் பயமுறுத்தியே பக்தியை வளர்த்திருந்தனர் . . . அல்லவா?"

"அளவில் சிறிய 'ஹான்டிஸைஸ்' கப்பலான 'பொஸைடன்' னும் எனது புதல்வர்களும் ஏககாலத்தில் வளர்ந்து வந்தனர் . . . கடல் தெய்வத்தின் ஆசிகளுடன் எனது 'நேவி ட்ரான்ஸ் மெரிடைம் கம்பெனி'யும் 'பிரயெளஸ்' நகரின் 'கோலோகொத்ரோணி' தெருவில் பன்னிரண்டு கப்பல்களைச் சொந்தமாக்கி . . . கூடவே எனது கப்பல்களில் 'காப்டன்'ஆக இருந்த நல்ல மனிதன் 'போர்ட் காப்டன்' நிக்கோலஸ் அர்கையிஸ் என்னுடன் பங்குதாரராக இணைந்த பின்னர் இருபது கப்பல்களாக உயர்ந்தது. என்னைப்போலவே எனது மகன்களும் கப்பல் தொழில்நுட்பங்களைக் கற்றுத் தேர்ந்து பட்டதாரிகளானதும் எனது முதலாவது ராசியான 'எம்.வி.பொஸைடன்' அவர்களது கன்னிக் கடல்வாழ்வில் இணைந்துகொண்டது. இதன் மீதுதான் ஸ்பீரோஸுூம், திமித்ரீஸுூம் ஓடிப்பிடித்து விளையாடினார்கள் . . . ஒளித்துப்பிடித்து விளையாடினார்கள்! கடலோடு வளர்ந்தார்கள் . . . இந்தக் கப்பல்தான் வேண்டும் . . . என்று அடம் பிடித்தார்கள் . . . 'எண்ணி முடியாவிட்டால் ஒரு முடிவிலியைப் போட்டுக்கொள் . . .' என்று எந்த வேளையில் சொன்னேனோ . . . அதுவே நிகழ்ந்து விட்டது . . . மகன்!" என்று சொல்லி நிறுத்தினார். "கான் யூ மேக் மீ ஸம் மோர் . . . ஸன் . . ?" என்று கோப்பிக் குவளையை நீட்டினார். 'மெஸ்'ஸுூக்குப் போனபோது விஜயன் இருந்தான். "அண்ணை . . . மேல வர எட்டிப் பாத்தன் . . . உந்த ஊத்தப்பண்டி உங்களோட கதச்சுக் கொண்டிருந்தான் . . . பேசாம 'என்ஜின் ரூம்'இற்குள்ள பதுங்கீட்டன் . . . என்னவாம் இப்ப புதுசாய் . . ?" என்று கேட்டான். "கொஞ்சம் பொறுப்பா . . .

முழுசாகப் பேசிவிட்டு வந்து சொல்லுறன் . . .” என்று சொல்லி எனக்கும் ஒன்று போட்டு எடுத்துக்கொண்டுவந்து கொடுத்தேன். மீண்டும் ஆளுக்கொரு ‘சிகரெட்’ தீ மூட்டியான பின்னர் . . . நன்றி சொல்லித் தொடர்ந்தார்.

“ஒப்பரேஷன் அட்டில்லா’ என்று ஒரு கொடூரம் ‘ஸைப்ரஸ்’ தீவில் நடந்தது பற்றி ஏதாவது கேள்விப்பட்டிருக்கிறாயா . . ?” என்று கேட்டார். கொஞ்சம் யோசித்தேன். எழுபதுகளில் திருக்கோணமலை ‘ஜெய்லங்கா ஸலூன்’இல் முடிதிருத்திக் கொண்டிருந்த நாட்களில் செய்தித்தாள்களில் படித்திருந்தது ஞாபகத்துக்கு வந்தது. “ஆம் . . . ‘சீஃவ் . . . ஓரளவு அறிந்திருக்கிறேன். ‘ஸைப்ரஸ்’ தீவை உபயோகித்துவிட்டு பிரித்தானியா விலகுபோது அவர்களது வழமையேயான பிரித்தாளும் தந்திரோபாயத்தால் பிளவுபட்டிருந்த கிரேக்க ‘ஸிப்ரியொட்’களும், துருக்கிய ‘ஸிப்ரியொட்’களும் . . . கிரேக்கத்து இராணுவச் சதியொன்றினால் துருக்கிய இராணுவம் உள்ளே நுழைந்து துவம்ஸம் பண்ணிய கொடுமைகளைப் பற்றிப் பத்திரிகைகளில் படித்திருக்கிறேன் . . . ஞாபகங்கள் மீளவும் வருகிறது . . .” என்றேன்.

“அட . . . பரவாயில்லையே! சரியாகத்தான் தெரிந்து வைத்திருக்கிறாய். உங்கள் இலங்கைத் தீவில் செய்ததுபோலவே இந்த அழகிய, செப்புக் கனிமம் நிறைந்த, இயற்கை எழில் தவழும் இந்தத் தீவின் தலைநகர் ‘நிக்கோஸியா’விலிருந்துகொண்டு இனங்களுக்குள் இடையே நிலவிய முரண்பாடுகளை ஊதி . . . ஊதிக் குளிர் காய்ந்துவிட்டு . . . அதனை அணைக்காது ‘ப்ரிட்டன்’ விலகிப்போக . . . தீ மூண்டது. ‘ஸைப்ரஸ்’ நாட்டின் வட பகுதியில் கிரேக்க ‘ஸிப்ரியொட்’களுக்குப் பேராயர் மக்காரியோஸ் ஜனாதிபதியாக ஆட்சியிலிருக்க . . . தென்பகுதியில் துருக்கிய ‘ஸிப்ரியொட்’களும் துருக்கியின் நேரடி ஆட்சியிலுமாகப் பிளவுபட்டுப்போயிருந்த நாட்களில்தான் அந்தப் பேரழிவு நிகழ்ந்தது . . . மகன். 1974ஆம் ஆண்டின் வசந்த காலத்தில் ‘ஏதென்ஸ் ஜுன்டா’ ராணுவம் ஜனாதிபதி மக்காரியோஸ் ஆட்சியைக் கவிழ்த்துவிட ஒரு ராணுவச் சதித்திட்டத்தை முன்னெடுத்தது. காரணம், அவர் ஒரு கம்யூனிஸத்தின் அனுதாபியென்று அவர்கள் சந்தேகப்பட்டதே! இந்தச் சதி பற்றிய செய்தி மெல்லக் கசிந்து வர . . . முழு ஐரோப்பாவுமே அதனை எதிர்த்தபோதில் எந்த ஒரு நாடு அதற்கு பரிபூரண ஆதரவை வழங்கியதென்று உன்னால் ஊகிக்க முடியுமா . . . மகன்?” கேள்வியோடு நிறுத்தினார்.

நானும் யோசித்துப்பார்த்தேன். பிடிபடவில்லை. “யார் சீஃவ்?” என்று கேட்டேன். “வேறுயாராக இருக்கும் . . . கம்யூனிஸத்தைக் கண்டால் ஆகாதவர்கள் யார் . . . அமெரிக்கர்களே! ஓடோடி

வந்து கிரேக்க ராணுவத்தின் தோளில் கைகளால் தழுவி மகிழ்ந்தார்கள். ஜூலை மாதம் 15ஆம் திகதி 1974ஆம் ஆண்டில் 'ஸிப்ரியொட் தேசிய ராணுவம்' பேராயர் மக்காரியோஸ் ஆட்சியைக் கவிழ்த்தேவிட்டது. பேராயரும் பிரித்தானியாவுக்குத் தப்பியோடிவிட்டார். இந்தச் சதிக்குத் தலைமை தாங்கிய 'நிக்கோஸ் ஸாம்ப்ஸன்' புதிய ஜனாதிபதியாகப் பிரகடனப் படுத்தப்பட்டான். இவன் துருக்கிய 'ஸிப்ரியொட்'களை வடக்கில் மிருகத்தனமாகக் கொன்றுகுவித்தவன். இந்த வரலாற்றுக் கறைகளை எல்லாம் நான் உனக்கேன் விவரிக்கிறேன் . . . என்று யோசித்துக் குழம்புகிறாயா . . ? காரணமிருக்கிறது மகன் . . . காரணம் இருக்கவே இருக்கிறது . . . கேள்."

"இந்த அனர்த்தங்கள் அரங்கேறிக்கொண்டிருந்த நாட்களில் 'ஸைப்ரஸ்'இன் வடபகுதியில் 'கைரேனியா' துறைமுகத்தில் எனது செல்வங்கள் 'ஸ்பீரோஸ்' 'திமித்ரீஸ்' இருவரும் செப்பு உலோகத்தை ஏற்றிக்கொண்டு 'சிரியா' பயணமாக வேண்டி 'எம்.வி.பொஸைடன்'இல் தரித்துநின்றிருந்தனர் . . . விதியால் எப்படியெல்லாம் விளையாடிக்கொள்ளமுடிகிறது . . . மகன்! இந்தச் சதி நிகழ்ந்து ஐந்தே நாட்களில் ஜூலை 20ஆம் திகதி சனிக்கிழமை அதிகாலையில் துருக்கிய 'ஸிப்ரியொட்'களுக்குப் பாதுகாப்பு வழங்குகிறோம் . . . என்ற போர்வையில் கனதியாக வந்திறங்கிய துருக்கியப் படைகளைக் கடலில் எதிர் கொண்ட கிரேக்க ராணுவத்தின் தாக்குதல் . . . நாடுகளுக்கு இடையேயான உடன்படிக்கைக்கு முரணானது . . . என்பதை சாதகமாக்கிக்கொண்டு வடக்கில் நுழைந்து, தெற்கில் ஊடுருவித் துவண்டாடிவிட்டார்கள் . . . 'கைரேனியா' துறைமுகத்தில் கிரேக்கத்துக் கொடியோடு நின்ற எனது மகன்களோடு கப்பலும் துருக்கியக் குண்டுகளால் அழிந்துபோனது . . . கூடவே நானும் . . . அதன் பிறகு இந்த நிமிடம் வரையிலும் ஆகாயத்தை வெறித்துப் பார்த்துக்கொண்டே இருக்கிறேன் . . . மகன் . . . இலக்கங்கள் தெரியாமலும் . . . இலக்குகள் தெளிவில்லாமலும் . . .! எதனாலோ என்னால் நட்சத்திரங்களை எண்ணவே தோன்றவில்லை . . ."

கரையிலிருந்து விசைப் படகுகள் இரண்டு 'காங் வே'யின் கீழே வந்து நின்றது. நேரம் பதினொன்றரை. ஏணிப்படியைக் கீழே இறக்கிவிட்டேன். வியட்நாமிய ராணுவக் காவலர்கள் எங்கிருந்தோ வந்தனர். நேரம் போனதே தெரியவில்லை. கரைக்குச் சென்றிருந்தவர்கள் ஏறி மேலே வந்தார்கள். தூரத்தே 'போர்ட் என்ஜினியர்' வானத்தைப் பார்த்துக்கொண்டு நிற்பதைக் கண்டுவிட்ட செல்வராஜா "என்னம்மா கண்ணுகளா . . . ஊத்தப் பன்னி அத்தி பூத்தாப்ல வந்து இங்கன நிக்கீ . . .?" என்று கேட்டான். அதற்குப் பதிலாக "செல்வா . . . எங்கள விட வயசில மூத்தவர் . . .

ஒரு சின்ன மரியாதை குடுங்களேன் . . ?" என்றதற்கு "யோ . . . யோ . . . யோ . . . என்னடா இது . . . பட்ட மரத்தில பாலா வடியிது . . ? இன்னா நடந்திச்சின்னு இந்தத் திடீர் பல்டி . . ?" என்று சொல்லி அட்டகாசமாகச் சிரித்தான். எங்களைக் கண்டு விட்ட 'போர்ட் என்ஜினியர்' எங்களை நோக்கி வந்தார்.

"ராஜா . . . உங்களோடு கொஞ்சம் பேசலாமா . . . தூங்கப் போகிறீர்களா?"

"இல்லை சீஃவ் . . . சொல்லுங்க."

"அன்று காலையில் நான் உங்களிடம் அப்படி நடந்து கொண்டது எனது வாழ்க்கையில் நான் இழைத்த முதலாவது தவறு . . . இறுதியானதும் அதுவே. எதனால் அவ்வாறு நடந்து கொண்டேன் . . . என்பதற்கான காரணத்தை அறிந்துகொள்ள அதனைத் தொடர்ந்த நாட்களில் யோசித்திருக்கிறேன் . . . புலப்படவில்லை. இன்று . . . இதோ . . . உங்கள் நண்பர் என்னிடம் கேட்ட ஒரு கேள்விக்குப் பதிலளிக்கும்போதில் . . . இதுவரை தொலைந்துபோயிருந்த என்னைத் திரும்பவும் பார்க்க வைத்தது. அதற்காக உங்கள் நண்பருக்கு மிகவும் நன்றி. அவரே எல்லாவற்றையும் உங்களுக்குச் சொல்வார். எந்த ஒரு மனித உயிருக்கும் இன்னொரு மனித உயிரை வார்த்தையாலோ உடலாலோ துன்புறுத்த ஏதொரு அதிகாரமும் தரப்படவில்லை. அப்படி ஒரு இன்னல் விளையும்போதில் குரல் கொடுப்பவர்கள் நல்ல நண்பர்களே! அவர்களை மட்டும் உங்களோடு வைத்துக் கொள்ளுங்கள் . . ."

"ராஜா . . . உங்கள் கைகளை என்னிடத்தில் தாருங்கள் . . ."

"மகன் . . . அன்றைய காலையில் நான் அவ்விதம் நடந்து கொண்டதற்காக உங்கள் கைகளைப் பிடித்து மன்னிப்பு கேட்டுக் கொள்கிறேன் . . . மனதில் வைத்துக்கொள்ளாதீர்கள் . . . இரவு வணக்கங்கள் எல்லோருக்கும் . . ."

அப்பால் நடந்துபோய் . . . மெல்லப் படியேறி 'அப்பர் டெக்'இல் தனது 'காபின்'இற்குள் மறைந்துபோய்விட்டார் 'போர்ட் என்ஜினியர்' கொறிந்தஸ் பனயோதிஸ். செல்வராஜாவினதும், ரவியினதும் முகங்களில் இருநூற்றித்தொண்ணூற்றி மூன்றை . . . எட்டால் வகுத்தால் எவ்வளவு தேறும் என்கிறதான மனக் கணக்கின் விடைதேடும் முகபாவனைகள் தொக்கிநின்றன!

25

ஈரூடக வாழ்வு

“மகன்... நீ நல்ல காரியம்தான் செய்திருக் கிறாய் . . . பனயோதிஸ் நேற்றிரவு என்னிடம் எல்லா விபரங்களையும் சொல்லி . . . அந்த இளைஞனுடன் பேசியதில் மனது இலவம்பஞ்சாகி ஸ்வாஸம் சுகமாக இருக்கிறதென்று மனம்விட்டுச் சொன்னார். மெதுமெதுவாகக் காணாதே போய்க் கொண்டிருந்த எனது நெடுநாளைய நண்பனை மீட்டுக் கொடுத்திருக்கிறாய்... நன்றி... கர்த்தர் உன்னோடு இருக்கட்டும்.”

வியெட்நாமின் ‘ஹொாங் கை’ கிராமத்தின் ஒரேயொரு பெரிய கட்டிடமாக இருந்த ‘ஸீமென்ஸ் க்ளப்’பில் மதுபானம் அருந்திக்கொண்டே என்னோடும் விஜயனோடும் பேசிக்கொண் டிருந்தார் ‘போர்ட் காப்டன்’ நிக்கோஸ். இரண்டு வாரங்களாகத் தொடர்ந்த இரவுக்கடமை முடிந்து சரியாக ஐம்பத்தொன்பது நாட்களின் பின்னர் தரையில் கால் பாவி நடந்துவந்தது எங்கள் வாழ்வில் புதிய வரலாறாகிப்போய்விட்டிருந்தது! ‘க்ளப்’பின் பணியாளர்களைத் தவிர வேறு கிராமவாசிகளைக் காண முடிந்திருக்கவில்லை. குறுகிய தார்ச்சாலையினூடே நிலவின் ஒளியை மட்டும் பிடித்துக்கொண்டு . . . இரு மருங்கும் இடிபாடுகளோடு சிதிலமாகிக் கிடந்த வீடுகளைத் தவிர, மனித நடமாட்டம் அற்றிருந்தது. செல்வராஜா சொன்னது சரியே! தோப்புகளுக் குள்ளே சில கூரைகள் மட்டும் தெரிந்தன. நிக்கோஸ் தொடர்ந்து பேசினார்:

"தரையில் இல்லங்கள் அத்திவாரத்தின் பலத்தில் அங்கேயே நிமிர்ந்துநிற்கும் ... காலத்திடம் உதை வாங்காத வரையில்! சமுத்திரத்தில் கப்பல் வீடுகள் நீரின் பலத்தில் மிதந்துகொண்டிருக்கும்... கடல் கோபித்துக்கொள்ளாத வரை! இரண்டு மனைகளுக்குள்ளேயும் மனிதர்களும், வாழ்வும், வியாபாரமும்தான் ஊடுபாவி இருக்கிறது. இதனைப் பராமரிக்க, பாதுகாக்கவேண்டி நாங்கள் தேர்ந்தெடுத்துக் கொண்ட அரசுகள் தான் எப்போதும் இதனை நிர்மூலமாக்கி விடுகிறது. ஒரு தேர்ந்த கடலோடிக்கு நீரும் நிலமும் ஒன்றேதான்! வாழ்வு மிதக்கும் ... நிலம் என்பதற்காக வாழ்வு மூழ்காமல் இருப்பது மில்லை ... நீர் என்பதனால் அதுவே எப்போதும் மிதப்பது மில்லை ... மூழ்கிப்போவதுமில்லை."

எங்களுக்கும் சேர்த்து மேலும் மூன்று 'பியர்' எடுத்துவரச் சொல்லிவிட்டு 'டன்ஹில்' பெட்டியை எங்களிடம் நீட்டினார் நிக்கோஸ். நான் ஒன்றை உருவிக்கொள்ள ... விஜயன் புகைப்ப தில்லை என்றுசொல்ல ... ஓர் ஆச்சர்யக்குறியை அவனுக்குத் தந்துவிட்டுத் தானும் ஒன்றை எடுத்துத் தீமூட்டிக் கொண்டு தொடர்ந்தார்.

"சிலந்திகள் மட்டுமல்ல மகன்களா ... வலை பின்னிக் கொள்வது ... மனிதரும்தான். வலை என்று நான் சொல்கிற படிமானத்துக்குள் வாழ்வும் சாவும் அடங்கிப்போகிறது. பிறப்பு, வளர்ப்பு, காதல், இல்லறம், முதுமை, கர்த்தர் எல்லாமே இந்த வலைகளால் நிர்ணயிக்கப்படுகிறது. 'மனிதர்கள் தரையிலிருந்து கடலுக்குள் பாவ வேண்டும் ... கடல் வலியது ... வலிமை எப்போதும் வாழ்வை ஈர்க்கும் ... நீரோடு விளையாடாதே ... தீயோடு கோபித்துக்கொள்ளாதே' என்று எனது தந்தையார் எப்போதும் என்னை அச்சுறுத்திக்கொண்டே இருப்பார் ..."

"ஓர் இரும்புக்கலத்தின் அடியில் துருவேறினால் என்ன ஆபத்திருக்குமோ அதுவே இரண்டு நண்பர்களுக்குள் இருந்தால் .. ? துருவை அகற்றிவிட வேண்டும்... இல்லையேல் துருவங்களாகிக் கிடப்பர் ... கர்ப்பத்திலிருந்தே சேர்ந்துவந்த குழந்தைகள் ... சேர்ந்தேபோனார்கள் ... என்கிறதான துயர வலைக்குள்ளே அகப்பட்டு மூச்சுத் திணறிக்கொண்டிருந்த பனயோதிஸ் 'இப்போது ஸ்வாஸம் சீராக இருக்கிறது' என்று சொல்லும்போது எங்கள் நட்பின் ஆதாரத்தில் பிடித்திருந்த கறளைச் சுரண்டி விட்டதில் உனக்குப் பெரிய பங்கிருக்கிறது மகன் ... பெரிய பங்கிருக்கிறது" என்று சொல்லி எனது கரங்களை ஒருசேரப் பிடித்துக்கொண்டார் நிக்கோஸ். விஜயன் என்னையே இமைக்காது பார்த்துக்கொண்டிருந்தான்.

“கடலின் வாசனையில் எனது இரண்டு மகன்களும் கலந்திருக்கிறார்கள் . . . அதன் ஆழத்தேயிருந்து அவர்கள் குரல்கள் கேட்டுக்கொண்டே இருக்கின்றன . . . அப்படியிருக்க அவர்கள் எப்படி இறந்து போய்விட்டதாக நான் கருதிக்கொள்ளவேண்டும்? எதன் நிமித்தம் என்னை நான் தொலைத்துக்கொள்ளவேண்டும்? இவ்வாறெல்லாம் எனது நண்பன் நேற்றிரவு என்னிடம் சொல்லிக்கொண்டிருக்கும்போதில் நான் மிகவும் உணர்ச்சி வசப்பட்டுப் போய்விட்டேன் மகன்களா . . .” மனம் திறந்து பேசி முடித்தபோது மணி பதினொன்றாகிவிட்டிருந்தது.

‘ஸீமென்ஸ் க்ளப்’ இலிருந்து வந்த வழியே திரும்பி நடந்து வந்துகொண்டிருந்தோம். வெண்ணிலவின் வெளிச்ச விழுதுகள் பாதையைக் காண்பித்துக்கொண்டிருந்தன. ‘ஹா லோங்’ ஏரியில் நங்கூரமிட்டிருந்த பல்வேறு கப்பல்களின் மாலுமிகளோடு நாங்களும் விசைப்படகுகள் தரித்து நிற்கும் ‘ஜெற்றி’யை நோக்கி வந்துகொண்டிருந்தபோது ‘ஃவ்இலிப்பைன்ஸ்’ தீவுக் கூட்டத்தைச் சேர்ந்த கடலோடிகளில் இருவர் மதுபானத்தின் உபயத்தால் பலத்த வாக்குவாதத்தில் உரத்த குரலில் ‘எந்த நேரத்திலும் போர் மூளலாம்…’ என்பது போல அந்த இரவின் அமைதியைக் கிழித்துக்கொண்டு ஊளையிட்டதில் . . . தொலைவிலிருந்து முகங்காட்ட மறுத்த சில நாய்கள் பதிலுக்குக் குரைத்துத் தள்ளிக்கொண்டிருக்க… “ஜீஸஸ்… இப்படி ஓலமிடுகிறார்களே… இவர்களுடைய பாஷையைப் புரிந்துகொண்டதால்தான் இந்த நாய்கள் மறைந்திருந்து பதிலடி கொடுத்துக்கொண்டிருக்கிறது… ‘வாட் எ ஸ்மார்ட் டாக்ஸ்!’ நேரில் முன்தோன்றிக் குலைத்திருந் தால் இவர்கள் வேகவைத்துப் புசித்திருப்பார்கள் . . . நாய்களின் இறைச்சி என்றால் இவர்களுக்கு அலாதிப் பிரியம்… முன்பு நான் ‘காப்டன்’ஆகப் பணியாற்றிய ஒரு கப்பலில் ஆசையாக இரண்டு நாய்களை வளர்த்துவந்தேன் . . . கப்பலின் பணியாளர்கள் அனைவருமே… அவர்களின் குழந்தை களாக அடிமைப்பட்டிருந்தனர்… நாங்கள் ‘மணிலா’ செல்லும் வரை” அருவருத்துச் சொல்லிக்கொண்டு வந்தார் நிக்கோஸ்.

“நாய் இறைச்சியையும் சாப்பிடுவாங்களா . . . அண்ணா?”

“அட . . . சும்மாயிருப்பா . . .மானுட தேகத்தின்ர சதை களையே மென்று தின்று… எலும்புகளை சூப்பித் துப்பியிருக் கிறார்களே மானுடர்கள் . . . முதலாம், இரண்டாம் உலக யுத்த காலங்களில்! மனித ஜென்மம் என்ன புனிதப் படைப்பா..? பசிக்கு முன்னால் எல்லாமும் விலங்குகள்தான் . . . விஜயன் …”

'ஜெற்றி'யை அடைந்துவிட்டோம். ஆறு சிறிய விசைப் படகுகள் எங்களை ஏற்றிச்செல்லக் காத்திருந்தன. நாங்கள் மூவரும் ஒரு சிறிய படகில் ஏறி 'எம்.வி. ஔரோறா' என்று சொல்ல . . . கடல் நீரில் வகிடெடுத்து விரைந்தது . . . பூரண நிலவொளியில் வெள்ளியை உருக்கி இருமருங்கும் தெளித்தபடி! இரண்டு அழகான பெண்களில் ஒருத்தி படகைச் செலுத்திவர . . . மற்றவள் ராணுவச் சீருடையில் கையில் 'ஏ.கே.47' மடியில் தவழ அமர்ந்திருந்தாள். இருவரும் எங்களுடன் கலகலப்பாகப் பேசிக்கொண்டு வந்தார்கள் . . . ஓரளவு உடைந்த ஆங்கிலத்தில். 'க்ளப்'இல் எங்கள் நேரம் சந்தோஷமாகக் கழிந்ததா..? என்பதாக ஆரம்பித்து . . . என்னையும், விஜயனையும் பார்த்து 'நீங்களிருவரும் இலங்கைத் தீவைச் சேர்ந்தவர்கள் அல்லவா..?' என்று விசாரித்த இன்பஅதிர்ச்சியைத் தொடர்ந்து . . . 'ராஜாவும், ரவியும் இன்று வரவில்லையே . . . என்ன காரணம்..?' என்று வினவி ஒரு அதிரடியையும் கொடுத்தார்கள். காரணத்தை விளக்கிக் கூடவே எங்கள் பெயர்களை உச்சரித்துக்கொள்ள வகுப்பெடுத்து முடிக்கும்போது 'எம்.வி.ஔரோறா'வின் அடிவாரத்தோடு படகு அணைந்துநின்றது.

மேலிருந்து 'காங் வே' ஏணியை இறக்கிவிட்டான் செல்வராஜா. 'நாளை சந்திப்போம்' என்று சொல்லி . . . 'குட் நைற் . . . கலிநீத்தா . . .' என்று பலவாறு வாழ்த்திப் பறந்துவிட்டார்கள் இருவரும். மேலேறிக் கப்பலின் மேற்தளத்திற்கு வந்தோம். "கலிநீத்தா . . . ஃவீலே . . . த லேம்மே ஆப்ரியோ . . ." (நாளை சந்திப்போம்) என்று சொல்லித் தூங்கப் போய்விட்டார் 'போர்ட் காப்டன்' நிக்கோஸ். வியட்நாமிய இரவுக்காவலர்கள் சிறிது நேரம் பேசிக்கொண்டிருந்துவிட்டுக் கப்பலின் முன்புறமும் பின்புறமுமாக ஆளுக்கொரு பக்கம் கடமையைத் தொடர்ந்தனர். எங்களுக்காக இறக்கிவிட்ட ஏணியை மேலே தூக்கிக்கொண்டிருந்தான் செல்வராஜா.

"அணே மகே செல்வராஜா . . . நீங்க பெரீய்ய ஆள்தான்வா . . . எங்க 'ஹிஸ்டறி' எல்லாம் அந்தப் பெட்டைப் பிள்ளைங்களுக்குச் சொல்லியிருக்கீங்க . . . இதுக்குத்தான் நீங்களும், ரவியும் மாஞ்சு மாஞ்சு கரைக்குப் போனிங்களா . . . அவிங்க என்னடான்னா 'கண்கள் இரண்டும் என்று உம்மைக் கண்டு பேசுமோ . . .' எங்கிற 'ரேஞ்ச்'சுக்குப் பாடுதுங்க . . . கில்லாடிப்பா" என்று அவனைப் போலவே பேசினேன். சிரித்தான். கொஞ்சநேரம் கரையில், படகில் நிகழ்ந்தவற்றைப் பேசிவிட்டு நானும் விஜயனும் விடைபெற்று அவரவர் 'காபின்'களுக்குள்ளே அடங்கிப்போனோம்.

ஒரு சில தினங்கள் கழிந்துபோயின. கோதுமை மாவு மூடைகளைக் கரைக்கு எடுத்துச்செல்லும் வேலை இன்னமும் மந்தகதியில்தான் நிறைவேறிக்கொண்டிருந்தது. 'எப்போது இவர்கள் இறக்கி முடித்து ... எப்போது நாங்கள் தாய்லாந்து, சிங்கப்பூர் போன்ற நாடுகளின் கலகலப்பான துறைமுகங்களில் கால் பதித்து . . . ம்ஹூம் . . . இப்போதைக்கு நடக்கிற கதையாகத் தெரியவில்லை!' என்பதே கப்பலின் ஒட்டுமொத்தமான புலம்பலாக இருந்தது. மீண்டும் ஒரு நாளில் நாங்கள் கரைக்குப் போனோம். கூடவே ஜெயக்குமார், மருதானை ரவி, 'களு'ரஞ்ஜித், குலம் அண்ணை இவர்களோடு 'சிம்லா'வைச் சேர்ந்த 'ஸெக்கண்ட் ஆபீஸர்' ப்ரஸன்னா யாதவ்... 'தேர்ட் ஆபீஸர்' விஷ்ணு பட்டேல்... 'எலெக்ட்ரீஷியன்' சுரீந்தர் சிங் ஆகியோரும் கூடவே இணைந்து வந்ததில் எல்லோரும் உற்சாகமாகிவிட்டிருந்தனர்.

கிரேக்கத்தில் இருந்து கிளம்பி இங்கு வந்து சேரும் வரையில் பல நாட்கள் இரவு பன்னிரண்டு முதல் அதிகாலை நான்கு மணிவரையான 'லுக் அவுட்'இல் 'ஸெக்கண்ட் ஆபீஸர்' உடன் பணிபுரிந்த என்மீது அவர் காட்டிய ஆதரவும் அக்கறையும் ஒரு சகோதர வாஞ்சையை ஏற்படுத்திஇருந்தாலும் இன்றைய மாலையில் தான் அவரது பெயரை அறிந்துகொள்ளக் கிடைத்தது. வியெட்நாம் வந்தடைந்த பிறகு அவரை அதிகமாக . . . இல்லை . . . இல்லை . . . காண நேர்ந்ததே இல்லை. இன்று மாலையில் எங்களோடு வரும்போது ஏற்கெனவே கணிசமான மதுபோதையில் தான் கூடவே நடந்து வந்தார். என்னவாயிற்று . . . ஏனிப்படி . . ? மனிதர் ஏகமாகத் தளர்ந்துபோயிருந்தார். எங்களோடு பம்பாயி லிருந்து விமானத்தில் பறந்து 'ஏதென்ஸ்'இற்கு வந்த முதல் சந்திப்பிலிருந்து முற்றிலும் மாறுபட்டிருக்கிறாரே . . . எல்லோர் மனங்களிலும் இந்தக் கேள்வி முளைவிட்டுக்கொண்டிருப்பதை என்னால் உணர்ந்துகொள்ளமுடிந்தது.

'ஸீமென்ஸ் க்ளப்' இல் நீண்ட செவ்வகவடிவ மேஜையில் எல்லோரும் கூடிஅமர்ந்து 'பியர்' 'காக்டெய்ல்கள்' கொண்டு வரச்சொல்லிவிட்டுப் பேசிக்கொண்டிருக்கையில் தனது இருக்கையை விட்டு எழுந்துநின்று ஒரு கண்ணாடிக் குவளையை இடது கரத்தில் ஏந்தி... வலதுகரத்திலிருந்த வெள்ளிக் கரண்டியால் தட்டிக் 'கண கண கண'வென்று ஒலியெழுப்பினார் 'ஸெக்கண்ட் ஆபீஸர்' ப்ரசன்னா யாதவ். எல்லோரும் ஏகமாக அவரையே பார்த்துக்கொண்டிருந்தபோது ... பேசினார்.

"பிரிய நண்பர்களே ... இந்த இனிய மாலைப்பொழுதில் நாம் எல்லோரும் சந்தோஷமாக மதுவருந்தும் செலவு அனைத்தும் என்னுடையது . . . உங்கள் மகிழ்வும் என்னது... காரணம் இன்று

நான் இந்தப் பூமிப்பந்தில் வந்து விழுந்து பல வருடங்களைத் தொலைத்து . . . இப்போது கடலுக்குள் வீழ்ந்த நாள் . . !”
எல்லோருமாக எழுந்துநின்று பிறந்தநாள் வாழ்த்துப் பாடலைப் பாடிக் கரகோஷம் செய்தோம். அவர் நன்றி சொல்லி இருக்கையில் அமர... மதுக்கிண்ணங்கள் பரிமாறப்பட்டன. ‘சியர்ஸ்’ சொல்லி ஒருவருக்கொருவர் குவளைகளை முட்டிக்கொண்டு அவருக்காக அருந்தத் தொடங்கினோம்... அவரும் பேச்சைத் தொடர்ந்தார்:

“நண்பர்களே... வியெட்நாம் வந்து நங்கூரமிட்ட பின்னர் அஞ்சல்கள் வந்து கைசேர்ந்த நாளிலிருந்து என்னை நீங்கள் கண்டிருக்கமாட்டீர்கள் அல்லவா . . ? ‘காபின்’இற்குள்ளேயே அடைந்துகிடந்த எனக்கு ரவிதான் காப்பி... உணவு... தேநீர் எல்லாம் கொண்டுவந்து தந்தார் . . . நன்றி மகன். கடலில் கப்பலுக்குள்ளே கிடக்கிற வாழ்வுக்கும்... தரைதட்டிப்போய்க் கிடக்கிற வாழ்வுக்கும் பாரிய ஆழ அகல வித்தியாசங்கள் இருக்கின்றன. இதை நெடுநாள் கடலோடிகள் அனுபவ ஞானத்தினால் உணர்ந்திருப்பார்கள்.” ரஞ்ஜித், குலம் அண்ணை, விஷ்ணு பட்டேல், சுரீந்தர் சிங் . . . பலமாகத் தலையாட்டி ஆமோதித்தார்கள்.

“ஹிமாசலப் பிரதேசத்து மலைகள் எனக்குப் பலத்தைத் தந்து நிமிர்ந்து நடக்கவைத்தது . . . அதன் குளிர்ந்த மூலிகைக் காற்று சுகிர்தம் மொழிந்தது... ‘சிம்லா’வின் குன்றுகளிலிருந்து கடலுக்குள் வந்தவன் நான்... மலையிலிருந்து மடுவுக்கு! இவை உடலுக்குத் தைரியத்தைத் தந்த போதும் மனதுக்கு வலிய கடல்களின் பேரலைகளை மேவிக் கடக்கும் தெம்பைத் தந்தவள் ஸ்டெல்லா!

இந்தியக் கடற்படையில் இணைந்து கேரள மாவட்டத்தின் கண்ணூரில் எழிமல பயிற்சிமுகாமில் இருந்த நாட்களில் அந்தச் சீருடையோடு ஊருக்குப்போய் வந்துகொண்டிருந்த என் மீது அளவற்ற அன்பு வைத்திருந்தாள் ஸ்டெல்லா. எனது இருபத்தோராவது வயதில் இன்றைய தினத்தில் அந்தப் பழைமைவாய்ந்த கிறிஸ்தவ தேவாலயத்தின் அருகே . . . பனி போர்த்திருந்த மரத்தின்கீழ் கதகதப்பான தனது முதலாவது முத்தத்தைப் பரிசாகத் தந்தாள்... அவளை நானும் அதிகமாக நேசித்தேன்...” மெல்லியதொரு அமைதி. மீண்டும் கிண்ணங்கள் நிரம்பின . . . தொடர்ந்தார் கவித்துவமான ஆங்கிலத்தில்.

“சிம்லாவின் அழகு அனைத்தையும் ஒருசேரத் திரட்டி வைத்திருந்த அவளும், கத்தோலிக்கரின் கருணை சுரக்கிற மனதும் என்னை வெகுவாக ஆகர்ஷித்திருந்தது. எழிமலவில் பயிற்சி முடித்துக் கடற்படையில் பணியில் சேர்ந்ததும் . . . பீஹாரி யாதவ

குலத்தவர்களான எனது வீட்டாருக்குப் பிடிக்காதேபோனாலும் ... திருமணத்தில் கலந்துகொள்ளாதேபோனாலும் அதே கிறிஸ்தவ தேவாலயத்தில் நாங்கள் வாழ்வில் இணைந்தோம் ... வாழ்ந்தோம் அழகாக ... நான் இந்தியக் கடற்படையிலிருந்து விலகி வாணிபக் கப்பல்களில் இணைந்த நாள் வரையிலும் ... அதிலிருந்து வரலாறு திசை மாறியது.

ஆரம்பத்தில் ஒரு வருட ஒப்பந்தம் முடிந்ததும் புதுப்பித்துக் கொள்ளாது ஊருக்குப்போய் சிலகாலம் இருந்துவிட்டு ... பணம் கையைக் கடிக்க ... மீண்டும் பம்பாய் வந்து கப்பல் தேடிக் கடற் பயணங்கள் தொடர்ந்தன. காலப்போக்கில் நல்ல ஊதியத்தில் கப்பல்கள் கிடைப்பது அரிதானபோதில் ஒப்பந்தத்தைப் புதுப்பித்துக்கொள்ள நேர்ந்தது. ஊருக்குப் போவது குறைந்தது. கொஞ்சக் காலம்தான் ... உழைத்துவிட்டு ஊரோடு போய்விடலாம் என்று தீர்மானித்தபோதோ கடைசிக் கப்பல் 'தாய்வான்' இல் 'ஸ்க்ராப்'ஆகிவிட பம்பாய் திரும்பி இந்தக் கப்பலில் இணைந்தேன் ... நண்பர்களே ... அதன் விளைவு ... அஞ்சலில் வந்தது!" எல்லோரும் உள்ளார்ந்த அனுதாபங்களோடு ஒரு சக மனிதனின் வேதனைகளை உள்வாங்கிக்கொண்டிருந்தோம். மீண்டும் குவளைகள் நிரம்பின ... ப்ரஸன்னா தொடர்ந்தார்:

"தவறு என்னுடையதுதான் நண்பர்களே ... எனது கையாலாகாத்தனத்தை அவள் மேல் சாதிக்க முடியாது. ஸ்டெல்லா அன்புருவானவள்தான் ... இரண்டாம் அபிப்பிராயம் கிடையாது. ஆனால் அவளுக்கானது அவள் வாழ்வு. அதை எனக்காகத் தியாகம் செய் ... என்று கேட்பது ஓர் ஆணின் பேடித்தனத்தையே துலாம்பரமாக வெளிப்படுத்தும் ... இல்லையா ... நண்பர்களே? அதனால் அவள் அனுப்பிய காகிதங்களில் கையெழுத்துப் போட்டு ... இன்றைய தினம் ஒன்றில் அவள் தந்த முத்தத்தையும் உறைக்குள்ளே பத்திரமாக வைத்து ... அது என்னவோ இன்னமும் கதகதப்பாகவேதான் இருக்கிறது ... ராஜீவ் ஷர்மாவிடம் 'அனுப்பிவிடுங்கள்' என்று கொடுத்துவிட்டுப் புதுப்பிக்கப்பட்ட இன்றைய பிறந்ததினத்தை உங்களோடு பகிர்ந்துகொள்கிறேன் ... நன்றி நண்பர்களே ... இந்தக் கப்பலில் இருக்கும் வரையில் நீங்கள்தான் எனது வாழ்வு"

திருக்கோணமலையில் கிறிஸ்தோப்பர் கடலோடிகளின் மணவாழ்வின் நாற்றங்களைப் பற்றிச் சொல்லியிருக்கிறான். இதனாலேயோ என்னவோ அவன் திருமணமே செய்துகொள்ள வில்லை என்பதாகத்தான் இன்று என்னால் அனுமானிக்க முடிகிறது. திரும்பி விசைப்படகு பிடித்துக்கொள்ள 'ஹா லோங்'

‘ஜெற்றி’ வரும் வரையில் யாரும் ஒன்றும் பேசிக்கொள்ள வில்லை. ப்ரஸன்னா ஒரு நல்ல மனிதர். திடகாத்திரமான கடலோடியாயினும் மென்மையான மனது கொண்டவர். அப்பேர்ப்பட்ட ஒருவருக்கு இப்படி ஆயிற்றே . . . என்பதால்தான் எல்லோரும் சொல்இழந்து மௌனத்தில் உறைந்து நடந்துவந்தனர். இந்த நிமிடத்தில் அவரை ஆற்றுப் படுத்துகிறேன் பேர்வழி என்று ஏதாவது சொன்னாலோ அது அவர்களின் பம்மாத்துத்தனத்தையே பறைசாற்றும் என்பதை எல்லோருமே ஐயமற உணர்ந்திருந்தனர். அப்போது தான் கவனித்தேன் எங்களுடன் மருதானை ரவி திரும்பி வரவில்லை என்பதை.

‘ஜெற்றி’யை அடைந்தபோது அதே விசைப்படகில் அதே இரண்டு வியெட்நாமியப் பெண்களுடன் வழிய வழியப் பேசிக் கொண்டிருந்தான் காணாமல்போயிருந்த ‘ஆபீஸர்ஸ் மெஸ் பாய்’ ரவி. ‘எப்போ ‘க்ளப்’ஐ விட்டுக் கிளம்பினாய்?’ என்று விஜயன் கேட்டான். “ஸெக்கண்ட்’ பேசிக்கிட்டிரிக்கக்குள்ளாறவே கௌம்பிட்டன். ரண்டு வாரமா காலம்பறல இருந்து ராத்திரி வரகாட்டியும் அந்த மனுஷன் பட்ட கஷ்டத்தப் பாத்தவன்வா நா. ஏங்கிட்ட எல்லாமும் சொல்லிக் கவலப்பட்டார்... இப்ப... இன்னைக்குத்தான் கொஞ்சம் தெளிஞ்சிரிக்கார் . . . அதெல்லாத்தையும் உங்ககிட்ட சொல்லக்குள்ள கேக்க கஷ்டமா இரிஞ்சி . . . அதான் ஒண்ணுக்குப் போறாப்ல கௌம்பி இங்கன வந்தன் . . .” அவன் சொல்வதில் பாதிதான் உண்மை என்பதாக எனக்குள் ஒரு பட்சி சொல்லிற்று.

நாட்கள் நகர்ந்தன. கோதுமைமாவு மூடைகளும் கணிசமாகக் காலியாகிப்போய்விட்டன. இன்னும் ஒரு வாரத்தில் எங்கள் பயணம் தொடரலாம் என்று பரவலாக நம்பிக்கொண்டோம். செல்வராஜா தனது இரவுக்காவல் முடித்துவிட்டான். மறுநாள் இரவிலிருந்து நான் தொடர்ந்தேன். இரண்டு ராத்திரிகள் கழிந்தன. தொடர்ந்த இரவில் செல்வராஜாவும் ரவியும் நடுராத்திரியில் எழுந்து என்னிடத்தில் வந்து ஓர் உதவி செய்ய முடியுமா என்று கேட்டார்கள் . . . அதிர்ந்துபோனேன்!

26

நாளொன்றின் முடிவில் நாமெல்லாம் மனிதர்களே

தொடுகை, உடல் ரீதியிலான ஸ்பரிஸம் . . . இவை உணர்வுகளின் நெகிழ்வுகளை மௌனமாக வெளிப்படுத்தும் ஊடகங்கள். பிரியமானவர் களைக் கண்டதும் கைகுலுக்குதல் அல்லது மார்புறத் தழுவிக்கொள்ளல் . . . பாராட்டும் போது முதுகில் தட்டிக்கொடுத்தல் . . . மனது உடைந்துபோயிருக்கும் சமயங்களில் ஆதரவாகத் தோள்பட்டைகளோடு அணைந்த மிருதுவான தடவல்கள் . . . துருதுருவென்றிருக்கும் குழந்தைக்குக் கிடைக்கும் கன்னத்து முத்தங்கள் . . . முதற்காதலை வெளிப்படுத்தும் உதடுகளின் நெருக்கங்கள் . . . இவ்வாறாக ஆரவாரமில்லாத அன்பின் பாஷை. எம்.வி. ஔரோறா ஒருவழியாக வியெட்நாமை விட்டுக் கிளம்பிய அன்றைய தினத்தின் இரவில் எனது 'காபின்'இல் இந்த மொழியில்தான் அவள் என்னுடன் பேசித் தனது நன்றியறிதலைத் தெரிவித்தாள்.

அன்று மாலையில் அதுவரை வானுறஓங்கி எழுந்துநின்ற 'டெரிக்'குகளை எல்லாம் கீழே பதித்து அவற்றைத் தாங்கிவைத்திருக்கப் போகும் இரும்புத் தூண்களில் இருத்திவைத்து இறுகத் தாளிட்டுவிட்டு, இரும்புக் கம்பிகளால் இழைக்கப்பட்ட 'கேபிள்' களை 'விஞ்ச்'சில் இழுத்துச்சுருட்டிச் சேகரித்துக் கட்டிப் போட்டுவிட்டு, 'மக்ரெய்கர் ஹாட்ச்'கள்

ஐந்தையும் மூடிவிட்டு முதுகு பிய்ந்துபோன நிலையில் . . . குளியலறைக்குச் சென்று வெதுவெதுப்பான நீரில் தேகத்தை ஆற்றுப்படுத்திவிட்டு 'மெஸ்'சுக்குப் போய்க் குளிர்ந்த 'பியர்' பருகி இரவு உணவை முடித்துவிட்டு அவளுக்கும் ரகசியமாக உணவு தயாரித்து எடுத்துக்கொண்டு கப்பலின் பின்புறம் 'க்ரூ காபின்'கள் இருந்த தொகுதிக்கு நடந்துபோய் அரையில் தொங்கிக்கிடந்த வெள்ளிச் சங்கிலியில் கொளுவியிருந்த சாவியால் சுற்றுமுற்றும் பார்த்துவிட்டு எச்சரிக்கையோடு 'காபின்'கதவைத் திறந்தால் . . . வியெட்நாமின் யௌவனங்களையெல்லாம் தனக்குள்ளேயே திரட்டிவைத்துக்கொண்டு மெல்லிய இரவுவிளக்கின் வெளிர் நீல வெளிச்சத்தில் எனக்காகக் காத்திருந்தாள்.

பசித்துச் சாப்பிட்டாள். நான் சாப்பிட்டேனா என்று கேட்டாள். 'ஃப்ளாஸ்க்'இலிருந்து கோப்பியை ரசித்துஉறிஞ்சிப் பருகினாள். பேசினாள். அன்றைய வேலையைப் பற்றி அக்கறையோடு கேட்டாள். ஒரு கப்பலில் 'ஏபிள் பாடீட் ஸீமென்'களின் கடின உழைப்பை நிறையவே பார்த்திருப்பதாகச் சொன்னாள். 'நன்கு தூங்கினாயா?' என்று கேட்டேன். 'ம் . . . ம் . . . ம் . . . கப்பல் கிளம்பிவிட்டதே இனிமேல்தான் . . . ' என்றாள். கதிரையிலிருந்து எழுந்து… படுக்கையில் உட்கார்ந்திருந்த என்னருகில் வந்தாள். முதுகைக் காட்டும்படிச் சொன்னாள். திரும்பினேன். அணிந்திருந்த எனது 'ஷேர்ட்'டை மெல்லிய திரையை விலக்குவது போல இதமாக உடலிலிருந்து அவிழ்த்தாள். மிகவும் மிருதுவாகத் தடவிக்கொடுத்தாள் . . !

'ஆண்டவரே . . . இதெல்லாம் எனது தேகம் அறியவே அறிந்திராத ஸ்பரிஸங்கள் ஐயனே . . . என்னை என்னதான் செய்யப் போகிறீர்கள்..?' உடல் இலேசாக நடுங்கியது. வியர்வைத் துவாரங்கள் புல்நுனிப் பனித்துளிகள்போல் சுரப்பதை உடல் உணர்ந்துகொண்டது.

இப்போதோ இங்கே உடல் வியர்த்து நடுங்கினாலும் இதன் அதிர்வெண்களோடு ஒப்பிடுகையில் ஆறு நாட்களின் முன்பு கொச்சிக்கடை செல்வராஜாவும், மருதானை ரவியுமாக அந்த இரவில் ஓர் உதவி கேட்டுக் கொடுத்த அதிர்ச்சியின் அளவுப் பெறுமானம் பெரியது. கரைக்குப் போய்விட்டு 'ஸீமென்ஸ் க்ளப்'இலிருந்து திரும்புகிறபோதெல்லாம் எங்களை விசைப் படகில் அழைத்துவரும் அந்த இரண்டு வியெட்நாமியப் பெண்களையும் கப்பல் காலியாகித் தாய்லாந்து பயணமாகும் தினத்தின் முதல் நாளிரவில் கப்பலின் பின்புறமாக ஒரு சிறிய வள்ளத்தில்… அவர்களில் ஒருத்தியின் அண்ணனோடு துடுப்பு வலித்துக்கொண்டு கீழே காத்திருக்கப்போகும் அவர்களை

கயிற்றேணி வழியாகக் கப்பலின் மேலேறிவரச் செய்து ஒளித்துக் கடத்திச்சென்று சிங்கப்பூரில் இறக்கிவிடத் தீர்மானித்திருப்ப தாகவும்... அந்த இரவில்... நான் வழமையான வியெட்நாமிய இரவுக்காவலர்களோடு நெருக்கமாக இருப்பதனால் அவர்களின் கவனத்தைத் திசைதிருப்பிக் கப்பலின் முன்புறமாக ஒருசில மணிநேரங்கள் வைத்துக்கொள்ளவேண்டும் என்றும் கேட்டார்கள்.

முதலில் பயமாகத்தான் இருந்தது. சிங்கப்பூரை நோக்கிய கடற்பயணத்தின்போது 'காப்டன்'இடம் அவர்கள் மாட்டிக் கொண்டால்..? நங்கூரமிட்டுநின்றபோது இரவுகள் முழுவதும் கப்பல் எனது கண்காணிப்பிலேயே இருந்திருக்கும்போது இவர்கள் எப்படி ஏறி உள்ளே ஒளிந்தார்கள் என்றவாறு எனது வேலைக்கே அச்சுறுத்தலாக அமையப்போகும் விசாரணைக்கு... பகல்வேளையிலும் கரையிலிருந்துவந்த துறைமுகப் பணியாளர் களோடு கூடவே வந்து எங்காவது ஒளிந்திருக்கலாம்... ஏதோ ஓர் இரவில் நங்கூரத்தின் சங்கிலி வழியாக ஏறிக் கப்பலின் முன்புறத்து 'ஸ்டோரேஜ்'அறையில் ஒளிந்திருந்திருக்கலாம்... என்கிற தர்க்கங்கள் தலைக்குள்ளே விவாதத்தில் ஈடுபட்டுப் பழி ஒன்றும் முழுக்கமுழுக்க என் தலையில் வீழாதென்ற தெம்பு வந்ததில் அரைமனதோடு சரியென்று சொன்னேன்.

அவர்கள் அத்தோடு விடவில்லை. செல்வராஜா ஒரு பெண்ணைத் தனது 'காபின்'இல் தங்கவைத்துக்கொள்வது என்றும் மற்றவளை எனது 'காபின்'இல் தடுத்தாட்கொள்ள வேண்டும்... என்று கேட்டதுதான் நூறு சதவிகித அதிர்ச்சியை ஏற்படுத்தியது. 'ஏன்... ரவியினுடைய 'காபின்'இல் அடைக்கலம் தரலாமே..?' என்ற நியாயமான கேள்விக்கு நியாயமாகவே விளக்கம் தரப்பட்டது. ரவியின் 'காபின்' கப்பலின் மையப் பகுதியில் 'காப்டன்', 'போர்ட் காப்டன்', 'ஆபீஸர்ஸ்', 'என்ஜினியர்'கள் ஆகியோரின் 'காபின்'களுக்கு மத்தியில் அமைந்திருக்கிறது. அவன் சேவைசெய்வதும் அவர்களுக்கே. அதனால் உணவு கொண்டுபோகும்போதோ, குளிக்க... மலசலம் கழித்துக்கொள்ள அழைத்துப்போகும்போதோ அகப்பட்டுக் கொள்ள ஆயிரக்கணக்கான சந்தர்ப்பங்கள் உண்டு.

'சரி... போகட்டும்... 'ஸீஷெல்ஸ்'காரர்களில் பாதிப்பேர் கப்பலின் பின்பகுதியில்தானே இருக்கிறார்கள்..?' என்று கேட்டதற்கு 'அதை நாங்கள்தான் சாமர்த்தியமாக சமாளிக்க வேண்டும்...' என்று பதில்வந்தது. 'காசைக் கட்டிக் கப்பலுக்கு வந்தவர்கள் நாங்கள். நமது மூன்று பேரின் வேலைக்கே வேட்டு வைக்கக்கூடிய... அபாயத்திற்கு ஏதுவான இந்த முயற்சியில் ஏன் நாம் இறங்கவேண்டும்?' அதற்கு மனிதனின் அகத்துள்

இருக்கும் இரக்கச் சுபாவத்தைச் சிலுவையாக்கி அனுதாபம் சாட்சிப்படுத்தப்பட்டது.

'நாங்கள் கரைக்குப்போய் வந்துகொண்டிருக்கும் ஒவ்வொரு தடவையும் . . . ஆரம்ப நாட்களில் அந்த இரண்டு பெண்களும் கலகலப்பாகப் பேசினாலும் . . . போகப்போக 'எங்களை எப்படியாவது இங்கிருந்து விடுதலையாக்குங்கள்' என்று அழுதார்கள். படகோட்டியவளின் அண்ணன் ஒரு நாள் 'ஸீமென்ஸ் க்ளப்'இற்கு வந்து எங்களோடு கண்ணீர் மல்கப் பேசினான். பின்னொருநாள் 'க்ளப்'இன் வாசலில் நின்று . . . நாங்கள் வந்தபோதில் 'என்னுடன் வரமுடியுமா . . . எனது வீட்டுக்கு?' என்று அழைக்க உடன் சென்றோம். இருள் மண்டிப்போய்க் கிடந்த 'ஹொங் கை' கிராமத்தின் தோப்புக்குள்ளால் நடந்தோம். சிதிலமாகிக்கிடந்த குடியிருப்புகளைக் கடந்து தென்னோலை வேய்ந்த ஒரு களிமண் வீட்டின் உள்ளே அழைத்துப்போனான்.

இருட்டில் நடந்துவந்த எங்களுக்கு சூள்விளக்கின் ஒளியை கண்கள் உள்வாங்க சிறிது அவகாசமெடுத்தது. குடும்ப அங்கத்தினரை அறிமுகம்செய்தான். ஒரு மூலையில் இரு கால் களையும் கண்ணிவெடிக்குத் தத்துக் கொடுத்த தம்பி . . . சித்தப்பிரமை அற்றிருந்தும் ஒரு பெரிய பாத்திரத்தில் எதையோ அகப்பையால் கிளறிக்கொண்டிருந்த தமக்கை . . . சுண்ணாம்பு பூசியிருந்த சுவரில் கரித்துண்டுகளால் சித்திரம் வரைய முயன்று கொண்டிருந்த வயதான தாயார் . . . வாலாட்டிக்கொண்டிருந்த சிறு நாய்க்குட்டி . . . 'போ ஸூப்' தயாராகிக்கொண்டிருக்கும் பாத்திரத்தையே உற்றுப் பார்த்தபடி வெள்ளையும் கருப்புமாக ஒரு பூனை . . . அவர்களால் அன்றிரவு அன்போடு வழங்கப்பட்ட அந்த 'போ ஸூப்' இரவுஉணவு அமிர்தமாக இருந்தது.

'எனது தேசம் . . . தேசமாகிய நாளிலிருந்தே பெண்களுக் கான சமவுரிமை இருந்ததில்லை . . . கிறிஸ்துவுக்கு முன் 257ஆம் ஆண்டில் 'ஹொங் பாங்' வம்ஸத்தின் ராஜதானியி லிருந்தே பெண்கள் சக மனிதஜீவனாக மதிக்கப்பட்டிருந்ததே கிடையாது . . . போர்க்காலத்தே தேவை கருதி பாலியல் சமத்துவம் பொதுவுடமைப் போர்வை போர்த்தியிருந்தது. போருக்குப் பின்னரான வியெட்நாம் பெண்களுக்கானதல்ல' என்று எங்களை அழைத்துப்போன படகோட்டியின் அண்ணன் விளக்கினான். அதில் ஒரு தார்மீக நியாயம் இருந்ததை நாங்கள் உணர்ந்துகொண்டோம். இது பற்றி நாங்கள் நிறைய ஆலோசித்தோம். அனுதாபம் வென்றது. செய்துவிடலாம் என்கிற சாத்தியக்கூறுகள் தென்பட்டன. அதனாலேயே முயற்சியில் இறங்க முடிவெடுத்தோம். என்ன இருந்தாலும் ஒரு நாளின்

முடிவில் நாங்களும் மனிதர்களே.' செல்வராஜா சொல்லி முடித்தான். இதற்கு மேலும் என்னால் முடியாதென்று சொல்ல முடியவில்லை.

தொடர்ந்த நான்கு நாட்கள் பகலிலும் இரவிலுமாக வேலை செய்து பொதிகளைக் கப்பலுக்கு வெளியே மிதந்துகொண்டிருந்த 'பாஜ்'களுக்குள் இறக்கிக்கொண்டிருந்தனர். ஐந்து களஞ்சிய அறைகளும் காலியாகிவிட்டன. அடுத்த இரண்டு நாட்களிலும் அவற்றைக் கூட்டிப்பெருக்கி சிந்திக்கிடந்த கோதுமையின் ஒரு துணிக்கையைக் கூட விடாமல் சேகரித்துக்கொண்டு கப்பலை விட்டு இறங்கிப்போயினர். ஒரு கப்பலில் பொதிகளை இறக்கி முடித்து 'ஹாட்ச்'கள் வெறுமையானதும் 'டெக் க்றூ' எல்லோருமாக அவற்றைச் சுத்தம் செய்துகொடுப்பார்கள். இது எங்கள் பணிகளுக்கான ஒப்பந்தத்தில் இல்லை. ஆயினும் நாங்கள் இதைச் செய்துகொடுத்தால் இதற்காக எங்களுக்கு மேலதிக வருமானம் கிடைக்கும். 'ஹொங் கை'கிராமத்தின் வறுமை வரவிருந்த வருமானத்தையும் சேர்த்து அள்ளிக்கொண்டு போனது.

மறுநாள் முற்பகல் பதினொரு மணியளவில் கப்பல் பயண மாக இருந்தது. அன்றிரவு நான் கண்காணிப்பில் இருக்கிறேன். மேற்தளத்தை ஒருதரம் சுற்றிவந்தபோது பின் புறத்தில் ஒரு சுருள் கயிற்றேணியை 'விஞ்ச்'சுகளுக்கிடையே தயாராக செல்வராஜா ஒளித்துவைத்திருப்பதைக் கண்டேன். நேரம் நள்ளிரவு பன்னிரண்டு மணி. இப்போது நான் முன்புறத்தே சென்று வியெட்நாமிய இராணுவக் காவலர்களோடு உரையாடிக் கொண்டே உணவுண்டு குளிர்பானம் பருகிக்கொண்டிருக்க . . . பின்புறத்தே இருந்து செல்வராஜாவும் ரவியும் கொடுத்த ஒளிச்சமிக்ஞையில் படகோட்டியின் அண்ணன் துடுப்பை வலித்துக்கொண்டு கப்பலின் அடிவாரத்திற்கு வந்துசேர . . . ஏணியை இறக்கி அவர்களை மேலேற்றி எமது 'காபின்'களில் ஒளித்துவைக்க வேண்டும் . . . இதுதான் வரையப்பட்ட திட்டம்.

நல்லவேளை விஜயன் 'என்ஜின் ரூம்'இல் இரவுக்கடமையில் இல்லை. எனக்குள்ளே சிறிது பயம் இருந்தாலும் 'நல்லபடி நடக்கும்' என்கிற நம்பிக்கை நிறையவே இருந்தது. கடலும் அலைகளே இல்லாது பளிங்காகிக்கிடந்தது. 'பான்றி'க்குப் போய் மூன்று 'ஸாண்ட்விச்'கள் தயாரித்து . . . குளிர்ந்த பாலும் குளிர்பானங்களும் எடுத்துக்கொண்டு கப்பலின் முன்புறம் போனபோது வியெட்நாமிய இராணுவக் காவலர்களை அங்கே காணவில்லை. கொஞ்சம் கவலையாகிவிட்டது. எடுத்துச் சென்றவற்றை கப்பல் முகப்பில் 'ஆங்கர் டெக்'இல்

வைத்துவிட்டு ஒரு சுற்று நடந்துவருகையில் 'காங்வே' பக்கமாக அவர்கள் என்னை நோக்கி கைகளை அசைத்தபடி வந்து கொண்டிருந்தார்கள். மூவருமாக உட்கார்ந்து பேசியபடியே சாப்பிட ஆரம்பித்ததை 'ப்ரிட்ஜ்' இலிருந்து பார்த்துவிட்டு ரவி மெதுவாகப் படியிறங்கிப்போவது தெரிந்தது.

காலை ஆறுமணியாகிவிட்டது. வியெட்நாமிய இராணுவக் காவலர்களை அழைத்துச்செல்ல விசைப்படகு வந்துகொண் டிருக்கும் ஓசை தொலைவில் கேட்டது. வழமையேபோல் காலை அற்புதமாகப் புலர்ந்துகொண்டிருந்தது. நாளது வரையில் என்னோடு பழகியது மனதுக்கு நிறைவைத் தருகிறதென்றும் . . . ஒரு நல்ல நண்பனை இழப்பதான சோகம் நெஞ்சுக்குள்ளே அப்பிக்கிடக்கிறதென்றும் . . . நான் தொடர இருக்கும் பயணங்கள் பாதுகாப்பானதாக அமையட்டும் என்றும் . . . 'தாங்க்யூ . . .தாங்க்யூ' என்று இரண்டிரண்டாகச் சொல்லிக் கைகளை இறுகப் பிடித்துக்கொண்டு . . . பின்னர் அவை மெதுவாக வழுக்கிச் செல்ல . . . 'காங்வே'யைப் பதித்துவிட்டேன். பிரியாமல் பிரிந்து சென்றார்கள். படகு மறையும்வரை பார்த்துக் கொண்டிருந்தேன். 'காபின்' திரும்பினால் செல்வராஜா எனது படுக்கையில் படுத்திருந்தான். நான் உள்ளே நுழைந்ததும் எழுந்திருந்தான்.

“எல்லாமும் 'ப்ளான்'படிச் சரிக்குப் போச்சுவா . . . ரண்டு பேரையும் ஏண்ட காம்பிராவில படுக்கவிட்டிரிக்கன் . . . நீங்க ராத்திரி தூக்கம் முளிச்சிட்டு வருவீய்ங்க . . . கொஞ்சம் நல்லா தூங்குங்க . . . மத்தியானத்துக்கு மேல நீங்க வேலக்கிப் போயி வர்ரத்துக்குள்ளாற ஒருத்தர இங்கன அனுப்பீருவன் . . . அவிங்க சாப்பாடு, குளிக்கிற . . . எல்லாத்தையும் நீங்க பாத்துக் கொள்ளுங்க . . . சரியாவா? இப்ப நீங்க படுங்க . . .” கிளம்பிப் போய்விட்டான். அசதியில் தூங்கிப்போனேன்.

இதோ . . . இந்த இரவில் அன்றாடம் வலிகளே ஏறி ஊட்கார்ந் திருந்த எனது முதுகுப்புறத்தை இதமாக வருடிக் கொடுத்தபடி நெருக்கமாக அமர்ந்திருக்கிறாள். அவளது ஸ்வாசம் எனது பிடரியில் குளிர்ந்த காற்றாகிக் கூச்சத்தை உண்டுபண்ணியது. இந்த மிருதுவான கரங்களா துப்பாக்கியை ஏந்திக்கொண் டிருந்தது . . ! 'வலி குறைந்திருக்கிறதா?'என்று கேட்டாள். 'ஆம்' என்று பதில்தர முகத்தைத் திருப்பியபோது எங்கள் உதடுகள் மிக நெருங்கியிருந்தன. அவள் தனது வலது கரத்தால் எனது கழுத்தை அணைத்துக்கொண்டு இடதுகரத்தை எனது கன்னத்தில் வைத்து முத்தமிட்டாள். அது ஆழமாக சிறிதுநேரம்வரை நீடித்தது. உதடுகள் பிரிந்தன. இப்போது எனக்கு உடல் நடுங்கவு மில்லை . . . வியர்க்கவுமில்லை. வாலிபம் விழித்துக்கொண்டது.

எனது வலிய கரங்களால் அவளை அள்ளியெடுத்துப் படுக்கையில் கிடத்தினேன்.

ஆடைகள் இல்லாதே அந்த இரவில் கற்காலத்து மனிதர் களைப் போல ஒருவரை ஒருவர் தழுவிப் பிணைந்து இறுகிக் கிடந்தோம். அவளது கேசத்தில் தென்சீனத்துக் கடல்வாசனை இருந்தது. கடலின் நடுவே அகப்பட்ட வெண்ணிற வண்ணத்துப் பூச்சியைப் போல . . . அதன் இறகுகள்போல . . . அவள் தனது வெண்பஞ்சுப் பாதங்களால் என்னை இறுக்கிச் சிறைப்படுத்தி வைத்துக்கொண்டாள். வெப்பம் தனது ஆக்கிரமிப்பைச் செய்யத் தொடங்கியது. புழுக்கம் நிறைந்த அறையொன்றில் எதிரெதிராக இரண்டு சாளரங்களையும் திறந்துவைப்பதுபோல எங்கள் தேகங்களின் ஜன்னல்கள் தமது கதவுகளை விரியத் திறக்க . . . அதுவரை ஆதரவு தேடித் தவித்துக்கிடந்த அனல்காற்றை எங்கிருந்தோ வந்த 'சில்'லென்ற கூதல் மெல்லக் கரம் பற்றி அப்பால் கொண்டுசென்று தென்றலோடு சேர்த்துவிட்டது.

அட... என்ன விந்தை இது! யுகயுகாந்திரமாக ஜீவராசிகள் தோன்றியது முதலாக இந்த விசைதான் இன்றளவும் ஆர்முடுகலைத் தந்துகொண்டு இருந்ததா... விடையே கேள்வி யாகிப் போனது. வாழ்வின் தோற்றமும் சூத்திரமும் இந்த மனிதரின் சாளரங்கள் திறப்பதிலேயே தான் அடங்கியிருக்கிறது போலும்! இப்போது இருவருக்கும் வியர்த்துக்கொட்டியது. விலகிக்கொள்ள முயன்றோம். அந்தச் சிறிய 'காபின்'இல் இருந்த ஒருவருக்கான படுக்கை அதற்கு இடம் தரவில்லை. நான் கட்டிலை விட்டு எழுந்தேன். குளிர்ந்த நீர் பருகிவிட்டுத் திரும்பினேன். அவளோ அதுவரை உடுத்திக்கொண்டிருந்து விட்டு அவிழ்த்து அனாயாசமாகப் படுக்கையில் வீசிக் கிடந்த பட்டுப்புடவையாய் சுருண்டு படுத்திருந்தாள்.

அதிகம் போனால் இரண்டு வாரங்கள்தான் என்னோடு இருக்கப்போகிறாள். அதன்பிறகு சிங்கப்பூரிலோ . . . எங்கேயோ கலந்து மறைந்துவிடுவாள். நான் எங்கோ . . . ஏதோவொரு கடலிலோ, நகரிலோ காணாமலே போய்விடுவேன். வெளியே கைகளைக் கோத்தபடி நடந்துபோக முடியாத இந்தக் குறுகிய தாம்பத்யத்தில் எனக்குள் அனுதாபம் இருந்தது . . . அவளுக்குள் நன்றி இருந்தது . . . அதுவே அன்பின் சாளரங்களை விரியத் திறந்து இந்தச் சின்னஞ் சிறிய வாழ்வைப் பூரணப்படுத்திவிடும் என்றே தோன்றியது. வலதுகையால் படுக்கையைத் தட்டினாள்... போய்ப் படுத்துக்கொண்டேன். இடதுபுறமாக ஒருக்களித்து இருவரும் முதுகு வளைந்து . . . கால்கள் மடித்து . . . ஒரு

நூலைத்தானும் கோத்துக்கொள்ள இடைவெளி இல்லாது . . . 'பான்றி'யின் இழுப்பறைக்குள் அடுக்கியிருந்த வெள்ளிக் கரண்டிகளில் இரண்டு கூடிக் கிடந்தது போல . . . அவளது இருந்தும் இல்லாத மார்பகத்தை எனது வலதுகை விரல்களுக் குள்ளாகக் கோத்தபடியே விடியும் வரையில் தூங்கிப் போயிருக்கிறேன்.

அதிகாலை நான்கு மணி. 'ப்ரிட்ஜ் வாட்ச்'இல் இருந்த ரஞ்ஜித் ஆறுமணிக்கு 'ஸ்காஞ்சா' சொல்லி எழுப்பிவிட்டுப் போனான். நாங்கள் இருவரும் எழுந்திருந்தோம். நெருஞ்சி முள் தைத்துவிட்ட பாதத்தை ஊசியால் நோண்டி முள்ளெடுக்க முயல்கிறபோதெல்லாம் சுருக்கிக்கொள்ளும் கண்களால் என்னை அளந்தாள். சிறிதுநேரம் ஒருவரை ஒருவர் கண்களுக்குள்ளாக ஊடுருவிப் பார்த்துக்கொண்டிருந்தோம். அதீதமான திருப்தி தெரிந்தது. இருவரின் மனத்தாள்களிலும் கடந்துபோன இரவு ஒரு நல்ல கவிதையைத்தான் எழுதியிருந்திருக்கிறது!

27

சில தினங்கள் உயிர்க்கு அமுதாகியே

வியெட்நாமிலிருந்து விடைபெற்றுக்கொள்ளும் வரையில் இருபத்தியேழு மனித ஜீவன்கள் குடியுரிமை பெற்றிருந்த எம்.வி.ஔரோறா என்கிற கப்பல் தீவில் இரண்டு அபூர்வ வண்ணத்துப் பூச்சிகள் சட்டவிரோதமாகக் குடியேறி . . . சிறகடித்துப் பறக்க இயலாதிருந்த விடயம் செல்வராஜா, ரவி, நான்... மூன்று பிரஜைகளைத் தவிர வேறு யாருமே அறிந்திலர். இந்த ராணுவ ரகசியத்தைப் பாதுகாக்க நானும் செல்வராஜாவும் எடுத்துக் கொண்ட பிரயத்தனங்கள் எங்கள் உடலின் எடையைக் குறைக்கும் அளவுக்குப்போயின! பகல் முழுவதும் வேலை... இரவில் அவர்களுக்கு உணவு கடத்திக் கொண்டுவந்து தருவது... குளியலறைக்கு யாரும் கண்டுகொள்ளாது அழைத்துப்போய் வருவது போன்ற அத்தியாவசியத் தேவைகளைக் கவனித்துக்கொள்வதால் எமது தொழிலுக்கு ஆபத்து ஏற்படாதிருக்க மிகுந்த எச்சரிக்கையுடன் செயற்படுவது மனஉளைச்சலைத் தந்தது. இருப்பினும் இது ஒரு தார்மீகக் கடமை என்கிற தெம்பு... சீராக நடத்திச்சென்றது எங்களை.

எனது 'காபின்' என்றிருந்தது . . . எமது என்றாகியிருந்த அந்தச் சில தினங்கள் எனது வாழ்வேட்டின் அன்பும் நெகிழ்ச்சியும் தோய்த்து எழுதப்பட்டிருந்த இனிமையான பக்கங்களாக எனது

இறுதி மூச்சுள்ள வரையில் இருக்கும் என்பதாக அப்போதே எனக்குள் ஊர்ஜிதப்படுத்தப்பட்டுவிட்டது. அவளுக்குள்ளேயும் அவ்வாறுதான் உணரப்படும் என்பது எனது ஊகம்.

தென்சீனக் கடல்அன்னை . . . காலியாக மிதந்து கொண்டிருந்த எமது கப்பலை நடைபயிலும் குழந்தையைப் போல மிகவும் அமைதியாக அழைத்துச் சென்று இந்தோசீன வளைகுடாவில் சேர்த்துவிட்டதில் ஒரு வாரம் ஓடிவிட்டது. 'டைஃவூன்' புயல் சர்வசாதாரணமாகப் புரட்டிஎடுக்கும் கடற்பிராந்தியத்தில் நாமெல்லோரும் எதிர்பார்த்துப் பயந்திருந்த ஆபத்தேதும் நிகழவில்லை. கரைகள் கண்ணுக்குப் புலனாகின. அழகிய தாய்லாந்துக் கடலோரங்கள் 'என்னிடம் வா . . . என்னிடம் வா' என்றழைத்தன. காலை பத்து மணியளவில் வரப்போகும் 'பைலட்'டுக்காகக் காத்திருந்தோம். வாஸீம் காக்கா சுக்கான் பிடிக்கத் தயாராக 'ப்ரிட்ஜ்'இல் நின்றிருந்தார். 'பைலட்' ஏறிவர கயிற்றேணியைக் கடல்மட்டத்திற்கு இறக்கிக் கட்டிவைத்துவிட்டு நானும் லூயிஜ்ஜியும் 'மெஸ்'இல் தேநீர் அருந்திப் புகைபிடித்துக்கொண்டிருந்தோம். அரைமணி நேரத்தில் கப்பல் நகர்ந்தது. 'பாங்காக்' தலைநகரில் ஒரு ஓடை போன்றிருந்த 'பக்னம்' துறைமுகத்தில் அணைத்துக் கட்டிவிட்டு மதியஉணவுக்காக மீண்டும் 'மெஸ்'ஸுக்குள் வந்தோம். வெளியே சந்தை கூடி இருப்பதான இரைச்சலும் வல்லினங்களே இல்லாத மொழியில் கூச்சல்களுமாக அமளி துமளிப் பட்டுக்கொண்டிருந்தன.

ஒரு மணிநேர மத்தியான்ன இடைவேளையை முடித்து . . . வெளியே 'டெக்'இற்கு வந்தால் . . ! 'அட . . ! இதற்குத் தானா இவ்வளவு சத்தமும் சந்தடியும் . . ?' கப்பலின் இரண்டு பக்கங் களிலும் சிறுசிறு கடைகள் பரப்பிக்கிடந்தன. தாய் உணவுச் சாலைகள், துணிமணிக் கடைகள், தாய்லாந்து ஞாபகச் சின்னங்கள் . . . அவற்றுள் கௌதம புத்தர், ஸ்ரீ ராமச்சந்திர மூர்த்தி, ஸ்ரீ வீர ஹனுமான் இவர்களோடு இயேசுகிறிஸ்துவும் சர்வமத சமரசங்களோடு சிலைகளாகி அமர்ந்திருந்தனர். எம்.வி. ஔரோறா மீண்டும் இளமை திரும்பி யௌவனம் கொண்டதுபோலப் புதுப்பொலிவோடு திகழ்ந்தாள். கப்பலின் மேற்தளம் முழுவதும் சின்னஞ்சிறிய மனிதர்கள் . . . மனிதர்கள் . . . மனிதர்கள் ! இடமும் வலமும் உயர்ந்த துறைமுக மேடைகளில் ராட்சதக் 'க்றேன்'கள் தண்டவாளங்களில் சுறுசுறுப்பாக நகர்ந்து இந்தத் தற்காலிக வர்த்தக நிலையங்களை அமைக்க உதவிவிட்டு . . . திறந்து விடப்பட்டிருந்த 'மக்ரெய்கர் ஹாட்ச்'களில் முதலாவதி லிருந்து ஐந்தாவது வரை முறையே அரிசிமூடைகள், வெள்ளிரும்பு, றப்பர் சிப்பங்கள், சீனி மூடைகள் ஆகியவை ஏக காலத்தில்

வந்து இறங்கிக்கொண்டிருந்தன. “என்ன ஒரு ‘ஸ்பீட்’பா . . !” என்று வியந்தான் ரஞ்ஜித்.

“மல்லி . . . சவந்தென்ன மட்ட கியன்ன . . . நாங் இதுக்கு மொதல்ல இங்கன வந்த தயணம் இந்த மாதிரி இரிக்கல்ல . . . பத்து வருசங் பிறகு இப்ப வந்து பாத்தா எல்லாமும் ‘சேஞ்ச்’ ஆவிபோய் தானே . . ? அப்ப ‘சூயெஸ் கனால்’ மூடி இரிஞ்சி . . . வியெட்நாம் ‘வார்’ வேற போய்க்கிணு இரிஞ்சி . . . தாங் யுத்த காலய இவறாய்... பாருங்கவா எப்பிடி எளும்பீட்டாய்ங்க? சந்தியா வாகே வலாசிட்ட பலன்ன ... மல்லி” மிகுந்த குதூகலத்தோடு சொல்லிக்கொண்டிருந்தான் ரஞ்ஜித். சந்தியா காலத்தில் அப்படி என்னதான் ஆச்சர்யம் காத்திருக்கிறது?

பகல் வேலை முடித்துத் துறைமுகப் பணியாளர்கள் படியிறங்கிப் போய்விட . . . இரவுத் தொழிலாளர்கள் பணியேற்க வந்தார்கள். அவர்களுடன் கூடவே அந்த ஆச்சர்யங்களும் கப்பலேறின. நவநவமாக ஆடைகளணிந்த பெண்கள் ... மயக்கும் முகப்பூச்சுகளுடனும், மூச்சுத் திணறவைக்கும் வாசனைத் தைலங்களை ஸ்வாசக் காற்றெங்கும் விசிறியபடியும் ... கடின உழைப்பால் களைத்திருந்த கடலோடிகளுக்கு உயிர்ப்பு அளிக்கும் ஒரே நோக்கத்தோடு கப்பலின் மேற்தளத்தில் சஞ்சரித்துக்கொண்டிருந்தார்கள். ரஞ்ஜித்தின் குதூகலப் பின்னணி இப்போது புரிந்தது.

“ஹாய் மை டியர் . . . யூ வான்ட் டு ஹாஃவ் எ குட்டைம்?”

“கிவ் மீ ட்வென்டி பாத், ஐ வில் பீ வித் யூ த ஹோல்நைட்” என்றவாறான வசனப் பிரயோகங்கள் கப்பலின் மேற்தளம் எங்கும் எதிரொலித்தன. இருபதே தாய்லாந்துப் பணத்தாள்களில் இரவு முழுவதும் ஆனந்த லஹரிதான்! மூன்று மாதகாலமாகக் கொளுப்பேறிய கப்பல் சாப்பாட்டோடு காய்ந்து ... மோஹத்தீயில் கருகிக்கிடந்த கடலோடிகளால் இந்தக் குறைந்த செலவில் நிறைந்த இன்பம் அனுபவிப்பது சாத்தியமே!

வழியில் எதிர்ப்பட்ட விஜயனிடம் “டோன்ட் பி ஷை . . . ஹணி . . . ஐ வில் டேக் கெயார் எவ்றித்திங்” என்றாள் ஒருத்தி. அவன் கன்னிகழிந்திராதவன் என்று எப்படித்தான் அறிந்தாளோ? அவனும் கழித்துவிடச் சித்தமாகி அவளை ‘காபின்’இற்கு அழைத்துப் போயேவிட்டான்! கன்னிமை கழிந்த, கழித்துக்கொள்ளப் போகிற எல்லோருமே மன்மதன் முன்னே மண்டியிட்டு விட்டார்கள் . . . என்னையும், செல்வராஜாவையும் தவிர. அட . . . அப்பாவியாத் திகழ்ந்த ஜெயக்குமார்கூடக் களத்தில் இறங்கிவிட்டானே!

அந்த இரவு முழுவதும் துறைமுக மேடைகளில் இருந்த ராட்சதக் 'க்றேன்'களும், கப்பலின் 'காபின்'களுக்குள் விச்வரூபம் எடுத்திருந்த 'க்றேன்'களும் 'ஹாட்ச்'களுக்கு உள்ளேயும் வெளியேயுமாக மிகுந்த பரபரப்போடு இயங்கிக்கொண்டிருந்தன! எம்.வி. ஔரோறா மூதாட்டியும் இன்பக் கிளுகிளுப்பில் அதிகாலை வரையில் ஆடிக்கொண்டிருந்தாள். மறுநாள் காலையில் நாங்கள் எல்லோரும் 'க்றூ மெஸ்'இல் சந்தித்துக்கொண்டபோது முன் அனுபவஸ்தர்களின் முகங்களில் இன்பத்தின் களைப்பு தெரிந்தது. முதலிரவுக்காரர்களோ அடித்துத் துவைத்த துவாய்த் துண்டாய்த் துவண்டு காணப்பட்டார்கள். வழக்கத்தை விட 'குக்'அத்துலவும், 'சீஃவ் ஸ்ருவேட்' ராஜீவ் ஷர்மாவும் அதிகமாக 'லுக்காணிக்கா', 'பேக்கன்', 'சீஸ்' பொரித்த, அவித்த முட்டைகள், ஆரஞ்சுப் பழச்சாறு... என்றவாறு அமர்க்களப்படுத்தியிருந்தார்கள் இனி வரப்போகும் இரவுகளுக்கான முதலீடுகளாக!

நேற்றுக் காலைதான் கப்பல் அணைத்துக் கட்டப்பட்டது. அதற்குள்ளாக ஒரு பகலிலும் இரவிலும் ஐந்து களஞ்சிய அறைகளிலும் கால்வாசி நிரம்பிப் போய்விட்டிருந்தது பொதிகளால். இப்படியே போனால் இன்னும் நான்கு அல்லது ஐந்தே நாட்களில் நாங்கள் சிங்கப்பூரை நோக்கிக் கிளம்பிவிடுவோம்! இதில் நிறையப்பேருக்கு அதிக உடன்பாடு இல்லாதிருந்தது. அன்று மத்தியான்னமோ, இரவிலோ யாருமே 'மெஸ்'இல் உணவு கொள்ளவில்லை. கப்பலின் மேற்தளத்தில் பரப்பிக்கிடந்த உணவுச்சாலைகளில் விதம்விதமாகத் தாய்லாந்துப் பண்டங்கள் பரிமாறப்பட்டன. சூடாகத் தயாராகிக் கொண்டிருந்த 'தும்யும் சூப்'இலிருந்து எழுந்த தேங்காய்ப் பால் வாசனை... நாங்கள் அதுவரையில் மறந்துபோயிருந்த எமது ஊரின் ஞாபகங்களை மீட்டெடுத்தது. கடலுணவுகளோ கடலளவு! பெயர்கள் வாயில் நுழையாது போயினும் சுவைகள் சுலபமாக நுழைந்துகொண்டன.

அன்று அந்தியில் புதிதாக ஆச்சர்ய மந்தாரைகள் வந்தன. நேற்று வந்தவர்களைக் காணவில்லை. பூக்கள்... புதிய புதிய வண்டுகளைத் தேடிப்போயிருக்கும்! நேற்று ராத்திரியில் பூத்த மலர்களோ முழுதாக மொட்டவிழ்க்க முன்னரே 'காபின்'களுக்குள்ளே காணாதொளித்தனர். இன்றிரவு நிலைமை அப்படியல்ல. இந்த மலர்கள் கப்பலின் ஆண்துணைகளோடு கைகோத்தபடி அங்காடிகள் ஒவ்வொன்றாக வலம் வந்தனர். ஆடவரின் தாராள மனப்பான்மைகளால் உணவும் அன்பளிப்புகளும் பெற்றதில் . . . முகங்கள் முற்றாக மலர்ந்த பின்னரே பஞ்சணை நோக்கி வெஞ்சாமரம் வீசி விலகினர்! பம்பாயிலிருந்து கிளம்பி... கிரேக்கத்துக்கு வந்து இறங்கிக் கப்பலில் பணியேற்க ஏறிய ஆறு மாதங்களில் சேர்த்த திரவியங்களை

எல்லாம் தாய்லாந்திலேயே இவர்கள் எல்லோரும் தாரை வார்த்துக்கொடுத்துவிடுவார்களோ என்று தூரத்தே நின்று இதையெல்லாம் பார்த்துக்கொண்டிருந்த எனக்குத் தோன்றியது.

எனக்காக ஒரு முன்னை நாள் கெரில்லாப் போராளி எனது 'காபின்'இற்குள் காத்திருக்கிறாள். அவலங்களில் மூழ்கிக் கிடந்த அவளது வாழ்வின் திசையையே மாற்றியமைக்கக் கூடிய ஓர் உதவியை நான் இந்த நிமிடத்தில் . . . எனது வேலைக்கே ஆபத்து ஏற்படும் . . . அகப்பட்டுக்கொண்டால் சட்டவிரோதமாகக் கப்பலுக்குள்ளே ஆள் கடத்திய சர்வதேசக் குற்றத்திற்காக அடுத்துக் கரையொதுங்கும் துறைமுகத்தில் என்னை பம்பாய்க்கோ, இலங்கைக்கோ திருப்பிஅனுப்பி விடுவார்கள் . . . கப்பலேறுவதற்காக அன்று அம்மாவின் நகைகளை அடமானம்வைத்து . . . யாழ்ப்பாணத்துச் சுண்டுக்குளியில் அக்காவிடம் கொண்டுபோய்க் கொடுத்து . . . முகம் தெரியாத ரோஹான் கந்தப்பாவிடம் மாண்டுபோன முப்பதினாயிரம் ரூபாய்களை மீட்டெடுத்து . . . கூடவே மக்கள் வங்கியில் கிடக்கும் ஆபரணங்களை அம்மா அணிந்துகொண்டு திருக்கோணமலைக் காளி கோவிலுக்குப் போவதெல்லாம் . . . கனவு என்று தெரிந்தும் . . . துணிந்து செய்துகொண்டிருப்பதில் . . . என் மீதான அவளுக்குள் சுரந்த பிரியங்களையும், நன்றிகளையும் எனக்குத் தெரிவிக்க வெறும் வார்த்தைகளை விடவும் அழுத்தமானதாக அவள் தேர்ந்துஎடுத்துக்கொண்டது தனது மனதையும் தேகத்தையும் எனக்குள்ளே சரணடைய வைத்து விடுவது என்பதே. இதனை நன்றி மீதூரப் பெற்ற காதல் என்று கொள்ளலாமா? எனக்குப் புரியவில்லை.

அவள் என்னிடம் வேறொன்றையுமே எதிர்பார்க்கவில்லை. கடந்த ஒருவாரகாலமாக அவளுடன் நான் ஏற்படுத்திக் கொண்டிருந்த உறவில் அன்பின் ஸ்ருதி சேர்ந்திருந்தது. மனங்கள் இரண்டும் லய சுத்தமாகச் சேர்ந்தே இருந்தன. நேற்றிரவில் வந்த பெண்களோடும், இன்றிரவில் இதோ . . . கைகோத்து சென்று . . . உறவில் நுழைந்து . . . இருபது 'பாத்' பணத்தோடு காலையில் வெளியேறப்போகும் பெண்களோடும் இவர்கள் கொண்ட, கொள்ளும் உறவு எப்படியிருக்கும் . . . எப்படியான ஸ்ருதி, லயசுத்தங்கள் இருக்கும் என்றெல்லாம் என் மனது ஆராய்ந்துகொள்ள எத்தனித்தது.

இந்தநேரம் பார்த்துகிரேக்கத்தில் கப்பலில் ஏறி புதிதில் 'திஸ்ஸலோணிக்கி'நகரில் ஒரு ஞாயிற்றுக்கிழமை மாலையில் களு ரஞ்ஜித், நான், என்னைப்போலவே இன்னுமொரு கள்ள ஸீ.டி.எஸ்.காரன் கொழும்பு கொச்சிக்கடை செல்வராஜா,

முன்னொருபோதில் ரஞ்ஜித்துடன் வேலைபார்த்துக் கொண்டிருந்த... எதேச்சையாகப் பக்கத்துக் கப்பலில் சந்தித்த ஆப்பிரிக்க நாடான தன்ஸான்னியாக்காரன் ஜூலியஸ் நைரேரேயுமாக ... சிவப்புவிளக்குப்பகுதியில் ஒரு வீட்டின் ஜன்னலில் தெரிந்த நிர்வாணங்களில் மயங்கி ... அவர்களோடு நானும் உள்ளே சென்று அறுபது 'த்ரக் மார்க்ஸ்' அழுதுவிட்டு 'பெட்டர் லக் நெக்ஸ்ட் டைம்... மை டியர் சைல்ட்' என்று உபதேசம் பெற்றுத் திரும்பியது ஞாபகத்தில் உறைத்தது. 'அட ... சும்மா எதற்குத் தேவையில்லாமல் மூளையைக் குழப்பிக் கொள்கிறாய்... முண்டம்...' என்று புத்தி எரிச்சலோடு எச்சரிக்க மனம் அதைப் புறந்தள்ளிவைத்துவிட்டது.

அந்தி, இரவுக்குள் அமிழ்ந்தது. இரவுவேலைக்காரர்கள் பொதிகளை அதிஉயர்ந்த குதிரைச்சக்தி வேகத்தில் இட்டு நிரப்பிக் கொண்டிருந்தனர். கப்பலின் முன்புறத்தில் நின்றிருந்த நான் எனது 'காபின்'நோக்கித் திரும்பிவருகையில் பின்புறத்தில் செல்வராஜா ஓர் உணவு அங்காடியின் முன்னே கடத்தி வந்த படகோட்டிப் பெண்ணோடு நிற்பதைக் கண்டேன். இருவரும் கைகளில் உணவுத்தட்டுகளை ஏந்தியபடிச் சாப்பிட்டுக் கொண்டிருந்தார்கள். உள்ளூர அச்சம் பந்தாகத் திரண்டு நெஞ்சை அடைத்தது.

அருகில் சென்று "ஏன் இப்ப இவளை வெளியே கூட்டி வந்தீங்க செல்வா?" என்று கேட்டேன். ஒருவார காலமாக அறைக்குள்ளேயே அடைந்துகிடக்கிறாளே ... ஒரே கப்பல் சாப்பாட்டையே சாப்பிட்டுக் கொண்டிருக்கிறாளே ... கொஞ்சம் காற்றோட்டமாக ... வாய்க்கு ருசியாகச் சாப்பிடட்டுமே ... அதனால்தான்" என்று விளக்கம் அவன் வாயிலிருந்து வந்தது. "எனக்குப் பயமாக இருக்கிறது" என்றேன். "இவர்கள் எல்லோருக்கும் ஒரே முகம் ... ஒரே நிறம்... ஒரே உயரம் ... கூட்டத்தோடு கூட்டமாகக் கலந்து போய்விடுவாள் ..." என்றான். இந்த விளக்கங்கள் கொஞ்சம் அதிசாமர்த்தியமாக இருப்பதாக எனக்குப் பட்டது. ஒன்றும் பேசாது மனது சமாதானப்படாமல் எனது 'காபின்' நோக்கித் திரும்பினேன்.

கெரில்லாப் போராளி எனக்காகக் காத்திருந்தாள். 'குளியலறைக்குப் போகவேண்டும்' என்றாள். அத்தனை 'காபின்'களிலும் இரண்டாம் இரவு அரங்கேறிக்கொண்டிருந்ததால் அதன் கதவுகள் இப்போதைக்குத் திறக்காது ... என்றாலும் எச்சரிக்கையோடுதான் அழைத்துப்போனேன் ... ஒரே முகம் ... ஒரே நிறம்... ஒரே உயரம்... என்கிற சமத்துவங்களில் நம்பிக்கை யில்லாது. இயற்கைக்கடன்களை முடித்து அவள் குளித்து

வரும்வரையில் காவலிருந்தேன். திரும்பிவரும்போது லூயிஜ்ஜி 'காபின்'இலிருந்து வெளியே வந்தான். மங்கலான விளக்கின் வெளிச்சம் ஓரளவு சாதகமாக இருந்தது. "யே . . . மான் . . . இஸ் தற் யூ? ஃவைனலி யூ காட் வண் டூ . . . ஹா? ஹாவ் ஃவண் ப்ரதர் . . . டெல் மீ எவ்றித்திங் டுமாரோ . . . ஓகே . . . மான்" வழமையே போல் அட்டகாசமாகச் சிரித்தபடி தாண்டிப் போனான். போக இருந்த உயிரை எட்டிக் கையில் பிடித்துக் கொண்டுத் திரும்பி வந்து கட்டிலில் விழுந்தோம்.

சற்று முன்னர் நான் பார்த்ததைச் சொன்னேன். அவள் முகம் மாறியது. சலனமில்லாமல் என்னையே கண்களுக்குள் ஊடுருவிப் பார்த்துக்கொண்டிருந்தாள். எங்கோ... ஏதோ சரியில்லை என்று எனக்குத் தோன்றியது. ஒரே முகம்... ஒரே நிறம்... ஒரே உயரம்... விளக்கங்களைச் சொன்னேன். ஊடுருவிய பார்வையை விலத்திக்கொள்ளாமலே சிறிய மௌனத்தின் பின்னராக 'மொழியால் வேறுபடுகிறோமே' என்று முனகினாள். இதைச் சொல்லும்போதில் விழியோரங்களில் சற்றே நீர் கசிந்த மாதிரி இருந்தது. 'சுரீர்' என்றது மூளைக்குள்ளே. மறுநாள் எது நடக்கக் கூடாதென்று இவ்வளவு பிரையாசை எடுத்துக்கொண்டோமோ... அது நடக்கத்தான் நடந்தது.

அடுத்த நாள் காலையில் அந்தப் பெண்கள் இருவரையும் 'காபின்'இற்குள் இருத்திவிட்டு நானும் செல்வராஜாவும் எல்லோரையும்போல வேலைக்குச் சென்றோம். காலை உணவை முடித்துக்கொண்டு 'டெக்'இற்கு வந்தால் . . . 'க்றேன்' களின் மூலமாகப் பொருட்களை களஞ்சியஅறைகளுக்குள்ளே நிரப்பிக் கொண்டிருப்பதால் 'விஞ்ச்'களுக்கு 'க்றீஸ்'பூசி எண்ணெய் விட்டுக்கொடுப்பது, 'மாஸ்ற்'களில் ஏறி கறள் சுரண்டிப் 'ப்ரைமர்' பூசிவிடுவது, 'லைஃவ் போட்'களை இறக்கிவைத்துப் பராமரித்துக் கொள்வது, 'ஃவணல்'இன் உட்புறம் 'என்ஜின் ரூம்'இலிருந்து வெளியேறிய புகையினால் படிந்திருந்த கரியைத் துடைத்துச் சுத்தம்செய்வது போன்ற ஊனினை உருக்கும் வேலைகள் அணிவகுத்து நின்றன. 'போட்ஸ்வெய்ன்' கோல்டி லெஸ்பரேன்ஸா 'ஏ.பி'களுக்கான இந்த வேலைகளை ஆளாளுக்குப் பகிர்ந்து கொடுத்துவிட்டு "அவசரப்படாமல் மெதுவாகச் செய்யுங்கள்... சக்தியை விரயமாக்காமல் . . . இரவுக்குத் தேவைப்படும் . . . சரியா?" என்று சொல்லிச் சிரித்துவிட்டு அப்பால் நகர்ந்தான்.

முற்பகலும் பிற்பகலுமாக முறிந்துவிட்டு ஐந்து மணிக்கு வேலை முடித்து உடலில் சிந்திக்கிடந்த 'பெய்ன்ற்' 'க்றீஸ்' எண்ணெய்க் கறைகளைத் துடைத்துச் சுத்தம்செய்து குளித்தானபின் . . . மற்றவர்கள் மேற்தளத்தில் மாலையின்

சந்தோஷங்களை நோக்கிப்போவதை உறுதிப்படுத்திக் கொண்டு நானும், செல்வராஜாவும் அவரவர் 'காபின்'களுக்குத் திரும்பினோம் . . . அந்தப் பெண்களுக்கான பொறுப்புகளை மேற்கொள்வதற்காக. கதவைத் திறந்து உள்ளே நுழைந்த மறுகணம் ஏககாலத்தில் இருவரும் ஒருவரைஒருவர் நோக்கி ஓடிவந்தோம் . . . இரு கரங்களையும் விரித்தபடி ! அவர்கள் இருவரையும் காணவில்லை. எங்களால் எதுவும் பேசிக்கொள்ள முடியவில்லை. அதிர்ச்சி அப்படிப் போட்டுத்தாக்கியிருந்தது. முகபாவனைகள் மட்டுமே பேசின. என்ன நடந்திருக்கும்... எங்கே போயிருப்பார்கள் . . . எங்கேயென்று போய்த் தேடுவது . . ? பட்டப்பகலில் . . . பூட்டிக் கிடந்த 'காபின்'களில் . . . மாற்றுச் சாவிகள் 'காப்டன்'இடத்தில் . . . அடுத்து என்ன செய்வது . . .?

நாங்கள் இருவரும் ஒருவரையொருவர் பார்த்துக்கொண்ட போது இருவர் முகங்களிலும் ஒரேசமயத்தில் ஒன்றுக்கு மேற்பட்ட பேய்கள் அறைந்து விட்டிருப்பது தெரிந்தது. கொஞ்சம் சுதாரித்துக்கொண்டு மெதுவாக 'காபின்' தொகுதியை விட்டு வெளியே வந்து 'மெஸ்'ஸுக்குப் போனோம். அங்கே 'குக்' அத்துலவும், உதவிக் 'குக்' 'ஸீஷெல்ஸ்'காரன் வின்சென்ட்டும், 'க்றூ மெஸ் பாய்' ஜெயக்குமாரும் ஏதோ கடனேயென்று ஆக்கிப் போட்ட உணவுகளும் . . . மாலை ஏழு மணியாவதற்காகப் பார்த்துக்கொண்டிருந்தனர் . . . வேலையை முடித்துக்கொள்ள.

ஏழுமணிக்கு மேல் 'ஆபீஸர்ஸ் மெஸ் பாய்' மருதானை ரவி பரப்பாகக் கீழே இறங்கிவந்து சைகையால் என்னையும் செல்வராஜாவையும் அழைத்துக்கொண்டு கப்பலின் பின்புறம் நோக்கி நடந்தான். அன்று பகல் நடந்துமுடிந்த அனைத்தையும் . . . அவன் அறிந்திருந்த அனைத்துக் கெட்ட வார்த்தைகளாலும் செல்வராஜாவைத் திட்டித் தீர்த்தபடியே மூச்சு வாங்கச் சொல்லி முடித்தான்.

28

தலைக்கு வந்தது

மருதானை ரவிக்கு இருபத்திமூன்றே வயதுதான் ஆகிறது. நடுத்தர உயரத்தில், மிக மெலிந்த தேகம். இடது கன்ன உச்சி பிரித்த . . . அலைகளே இல்லாத அடர்த்தியான கரிய கேசமும் கூரிய மீசையும் கொண்ட . . . குழந்தைத்தனம் இன்னமும் அகலாத இதய வடிவமான முகம். மூத்த சகோதரிகள் இருவர் இளம் வயதிலேயே ஒருவர் பின் ஒருவராக முறையே மலேரியா காய்ச்சலுக்கும், வாந்திபேதிக்கும் பலியாகிவிட பல வருடங்கள் கழித்துப் பிறந்தவன். வயதாகிக்கொண்டிருந்த தகப்பனார் இராசையா கொழும்பு மருதானவில் இருந்த ‘ஒலிம்பியா’ திரையரங்கில் நுழைவுச்சீட்டுகளைக் கிழித்துக் கொண்டிருந்ததில் கிடைத்த வருமானத்தில் ஒரு ஒண்டுக்குடித்தனத்தில் தாயாரையும், இவனையும் பராமரித்துக்கொண்டிருந்தார். ‘எலி வளைகூட கொஞ்சம் பெருசாயிரிக்கும் . . .’ என்று ரவி என்னிடம் ஒருமுறை சொல்லியிருக்கிறான். தந்தை இராசையா ஒரு தீவிர இடதுசாரி. இலங்கை கம்யூனிஸ்ட் கட்சியின் சீனச் சார்பு பிரிவில் தன்னை இணைத்துக்கொண்ட இவர், பின்னர் அதிலிருந்து பிரிந்து சென்ற ரோஹண விஜேவீரவுடன் தானும் வெளியேறி அவர் நிறுவிய ‘மக்கள் விடுதலை முன்னணியில்’ ஆரம்பக் காலத்திலிருந்தே முனைப்பாக இயங்கியவர்.

பின்னர் 1971ஆம் ஆண்டில் இலங்கையில் கிளர்ச்சியொன்றைத் தூண்டிவிட முயன்றதற்காக சிரிமாவோ பண்டாரநாயக்க அரசினால் ரோஹண விஜேவீர கைதாகி யாழ்ப்பாணச் சிறைச்சாலையில்

அடைத்து வைக்கப்பட்டிருந்த நிலையில் அதே வருடம் ஏப்ரல் மாதம் 5ஆம் திகதி 'மக்கள் விடுதலை முன்னணி' என்கிற 'ஜனதா விமுக்தி பெரமுன' நாட்டின் பல பாகங்களில் பெரும் ஆயுதக்கிளர்ச்சியில் ஈடுபட்டு . . . அதுவும் இந்தியா, சீனா நாடுகளின் உதவியோடு 30,000ஆம் இளைஞர், யுவதிகளின் மாபெரும் உயிர்ச் சேதங்களுடன் முறியடிக்கப்பட்டபின் ஜே.வி.பி. கட்சி இலங்கை அரசால் தடைசெய்யப்பட்டுவிட . . . தோழர் இராசையா சில காலம் பொதுவுடமை அரசியலிலிருந்து ஒதுங்கி யிருந்தார்.

மீண்டும் 1977ஆம் ஆண்டில் ஐக்கிய தேசியக் கட்சி பொதுத் தேர்தலில் வெற்றி பெற்றுவிட . . . ஆட்சியில் அமர்ந்த ஜே.ஆர். ஜெயவர்த்தன ரோஹண விஜேவீரவை விடுதலை செய்து, ஜே.வி.பி மீதான தடையையும் நீக்கிவிட . . . நாடாளுமன்ற ஜனநாயக முறைக்குத் திரும்புவதாகச் சொல்லி 'மக்கள் விடுதலை முன்னணி' மீண்டும் இயங்கவாரம்பிக்க, தோழர் இராசையா மீண்டும் உயிர்த்தெழுந்தார். லயனல் போபகே, உபதிஸ்ஸ கமநாயக இவர்களோடும் மிக நெருக்கமாக இருந்த பழைய தோழர். 'தமிழர்கள் சுய நிர்ணய உரிமை கேட்பதில் எந்தத் தவறுமில்லை . . . அவர்களுக்கு அதற்கான உரிமை இருக்கவே இருக்கிறது . . .' என்று 'ஜனதா விமுக்தி பெரமுன'சார்பாக அறுதியிட்டுச் சொல்லிக் கொண்டிருந்தவர்.

'ஒலிம்பியா தியேட்டரில்' மாலைக் காட்சியும் இரவுக் காட்சியும் முடித்துப் பின்னிரவில் குடிசைக்குத் திரும்பிவந்து தூங்கி எழுந்து மறுநாள் பகல் முழுவதும் தவறாது கொழும்பு ஆமர் வீதியில் அமைந்திருந்த ஜே.வி.பி. அலுவலகத்திற்குச் சென்று 'செஞ்சக்தி', 'நியமுவ', 'ரெட்பவர் ' ஆகிய மூன்று கட்சிப் பத்திரிகைகளிலும் தமிழிலும், சிங்களத்திலும், ஆங்கிலத்திலும் எழுதிக் கொண்டிருந்துவிட்டு மாலையில் வேலைக்குப்போவதை வழமையாக்கியிருந்தார். தமிழர்களின் சுயநிர்ணய உரிமையை அங்கீகரித்த ஒரேயொரு தென்னிலங்கை அரசியல் கட்சி இந்தப் புதிய ஜனநாயகப் போக்கை முன்னெடுத்த ஜே.வி.பி. மட்டுமே என்று உறுதியாக நம்பியிருந்தார்.

மருதானவில் பிரபலமான ஆனந்தா கல்லூரியில் ரவியைப் பாடுபட்டுப் படிக்கவைக்க முயன்றுகொண்டிருந்தார். பாடசாலை விடுமுறை நாட்களில் அவனையும் அழைத்துக்கொண்டு ஜே.வி.பி. அலுவலகத்திற்குச் செல்வார். ரவியும் ஓடிஓடித் தோழர்களுக்குத் தேனீர் தயாரித்து வினியோகித்துக்கொண்டிருப்பான். அவ்வப்போதில் வெளியே சென்று அருகில் இருந்த தமிழர் களின் உணவகங்களில் வடை, வாய்ப்பன், போண்டா,

போளி . . . சிற்றுண்டிகளை அவர்களுக்காக வாங்கிவந்தும் கொடுத்துக்கொண்டிருப்பான். 'அந்த வயசிலயே எனக்கு ஒரு 'ஹஞ்ச்' இருந்திச்சுவா ... இத மாதிரி ஒரு வேலதான் கெடைக்கு மின்னு ...' என்று சொல்லிப் பல தடவைகள் சிரித்திருக்கிறான்.

தோழர் இராசையா அதிகம் படித்திராதவர். வெறும் ஆரம்பக் கல்விதான். ஒரு தோட்டத் தொழிலாளியின் மகனுக்கு உயர்கல்வியென்ன வேண்டிக்கிடக்கிறது? அதீதமான வாசிப்பு இருந்ததால் சுயமாகவே கற்றுத் தேறி சிங்களம், தமிழோடு ஆங்கிலத்திலும் எழுதக்கூடிய அறிவைப் பெற்றிருந்தார். 'எண்ட அப்பாவு 'ஹட்டன்'ல பிறந்து அவிங்க அப்பாவோட 'லைன்'ல ஒரு காம்பிராவுல இருந்து ... பொறகு மருதான வந்தும் 'லைன்'ல ஒரு காம்பிராவுல தான்வா ... பாவம் அப்பாவு ... கண்டீல போய் படிச்சிருந்தாக்கா எங்கயோ ஒரு ஒசரத்துக்குப் போயிரிப்பார்' கண்கள் பனிக்கச் சொல்லி இருக்கிறான் ரவி. தோழருக்கு வயது ஏறியது ... ரவிக்கோ படிப்பு ஏறவில்லை. அப்பாவிடம் இருந்து இவனுக்குக் கிடைத்தது அவரது ஆங்கில அறிவும், அவர் வேலையிலிருந்து ஓய்வுபெற்றபோது 'ஒலிம்பியா தியேட்டரில்' அதுவரை கிழித்த கிழிப்புக்கு வருங்கால வைப்புத்தொகையான 'ப்ராவிடன்ட் ஃவண்ட்' பணமும் மட்டுமே. அந்தத் தொகையை இவனுக்குக் கொடுத்தார் . . . ஏதாவது செய்து பிழைத்துக்கொள் ... என்று. இதோ . . . இங்கே எம்.வி.ஔரோறாவில் பரிசாரகம் செய்துகொண்டிருக்கிறான்.

இயல்பாகவே அமைதியாக இருப்பவன், அதிர்ந்து பேசாதவன் ரவி. அவனை விடவும் பல வருடங்கள் வயதில் மூத்த செல்வராஜாவிடம் அப்படி . . . 'சரீக்கு ஜுவால் ஏறித்தானே . . .' பாய்வான் என்று செல்வராஜாவோ நானோ கற்பனைகூடப் பண்ணியதில்லை . . . அவ்வளவு கோபம் பிள்ளைக்கு! இருக்காதா பின்னே? எங்கள் மூன்று பேரினதும் பிழைப்பைக் கடலுக்குள் புரட்டித்தள்ளிவிடும் காரியமல்லவா நடந்திருக்கிறது? தமிழிலும், சிங்களத்திலும், ஆங்கிலத்திலும் செல்வராஜாவை அவன் திட்டித் தீர்த்த வார்த்தைகளைத் தொகுத்துத் தோழர் இராசையாவுக்கு நேரில் என்னால் சொல்ல முடிந்திருந்தால் 'இவன் தந்தை என்நோற்றான்கொல்?' என்று வியந்து பாராட்டியிருப்பேன். அந்த மாலைநேரத்துச் சூரியனின் ஒளியில் செல்வராஜாவின் நிழலும் முதுகு கூனிப்போய் கப்பலின் பின்புறத்துச் சுவரில் விழுந்திருந்தது.

அன்று மத்தியான வேளையில் 'காப்டன், ஆபீஸர்'களுக்கு உணவு பரிமாறிமுடித்துவிட்டு வழமையேபோல் அவர்களது 'காபின்'களைச் சுத்தம்செய்யப் போயிருந்திருக்கிறான் ரவி.

‘ஸெக்கண்ட் ஆபீஸர்’ ப்ரஸன்னா யாதவ்வின் அறைக்கதவைத் தட்டியபோது உண்ட களைபைத் தொடர்ந்துவரும் குட்டித் தூக்கத்திலிருந்து எழுந்துவந்து கதவைத் திறந்தார். அவருக்கு ரவியை நிறையவே பிடிக்கும். உள்ளே நுழைந்ததும் கதவைச் சாத்திவிட்டுத் தாழ்ந்த குரலில் பேசவாரம்பித்தார்.

“உட்கார் ... உட்கார் ... உனக்குச் சில முக்கியமான விஷயங்கள் சொல்லியாக வேண்டும். ஆழ்கடலின் மடியில் நிலநடுக்கம்போல ‘ப்ரிட்ஜ்’இல் இருந்து கப்பலில் மேற்தளப் பணியாளர்களை நோக்கி ஒரு பேரலை அடிக்கப்போகிறது. இது பற்றி எனக்குத் தெரிந்ததை நான் உனக்குச் சொல்லித்தான் ஆகவேண்டும். ஆதியோடந்தமாகச் சொல்லிமுடித்துவிடுகிறேன். அதன் பிறகு இங்கே நிகழ்ந்த, எனக்கும் உனக்குமான இந்த உரையாடல் நேர்ந்ததே இல்லை என்பதாக நீ நம்ப வேண்டும் ... என்ன சொல்கிறாய்?”

“அப்படியே செய்கிறேன் ‘ஸெக்கண்ட்’ ... சொல்லுங்கள்”

“நல்லது ... கவனமாகக் கேட்டுக்கொள் ரவி ... எங்கள் கப்பல் கம்பெனியின் ‘பாங்காக் ஏஜென்ட்’ ... அதுதான் நீ அடிக்கடிப் பார்த்திருப்பாயே ... இந்த ‘ஸிம்ஸன்ஸ் கார்டூன் ஷோ’ வில் வரும் ‘கேர்க் ஸிம்ஸன்’ போல கோட், சூட் அணிந்து கொண்டு தடித்த மூக்குக்கண்ணாடி போட்டபடி ‘போர்ட் காப்டனோடு’ பேசிக்கொண்டிருப்பானே ...”

“ஆம்... பார்த்திருக்கிறேன்... நான் பல தடவைகள் குளிர்ந்த ‘பியர்’ கொண்டுபோய்க் கொடுத்திருக்கிறேன் ‘ஸெக்கண்ட்’... சொல்லுங்கள்.”

“அவனிடம் கப்பலில் சரக்கு ஏற்றிக்கொண்டிருக்கும் ஊழியர்கள் ஒரு வியெட்நாமியப் பெண்ணைப் பார்த்ததாகத் தகவல் தந்திருக்கிறார்கள். இந்தக் கப்பல் வழியாகவே அவள் கடத்தப்பட்டிருக்கலாம் என்று தான் நம்புவதாக ‘நிக்கோஸ்’ இடம் இன்று காலை சொல்லிக்கொண்டிருந்தான். அவளாகவே ஒளித்துக்கொண்டு வந்திருந்தால் பெரிதாகப் பிரச்சனை இருக்காது. ஒளித்துவைக்கப்பட்டு வந்திருந்தால் கம்பெனிக்கு அபராதமோ அல்லது விசாரணை முடியும் வரை கப்பல் இங்கேயே தாமதித்துக்கிடப்பதோ விளைவுகளாகும். இதனால் ‘கம்பெனிக்கு’ ஏகப்பட்ட நஷ்டம் ஏற்படும். அவள் அகப்பட்டுக்கொண்டு கடத்தியவனையும் அடையாளம் காட்டினால் அவனும் பம்பாயில் தான் போய்முடிவான் ... நிக்கோஸும் பனயோதிஸும் அந்த ‘பாங்காக் ஏஜென்ட்’டும் ‘க்ரூ காபின்’களுக்குச் சென்று திறந்துபார்க்க இருக்கிறார்கள் ... இப்போதே அவர்கள் அதனைச் செய்துகொண்டிருக்கலாம்”

'செக்கண்ட் ஆபீஸர்' ப்ரஸன்னா யாதவ் இதைச் சொல்லிமுடித்தபோதில் ரவியின் கால்பாதங்களின் கீழே கப்பலின் இரும்புத்தரை நழுவிப்போய்க்கொண்டிருப்பதாக உணர்ந்தானாம். அதனைத் தொடர்ந்து அவர் சொல்லிக் கொண்டிருந்த "சம்பந்தப்பட்டவர்கள் யாராவது... அவதானமாக... எச்சரிக்கையோடு... பாம்பே..." ஒலிகள் எல்லாம் கடலுக்குள் மூழ்கிப்போய்க்கொண்டிருந்ததாகச் சொன்னான். எப்படியோ ஒரு வேகத்தில் சுதாரித்துக்கொண்டு 'அப்பர் டெக்'இலிருந்து இறங்கிவந்து கப்பலின் பின்புறம் 'க்றூ காபின்' தொகுதிக்கு வந்திருக்கிறான். நல்லவேளையாக ஐந்தாம் இலக்க 'ஹாட்ச்'இல் சீனிமூடைகள் நிரப்பப்பட்டு பணியாளர்கள் யாரும் இல்லா திருந்தது.

வந்தவன் கப்பலின் பின்பக்கத்தில் கப்பலைக் கட்டி வைக்கும் தடித்த கயிற்றுச்சுருள்களுக்கு நடுவே சதுரவடிவில் ஒரு சின்னஞ் சிறிய இரும்புக்கதவு மூடப்பட்டுக்கிடந்ததைக் கண்டிருக்கிறான். கயிற்றுச்சுருள்களைச் சிரமப்பட்டுச் சற்றே ஒதுக்கிவைத்து அந்த மூடியைத் திறந்துபார்த்திருக்கிறான். அதனுள்ளே ஒரு துளை வழியாக இரும்புக்கம்பிகளாலான ஏணிப்படிகள் கீழே இறங்கிப்போவதைக் கண்டு உள்ளே நுழைந்துபோனபோது... அது கப்பலின் அடிப்பாகத்தில் ஒடுங்கிப்போயிருந்த ஒரு சிறு பகுதியில் அவனைக் கொண்டு போய்ச் சேர்த்திருக்கிறது. 'எஞ்ஜின் ரூம்'இலிருந்து 'ஷாஃப்ட்' நெடுஞ்சாண்கிடையாக விழுந்து கிடந்த கிரேக்கத்தின் ஒரு பழங்காலத்துத் தூணைப்போல நீண்டுவந்து 'ப்ரொபெல்லர்' உடன் இணைந்துகொண்டிருந்த எண்ணெய்ப் பிசுக்கு நிறைந்த கப்பலின் ஆணிவேர்த்தளத்தைக் கண்டிருக்கிறான்.

மீண்டும் அந்த ஆழத்திலிருந்து மேலேறிவந்து மிகுந்த எச்சரிக்கையோடு என்னுடையதும் செல்வராஜாவினதும் 'காபின்'களைத் தட்டித் தன்னை அடையாளப்படுத்தி அந்த இரண்டு பெண்களையும் ஒருவர் பின் ஒருவராக ஒளித்துக் கூட்டிவந்து அந்தக் குறுகிய துளை வழியாக அடிமட்டத்துப் பொந்துக்குள் ஒளித்து வைத்துவிட்டுத் திரும்பவும் மேலேறி வந்து 'மெஸ்'ஸுக்குப் போய் உணவு, தண்ணீர் எடுத்துக்கொண்டு மீண்டும் கீழிறங்கிப் போய்க் கொடுத்துவிட்டு நடந்த விபரங்கள் முழுவதையும் விளக்கமாகச் சொல்லி... இன்னும் இரண்டு நாட்களில் கப்பல் புறப்பட்டுவிடும்... அதுவரை பல்லைக் கடித்துக்கொண்டு சமாளிக்கும்படி அறிவுறுத்தி அவர்களை ஆறுதல்படுத்திவிட்டு... மறக்காமல் படகுக்காரியையும் ஒரு பாட்டம் திட்டித் தீர்த்துவிட்டுத் திரும்பியிருக்கிறான்.

ரவி இவற்றைச் சொல்லிக்கொண்டிருக்கும்போதில் அவன் எந்தவிதமான மனோநிலைக்குள்ளால் . . . எத்தகைய உடல்உபாதைகளுக்குள்ளால் பயணித்திருக்கிறான் அந்த மதிய வேளையில் என்பதைக் கூடவே பயணப்பட்டு உணர்ந்து கொள்ள முடிந்தது. செல்வராஜாவோ எங்கோ வெறித்துப் பார்த்துக்கொண்டு . . . ஒரு புளியங்காயைச் சாப்பிட்டுக் கொண்டிருப்பதைப் போல... அவனது கோணலான மூக்கைச் சுளித்துக்கொண்டு தன்னையே தான் தற்போது வெறுத்துக் கொண்டிருப்பதாகக் கழிவிரக்கப்பட்டுக்கொண்டிருந்தான். வயது வித்தியாசங்களைக் கடந்துபோய் ரவியிடம் மன்னிப்பு கேட்டபடி தலைகுனிந்திருந்தான். அதீதமான மனஉளைச்சல்... மாட்டிக்கொள்வோமோ, வேலைபோய்விடுமோ என்பது போன்ற நிலநடுக்கங்கள் . . . இதயத்துடிப்பின் லயம் துரித காலத்தில் அடித்தல் . . . போன்ற ஏதோர் அசம்பாவிதமும் இல்லாது சிங்கப்பூரில் அவர்கள் இருவரையும் சுலபமாக இறக்கிவிடும் சாத்தியங்கள் இருந்தும் அநியாயமாகக் கோட்டைவிட்டு விட்டோம்.

இதனைத் தொடர்ந்த மூன்று இரவுகளும் இரண்டு பகல்களும் வண்ணத்துப்பூச்சிகளாக இருந்து சிறகிழந்த அந்த இரண்டு அப்பாவி ஜீவன்களின் அத்தியாவசியத் தேவைகளைப் பூர்த்தி செய்ய நாங்கள் மூவரும் பட்ட ப்ராணாவஸ்தைகளை எழுத்தில் போடுவதென்பது அதைவிடப் பெரும் அவஸ்தையாக இருக்கிறது. எத்தனை தடவைகள் அந்தப் 'ப்ரொபெல்லர்' 'ஷாஃப்ட்' இணைந்துகொள்ளும் துளை வழியாக அல்லிலும் பகலிலும் இறங்கி ஏறினோம் என்று எங்களில் யாரும் கணக்கு வைத்துக்கொள்ளவில்லை.

ரவி நடந்தவற்றைச் சொல்லி முடித்த அன்றிரவில் நானும் செல்வராஜாவும் ஆளுக்கொரு தாய்லாந்துப் பெண்களை எமது 'காபின்'களுக்குள் அழைத்து வந்தோம்... ஓர் எதிர்பார்ப்போடு! அந்தப் பரபரப்பிலும் நாங்கள் எடுத்த முடிவு சாதகமாகவே இருந்தது. சுமார் ஒன்பது மணியளவில் 'நிக்கோஸ், பனயோதிஸ், 'பாங்காக் ஏஜென்ட்' மூன்று பேரும் கப்பலின் நடுப்பகுதியில் இருந்த 'ஆய்லர்', 'மெஸ் பாய்', 'சீஃவ் குக்', 'ஸெக்கண்ட் குக்' ஆகியவர்களின் 'காபின்'களைத் தட்டி மேய்ந்துவிட்டுக் கப்பலின் பின்புறம் 'க்றூ காபின்'களைத் தட்டி நோட்டம் பார்த்ததில்... பெண் துணை இல்லாதிருந்த ஒரு சிலரைத் தவிரத் துணையோடிருந்த எல்லோரும் தாய்லாந்துப் பெண்களாயிருந்ததில் இடையூறுக்கு மன்னிப்புகேட்டுக்கொண்டு போயினர்.

மறுநாள் காலையில் எட்டு மணிக்கு வேலையை ஆரம்பித்த நேரத்திலிருந்து அதே மூவரோடு 'போட்ஸ்வெய்ன்' ஆக இருந்த

‘கோல்டி லெஸ்பரேன்ஸா’வும், ஏ.பி.க்களாகிய நாங்களும் சேர்ந்து எம்.வி.ஒளரோறாவின் எல்லாப் பகுதிகளிலும் தேடினோம். அந்த மணித்தியாலங்களின் துளிகள் எங்கள் மனங்களிலும் மூளைகளிலும் இரும்பை உருக்கித் தெளித்துக்கொண்டிருந்ததான வேதனைகளைத் தந்தன. எப்படியோ எங்கள் ‘கள்ளன் ... போலீஸ்’ விளையாட்டு மதியத்தோடு நிறைவு பெற்றது. யாருடைய மச்சமோ கப்பலின் பின்புறமிருந்த அந்தத் துளை மட்டும் கவனிக்கப் படாமலே போயிற்று. அதற்கு மறுநாள் எதுவிதமான தேடல் நடவடிக்கைகளும் மேற்கொள்ளப்பட்டிருக்கவில்லை. அடுத்த நாளின் காலையில் ஐந்து களஞ்சிய அறைகளிலும் சரக்குகள் நிரம்பிக்கொள்ள . . . அனைத்தையும் மூடிவிட்டு . . . வானோங்கி நின்ற ‘டெரிக்’குகளைப் பதித்துவைத்து . . . சிங்கப்பூரை நோக்கிய நீச்சலுக்குக் கப்பலைத் தயாராக்கி . . . துறைமுகத்துக்கு வெளியே அழைத்துச்செல்ல ‘பைலட்’ஐ எதிர்பார்த்துக் காத்திருந்தோம்.

அன்று கலத்தைச் செலுத்துவது செல்வராஜாவின் முறை. அவனோ தனக்குக் கொஞ்சம் உடல்நிலை சரியாக இல்லை என்று ‘சீஃவ் ஆபீஸரிடம்’ சொல்லிவிட்டு என்னை மாற்றி ‘ப்ரிட்ஜ்’இற்கு அனுப்பிவைத்தான். பத்து மணியளவில் ‘பைலட்’ வந்து ‘பாங்காக்’ தலைநகரின் ‘பக்னம்’ துறைமுகத்திலிருந்து ‘எம்.வி.ஒளரோறா’ மூதாட்டியை ஆதரவோடு அந்த நதியின் வழியே என்னைக்கொண்டு அழைத்துச்சென்று தாய்லாந்து வளைகுடாவில் சேர்ப்பித்துவிட்டு இறங்கிப்போனார். கடல் அமைதியாக இருந்தது. இளந்தென்றல் ‘ப்ரிட்ஜ்’இன் இட வலமாக உடலைத் தழுவிச்சென்றதில்... வியெட்நாமிலிருந்து ஒரு பெரும் பொறுப்பைச் சுமந்துகொண்டு புறப்பட்ட நாளிலிருந்து தோள்களில் ஏற்றியிருந்த சுமையின் வலிகளை . . . அதைவிடவும் கடந்த மூன்று நாட்களாக இதயத்தில் விழுந்துகிடந்த பாரத்தின் வலியின் துடிப்புகளை . . . மெல்ல இழுத்துச்சென்று தென்சீனக் காற்றோடு கலந்துவிட்டது போன்ற உணர்வைத் தந்தது!

தாய்லாந்து மெல்லக் கண்பார்வையிலிருந்து மங்கிப் போய்க்கொண்டிருந்தது. கப்பலைத் தொடர்ந்துவந்த கடற் பறவைகள் காணாதே போயின. நான் கொழும்பு கட்டுநாயக்க விமானக் கூடத்திலிருந்து எனது தாய்நாட்டை விட்டுக் கிளம்பியபோதும் இப்படித்தான் கட்புலனிலிருந்து மங்கி மறைந்தது. இதுவெல்லாம் என்ன? மாயையா . . . இல்லையே! அந்த நினைவுகளும் சரி... ஊரை விட்டு வந்த நினைவுகளும் சரி . . . இந்த இரண்டு மாதத்து நினைவுகளும் சரி... இன்னும் உயிர்ப்போடு . . . ‘இல்லை . . . இல்லவே இல்லை . . . இவை

மாயைகள்... வெறுமனே மாயத்தோற்றங்கள் அல்லவே அல்ல' என்று ஆணித்தரமாகச் சொல்கின்றனவே!

"மை ஃப்ரெண்ட் வுட் யூ மைண்ட் ஸெற் த வீல் ஆன் ஆட்டோ பைலட்... ப்ளீஸ்" 'சீஃவ் ஆபீஸர்' உமேஷ் கன்னாவின் மிருதுவான குரல் எனது தத்துவ விசாரங்களைக் கலைத்துவிட்டது. அவர் எப்போதும் மிகுந்த மரியாதையோடு தான் எல்லோரிடமும் பேசுவார். காட்டெருமையும், குள்ள நரியும் ——— த்துப் பிறந்த முந்தைய 'சீஃவ் ஆபீஸர்' இடமிருந்து எவ்வளவு வேறுபடுகிறார்? அன்றைய 'சீப் ஆபீஸர்' டெஸ்மண்டும், அந்தப் பரதேசி 'மார்க்கோணி' வாஸ்கோவும் என்னைப் படுத்திய பாடு... இப்போது நினைத்தாலும் உடம்பெல்லாம் எரிகிறதே... கத்தியைத் தூக்கிக்கொண்டு என்னைக் கப்பல் முழுவதும் அலையவிட்டிருந்ததே!

நூற்றி எண்பது பாகையில் சுக்கானை நிறுத்தி 'வீலை'த் தானியங்கியில் பொருத்திவிட்டு மத்தியான்னம் பன்னிரண்டு மணிக்கு எனது கடமையை முடித்து 'ப்ரிட்ஜ்'இலிருந்து கீழே இறங்கி உணவுக்காக 'மெஸ்'ஸுக்குள் நுழைந்தேன். பசி பிடுங்கியது. செல்வராஜா என்னைச் சமிக்ஞையால் அழைத்து வெளியே கூட்டிச்சென்றான். பரபரப்பாக இருந்தான்!

"என்ன விஷயம் செல்வா... சொல்லுங்க"

"மத்தியான சாப்பாடு எடுத்துக்கிட்டு கீழ போனனா... அவிங்க ரண்டு பேரயும் அங்கின காணல்லவா..."

29

நாமே உருவாக்கிய நமது எஜமானர்கள்

ஒரேயொரு சாத்தியக்கூறைத்தான் நானும் செல்வராஜாவும் ஊகித்துக்கொண்டிருந்தோம். அந்த இரண்டு வியெட்நாமியப் பெண்களில் முன்னைநாள் கெரில்லாப் போராளிதான் விவேகமும், சமயோசிதமும், பகுத்தறியும் பக்குவமும் கொண்டவள். அவர்களுக்கான தேடுதல் 'காபின்'கள் தோறும், கப்பல் முழுவதும் இடம்பெற்றதையும் . . . பின்னர் ஏதொரு தடயங்களும் இல்லாது கைவிடப் பட்டதையும் நாங்கள் சொல்லி அவர்கள் அறிந்து கொண்டிருந்தார்கள். ஆதலால் முதல் நாள் இரவில் இறுதிக் கட்டமாகக் களஞ்சியஅறைகளில் சரக்குகளை நிரப்பிமுடித்துக் கப்பலை விட்டு வெளியேறிய பணியாளர்களுடனும் . . . அதுவரை கடைபரப்பிவைத்திருந்த எல்லாவற்றையும் ஏறக் கட்டிக்கொண்டு கரையேறிய வியாபாரிகளுடனும் எப்படியோ கலந்து நுண்காற்றில் மறைந்திருக்கலாம்! மறுநாள் காலையில் கப்பல் புறப்பட இருப்பதும் அவர்களுக்குத் தெரியும். அதனால் தாய்லாந்திலேயே அகதிநிலை கோர முடிவெடுத்திருக்கலாம்.

இப்படித்தான் எங்களால் எண்ணிச் சமாதானப் பட்டுக்கொள்ள முடிந்தது. இனி ரவியைக் கேட்டால்தான் தெரியும். அவன் மேலே ஆபீஸர், என்ஜினியர்களுக்கு மத்தியான்னப் படியளந்து கொண்டிருப்பான். மாலையில் வேலை முடிந்த பின்னர்தான் அவன் அகப்படுவான். அதுவரை இந்த மர்மம் துலங்காது. எது எப்படியோ

நாங்கள் இப்போது யாருக்கும் சொந்தமில்லாத சமுத்திரத்தில் மிதந்துகொண்டிருக்கிறோம். சுங்கவரியில்லாது 'விஸ்கி' 'சிகரெட்' வாங்கக்கூடிய தூரத்தில் இருக்கிறோம்! ஒருவேளை அவர்கள் கப்பலுக்குள்ளேயே வேறெங்காவது ஒளித்திருந்து பின்னர் வெளியே வந்தாலும் கப்பல் 'கம்பெனி'க்கு யாதொரு இழப்போ நஷ்டமோ இருக்கப்போவதில்லை. சிங்கப்பூரில் இறக்கிவிட்டுவிட்டுப் போய்க்கொண்டே இருப்போம். 'காப்டன்' விசாரிப்பில் எங்கள் மூவரையும் அவர்கள் அடையாளம் காட்டினால் மட்டும்..! அப்படி அவர்கள் எங்களைக் காட்டிக்கொடுப்பார்களா..? அவர்களுக்கு நல்லதுதானே செய்திருக்கிறோம்..? நிக்கோஸ், பனயோதிஸ் எங்கள் மீது வைத்திருக்கும் நல்லபிப்பிராயத்தை மூலதனமாக்கி இந்தச் சிக்கலில் இருந்து விடுபடமுடியாதா . . ?

சரி... சரி... போகட்டும். நேற்றுவரை அழுத்திக்கொண்டிருந்த மனப்பாரம் மூன்றில் ஒரு பங்காகக் குறைந்துபோயிருந்ததை மட்டும் மிகத்தெளிவாக உணர்ந்துகொண்டோம். இனிமேல் அந்தப் 'ப்ரொபெல்லர் ஷாஃப்ட்' துளைக்குள்ளால் நெஞ்சிடியோடு இறங்கிஏற வேண்டிய அவசியங்கள் இல்லை.

"செல்வராஜா ... வாங்க ... போய்ச் சாப்பிடுவோம் ... பசிக்கிறது"

"உண்மைதான்... இத்தன நாளைக்கிப் பொறவு... இப்பதான் சரீக்குப் பசிக்கிது... வாங்கவா"

வயிறாரச் சாப்பிட்டோம்!

மறுபடியும் 'டெக்'இல் வேலைகளிருந்தன. தூரக் கிழக்குப் பிராந்தியத்தின் இதமான காலநிலையைச் சாதகமாக்கி . . . கப்பலின் மேற்தளத்தில் முன்புறமாக இரும்புத்தரையில் 'மச்சக் கோணி மெஷீன்' பிடித்துக் கறள் சுரண்டுவதான தற்கொலைக்குத் தூண்டும் மகோன்னதமான பணியைச் சிரித்தபடியே எங்கள் தலையில் கட்டிவிட்டு அப்பால் நகர்ந்துபோனான் 'போட்ஸ்வெய்ன்' 'கோல்டி லெஸ்பரேன்ஸா'. அவனது முதுகுப் புறமாகத் தனது வலதுகையின் நடுவிரலை உயர்த்தி முத்திரை பிடித்தவாறு "ஓ... மான்... ஐ ஹேற் திஸ்... " என்று புறுபுறுத்த படியே 'ஸ்டோரேஜ்' அறைக்குப் போய் 'கொகுள்ஸ், மாஸ்க்' என்பவைகளை எங்களுக்காகவும் எடுத்துக்கொண்டு வந்து தந்தான் 'லூயிஜ்ஜி'. எல்லோரும் தலையில் பல வர்ணங்கள் கொண்ட 'என்ஜின் ரூம்'இல் எண்ணெய் துடைப்பதற்கான துணிகளால் தலைப்பாகைகள் கட்டிக்கொண்டு... மூக்கையும்

வாயையும் மூடி 'மாஸ்க்' அணிந்து . . . கண்களைத் துருவின் சிதறல்கள் துருவிவிடாது காத்துக்கொள்ள 'கொகுள்ஸ்'ஐ மாட்டிக்கொண்டு . . . இந்த உழைப்பினால் பெறப்போகும் ஊதியம் எங்கள் வாழ்வின் துருவகற்றும் என்கிற நம்பிக்கை களில் . . . கறளோடு விளையாடத் தொடங்கினோம்!

'போர்ட் சைட்'இல் 'களு'ரஞ்ஜித்தும், 'ஸீஷெல்ஸ்' தீவுக் கூட்டத்தைச் சேர்ந்த 'லூயிஜ்ஜி', 'ரோலண்ட் பரபாஸ்' ஆகியோரும் 'மச்சக்கோணி' பிடித்துக்கொண்டிருக்க . . . 'ஸ்டார்போர்ட்' பக்கத்தில் நானும் செல்வராஜாவும் 'மச்சக்கோணி'யோடு மல்லுக்கட்டிக்கொண்டிருந்தோம். என்னுடைய 'மச்சக்கோணி'யின் வெட்டிரும்புச் சில்லுகளில் சில உடைந்துபோய்விட 'ஸ்டோரேஜ்' அறைக்குப் போய்ப் புதிதாகச் சிலவற்றையும், அதனைப் பொருத்திக்கொள்ளத் தேவையான சாவிகளையும் எடுத்துக்கொண்டு திரும்பி வரும் போது முதலாவது 'ஹாட்ச்'இன் மேலேறி நின்றுகொண்டு பதிக்கப்பட்டிருந்த 'டெரிக்' ஒன்றில் 'சிப்பிங் ஹாமர்'ஆல் கறள் தட்டிக்கொண்டிருந்தார் வாஸீம் காக்கா. உச்சிவேளையின் வெயில் சுட்டெரித்துக்கொண்டிருந்தது. மேற்சட்டை இல்லாது வெற்றுடம்போடு வேர்த்துக் கொட்ட . . . அவ்வப்போது இடுப்பில் சொருகியிருந்த பருத்தித் துணியால் முகத்தையும் உடம்பையும் துடைத்துவிட்ட வண்ணம் உழைத்துக்கொண்டிருந்தார். அருகில் அவரது பேரப்பிள்ளை 'டெக் பாய்' ஹஸான் அஹ்மத் கையில் 'ப்ரைமர்' நிரம்பிய வாளியுடன் நின்றபடி, பாட்டன் கறள் தட்டிச் சுரண்டிவிட்ட பகுதிகளில் பூசிவிட்டுக்கொண்டே தொடர்ந்து போய்க்கொண்டிருந்தான். பதினெட்டே வயதான அவனுக்கு இதுதான் முதலாவது கப்பல் அனுபவம்.

அதிகம் போனால் வாஸீம் காக்காவின் உயரம் நான்கு அடிக்கு மேல் ஒன்றோ, இரண்டோ அங்குலங்களே கூடுதலாக இருக்கும். பழுத்த பாகற்காயினுள்ளே திரண்டு கிடக்கும் அபூர்வமான சிகப்பு நிறத்தில் வெயில் பட்டுப்பட்டு வாஸீம் காக்காவின் மேனி ஆகிவிட்டது. ஆரம்பப் பாடசாலைகளில் குழந்தைகள் 'க்ளே'யால் மனித உருவங்களை இயற்றுவதேபோல அவரது உடலின் அனைத்துப் பாகங்களும் உருட்டி . . . உருட்டி அமைக்கப்பட்டிருந்தது. அறுபத்தி மூன்று வயதுக்கு மீறிய பருமன். முப்பத்தியேழுவருடத் திரைகடலோடி. மாலுமிகளுக்கான அனைத்துக் கெட்டபழக்கங்களையும் நிர்த்தாட்சண்யமாக மறுதலித்த அர்ப்பணிப்புள்ள நல்ல இஸ்லாமியர். ஐந்து வேளை தவறாத தொழுகை. ஞாயிற்றுக்கிழமைகளில் அவருக்குக் கிடைக்கும் 'பியர்' புட்டிகளை எங்களுக்கென்று தந்துவிடுவார்.

“அரே... பையா! நட்ட நடுக்கடலில் சென்றுகொண்டிருக்கும் போது... கப்பல்கள்தாம் சமுத்திரங்களின் அன்றைய தினத்து மனோநிலையை ஊகித்து அதனை உத்தேசித்து ... மிதக்கும் அல்லது தளம்பும். நாங்கள் கப்பல்களின் இரும்பாலான மேற்தளத்தில் மிக உறுதியாகக் கால்பாவித் தடம் தளராது உறுதியாக நின்றுகொண்டோ, நடந்துகொண்டோ இருப்போம். இடவலமாகவோ ... முன்பின்னாகவோ ... எப்படித்தான் நீர்த்தரையில் அவை அலைக்கழிந்தாலும் ..! இதில் வேடிக்கை என்வென்றால் சகோதரம் ... தரையில் ஸ்திரமாக நின்றுகொண்டிருப்பதான பாவனைகளில் நாம் முக்குளித்துக்கொண்டிருக்கும்போதில் ... நமது மனோநிலை தள்ளாடித் ததும்பிப்போய்விடுகிறது... எங்களது ‘மன்ஸில்’களில் சுவரில் மாட்டியிருந்த முன்னோர்களின் புகைப்படங்கள் ... எங்களை சபித்ததற்கான அடையாளமாக ... ஒரு பூகம்பம் வந்ததே போல ஆடி ... ஓய்ந்து ... வீழ்ந்து ... கண்ணாடிகள் சில்லிட்டுச் சிதறிப்போவது... சமயாசமயங்களில் எம்மை நிலை குலைத்துவிடுகிறது ... இதனை எனது கடல் அனுபவத்தில் நான் மிகவும் உணர்ந்துகொண்டிருக்கிறேன்.” என்று ஒரு முறை அழுத்தமாகச் சொல்லியிருக்கிறார். அவருடைய கடல், தரை வாழ்வின் சந்தோஷங்களை... துக்கங்களை நிறையவே எங்களோடு பகிர்ந்திருக்கிறார். இத்தனை வருடக் கடல் அனுபவமிருந்தும் இந்த வயதிலும்... இப்போதும்..! ஏன்? அவருக்கான காரணங்கள் நிறையவே இருக்கின்றன.

இந்தியாவின் மக்கள்தொகையில் அதிகம்பேர் வாழ்கின்ற மாநிலமான உத்தரப்பிரதேசத்தில்... பதினெட்டாம் நூற்றாண்டிலிருந்தே இந்து, முஸ்லீம் கலவரங்களுக்குப் பெயர்போன, புகழ்வாய்ந்த மொரதாபாத் மாவட்டத்தைச் சேர்ந்தவர் வாஸீம் காக்கா. இருபத்தியாறு வயதில் பாம்பேயிலிருந்து முதன்முதலாக இந்தியக் கப்பல்களில் சில வருடங்கள் வேலைபார்த்த அனுபவங்களுடனும் இந்திய கடலோடிகள் பதிவுப்புத்தகத்துடனும் ஊருக்குத் திரும்பிவந்தவர் ரோஷனாராவை வாழ்க்கைத்துணையாக்கி . . . மெஹ்ருன்னிஸா வயிற்றில் இருக்கும்போதே கிரேக்க கப்பல் கம்பெனியொன்றில் நல்ல சம்பளத்தில் பணி கிடைத்துவிட . . . தனது நேர்மையான கடின உழைப்பால் கம்பெனி உரிமையாளர்களின் நன்மதிப்பைப் பெற்றுக்கொண்டு வருடாவருடம் ஒப்பந்தம் முடிந்ததும் ஊர்திரும்பி . . . மனைவி, மகளோடு ஓரிரு மாதங்கள் இருந்துவிட்டு மீண்டும் கம்பெனியின் கப்பல்கள் இந்தியாவின் ஏதாவதொரு துறைமுகத்திற்கு வரும்போது மீளவும் ஒப்பந்தத்தைப் புதுப்பித்துக்கொண்டிருந்தார்.

வாழ்க்கை, சிரமமில்லாமல் ஓடிக்கொண்டிருந்தது. மகன் தாஜ்தீன் பிறந்தான். தனக்கொரு வீடு கட்டிக்கொண்டார். மகள் மெஹ்ருன்னிஸா பெரியவளானதும் இஸ்லாமிய வழமையின் படி 'நிக்காஹ்' செய்துகொடுத்து . . . அவளுக்கும் பின் வளவில் ஒரு வீடு நிர்மாணித்து வாழவைத்து . . . தானும் போவதும், வருவதுமாக வாழ்ந்துகொண்டிருந்தார் . . . 13ஆம் திகதி ஆகஸ்ட் மாதம் 1980ஆம் ஆண்டு வரையில். "அரே பையா, நான் பிறப்பால் ஒரு இஸ்லாமியன் . . . பன்றி 'ஹராம்' என்பதை நன்கறிவேன் . . . ஆனால் அதே பன்றி என்வாழ்வில் எப்படி விளையாடி இருந்திருக்கிறது ... இன்ஷா அல்லாஹ்!" என்று சிரித்தபடியே சொல்லிவிட்டு ... கைநிறையச் சம்பாதித்துக்கொண்டிருந்த நான் பாதி சம்பளத்தில் ஏன் இந்தக் கப்பலுக்கு வந்தேன் ... என்ற கதையைச் சொன்னார்.

மொரதாபாத் 'இத்கா' ஒரு சரித்திரப் பிரசித்திபெற்ற இஸ்லாமியர்களுக்கான திறந்தவெளித் தொழுகைத்தலம். மொரதாபாத் புகையிரத நிலையத்தின் அருகே சுமார் இருபதினாயிரம் பேர் 'ஈத் முபாரக்' பண்டிகைக் காலத்தில் இருக்கைகளில் அமர்ந்திருந்து தொழுகையில் ஈடுபடக் கூடியவாறு ஒரு பரந்த வெளியில் அமைந்திருந்தது. இதனைச் சூழ இருந்த முஸ்லீம் குடியிருப்புகளைத் தாண்டித் 'தலித்'துகளின் காலனி இருந்தது. இந்த இரண்டு மனிதவர்க்கங்களையும் மதங்கள் பிரித்துவைத்திருந்தன. தலித்துகளை இந்து மதமே பிரித்துத் தள்ளிவைத்திருந்தது. 1980ஆம் ஆண்டு 'மார்ச்' மாதம் ஒரு தலித்துப் பெண் சில இஸ்லாமியர்களால் கடத்தப்பட்டுவிட . . . இந்து, முஸ்லீம்களிடையே பதட்டநிலை உச்சமடைந்தது. பின்னர் அந்தப் பெண் மீட்கப்பட்டுக் கடத்தியவனும் போலீஸாரால் கைதாகிப்போய்விட்டிருந்த நிலையில் . . . நான்கு மாதங்கள் கழித்து அந்தப் பெண் ஒரு தலித்துப் பையனைத் திருமணம் செய்துகொண்டு 'ப்ராஸ் பாண்ட்' வாத்தியங்கள் முழங்க ஊர்வலமாக வந்துகொண்டிருந்தபோது அந்தப் பேரோசை 'தாங்கலே . . . முடியலே . . . மசூதிக்கருகே . . . பள்ளிவாசலின் அமைதிக்கே பங்கம் விளைகிறதே' என்று முஸ்லீம்கள் கூச்சலிட ... அதனைத் தொடர்ந்த வாக்குவாதங்கள் ... சிறிய மோதல்கள் ... இருபகுதியினரும் அடுத்தவர் வீடுகளில் புகுந்து கொள்ளை அடிப்பதில் சென்றுமுடிந்தது!

1980ஆம் ஆண்டு 'ஆகஸ்ட்'மாதம் 13ஆம் திகதி மொரதாபாத் பள்ளிவாசலில் சுமார் ஐம்பதினாயிரம் பேர் 'ஈத் முபாரக்' 'நமாஸில்' ஈடுபட்டுக்கொண்டிருந்தவேளையில் எங்கிருந்தோ வந்த 'குறுக்கால போன' பன்றி ஒன்று அந்த 'இத்கா' முழுவதும்

குறுக்கும்நெடுக்குமாக ஓடித்திரிந்துகொண்டிருந்தது. அது அருகே இருந்த தலித்துகளின் காலனியிலிருந்து வேண்டுமென்றே விரட்டப்பட்டு இந்தத் 'தர்க்கா'விற்குள் வந்திருக்கிறது என்பதாக ஊகித்துக்கொண்ட இஸ்லாமியர்கள் காவற்கடமையில் ஈடுபட்டுக்கொண்டிருந்த போலீஸ்காரர் ஒருவரிடம் அதனை விரட்டிவிடும்படி கேட்க... அதனை அவர் மறுக்க... கற்களால் தாக்கப்பட்டார். ஸ்தலத்துக்கு விரைந்த போலீஸ் மாஅதிபர் தலையில் கல்லடி பட்டு மயங்கி வீழ்ந்தார். மேலதிக மாவட்ட நீதிபதி டி.பி.சிங் சிலரால் இழுத்துச்செல்லப்பட்டு ... பின்னர் இறந்துகிடக்கக் காணப்பட்டார். இதனைத் தொடர்ந்த போலீஸாரின் சரமாரியான ... துப்பாக்கிச் சூட்டில் ஏராளமான முஸ்லீம்கள் அந்தப் பரந்த வெளியிலேயே பலியாகினர். மேலும் மாகாண ஆயுதக்காவற்துறையின் துருப்புகளும் சேர்ந்துகொள்ள இரத்தக்களறி உக்கிரமடைந்தது. ஓடித் தப்பித்துக்கொள்ள முயன்றவர்கள் கால்களால் மிதிபட்டு மரணமடைந்தார்கள். சுமார் இரண்டாயிரத்திஐநூறு மனித உயிர்கள் பலியாகின. இவர்களில் வாஸீம் காக்காவின் மகன் தாஜ்தீன் ... மகள் மெஹ்ருன்னிஸாவின் கணவர், மருமகன் குலாம் அஹ்மத் ... இருவரும் மௌனமாக உள்ளடங்கிப்போயினர்.

வாஸீம் காக்கா ஏழு சமுத்திரங்களிலும் அலைந்துதிரிந்து உழைத்துச் சம்பாதித்த பொருட்களும் கட்டியெழுப்பிய வீடும் எழுந்த நெருப்பில் ஆவியாகின. அவரது துணைவியார் ரோஷனாராவும், மகள் மெஹ்ருன்னிஸாவும், பேரன் ஹஸானும், அவர்களுடைய இல்லமும் எப்படியோ தங்களைத் தக்க வைத்துக்கொண்டனர். இந்தக் கோரங்கள் எல்லாம் அரங்கேறிக் கொண்டிருந்ததை அறிந்துகொள்ளத் துளியேனும் சாத்தியப்படாது வாஸீம் காக்கா தென் ஆப்பிரிக்காவின் 'போர்ட் எலிஸபெத்' இலிருந்து கிளம்பிய 'கண்டெய்னர்'கள் நிரம்பிய கப்பலில் கனடாவின் 'ஹலிஃவாக்ஸ்' துறைமுகத்தை நோக்கிய நீண்ட பயணத்தைத் தென் 'அட்லான்டிக்' சமுத்திரத்தில் ஆரம்பித்து வட'அட்லான்டிக்' சமுத்திரத்தில் மிதந்துகொண்டிருந்தார்.

"எல்லாப் புகழும் இறைவனுக்கே . . . என்று வாழ்ந்தவன் நான். ஆண்டவர் சித்தம் எப்படியோ அப்படியே. இழப்புகளைப் பட்டியலிட்டு மகள் மெஹ்ருன்னிஸா கடிதம் முழுவதும் அழுதிருந்தாள். எனது நேசிப்பிற்கென்று நேற்றுவரை இருந்தவர்கள் இன்று இல்லை. என்னை நேசித்தவர்களோ இன்று நிராதரவாக நிற்கிறார்கள். நாளதுவரையில் நான் சம்பாதித்த செல்வங்கள் சூறையாடப்பட்டுத் தீயில் கருகிப்போனதையிட்டு நான் வருந்த வில்லை. கனடாவில் நான் வந்திறங்கிய 'ஹலிஃவாக்ஸ்' நகரில்

இலத்தீன் மொழியில் எழுதப்பட்டிருந்த 'ஈ மரி மெர்ஸஸ்' குறிக்கோளுரையின் அர்த்தம் என்ன தெரியுமா? 'கடலிலிருந்து ... செல்வம்'!"

"ஒப்பந்தத்தை முறித்துக்கொண்டு மொரதாபாத் திரும்பினேன். எல்லாம் முடிந்து நான்கு மாதங்களாகிவிட்டிருந்தன. எல்லோரும் எதுவுமே நடந்திருக்கவில்லை என்பதான பாவனையில் வாழ்வை நகர்த்திக்கொண்டிருந்தார்கள் ... எறும்பு ஒரு மண்ணாங்கட்டியை உருட்டிக்கொண்டு போகும்! ஒரு சில மழைத்துமிகள் விழுந்ததும் அவசர அவசரமாகக் கலைந்து போய் ... அந்த மண்ணாங்கட்டியும் கரைந்துபோய்விட ... மீண்டும் சாவதானமாக இன்னொரு மண்ணாங்கட்டியை உருட்டிச்செல்லுமே ... அது போல! எனது நகரத்து மனிதர்களைக் காணவே வெறுப்பாக இருந்தது. நான் ஒரு நீண்ட காலக் கடலோடி. கண்டங்கள் ஐந்தையும் கண்டவன். எனது சமூகத்தைத் தவிரவும் ஏனைய பல்வேறு சமூகத்து மனிதர்களை ... அவர்தம் வாழ்வியலை, பாஷைகளை, நிறங்களை, இனங்களை, மதங்களைக் கண்டறிந்தவன். நானும் ஒரு கிணற்றுக்குள்ளோ ... குட்டைக்குள்ளோ ... புற்றுக்குள்ளோ இருந்தவனாக இருந்திருந்தால் ஒருவேளை இவர்களோடு சேர்ந்து கல்லெறிந்திருப்பேனோ என்னவோ தெரியாது. மனிதக் கால்களால் மிதிபட்டுச் செத்துப் போய்க்கூட இருந்திருக்கலாம் ... அதுதான் அல்லாஹ்ஹின் சித்தமாக இருந்தால்!"

செய்வதறியாது ஒரு வருடம் தவித்தேன். அரைகுறையாக எரிந்துகிடந்த மகளின் வீட்டைத் திருத்தி ... வாழ்தலை நேர்ப்படுத்தியதில் கையிலிருந்த பணம் கரைந்தது. எனது 'கம்பெனி'யிலிருந்து அழைப்பேதும் வரவில்லை. பேரனையும் இழுத்துக்கொண்டு பாம்பேயில் எனது பழைய 'ஏஜென்ட்' இடம் போனேன். இதோ இங்கே உங்களுடன் எனது வரலாற்றைப் பகிர்ந்துகொள்ள அல்லாஹ் ஆசீர்வதித்திருக்கிறார் ... சகோதரங்களே ..." சிரித்தபடியே சொல்லிமுடித்தார் வாஸீம் காக்கா ... முன்பொருநாள் மாலையில் கிரேக்கத்தின் 'திஸ்ஸலோணிக்கி' நகரில் நாங்கள் பேசிக்கொண்டிருந்தபோது.

நெருப்பாகக் கொழுத்தும் அந்தப் பின்மதியத்து வெயிலில் அவரைப் பார்த்ததும் பழைய நினைவுகளில் மூழ்கியிருந்த எனக்கு 'மச்சக்கோணி'யின் வெட்டிரும்புகளின் ஒரு பல் உடைந்து தெறித்துப் பறந்துபோய் 'ஹாட்ச்'இன் இரும்பில் அடித்ததில் ... நினைவறுந்துபோனபோது எனது தோளைத்

தட்டிக் கொண்டிருந்தான் செல்வராஜா. திரும்பினேன். "அங்கன பாருங்கவா ..." 'ப்ரிட்ஜ்'ஐப் பார்க்கும்படி சொன்னான் ... பார்த்தேன்! 'போர்ட் ஸைட்' 'விங்ஸ்'இல் நின்றபடி 'போர்ட் காப்டன் நிக்கோஸ்', 'போர்ட் எஞ்ஜினியர் பனயோதிஸ்' ஆகியோருடன் 'டெக்'இல் வேலை செய்துகொண்டிருப்பவர்கள் பக்கமாகக் கைகளைக் காட்டி ஏதோ பேசிக்கொண்டிருந்தார்கள், அந்த இரண்டு வியெட்நாமியப் பெண்களும்! அடையாளம் தெரியாத பயம் ஒன்று அடி வயிற்றிலிருந்து கிளம்பி எனது வார்த்தைகளின் உச்சரிப்பை இடறியது.

30

விடிந்திருக்கக் கூடாத இரவொன்றில்

"என்ன 'பலாய்'டா இது ... அடையாள அணிவகுப்பா ..? 'மாஸ்க்' 'கொகுள்ஸ்' ... தலையை மூடிக் கட்டியிருக்கிற துணி ... எதையும் கழட்டீராதீங்க செல்வா ..." என்றேன். வாஸீம் காக்காவையும், பேரனையும் தவிர 'டெக்'இல் தரையில் குந்தி இருந்தபடி 'மச்சக்கோணி' பிடித்துக்கொண்டிருந்த 'ஏ.பீ'க்கள் அனைவரினதும் மறைக்கப்பட்டிராத உடலின் பாகங்கள் முழுவதும் துருவின் கரிய துகள்கள் படிந்திருக்க ... வியெட்நாமின் ஓர் அடர்ந்த வனத்தினூடாகத் தவழ்ந்துபோய்க்கொண்டிருக்கிற கெரில்லாப் போராளிகள் கைகளில் துப்பாக்கிகளுக்குப் பதிலாக 'மச்சக்கோணி மெஷீன்'களை ஏந்தியபடி அந்தப் பட்டப்பகலில் முன்னேறுவதைப் போலத்தான் என்னால் உருவகிக்க முடிந்தது!

"இவளுங்க நம்மளையக் காமிச்சுக் குடுத்திருவாய்ங்களா ..? அப்ப நாம மூட்டையக் கட்டீர வேண்டியதான் ... சிங்கப்பூரில இருந்து 'சீப் டிக்கட்டில' பாம்பேக்கு அனுப்பிவெச்சிருவானுங்க ... எல்லாமே என்னாலதான்வா ... என்னாலதான் ..." புலம்பிக்கொண்டிருந்தான் செல்வராஜா. எனக்கு உள்ளூர அவன்மீது எரிச்சல் அவிந்து புட்டுக் குழலின் மூடித் துவாரங்கள் வழியே கொதிநீராவியாகக் கிளம்பிக்கொண்டிருந்தது. "அப்படி ஒண்டும் நடக்காது ... அவங்க எங்களக் காட்டிக் கொடுக்க மாட்டாங்க ... வாய வச்சுக்கொண்டு கொஞ்சம்

சும்மா இருங்க...” என்று எரிந்து விழுந்தேன். முதல் தடவையாக அவனுடன் நான் அப்படிப் பேசியிருக்கிறேன். வேலை போய் விடுமோ என்கிற உள்ளார்ந்த அச்சங்கள்... எப்படி என்னுடைய நிதானமான சுபாவங்களை ஒரு கணத்தில் மாற்றிவிடுகிறது?

மூன்று மணித் தேநீர் இடைவேளையில் ‘மெஸ்’இற்குள் நுழைந்தபோது விஜயன் ‘எஞ்ஜின் ரூம்’இலிருந்து மேலேறி வந்து கொண்டிருந்தான். எங்களைக் கண்டதும் “அண்ணையவை . . . அந்த வியெட்நாமில நாங்கள் நிக்கேக்குள்ள எங்கள ‘மோட்டர் போட்’டில கரைக்குக் கொண்டுபோய்க் கொண்டுவந்த பெட்டை யும், துவக்கோட இருந்த இயக்கக்காரியும் எப்பிடியோ ‘எஞ்ஜின் ரூம்’உக்குள்ள ஒளிஞ்சிருந்து கப்பல் வெளிக்கிட்டோன்ன வெளீல வந்தாளவை . . . ‘சீஃவ் எஞ்ஜினியர்’ கண்டுபோட்டு மேல ‘ப்ரிட்ஜ்’க்குக் கூட்டிக்கொண்டு போயிருக்கிறார் . . .” என்றான். “எத்தனை மணிபோல . . ?” என்று நான் கேட்டதற்கு “மத்தியானம் பன்னண்டு மணிக்கு நான் ‘வாட்ச்’சுக்குப் போய்க் கொஞ்ச நேரத்தில கப்பலின்ர பின்பக்கம் ‘ஷாஃவ்ட்’ இருக்கிற இடத்தில இருந்து எண்ணெயும் கரியும் பிரட்டிக்கொண்டு... ‘பிஸ்டன்’களுக்கு எண்ணெய் விட்டுக்கொண்டிருந்த நான் பாத்துப்போட்டு ‘சீஃவ் எஞ்ஜினியர’க் கூப்பிட்டுச் சொன்னன் ...” என்றான். “எப்பிடிக் கப்பலுக்குள்ள ஏறினாளவையாம்... ஏதாவது தகவல் தெரியுமா விஜயன்?” என்று கேட்டேன். “தெரியாது ... ‘சீஃவ்’ மேல போனவன் இன்னும் வரேல்ல... ‘டீ ப்ரேக்’ முடிஞ்சு கீழ வந்தா ஏதாவது தெரியும் . . . அந்த பம்பாய்த் தமிழன் ஒரு சிடுமூஞ்சி... தெரியுந்தானே ... லேசில ஒண்டும் பறைஞ்சிர மாட்டான் ...” என்றான்.

விஜயன் சினத்தது உண்மைதான். எம்.வி.ஔரோறாவில் வாழ்கிற இருபத்தி ஏழு மனித உயிர்களில் நாங்கள் ஆறு பேர் இலங்கைத் தமிழர்கள். ‘சீஃவ் எஞ்ஜினியர்’ வெங்கடேச்வர ஐயர் ஒரு பாம்பேத் தமிழன். ‘எஞ்ஜின் ரூம்’இல் கூடவே பணியாற்றிக்கொண்டிருக்கும் குலம் அண்ணரோடும், விஜயனோடும் ஆங்கிலத்தில்தான் எப்போதாவது, ஏதாவது பேசவேண்டியிருந்தால்! வெங்கட் ஒரு ‘எஞ்ஜினியர்’ ஆச்சே! நாங்கள் ராமர் பிறக்காத மண்ணிலிருந்து வந்தவர்களாயிற்றே! எனக்கு இப்போது அந்தப் பெண்களைப் பற்றிய விபரங்கள் தெரிந்தாகவேண்டும் . . . அதனால்தான் வெங்கட்டோடு எரிந்துவிழுகிறேன்போலும்! தேநீர் அருந்திவிட்டு மீண்டும் நானும் செல்வராஜாவும் ‘டெக்’இற்கு முகத்தையெல்லாம் மூடிக்கட்டிக்கொண்டுவந்து ‘மச்சக்கோணி மெஷீன்’ஐக் கையில் எடுத்துக்கொண்டு நோண்டி இல்லாமல் ‘ப்ரிட்ஜ்’ பக்கம் பார்வையைத் திருப்பினால் . . . அங்கே யாருமில்லை!

வானம்பாடிகள் பறந்துவிட்டிருந்தன. இனி எங்கள் பாடுகள் என்ன? வானத்தில் பறக்கப்போகிறோமா? யோசித்தே சிரம் காய்ந்துபோனது. செல்வராஜா இப்போது புலம்புவதை நிறுத்திவிட்டிருந்தான்.

ஒரு வழியாக ஐந்துமணியாகிவிட்டிருந்தது. 'காபின்'களுக்குத் திரும்பினோம். 'மாஸ்க்' அணிந்திருந்தும் மூக்கைச் சீறும்போது கரித்துணுக்குகள் வெளிவந்தன. கை, கால்களின் மயிர்க் கால்களுக்குள்ளேயே ஒளித்துப்புகுந்திருந்த இரும்புத் துமிகளைக் கழுவிக்கழுவிக் குளித்து முடித்து ... உடனே இரவுஉணவுகொள்ளப் பிடிக்காமல் கப்பலின் பின்புறம் 'அப்பர் டெக்'இல் அமர்ந்து பனிக்கட்டிகளில் வார்த்திருந்த 'ஜாக் டானியல்ஸ்' அருந்திப் புகைத்துக் கொண்டிருந்தோம். எங்களுக்கும், 'ப்ரிட்ஜ்'இற்கும் இடையே இருந்த ஒரே தகவல்தொடர்புச் சாதனம் மருதானை ரவி மட்டும்தான். அவன் 'ஆபீஸர்', 'எஞ்ஜினியர்'களுக்குச் சோறூட்டிவிட்டு எட்டு மணிக்குமேல் வந்தால் மட்டுமே நாங்கள் மூன்று பேரும் சிங்கப்பூரிலிருந்து பாம்பே பயணமாகிறோமா ... இல்லையா என்பதை அறிந்துகொள்ளமுடியும். அதுவரை இந்த 'விஸ்கி'தான் அமைதி காக்கும்!

எம்.வி.ஔரோறா மிகவும் அமைதியாக மிதந்துபோய்க் கொண்டிருந்தாள். இடதுபுறத்தே வெகுதூரத்தில் 'கம்போடியா'வின் கரையோரங்கள் தெரிந்தன. அலைகள் இல்லாத தெளிந்த கடல். மாலைப் பொழுதைப் போக்கவெனக் கதிர்க் கரங்கள்... வானப்படுதாவில் ஒரே சமயத்தில் பல்லாயிரக் கணக்கான தூரிகைகளைக் கொண்டு வண்ணங்களைக் குழைத்துக்குழைத்து ... வரைந்துவரைந்துகொண்டிருந்த சித்திர விசித்திரங்களை முழுமையாக முன்னூற்றிஅறுபது பரிமாணங்களில் பார்த்துவிட வேண்டுமென்றால் சமுத்திரங்களின் நடுவேதான் நிற்கவேண்டும் போலும்! பிரபஞ்சத்தின் குகைக்குள்ளே கண்காட்சிக்கு வைக்கப் பட்டிருந்த ஓவியங்களை மேகங்கள் மெதுவாகத் தவழ்ந்து ... தவழ்ந்து ஒவ்வொன்றாகப் பார்த்து விமர்சித்துக்கொண்டே கலைந்துபோய்க்கொண்டிருந்தன! ஓவியக் கண்காட்சி முடிவுறும் தறுவாயில் கப்பலின் நடுப்பகுதியிலிருந்து எங்களைப் பார்த்து இரண்டு கைகளையும் உயரே தூக்கி இடவலமாக அசைத்த வண்ணம் 'ப்ரிட்ஜ்'இலிருந்து இறங்கி வந்துகொண்டிருந்தான் ரவி. அந்த வருகை ... பரமண்டலத்தில் இருந்து பிதா, சுதன், பரிசுத்த ஆவிகள் ஆசீர்வதித்துக்கொண்டே தேவ நற்கருணையைக் கொண்டுவந்து எங்கள் சிரங்களின் மேல் பொழிவதற்காய் ஆனதேபோல் ... அதுவரை குழம்பிப்போயிருந்த எங்களைத் தொலைவிலிருந்தே ஆற்றுப்படுத்தியது!

அவனுக்காகவும் ஒரு கண்ணாடிக்கிண்ணத்தில் பனிக்கட்டிகளின் மீது மதுபானத்தை வார்த்துவைத்துக் காத்திருந்தோம். அவனும் கோழி, மீன் வறுவல்களைச் சற்பிரசாதங்களாகக் கொண்டுவந்திருந்தான். அவன் சொல்லப்போகும் செய்தி மகிழ்ச்சியானதா . . . இல்லையா என்று தெரிந்துகொள்ள முன்பு 'மகிழ்ச்சி' சொல்லிக் கிண்ணங்களை முட்டிக்கொண்டு அருந்தினோம். அவனும் உடனடியாக எதையும் சொல்லிவிடக் கூடாது . . . என்று யாரிடமோ உறுதிமொழி கொடுத்துவிட்டுவந்தவன்போல நிதானமாக முதலாவது கிண்ணத்தைக் காலிசெய்துவிட்டு ஒரு 'சிகரெட்'ஐயும் தீ மூட்டிக்கொண்டு வாய் திறந்தான். "அப்பாடியோவ் . . . நாம கொஞ்சநாளாப் பட்டதெல்லாம் போயிரிச்சுவா . . . நாம்ப நெனச்ச மாதிரி அவிங்கள எப்பிடியோ கொண்ணாந்து சேத்துப்பிட்டம் . . ." என்று நடந்தவற்றை விவரித்தான்.

'பாங்காக்' இன் 'பக்னம்' துறைமுகத்தைவிட்டுக் கப்பல் அகன்றதையும் . . . பின்னர் தாய்லாந்து வளைகுடாவில் நின்று 'பைலட்'ஐ இறக்கிவிட்டுப் பயணம் தொடர்ந்ததையும் 'ப்ரொபெல்லர் ஷாஃவ்ட்'இன் சுழற்சிகளையும் ஓசைகளையும் வைத்துக் கணித்துவிட்டுப் பாதுகாப்புவலயத்திற்குள் பிரவேசித்துவிட்டோம் . . . என்பதை உறுதிப்படுத்திக்கொண்டு . . . கப்பலின் பின்புறத்தின் அந்த ஒடுங்கிய அடிப்பாகத்திலிருந்து 'பிஸ்டன்'கள் இயங்கிக்கொண்டிருக்கும் நடுப்பகுதிக்குச் செல்லும் பக்கவாட்டு வழியாக நடந்துவந்து 'எஞ்ஜின் ரூம்'ஐ அடைந்திருக்கிறார்கள். அங்கே விஜயன் அவர்களைக் கண்டுவிட்டு 'சீஃவ் எஞ்ஜினியர்' வெங்கடேச்வர ஐயரிடம் சொல்ல . . . அவர் அவர்களை 'மிஜிற் காந்தி'இடம் அழைத்துப்போயிருக்கிறார். (நமது 'காப்டன்' அசப்பில் மஹாத்மா காந்தியைப்போல . . . ஆனால் குள்ளமாக இருப்பதாலும், 'பார்ஸீ' இனத்தைச் சேர்ந்த அவரது பெயர் யாருக்கும் வாயில் நுழையாததாலும் இவ்வாறாக அழைக்கப்படலானார்.)

அந்த நேரத்தில் மதியஉணவு இடைவேளையானதால் 'காப்டன்', 'போர்ட் காப்டன்', 'போர்ட் எஞ்ஜினியர்' உட்பட 'ஆபீஸர்' 'எஞ்ஜினியர்'களுக்கு ரவி பரிசாரகம் செய்து கொண்டிருந்திருக்கிறான். வெங்கட்டோடு வந்த அவர்களைக் கண்டதும் ரவியின் உடலைவிட்டு ஏதோ வெளியேறிச் சென்றதாகவும் . . . சில நிமிடங்கள் அவன் காணாமல்போய் விட்டிருந்ததாகவும் . . . 'வெளியேறிச் சென்றது' அவனது தூல சரீரத்தினுள்ளே திரும்பவும் நுழைந்து அவனை இயங்கியல் நிலைக்குக் கொண்டுவர . . . போய் வந்தது உயிர்தான் என்றும் அதில் சந்தேகம் இல்லை என்றும் . . . அந்த உயிரற்றுப்போன

குறுகிய இடைவெளியில் அவன் கையில் வைத்திருந்த தண்ணீர் நிறைந்த பெரிய கண்ணாடிப் பாத்திரத்தின் மூக்கு சற்றே சரிந்து போனதில் நீர் கொட்டிப்போய்ச் சப்பாத்துகள் நனைந்து போயினவென்றும்... அவன் முதுகைத் தட்டி அதனைச் சுட்டிக் காட்டிய 'ஸெக்கண்ட் எஞ்ஜினியர்' ப்ரதாப் ஜோஷி கடவுளுக்கு நிகரானவர் என்றும் சொன்னான் ரவி.

அவன் சொல்லிக்கொண்டேபோகும்போது அவனுக்காக அனுதாபப்படுவதா . . . அல்லது அவன் சொல்கிறவற்றைக் கேட்டுச் சிரிப்பதா என்கிற சங்கடங்கள் ஏற்பட்டாலும் . . . புயல் ஓய்ந்து நீர் தெளிந்திருப்பது துல்லியமாகத் தெரிந்தது. 'போர்ட் காப்டன்' நிக்கோஸ் ரவியை அழைத்துக்கொண்டு 'ப்ரிட்ஜ்'இற்குச் சென்று 'ஸெக்கண்ட் ஆபீஸர்' ப்ரஸன்னா யாதவ் இடமிருந்து மருத்துவ அறையின் சாவியை வாங்கி அவனிடம் கொடுத்து அந்த இரண்டு பெண்களையும் தங்கவைப்பதற்காகத் தாயார் செய்யும் படிச் சொல்லி அனுப்பியிருக்கிறார். 'மார்க்கோணி' வாஸ்கோ 'எலெக்ட்ரீஷியன்' சுரீந்தர் சிங்கைக் கத்தியால் குத்த முனைந்து . . . முன்பு 'சூயெஸ்' கால்வாயின் முகப்பாகிய 'போர்ட் சையித்'இல் வைத்து பம்பாய்க்கு விரட்டியடிக்கப்படும்வரை சிறைவைக்கப் பட்டிருந்த வரலாற்றுச் சிறப்பு வாய்ந்த அந்த மருத்துவ அறையாக இருந்த 'காபின்'இல் சகல வசதிகளையும் ஏற்படுத்திவிட்டு மேலே போய் விசாரணை முடிந்திருந்த அவர்கள் இருவரையும் கீழே அழைத்து வந்திருக்கிறான். அவர்களோ இவனை நிமிர்ந்து கூடப் பார்க்கவில்லை. உடலெங்கும் எண்ணெய்ப் பிசுக்கோடும், கரி படிந்த ஆடைகளோடும், ஓரளவு பசியோடும் தலைகுனிந்து இவனைப் பின்தொடர்ந்து வந்து அறைக்குள் நுழைந்ததும் கண்ணீர் 'பொலபொல'வென்று வழிந்தோட நடந்தவை அனைத்தையும் சொல்லியிருக்கிறார்கள்.

வியெட்நாமிலிருந்து கப்பல் புறப்படுவதற்கு முதல் நாளிரவு தனது அண்ணனின் உதவியோடு படகில் கப்பலின் முகப்பின் அடிவாரத்தை அடைந்து . . . கடலில் இறக்கப்பட்டிருந்த நங்கூரத்தின் தடித்த இரும்புச் சங்கிலியைப் பற்றிக்கொண்டு மேலேறி வந்து 'ஸ்டோரேஜ் ரூம்'இல் ஒளிந்திருந்து . . . கப்பல் கிளம்பியதும் யாருமில்லாத இரவுநேரங்களையும் அமாவாசை இருளையும் பயன்படுத்திக்கொண்டு மெதுவாகக் கப்பலின் நடுப்பகுதிக்கு வந்து 'மெஸ்'இல் உணவுவகைகளைத் திருடிக்கொண்டும், உபயோகிக்கப் படாதிருந்த கழிப்பறைகளிலும்... குளியலறையிலும் கடன்களை முடித்துக்கொண்டும் . . . பகல் வேளைகளில் காலியாகிக்கிடந்த ஐந்தாம் இலக்கக் களஞ்சிய அறையில் ஒளித்திருந்தும் . . . இரவில் 'ஸ்டோரேஜ் ரூம்'இல் சுருட்டிவைக்கப்பட்டிருந்த கயிற்றுப்படுக்கையில் தூங்கிப்

போயும் ஒருவாரம் வரை தாக்குப் பிடித்துவிட்டு . . . 'பாங்காக்'ஐ அண்மித்ததும் கப்பலின் பின்பகுதியில் 'ப்ரொபெல்லர் ஷாஃவ்ட்' துளைக்குள்ளே இறங்கிப்போய் ஒளிந்துகொண்டு நான்கு நாள் பசியைத் தாங்கிக்கொண்டு . . . தொடர்ந்தும் முடியாதபோதில் மெதுவாக மேலே வந்து ஏதாவது சாப்பாடு வாங்கிக்கொள்ள முனைந்தபோது தாய்லாந்துப் பணியாளர்களின் சந்தேகப் பார்வைகளுக்குள் அகப்பட்டு மீண்டும் கீழிறங்கிப்போய் ஒளித்துப் பட்டினிகிடந்து . . . 'ப்ரொபெல்லர்' இயங்கத் தொடங்கியதும் . . . இப்படியாகவே விசாரணையில் 'காப்டன்' உட்பட எல்லோரிடமும் சொல்லியிருக்கிறாள் எனது அபிமானத்திற்கு உரிய பெண் போராளி. படகுக்காரி ஆங்கிலம் தெரியாதது போல அடங்கிப்போய்விட்டிருந்திருக்கிறாள்.

வாழ்வதற்கான எத்தனங்கள் . . . உயிரைத் தக்க வைத்துக் கொள்வதற்கான ஓட்டங்கள் . . . எப்படியெல்லாம் சாதூர்யமாகவும் அனாயாசமாகவும் மனிதர்களைச் சிந்திக்க வைக்கிறது . . . செயல்படவைக்கிறது! மிகவும் யதார்த்தமாக அவள் அமைத்த திரைக்கதை . . . விசாரணையைக் கேட்டுக் கொண்டிருந்த அனைவரையும் உலுக்கிப்போட்டது ஒரு பக்கம் போக . . . திரைக்கதைக்குள் அடங்காது உண்மைக்கதையின் நாயகர்களாகி நாளைகளின் நிச்சயங்கள் இல்லாது பயத்தில் உலுக்கப்பட்டுக்கிடந்த இந்த மூன்று கௌரவ நடிகர்களையும் மீண்டும் கௌரவமாக மூச்சுவிடக் கூடிதாக, சாமர்த்தியமாக எழுதப்பட்டிருந்தது. பயந்துகொண்டே நானும் செல்வராஜாவும் ஒளித்துஒளித்துப் பராமரித்துக்கொண்டிருந்த அந்த இரண்டு ஜீவன்களையும் இப்போது ரவி உத்தியோகபூர்வமாக மிக நேர்த்தியாக உபசரித்துக்கொண்டிருக்கிறான். எம்.வி.ஔரோறா என்கிற கப்பல் தீவில் இரண்டு அபூர்வ வண்ணத்துப் பூச்சிகள் சட்டவிரோதமாகக் குடியேறி . . . சிறகடித்துப் பறக்க இயலாதிருந்த நிலைமை மாறிப்போய் இப்போது கப்பல் முழுவதும் பட்டாம் பூச்சிகளாய் . . . முன்னர் அறிந்திராத சுதந்திரங்களை எல்லாம் இதோ அனுபவித்துக்கொண்டிருக்கிறார்கள்!

தென்சீனக் கடலின் தளம்பல்களினூடே மிதந்துபோய்க் கொண்டிருக்கிறோம். மிதமான போதையும், ஆழ்மனத்தே அதீதமான நிறைவும் எங்கள் மூவரையும் ஆட்கொண்டிருந்தது. நாங்கள் ஒரு நல்ல காரியம்தான் செய்திருக்கிறோம். எங்கள் தவறான கணிப்புகளால் சில இடையூறுகள் ஏற்பட்டுவிட்டாலும் ரவி சொன்னது போல 'எப்பிடியோ கொண்ணாந்து சேத்துப்பிட்டம் . . .'! இன்னும் ஓரிரு தினங்களில் சிங்கப்பூர் நீரிணையை அடைந்துவிடுவோம். அதன் பின்னர் எல்லாமே வரலாறாகிவிடும்! மீண்டும் அவர்களைச் சந்திப்பதென்பது

ஆகாயத்தில் ஒளிரும் அனைத்து நட்சத்திரங்களிலும் ஏதோவொன்று எமது மடியில் வந்து விழுவதான சாத்தியப்பாடாகத்தான் இருக்கும்! இப்போது போதை ஏறியிருந்தது. நிம்மதியான தூக்கம் எங்களை அழைத்துச்செல்லக் காத்திருந்தது. மூவரும் கலைந்து அவரவர் 'காபின்'களுக்குச் சென்றோம். எனது அறைக்கதவைத் திறக்கையில் அன்று வியெட்நாமில் எனது படுக்கையில் அவள் இருந்ததுபோல ஆகிவிடக்கூடாதா . . . என்ற ஆதங்கம் இருந்தது. ஆனால் மீண்டும் நான் தனித்து விடப்பட்டேன். எப்போதோ தூங்கிப்போயிருக்கிறேன்.

காலை ஆறரை மணிக்கு ரோலண்ட் பரபாஸ் எல்லோரையும் தட்டி 'ஸ்காஞ்சா' சொல்லிவிட்டுப் போனான். காலை உணவு முடிந்ததும் எட்டு மணிக்கு 'டெக்'இல் இறங்கினால் நிறைய வேலைகள் காத்துக்கிடந்தன. 'மச்சக்கோணி' பிடித்துக் கறள் சுரண்டிப் 'ப்ரைமர்' பூசிய இடங்களில் சாம்பல் நிறத்தில் 'பெய்ன்ற்' பூசவேண்டியிருந்தது. மறுநாள் மதியமோ மாலையிலோ சிங்கப்பூரை அடைந்துவிடுவோம் என்ற தகவலைக் 'களு'ரஞ்ஜித் சொன்னான். எனக்குள்ளே ஓர் இனம் புரியாத சோகம் இழையோடிப்போய் இருந்ததை நான் உணர்ந்தேன். திருக்கோணமலையில் வாழ்ந்த காலங்களில் . . . பதின்ம வயதுகளில் ஸ்ரீ ஷண்முக வித்யாலயம், மெதடிஸ்ற் பெண்கள் கல்லூரி, திருக்குடும்பக் கன்னியர் மடத்துக் கல்லூரி . . . இவற்றைச் சுற்றித் துவிச்சக்கர வண்டியில் . . . அதிலும் எப்போதும் யாராவதொரு நண்பன் 'டபிள்ஸ்'இல் தொற்றிக்கொள்ள . . . 'சுழட்டித்' திரிந்ததேயல்லாது தனித்து ஒரு பெண்ணோடு பேசக்கூடத் தைரியமற்றிருந்த நானாகிய நான் . . . பத்து நாட்கள் ஒரு பெண்ணோடு தனித்து வாழ்ந்திருக்கிறேன் . . . உறவாடி மகிழ்ந்திருக்கிறேன் . . . ஒரு சிறிய குடித்தனமே நடத்தியிருக்கிறேன் என்பதை இப்போது என்னாலேயே நம்பமுடியவில்லை! ஒரு செம்பருத்தி மொட்டுக் கட்டி . . . அது அரும்பி . . . முழுமையாய் விரிந்து . . . இதோ தன்னை ஏற்றுக் கொண்டிருந்த செடியைவிட்டுத் தரையிறங்கப்போகிறது! சோகத்தின் இனம் இப்போது புரிகிறது! ஒரு கடலோடிக்கு இவ்வாறான சோகங்கள் ஏற்படக் கூடவே கூடாது.

கப்பலின் மேற்தளத்தில் வண்ணம் பூசியே அன்றைய பொழுது கழிந்துபோனது. கடற்காற்று வீசிக்கொண்டிருந்தும் 'பெய்ன்ற்' வாசனை அசௌகரியமாக இருந்தது.

தலைக்குள் இலேசாக வலித்துக்கொண்டிருந்தது. வேலையை முடித்து . . . 'ரோளர் ப்ரஷ்'களைத் தண்ணீர் நிறைந்த வாளிகளில் திணித்துவிட்டுக் குளியலறைக்குப் போனேன். கை, கால்களில்

ஒட்டிக் காய்ந்துபோய்க்கிடந்த 'லேட்டெக்ஸ் பெய்ன்ற்' எவ்வளவு 'டேர்ப்பென்டைன்' போட்டுத் தேய்த்தும் அடம்பிடித்தது. 'சரி ... சரி ... ஒட்டிக்கொண்டிருந்து தொலைக்கட்டும் ... யாருக்காக மினுக்க வேண்டும் ... நாளைக்கும் தூரிகை, வண்ணங்களோடு ஓவியம் தீட்டுவதுதானே வேலை ...?' என்று நொந்துகொண்டு குளித்து ... 'மெஸ்'இற்குப்போய் சாப்பிட்டு வந்து எட்டு மணிக்கே படுத்துத் தூங்கிவிட்டேன். கடலின் தாலாட்டு இதமாக இருந்தது. சமுத்திரப்பெண் என்னைத் தனது மடியில் போட்டுக்கொண்டு காதோரம் ரகசியக்குரலில் பாடிக்கொண்டிருந்தாள். மூன்றே மூன்று தடவைகள் கதவைத் தட்டும் ஒலி தூரத்தே கேட்பதான பிரமையில் காதில் பட்டது. நான் அலட்டிக்கொள்ளவில்லை. அதனைத் தொடர்ந்து 'காபின்' கதவு திறக்கும் அரவங்கள் கேட்டன. விளக்கைப் பொருத்திப் பார்த்தேன். எனது போராளித் தேவதை உள்ளே நுழைந்து கதவை உட்புறமாகத் தாளிட்டுவிட்டு என்னையே இமைக்காது பார்த்துக்கொண்டு நிற்கிறாள்!

என்னை நம்பாது கண்களை இமைகளால் கசக்கிக்கொண்டு தலையணைக்குக் கீழிருந்த கைக்கடிகாரத்தை எடுத்துப் பார்த்தேன்... மணி பதினொன்று! நான் படுக்கையை விட்டு எழுந்திருக்க முயல்வதற்குள்ளாக ஒரே எட்டில் என்னருகே வந்து அணைத்துக்கொண்டு எனது வலதுகழுத்தினுள்ளே முகத்தைப் புதைத்துக்கொண்டாள். சில வினாடிகளில் எனது தோள்ப்பட்டையில் ஈரம் கசிந்துகொண்டிருப்பதை உணர்ந்தேன். ஆதரவாக எனது இரண்டு கரங்களுக்குள்ளே சிறைப்படுத்தி எனது மார்பின் மேல் ஏற்றிவைத்துக்கொண்டு முகத்தை நிமிர்த்தினேன். அழுதுகொண்டிருந்தாள். அதுவரை அசையாத உறுதியோடிருந்த எனக்கும் கண்கள் கலங்கின. நான் யார் ... இவள் யார் ... நாங்கள் தான் யார் ... காந்தர்வர்களா? எங்களுக்குள் இப்படியோர் உறவை இயற்கை எப்படி முடிச்சுப் போட்டு வைத்திருக்கிறது?

காதோரம் விம்மல்களுக்கிடையே வியெட்நாமிய மொழியில் ஏதேதோ சொல்லிக்கொண்டிருந்தாள். அவளால் ஆங்கிலத்தில் காதல் சொல்லி விடைபெற இயலாது போயிற்றுப் போலும்! எனக்கும் அந்த மொழி புரிந்துதானிருந்தது. இறுக அணைத்துக் கொண்டேன். எங்கள் உதடுகள் ஒன்றில்ஒன்று பொருந்திக் கொண்டன. அதன் பிறகு மொழி ஓசைகளற்றுப் போயின. நாங்கள் இருவருக்கும் புரிந்த நெருக்கமான மொழியில் உள்ளடங்கிப்போய் ... ஒருவருக்கொருவர் அன்பைப் பரிமாறி விடைபெற்றுக்கொண்டோம்... விடியும்வரை!

31

தெய்வீகக் கனவு அன்னது வாழ்வே

இவ்வளவு நெடிய தூண்களும் அந்த வான விதானத்தைத் தாங்கிக்கொண்டு நிற்கின்றனவா . . .! அப்படித்தான் இருந்தது சிங்கப்பூர் நீரிணையில் போய்க்கொண்டிருக்கும்போது அந்த மத்தியான வேளையில் தூரத்தே தெரிந்த சிங்கைநகர். உயர்ந்த கட்டிடங்கள் வானத்தை அளாவிக்கொண்டிருந்தன. பச்சைப் பசுமைகளே இல்லாத வெறும் கட்டிடச் சோலை. எங்காவது கொஞ்சம் பசும்புல் தலை தூக்கியிருக்கலாம் . . . இன்னும் சில மணி நேரத்தில் ஊருக்குள்ளே போய்ப் பார்த்துவிடலாம். இதோ கப்பலின் இயந்திரம் நிறுத்தப்பட்டுவிட்டது. இன்னும் அரைமணிக்கூறில் 'பைலட்' வரப்போவதாக புதிய 'மார்க்கோணி' ஆந்திராவைச் சேர்ந்த கொம்மராஜூ தகவல் கொண்டுவந்தார். அன்று 'வீல்' பிடிப்பது எனது முறை. 'காப்டன்' 'செக்கண்ட் ஆபீஸர்' ப்ரஸன்னா யாதவ் ஆகியோருடன் நான் 'ப்ரிட்ஜ்' இலிருந்து பார்த்துக்கொண்டு நிற்கிறேன். ரஞ்ஜித்தும், லூயிஜ்ஜியும் கயிற்றேணியைக் கட்டிக் கடல்மட்டத்தில் இறக்கிவைத்துவிட்டு 'லைஃவ் லைன்' . . . உயிர்காக்கும் சிகப்பு ரப்பர் வளையங்கள் . . . கப்பலினுள்ளே இறங்கி வருவதற்கான மரப்படிக்கட்டு ஆகியவற்றை தயார் செய்து சரிபார்த்துப் 'பைலட்' ஏறிவர வழிவகை செய்துகொண்டிருக்கிறார்கள். ஒரு விசைப் படகு எமது கப்பலை நோக்கி வந்துகொண்டிருக்கிறது. அதில் ஐந்து அல்லது ஆறு பேர் இருக்கலாம் . . . சீருடைக்கு மேல் 'லைஃவ் ஜாக்கெட்' அணிந்து அமர்ந்திருக்கிறார்கள்.

இப்போது அந்தப் படகு எனது கண்பார்வையிலிருந்து கப்பலின் அடிவாரத்தில் மறைந்துபோனது. 'ஸ்ரார்போர்ட்' பக்கத்தில் கட்டிவைக்கப்பட்டிருந்த 'பைலட் லாடர்' வழியாக ஒவ்வொரு தலையாக ஏறி உள்ளே வந்துகொண்டிருக்கிறார்கள். அதில் இருவர் போலீஸ்காரர்கள் என்பதை அவர்கள் இடுப்பில் கட்டியிருந்த பட்டியின் வலதுபுறம் தொங்கிய உறைக்குள் உறைந்துகிடந்த துப்பாக்கிகள் அடையாளம் காட்டின. 'கோட் . . . டை' சகிதம் வந்த இருவரில் ஒருவர் சீனஇனத்தவர் . . . மற்றவர் வெள்ளைஇனத்தவர். இருவரினதும் இடதுகரங்களில் பருமனான தோற்பைகள். வெண்ணிறச் சீருடையில் கடற்படைத் தொப்பியணிந்தவர் 'பைலட்'. சற்று நேரத்தில் எல்லோரும் மேலே 'ப்ரிட்ஜ்'இற்கு வந்துவிட்டார்கள். 'காப்டன்'இடம் தங்களை அறிமுகப்படுத்திக்கொண்டனர். சீனஇனத்தவர் சிங்கப்பூர் குடிவரவு அதிகாரியென்றும் . . . வெள்ளைஇனத்தவர் அமெரிக்கத் தூதுவரக ஊழியர் என்றும் அறிந்துகொண்டேன். இப்போது ஒரு குறும்படம் மனதுக்குள்ளே திரையிடப்பட்டுக்கொண்டிருந்தது. அடுத்த அரைமணி நேரத்தில் அதுபோலவே நிகழ்வுகள் நிஜத்தில் அரங்கேறின.

வந்தவர்கள் எல்லோரையும் 'காப்டன்' 'ஆபீஸர்ஸ் மெஸ்' இற்கு அழைத்துச்சென்றார். எல்லோரும் 'ப்ரிட்ஜ்'ஐ விட்டுக் கீழிறங்கிச்சென்றதும் நானும் 'செக்கண்ட் ஆபீஸர்' ப்ரஸன்னா யாதவ்வும் தனித்துவிடப்பட்டோம். இந்தச் சந்தர்ப்பத்தை உபயோகித்து எனது மனத்திரையில் ஓடிக்கொண்டிருந்த படத்தின் திரைக்கதை . . . சரியான தரவுகளின் அடிப்படையில் அமைக்கப்பட்டிருக்கிறதா என்பதை ஊர்ஜிதப்படுத்திக்கொள்ள முனைந்தேன்.

"வழக்கமாகப் 'பைலட்' மட்டும்தானே வருவார் கப்பலை உள்ளே கொண்டு போக... இவர்கள் ஏன் கூடவே... 'செக்கண்ட்'?"

"நாங்கள் சிங்கப்பூர் நீரிணைக்குள் நுழைந்ததுமே 'போர்ட் காப்டன்' நிக்கோஸ் சிங்கப்பூர் குடிவரவுநிலையத்தோடு தொடர்புகொண்டு கப்பலில் இரண்டு வியெட்நாமியப் பெண்கள் எப்படியோ ஒளித்துத் தப்பித்துவந்து நடுக்கடலில் எம்மிடம் தஞ்சம் கோரியுள்ள தகவலைச் சொன்னதும்... வழமையேபோல் பிள்ளையைக் கிள்ளிவிட்டுத் தொட்டிலையும் ஆட்டிவிடுகிற கருணையுள்ளம் படைத்த அமெரிக்க ஏகாதிபத்தியம் 'எங்கே . . . இப்படி யாரேனும் வர மாட்டார்களா . . . எங்கள் கறைகளை மறைத்து உலகமேடையில் நாடகமாட . . ?' என்று ஏங்கிக்கிடந்த அமெரிக்கத் தூதுவராலயங்களின் கதவுகளைத் திறந்துவைத்து

இருகரம் நீட்டி அவர்கள்ஊருக்கு இவர்களை அழைத்துப் போக இதோ வந்திருக்கிறார்கள் சகோதரா . . !"

"அமெரிக்கா இந்தப் பெண்களைத் தத்தெடுத்துக்கொள்ளுமா 'செக்கண்ட்'?"

"ஆம் . . . இங்கிருந்தே பச்சைஅட்டையுடன் பயணமாகப் போகிறார்கள் . . . அவர்கள் இவர்களுக்கு இழைத்த அநீதிகளுக்குப் பரிகாரம் தேடிக்கொள்கிறார்கள் . . . வியெட்நாமிலிருந்து நாங்கள் கிளம்பிய நாளிலிருந்து பசியையும் உடல்உபாதைகளையும் சகித்துக்கொண்டு சுதந்திரமாக உயிர் வாழ்தலின் மீதிருந்த அதீதக் காதலில் தங்களது மனோபலங்களை இழந்துவிடாது அந்த இரண்டு பெண்களும் சிங்கப்பூர் வந்து சேர்ந்துவிட்டார்கள். வாழ்வைத் தேடி ஓடுபவர்களுக்கு இவ்வாறான மனோதிடம்தான் திசைகாட்டி. ஆயினும் எப்படி நாங்கள் தாய்லாந்துக்குத் தான் போகிறோம்... அதன் பிறகு அங்கிருந்து இங்குதான் வருகிறோம் என்பதையெல்லாம் உய்த்துணர்ந்தார்கள் என்பது தான் என்னை வியப்பிற்குள்ளாக்கிய பெரும் புதிர்! யாராவது நல்ல மனங்கள் உதவியிருக்கக் கூடும்... அவர்களும் நம்மிடையே இருந்திருக்கவும் கூடும்... எப்படியோ அவர்களுக்கான நியாயம் கிடைத்துவிட்டது இல்லையா சகோதரா . . ?"

எனது மூளைக்குள்ளே 'சுருக்'கென்றொரு பொறி தட்டியது. இந்த நல்ல மனிதர் ஏதோ அறிந்துவைத்திருக்கிறார் என்பதை அறிவு உணர்ந்துகொண்டது. இத்தோடு இந்த உரையாடல் முற்றுப்பெற வேண்டுமே . . . ஆண்டவரே . . . என்று நான் பிரார்த்திக்க எத்தனிக்கையில் கீழே சென்றிருந்த 'பைலட்' மேலேறி வந்துகொண்டிருந்தார். அவரோடு கூட வந்தவர்களைக் காணவில்லை. நான் மெதுவாக 'ப்ரிட்ஜ்'இன் வலதுபக்க இறகில் சென்று பார்த்துக்கொண்டிருந்தேன். ஒரு சில வினாடிகளில் குடிவரவுஅதிகாரியும், அமெரிக்கத் தூதுவரகஊழியரும் முன்னே செல்ல... அவர்களின் பின்னால் அந்த இரண்டு பெண்கள் . . . போலீஸ்காரர்கள் இருவரும் பின்தொடர நடந்துவந்து... வந்த வழியே மீண்டும் கயிற்றேணி வழியாக ஒவ்வொருவராகக் கீழே இறங்கினர். எனது போராளிப் பெண்ணின் முறை வந்த போது இறங்கிக்கொண்டிருந்தவள் தலைமறையும் முன்பாக நிமிர்த்தி என்னை அண்ணாந்து ஒருமுறை பார்த்துவிட்டு இமைப்போதில் மறைந்தாள். இரண்டொரு வினாடிகளில் விசைப்படகு புறப்பட்டு எமது கப்பலை விட்டு அப்பால் நகர்ந்துபோவது தெரிந்தது.

அவ்வளவில் ஆனதே எனது முதற்காதல்!

"சில தினங்கள் உயிர்க்கமுதாகியே . . .

செப்புதற்கரிதாக இருக்குமால் . . .
திலத வாணுதலார் தரும் மையலாம்
தெய்வீகக் கனவு அன்னது வாழ்வே . . .”

என்றோ படித்தறிந்த பாடல் வரிகள் அந்தக் கனவு வாழ்விலிருந்து என்னை மீட்டெடுக்க உதவியது. கடல் மட்டத்தில் தொங்கிக்கொண்டிருந்த ‘பைலட் லாடர்’ஐ லூயிஜ்ஜி மேலே இழுத்துச் சுருட்டிக்கொண்டிருந்தான். கப்பலின் இயந்திரம் மீண்டும் இயங்கத் தொடங்கியது. நான் உள்ளே சென்றேன். ‘பைலட்’ கைகுலுக்கினார். நான் ‘வீல்’இற்கு மேலேஇருந்த பாகைமானியை எனது உயரத்திற்குச் சரிசெய்துகொண்டதும் “ஸ்லா போட் டெங் . . .” கட்டளைகள் பிறந்தன. கப்பல் சிங்கை நகருக்குள் மெதுவாக நுழையவாரம்பித்தது.

ooo

திருக்கோணமலையில் நான் வாழ்ந்த காலங்களில் கருத்துமுதல்வாதிகளாகக் கற்பனா சோஷியலிஸத்தைப் பேசிக்கொண்டிருந்த எனது நண்பர்கள் வட்டமானது . . . நாளடைவில் கார்ல் மார்க்ஸின் சித்தாந்தங்களின் யதார்த்தங்களினால் . . . பொருளாதார ஏற்றத்தாழ்வுகளின் மூலங்களைப் புரிந்துகொள்ளவைத்த பொதுவுடமைக் கருத்துக்களால் பொருள்முதல்வாதிகளாகத் தீவிரமாகி . . . சீன, ரஷ்ய சார்புகளின்றித் தோழர்கள் வட்டமாகியிருந்த நாட்களில் . . . வட்டத்திலிருந்து ஒரு தோழன் கொழும்பு கட்டுப்பெத்த பல்கலைக்கழகத்தில் அனுமதி கிடைத்து உயர்கல்வியைத் தொடர தலைநகர் பயணமாகியிருந்தான். திருக்கோணமலை இந்துக் கல்லூரியில் பலகாலம் மிகக் கண்டிப்பான அதிபராகக் கடமையாற்றிய திரு. சிவபாலன் அவர்கள் தெஹிவலயில் குடியிருந்த வீட்டில் ஓர் அறையை வாடகைக்குப் பிடித்துத் தங்கியிருந்த அவனைப் போய்ப் பார்த்துவரலாம் என்று ஏதோ ஒரு நாளின் பகலில் திடீரென்று தீர்மானித்தோம் . . ! எங்களுக்கென்று ஒரு தனித்துவமான குணமிருந்தது. நீண்ட காலத் திட்டமிடுதல்களில் நம்பிக்கை இல்லாமையே அது. ஒன்றைச் செய்யவேண்டும் என்பதாகத் தீர்மானித்தால் ‘சுடச் சுட’. எமது வழமையேயான திருமால் வீதியோரத்திலிருந்த சங்கப் பலகையில் . . . அதாவது 1963ஆம் ஆண்டில் திருக்கோணமலையைத் துவம்சம் பண்ணிய பெரும் புயலில் விழுந்துகிடந்த நீண்ட மரக்குத்தியில் அமர்ந்திருந்து கொழும்பு போகத் தீர்மானித்த நேரத்தில் தோழர் ஞானம் அங்கே வந்தான்.

திட்டத்தை அவனிடம் சொன்னோம். ஞானம் ஒரு ‘டாக்ஸி’ சாரதி. அன்றிரவே கிளம்புவோம் என்றான். எல்லோரும் அவரவர்

வீடுகளுக்கு ஈருருளிகளில் பறந்தோம். ஆளுக்கொரு சாரத்தையும் துவாய்த் துண்டையும் எடுத்துக்கொண்டு "கொழும்புக்குப் போகிறோம் . . . இரண்டு மூன்று நாட்களாகும் திரும்பி வர" என்று வீட்டாரிடம் சொல்ல... ஊருக்கு உதவியாக . . . வீட்டுக்கு உதவாத எங்களை யாருமே கணக்கில் எடுக்கவில்லை. மீண்டும் சங்கப் பலகையில் சங்கமித்தபோதில் ஞானம் தனது 'மொறீஸ் மைனரில்' சாய்ந்தவாறு நின்றுகொண்டிருந்தான். என்னதான் கம்யூனிஸக் கவர்ச்சியிலிருந்தாலும் . . . எங்களுக்குள்ளும் இரண்டு வர்க்கங்கள் திகழ்ந்திருந்தன. முதலாவது அன்றாடம் வேலைக்குப்போய் சம்பாதித்துக் குடும்பத்தைக் காத்துக்கொண்டிருந்த உழைப்பாளி வர்க்கம் . . . இன்னொன்று வேலை தேடிக்கொண்டிருப்பதான பாவனையில் பெற்றோரின் ஓய்வூதியங்களில் வாழ்ந்து கொண்டிருந்த சுரண்டல் வர்க்கம். இந்தப் பயணத்தில் இரண்டாவது வர்க்கம் மட்டுமே இணைந்துகொண்டது. நான், மூர்த்தி, இரத்தினதுரை, எட்வேட் எல்லோரும் வண்டியில் ஏறிக்கொள்ள . . . திருக்கோணமலை பேருந்துநிலையத்தின் முன்னாலிருந்த 'பெற்றோல்' நிலையத்தில் எரிபொருள் நிரப்பிக்கொண்டு . . . 'ப்ளாஸ்டிக்' கொள்கலனில் மேலதிகமாகவும் நிரப்பி . . . ஆளாளுக்கு இருபத்தைந்து ரூபாய்கள் பங்கு போட்டுக் கொடுத்துவிட்டு . . . மீதிப் பணத்தில் 'கிங்ஸ் ஹோட்டல்'இல் ஒரு போத்தல் இரட்டைவடியும், 'ப்ரிஸ்டல்' இரண்டு 'பாக்கெட்'டும் வாங்கிக்கொண்டு கிளம்பினோம்.

வழியெங்கும் பாட்டும் கலகலப்புமாக . . . அவ்வப்போதில் திருக்கோணமலையை நோக்கிச் சென்றுகொண்டிருக்கும் இராணுவவண்டிகளையும் தாண்டிப் போய் . . . ஹபரணவில் சாப்பிட்ட பின்னர் மீண்டும் தொடர்ந்தது பயணம். மறுநாள் அதிகாலையில் தெஹிவலயில் தோழனின் வாடகைவீட்டின் முன்னால் எழுந்தருளினோம் . . . அவன் எதிர்பார்க்கவில்லை! அவனது அறை பெரிதாக இருந்தது. எங்களைப் படுத்துத் தூங்கும்படி சொல்லிவிட்டுக் கட்டுப்பெத்த வளாகத்திற்குச் சென்றவன் பிற்பகலில் திரும்பிவந்தான். மாலையில் டாம் வீதியில் இருந்த குமரன் பதிப்பகத்துக்குச் சென்றோம். தோழர்கள் மூர்த்தியும், இரத்தினதுரையும் குமரன் பத்திரிகையில் எழுதிக்கொண்டிருந்தார்கள். இரத்தினதுரை தொடர்ச்சியாக வரதபாக்கியான், ரஞ்ஜனிரத்னதுரை, புத்தூரான் . . . என்று பல்வேறு பேர்களில் கவிதைகள் எழுதிக்கொண்டிருந்தான். குமரன் பதிப்பகத்தில் அப்போது எங்களை மிகவும் பாதித்த எழுத்தாளரான செ. கணேசலிங்கம் இருந்தார். அவருடன் மணிக்கணக்காக இலங்கையின் அரசியல் எதிர்காலம் பற்றியும் . . . நிற்சாமக் கிராமம் எரிந்து சாம்பரானதின் பின்னரான யாழ்ப்பாணத்துச்

சாதியமைப்பைப் பற்றியும் பேசிக்கொண்டிருந்துவிட்டுப் புதிதாக இல்வாழ்வில் இணைந்திருந்த கவிஞர் சில்லையூர் செல்வராஜன் . . . கமலினி ஆகியோரைச் சென்று சந்தித்து வாழ்த்திப் பேசிவிட்டுத் திரும்பினால் . . . அதிபர் சிவபாலனின் இளைய மகன் மயூராதரன் சிவஜூலியுடன் தயாராகஇருந்தான்.

அன்றிரவு முழுவதும் தெஹிவல . . . காலி வீதியில் அலைந்து திரிந்தோம். இரத்தினதுரை 'மச்சான் . . . வாழ்வு தரும்' என்ற ஒரே வரியைப் பாட்டுப் பாடுவதாக நினைத்துக்கொண்டு . . . பாடிக்கொண்டே இருந்தான். நாங்களும் கூடவே ஒத்து இசைத்துவிட்டு எதிரே இருந்த'ஹோட்டல் தவளகிரி'யில் வயிறு புடைக்கச் சாப்பிட்ட பின்னர் எல்லோரும் தங்கியிருந்த அறைக்குத் திரும்பினோம். இரவிரவாக இழுத்திருந்த சிவஜூலியின் கடாட்சத்தால் சிரிப்பலைகளின் அதிர்வு கொஞ்சம் அதிகமானதில் தூக்கம் கலைந்தெழுந்த அதிபர் சிவபாலன் அறைக்குள் வந்து ஆங்கிலத்தில் "இது என்ன 'ரெஸ்ற் ஹௌஸ்' என்று நினைத்தீர்களா?" என்று திட்டிவிட்டுப்போன அதே சுப முகூர்த்தத்தில் . . . தெஹிவல மிருகக்காட்சிசாலையிலிருந்து ஒரு சிங்கத்தின் கர்ஜ்ஜனை கேட்டது. அதற்கும் அடக்கிக்கொண்டு சிரித்துத்தள்ளினோம்.

மறுநாளில் கொழும்பு ஆமர் வீதி சந்திப்பிலிருந்த 'ஜனதா விமுக்தி பெரமுன' கட்சிக் காரியாலத்தில் தோழர் லயனல் போபகே அவர்களைச் சந்தித்தோம். வேறு சில தோழர்களும் அங்கே இருந்தனர். இலங்கைத்தீவின் அப்போதைய அரசியல் நிலவரங்களையும் தமிழர்களின் உரிமைச் சிக்கல்களையும் பற்றி விவாதித்தோம். ஓரளவுக்குத் தெளிவான கருத்துக்கள் அவர்களிடமிருந்ததாகத் தெரிந்தது. அன்றிரவு அங்கேயே கட்சிப் பத்திரிகையான 'செஞ்சக்தி'யை நிலத்தில் விரித்து . . . அதன் சிங்களப் பதிப்பான 'நியமுவ' பத்திரிகைக் கட்டுகளைத் தலைக்கு அணையாக வைத்துத் தூங்கிப்போனோம். எங்களுக்கு அது ஒருநாள் தலையணை. மக்கள் விடுதலை முன்னணியின் தோழர்களுக்கோ அதுவே தினசரித் தலையெழுத்து!

அடுத்தநாள் சனிக்கிழமை. தோழருக்குப் பல்கலைக்கழகம் செல்லவேண்டியதில்லை என்பதால் கொழும்பு பிரதான வீதிகளில் சுற்றித்திரிந்துவிட்டு மாலை விழுந்ததும் விடை பெற்றுக் கொண்டு திருக்கோணமலையை நோக்கித் திரும்பினோம். இந்தப் பயணத்தின் பின்னர் பல தடவைகள் எங்கள் மரக்குத்திச் சங்கப் பலகையில் இலங்கைக் கம்யூனிஸக் கட்சியினதும் மக்கள் விடுதலை முன்னணியினதும் சமூக மாற்றங்களுக்காகிய வேலைத்திட்டங்கள் பற்றிய விவாதங்கள் மிகக் காரசாரமாக

இடம்பெற்றுக்கொண்டிருந்தன. அந்தக் காலப்பகுதியில் திருக்கோணமலையில் தென்னிலங்கைச் சிறைச்சாலைகளில் அடைத்துவைக்கப்பட்டிருந்த ஆயுள்தண்டனைக் கைதிகளை பொதுமன்னிப்பு வழங்கிக் குடியமர்த்தும் தந்திரோபாயங்கள் ஓசைப்படாமல் நிறைவேறிக்கொண்டிருந்தன. தமிழரின் பாரம்பரியக் காணிகள் ஸ்வீகரிக்கப்பட்டுக்கொண்டிருந்தன. இதனால் மிகுந்த கோபத்திலிருந்த தோழர் இரத்தினதுரை இலங்கைக் கம்யூனிஸக் கட்சியைக் கடுமையாக விமர்சித்தான். மக்கள் விடுதலை முன்னணி தமிழரின் சுயநிர்ணய உரிமையை ஆதரித்ததை முன்வைத்து ஓரளவுக்கு அவர்களை நம்பலாமென்றும் வாதிட்டான். எங்களுக்கும் அது சரியாகவேபட்டது.

அப்போது மக்கள் விடுதலை முன்னணியின் திருக்கோண மலைக் கிளைக்குப் பொன்ஸேகா என்கிற இளைஞர் பொறுப்பாள ராக இருந்தார். “என்னா தோழர் எஃவ்விடி இரிக்கீங்க..?” என்று விளிப்பது கொஞ்சம் சிரிப்பை வரவழைத்தாலும்... சரளமாகத் தமிழ் பேசும் இனிய சுபாவமுள்ளவர். கட்சிப் பத்திரிகைகளான ‘செஞ்சக்தி’ அதன் ஆங்கில, சிங்களப் பதிப்புகளான ‘ரெட்பவர்’, ‘நியமுவ’ இவைகளை விற்றுத் தேறும் சில்லறைகளில் தான் வயிற்றைக் கழுவிக்கொண்டிருந்தார். ஒரு சிங்களத் தோழரின் வீட்டின் பின் விறாந்தையில் ‘சும்மா’ தங்கியிருந்தார். அவ்வப்போதில் மாலைகளில் எங்கள் மரக்குத்திக்கு வந்து எங்கள் விவாதங்களில் பங்கெடுத்துக்கொள்வார். துலாம்பரமான அரசியல் ஞானம் இருந்தது. நாளடைவில் எங்கள் சமூகவியற்பார்வைகளும் விசாலப்பட்டன. வடக்கு, கிழக்கு, மலையகத்துத் தமிழர்களினதும் . . . தென்னிலங்கைச் சிங்களவர்களினதும் வாழ்வாதாரப் பிரச்சனை களின் அடிப்படை மூலக்கூறுகளைத் தெளிவாக விளங்கிக் கொள்ள முடிந்தது. இதனைச் சீராக்குவதற்கான ஆய்வுகளை முன்னெடுப்பதை விட்டுவிட்டு இனவாதத்தைக் கக்குவதையே வேலைத்திட்டமாகக் கொண்ட தமிழ், சிங்கள அரசியல்வாதிகளை இனங்கண்டுகொண்டோம்.

அந்த வருடம் நடைபெற்ற பொதுத்தேர்தலில் மக்கள் விடுதலை முன்னணியின் சார்பில் போட்டியிட்ட திருக்கோணமலை வேட்பாளருக்கு உதவியாக இயங்கினோம். இத்தனைக்கும் நாங்கள் கட்சியின் அங்கத்தவர்களில்லை! இந்தச் சமயத்தில் வரணி சுட்டிபுரம் அம்பாள் கோயில் தேரின் மரச்சிற்பப் பணிகளுக்காக இரத்தினதுரை சாவகச்சேரிக்குச் சென்றுவிட்டிருந்தான். தேர்தல்நாளன்று வாக்குச்சாவடிகளில் தோழர்கள் ‘போலிங் ஏஜென்ட்’டுகளாக அமர்ந்திருந்தனர். திருக்கோணமலை ஸ்ரீ ஷண்முக வித்யாலயத்தில் அமைந்திருந்த

வாக்களிப்புநிலையத்தில் நானும் தோழர் ரேமன்ட்டும் வாக்காளபட்டியலைச் சரிபார்க்கும் பணியில் இருந்தோம். அப்போதுதான் ஊருக்குள் எல்லோராலும் நாங்கள் யாரென்று அடையாளம் காணப்பட்டோம். தமிழர் விடுதலைக் கூட்டணி வாலிப முன்னணியினர் எங்களை முறைத்ததோடு மட்டும் அல்லாது இருட்டடி கொடுக்கப்போவதாகவும் அன்போடு சொல்லிவிட்டுச் சென்றனர். அதன் தூண்களில் ஒருவரான கோணேச்வரா உணவகத்தின் உரிமையாளர் மாதகல் வீர சுப்பிரமணியம் "இனிமேல் என்ர கடைப்பக்கம் தேத்தண்ணி குடிக்க வராதையுங்கோ தம்பிமார் ..." என்று ஜனநாயக அரசியலில் அவருக்கிருந்த ஆழ்ந்த ஈடுபாட்டை வெளிக்காட்டிவிட்டுச் சென்றார்! நாங்கள் தீண்டடத்தகாதவர்களானோம்!

குளிர்விட்டுப்போய்த் தொடர்ந்து பகிரங்கமாக இயங்கி னோம். இராணுவக் கெடுபிடிகள் ஒருபுறம் . . . ஊரடங்குச் சட்டங்கள் மற்றொரு புறமாக இருந்தாலும். ஒருநாள் காலையில் இருவழிப் போக்குவரத்துப்பாதையாக இருந்த பிரதான வீதியில் 'கிங்ஸ் ஹோட்டல்'இன் முன்பாக ஒரு கல்லூரிமாணவி 'ட்ராக்டர்' வாகனத்தில் அடிபட்டு அதன் பின்சக்கரத்தின் கீழே தலைநசுங்கி ஸ்தலத்திலேயே மரணமடைந்தார். அந்தத் தெருவை ஒருவழிப்பாதையாக மாற்றும்படி நகரசபைக்கு அறிவுறுத்த அன்றிரவு ஊரடங்குச்சட்டம் அமலுக்கு வந்த பின்னர் இரவிரவாகச் சுவரொட்டிகள் எழுதி . . . பசை கரைத்து . . .ஒளித்தோடி நகரெங்கும் ஒட்டிவிட்டுக் காலைவரை உவர்மலையில் வாய்க்கால் ஒன்றுக்குள் பதுங்கி யிருந்து வீடு திரும்பினோம். அதன் பிறகு எவ்வளவோ அத்துமீறல்களைக் கண்டித்து உண்ணாவிரதங்களையும் . . . சுவரொட்டிப் போராட்டங்களையும் முன்னெடுத்தாலும் . . . இதையெல்லாம் வெகுதூரம் தாண்டிப் போய் எமது போராட்டம் எங்களுக்கு அறவே உடன்பாடில்லாத ஆயுதம் தாங்கிய பரிணாமம் எடுத்துவிட்டதை உணர்ந்த நாங்கள் ஒவ்வொருவராக ஊரைவிட்டுத் தொலைய விழைந்தோம். வரணிக்குச் சென்றிருந்த இரத்தினதுரை திரும்பிவராமலே யாழ்ப்பாணத்தில் இருந்து சிங்கப்பூருக்கு ஒரு முகவர் மூலமாக வேலையனுமதி பெற்றுக்கொண்டு 'செம்பவாங் ஷிப் யார்ட்' என்கிற பாரியக் கப்பல்திருத்தத்தளத்தில் பணியேற்று முறியச் சென்றுவிட்டான்.

ஒரு வருடம் கழித்து இரண்டு வார விடுமுறையில் திருக்கோணமலைக்குத் திரும்பிவந்தான். உவர்மலை வீட்டில் மகள் மாலிகாவின் பிறந்தநாளை விமரிசையாகத் தோழமையுள்ள நண்பர்கள் எல்லோருடனும் கொண்டாடினான். 'ஜானி வாக்கர்'

சிற்றாறாக ஓடியது. சிவமூலியும் இணைந்துகொள்ள நண்பன் சத்தியமூர்த்தி குழந்தை மாலிகாவின் ஆடுகுதிரைக்குப் புல்லுப் பிடுங்கித் தீத்திவிடும் எத்தனத்தில் இருந்தான். 'க்ளப்பன்பேர்க்' இராணுவ முகாமுக்குக் கேட்குமளவுக்குச் சிரிப்பின் பேரோசை எழுந்தது. ரஞ்சனி வந்து எச்சரித்தார் . . . அடக்கிவாசித்தோம்.

ஊரை விட்டு விடுதலையாகிவிட முயற்சித்துக் கொண்டிருந்த என்னையும், மற்றுமொரு தோழரையும் உடனே கடவுச் சீட்டு எடுத்து அதன் ஒளிப்பிரதிகள் இரண்டைத் தன்னிடம் தரச்சொல்லித் தான் போகும்போது எடுத்துச்சென்று சிங்கப்பூர் வேலை அனுமதிப்பத்திரம் பெற்றுத் தருவதாகவும் தன்னுடனே வேலை பார்க்கலாம் என்றும் நம்பிக்கை தந்தான். கனவுகளில் மிதந்தோம். சிங்கப்பூரின் ஐந்துமணி நேர வித்தியாசங்களை உணர்ந்து தூங்கியும், எழுந்தும் ஒத்திகைகள் பார்த்துக்கொள்ளும் படியும் அறிவுறுத்திவிட்டுத் திரும்பிச்சென்றான். அதுதான் நான் தோழர் இரத்தினதுரையைக் கடைசியாகப் பார்த்தது.

32

ஆசை நூறுவகை...
வாழ்வில் நூறு சுவை... வா!

ஆற்றின் பரந்த நீர்ப்பரப்பின் மேல் இரட்டைக் குழல் துப்பாக்கியின் துளைகளைப்போல மூக்கைத் துருத்திக்கொண்டிருக்கும் முதலையைப் போல்... வில்லாக வளைந்த ... இரும்பனைய முதுகுப்பாகம் அதன் கனபரிமாணத்தைக் காட்சிப்படுத்துவது போல... வால்பாகம் நீருக்குள் அமிழ்ந்தும் அமிழாது ஆபத்தை உணர்த்துவதுபோல ... தாய்லாந்தில் பொதிகளை நிரப்பிச் சுமந்துகொண்டு முக்கால் பாகம் கடல்நீர்ப்பரப்பின் கீழே அமிழ்ந்தபடி அதுவரையில் மிதந்துவந்துகொண்டிருந்த எம்.வி.ஔரோறா பரிநிர்வாணமாக... அதே முதலை தரையில் ஊர்ந்துவந்து படுத்துக்கிடப்பதே போல..! அட... கப்பலுக்கும் கூட ஓர் ஈரூடக வாழ்வுண்டு என்பதை அன்றுதான் அறிந்து கொள்ள இயன்றது. சிங்கப்பூரின் 'செம்பவாங் ஷிப்யார்ட்'இல் நீரிழிந்துநின்றது எமது கப்பல். நிறைந்துகிடந்த நீருக்குள்ளால் இழுத்துவந்து ... நீரை இறைத்துவிட்டுத் தொழுவத்தில் கட்டிய முதலை போல நிர்வாணமாகப் பரிதாபமாக இருந்தது ... தெஹிவல உயிரியல் காட்சிச் சாலையில் கூண்டிலடைத்துக் கிடந்த மிருகங்கள் போல..! அதன் கம்பீரங்களை எல்லாம் இழந்துபோய்.

கப்பலின் மேற்தளத்திலிருந்து பார்த்தால் எறும்புகள் மொய்ப்பதுபோல மனிதர்கள் அதன் அடிப்பாகத்தைக் கடித்துக் குதறுவதேபோல ... சுத்தம் செய்வதில் சுறுசுறுப்பாக இயங்கினர். அன்று

மாலையில் கீழே இறங்கி அடிப்பாகத்தை முதன்முதலாக நோக்கினால் ஒரு 'டைனோஸார்'இன் அடிவயிற்றின் கீழிருந்து அதன் வலிகளை ஆராய்ந்துகொண்டிருப்பதாகத்தான் தோன்றியது. என்னவொரு ப்ரம்மாண்டம்! இதன் மேலேயா இத்தனை நாட்களாக வாழ்ந்திருந்தேன் . . . உண்டும், உயிர்த்தும், உழைத்தும், களைத்தும் . . . அனைத்தினும் மேலாக முதற்காதல்! எனது வியெட்நாமியப் பெண்போராளி கடைசியாகப் பருகி விட்டு வைத்துப்போன தேனீர்க் குவளை இன்னமும் எனது அறைக்குள் இருக்கிறது. நான், விஜயன், குலம் அண்ணர் மூவருமாகக் கப்பலின் அடிவாரத்திற்கு இறங்கிப்போய்ப் பார்க்க எத்தனித்தபோதில் ஒரு சீன இனத்தவர் எங்களை அழைத்து மூன்று 'ஹெல்மெட்'டுகளைத் தந்து 'அணிந்துகொண்டு இறங்குங்கள் . . .' என்றார். அவர்தான் அந்த மாலைப் பொழுதின் பணியாளர்களுக்கு மேய்ப்பராக இருக்கலாம்!

கீழிறங்கிச் சுற்றிவர நடந்தோம். சமுத்திரங்கள், கடல்கள், கால்வாய்கள், நீரிணைகள் . . . என்று அனைத்தையும் கடந்துவந்து உப்பு ஸ்படிகங்களையும் கடற்பாசிகளையும் சேகரித்துவைத்துக் கொண்டிருந்த எம்.வி. ஔரோறா பகுதிபகுதியாகச் சுத்திகரிக்கப் பட்டுக்கொண்டிருந்தாள். சுரண்டி, கழுவி, புதுவர்ணம் தீட்டி முடிக்க எப்படியும் ஒரு வாரமாகலாம் என்று பணியாளர்கள் மூலம் தெரிந்துகொண்டோம். நாங்கள் சுற்றிவந்து முடியவும் இரவுஉணவுக்கான இடைவேளையை 'ஸைரன்' ஊளையிட்டுத் தெரிவித்தது. வேலைபார்த்துக்கொண்டு இருந்தவர்கள் எல்லோரும் ஆங்காங்கே குழுக்களாக அமர்ந்திருந்து கையோடு எடுத்துவந்த 'ப்ளாஸ்டிக்' டப்பாக்களைத் திறந்து சாப்பிடவாரம்பித்தனர். எல்லோரும் வெளிர்நீல நிறத்தில் சீருடைகளும், மஞ்சள் நிறத்தில் 'ஹெல்மெட்'டுகளும் அணிந்திருந்தனர். அவர்களினூடே நடந்து வந்துகொண்டிருந்தபோதில் எங்கிருந்தோ மென்காற்றில் கறிக்குழம்பின் . . . கொத்துமல்லிக் கீரையின் வாசனைகள் வந்து நாசிகளில் உராய்ந்து அதுவரையில் மறந்துபோயிருந்த வாழ்க்கையை மேலும் வெறுக்கப் பண்ணியது.

மூவரும் மூக்கை முன்னே விட்டுத் தேடிக்கொண்டு அந்தக் குழுவினரிடையே சுற்றிவந்து பார்த்தால் . . . ஒரு மூலையில் பத்து அல்லது பன்னிரண்டு பேர் தரையில் உட்கார்ந்திருக்க... அவர்களின் கரக்காம்புகளில் உணவுப்பொட்டலங்கள் . . . பூவாய் விரிந்திருக்க... அந்த நந்தவனமெங்கும் மணக்க... மணக்க . . ! கூடவே பச்சை வாழையிலையின் சுகந்தமும்! அதற்கும் மேலாகத் தேமதுரத் தமிழோசையும்! விசாரித்ததில் அவர்கள் அனைவரும் மலேஷியத் தமிழர்கள். நாங்கள் இலங்கைத் தமிழர்கள் என்றறிந்ததும் கலகலப்பாகப் பேசினார்கள். ஊரின் அரசியல்

நிலவரங்களை நன்கு அறிந்துவைத்திருந்தார்கள். அதுபற்றி விசாரித்தார்கள். நாங்களும் நடப்புகளைத் தெரிவித்தோம் . . . அனுதாபப்பட்டார்கள். மீண்டும் உணவு இடைவேளை முடிந்ததை ஊளையிட்டு அறிவித்தது 'ஸைரன்'. எல்லோரும் ஏககாலத்தில் எழுந்தனர். நாங்களும் வெட்கத்தை விட்டு விசாரித்தோம்!

"இவ்வளவு அருமையான வாசனையோடு கூடிய உணவைச் சாப்பிட்டு நாட்கள் . . . நாளுக்கொரு மாதங்களாகி வயதேறிக்கொண்டுபோய் மறதி கூடியதில் . . . இன்று பழைய ஞாபகங்கள் திரும்பிவந்து தொலைத்தது. இது உங்கள் வீட்டுச் சமையலா நண்பர்களே . . ?"

"எப்பவும் இங்கிட்டுக் கப்பலோட ரூத்தக் கழுவிக்கொள்ள வார ஓங்க ஊருக்காரங்க அத்தன பேரும் கேக்குற அதே கேள்வியத்தான் நீங்களும் கேட்டீய்ங்க..! சாமியோவ்... நாளைக்கி ஞாயித்துக்கெழமதானே... ஓங்களுக்கெல்லாம் லீவு கெடைக்குமே... இங்கன இருந்து கொஞ்சம் தூரம்தான் . . . ஒரு 'டாக்ஸி' வெச்சுக்கிட்டுப் போங்க... 'லிட்டில் இன்டியா'வுல 'முஸ்தாஃவா ஸென்டர்". அங்கன போனாக்கா ஆடு, மாடு, கொடல்கறி, கோழி, எறா, சுறா, நண்டு . . . ஆக மனுசனைத் தவிர பாக்கி எல்லாம் கெடைய்க்கும் . . . வவுறார வெட்டுங்க . . . இல்ல . . . சுத்தமான சைவச் சாப்பாடு வேணுமா? 'ஸெரங்கூன் ரோடு' இருக்கவே இருக்கு பக்கத்திலேயே... பெருமாளு கோயிலுக்குப் போயி வேண்டிக்கிட்டு... கோமளவிலாஸில சாப்பிட்டுப்பிட்டு... பக்கத்திலயே 'ரெக்ஸ் தியேட்டரில' 'அடுத்த வாரிசு'... நம்ப ரஜனி படம்... ஆறு வாரமா ஓடிக்கிட்டிருக்குன்னா பாத்துக்குங்க . . ! பாத்துப்பிட்டுச் சாவகாசமாத் திரும்பிவாங்க . . . இல்ல அதுக்கும் மேல எதனாச்சும் 'பெஸலா' வேண்டியிருந்தாக்கா 'கேலாங் ரோடு' போங்க . . . போனீங்கன்னு வெச்சுக்குங்க . . . செகப்பு வெளக்கக் கொழுத்திவெச்சுப்பிட்டு... இடுப்புக்கு மேல துணிய அவுத்துப்புட்டு நிப்பாளுக . . . அங்கனயும் சுத்தமாய்க் கெடைய்க்கும் . . . மொட்டுல வருத்தமொண்ணும் புடிக்காது . . . கவர்ன்மென்டு கியாரண்டீ . . . என்ன . . .? போய்ப் பாத்துப்பிட்டு நாளைக்கி ராத்திரிக்கி வந்து சொல்லுங்க ஸாரே"

அடேய்ங்கப்பா . . ! ஒரு சுற்றுலாப் பயணிகள் வழிகாட்டி கூட இவ்வளவு 'வெவரமா . . .' சொல்லியிருப்பானா தெரியாது. நாளை ஞாயிற்றுக்கிழமை என்பதுகூட அவர்கள் சொல்லித்தான் தெரியவந்தது. நாங்களும் 'நாளையில்' மூழ்கித் திளைத்தபடி மேலே ஏறிவந்து 'ஹெல்மெட்'களைத் திருப்பிக்கொடுத்துவிட்டு அவரவர் 'காபின்'களில் போய்த் தூங்கிப்போனோம்.

அன்றிரவு நானும் ரஜனிகாந்தும் 'ஸெரங்கூன் ரோட்'இல் முன்னேபின்னே பார்த்தறியாத ஸ்ரீ ஸ்ரீநிவாஸப் பெருமாள் கோவிலில் தலையைச் சுத்தமாக மொட்டை வழித்துக்கொண்ட பின் ... 'முஸ்தாஃவா ஸென்டர்'இல் கொடலுக் கறியோடு பரோட்டா ... கொழலுப் பிட்டோடு எறா கொழம்பு . . . வாழை எலையில் வைத்துச் சாப்பிட்டு முடித்ததும் ... சிகப்பு நிறத்தில் ஒளிர்ந்துகொண்டிருந்த தெருவிளக்கின் வெளிச்சத்தி னூடே 'ஆசை நூறுவகை ... வாழ்வில் நூறு சுவை ... வா ...' என்று 'டூயட்' பாடிக்கொண்டே நடந்து கப்பலுக்குத் திரும்பிவருவதான கனவிடை தோய்ந்து ... காலையில் நான் மட்டுமே எழுந்திருந்தேன்!

அன்று ஞாயிற்றுக்கிழமை. காலையில் குளித்து முடித்து உடுத்திக்கொண்டு நான், குலம் அண்ணர், விஜயன், ஜெயக்குமார் ... நால்வரும் 'செம்பவாங் ஷிப் யார்ட்'இன் பிரதான வாயிலைத் தாண்டிவந்து ஒரு 'டாக்ஸி' பிடித்துக்கொண்டு 'முஸ்தாஃவா ஸென்டர்'இல் போயிறங்கினோம். 'லிட்டில் இன்டியா', 'ஸெரங்கூன் ரோட்' எல்லா இடமும் சுற்றினோம். 'கோமள விலாஸ்'இல் காலைப்பலகாரம் இட்லி, சாம்பார், சட்னி, வடை ... அட மல்லிகைப்பூ கெட்டுது போ! மத்தியானம் 'முஸ்தாஃவா ஸென்டர்'இல் அனைத்து அசைவங்களையும் அனுபவித்தோம். அந்த மலேஷியத் தமிழர்கள் விவரித்தது எள்ளளவும் மிகையில்லை. வாழையிலையைத் தவிரவும் வேறு பச்சையங்கள் எதையும் காணமுடியவில்லை. எங்கும் மனிதர்கள் ... சீனர்கள், தமிழர்கள், இஸ்லாமியர்கள். கலகலப்பான ஓசைகள் ... 'மாண்டரின்', மலாய், தமிழ், ஆங்கிலம். பகல் காட்சியாக 'அடுத்த வாரிசு' ரஜனியைப் பார்த்துவிட்டு அதுவரை சேகரித்து வைத்திருந்த சந்தோஷங்களை எல்லாம் தொலைத்துவிட்டுக் கப்பலுக்குத் திரும்பினோம்.

மறுநாள் திங்கட்கிழமை மாலையில் வேலை முடிந்ததும் . . . 'களு'ரஞ்ஜித், குலம் அண்ணர், செல்வராஜா, ரோலண்ட், லூயிஜ்ஜி, 'போட்ஸ்வெய்ன்' கோல்டி, 'கார்ப்பென்டர்' மார்க் ஆந்ரே, 'ஆய்லர்' ரோஜேயோ, 'குக்' அத்துல, 'மெஸ்பாய் ரவி . . .! 'கேலாங் ரோட்'ஐ முற்றுகை இடுவதற்கான படையெடுப்பு அது என்று நான் ஊகித்தது மிகச்சரியே. "ஏன்வா ... நீங்க யாரும் வரல்லியா ..?" ரவிதான் கேட்டான். நானும் விஜயனும் இல்லை என்பதாகத் தலையாட்டினோம். ஏனோ ஜெயக்குமார் மிகவும் சோர்ந்துபோயிருந்தான், எதிலும் உற்சாகமில்லாமல். அவனும் போகவில்லை. நாங்கள் படையினரை வாசல்வரை சென்று வாழ்த்தி வழியனுப்பிவைத்தோம். மூன்று 'டாக்ஸி'களில்

படை முற்றுகையை முன்னெடுத்தது. நாங்கள் மீண்டும் சீனத்து மேற்பார்வையாளர் தந்த பணியாளர்களின் 'ஹெல்மெட்'களை அணிந்து கொண்டு கப்பலின் அடிவாரத்திற்கு இறங்கினோம். சுற்றிச் சுற்றிவந்தோம். ஜெயக்குமார் இப்போது கொஞ்சம் தேறி இருந்தான். இரவுஉணவு இடைவேளைக்கான 'ஸைரன்' ஊதியது. முந்தநாள் சந்தித்த மலேஷியத் தமிழர்களை நோக்கி நடந்தோம்.

எங்களைக் கண்டதும் அவர்கள் கலகலப்பானார்கள். "ஸாரே ... இன்னா இன்னா பண்ணீய்ங்க ... எல்லாத்தையும் வெவரமாச் சொல்லுங்க ... தொப்பை வெள்ற வரைக்கும் வெட்னீங்களா .. ?" சிரித்துக்கொண்டே கேட்டார்கள். எல்லாவற்றையும் சொன்னோம். "பெஸலா ஒண்ணுக்கும் போகல்லியா .. ?" இல்லை என்று தலையசைத்தோம். 'த்சு ... த்சு ...' என்றார்கள். அப்போது நான் அவர்களிடம் தோழர் இரத்தினதுரையைப் பற்றிப் பேச்செடுத்தேன்.

"எங்கள் ஊரைச் சேர்ந்த ஒருவர் ... பேர் இரத்தினதுரை ... இங்கே வேலைசெய்துகொண்டு இருந்தார் ... ஒரு வருடம் முடிவில் விடுமுறையில் இரண்டு வாரங்கள் ஊருக்கு வந்து போனார். அதன்பிறகு திரும்பிவந்ததாகத் தெரியவில்லை ... வந்தும் இருக்கலாம் ... நானும்தான் ஊரைவிட்டு வெளியேறி விட்டேனே ... இந்தப் பெரிய 'ஷிப்யார்ட்'இல் எந்தப் பகுதியில் வேலைபார்த்துக் கொண்டு இருக்கிறாரோ ... உங்களுக்கு ஏதாவது விபரங்கள் தெரியுமா .. ?"

"அடடே ... நல்லாவே தெரியுமே .. ! எலே ... ஷண்முகம் ... யாரு தெரியும்லே ... அதான் ... நம்மளுக்கு ஒரு 'யூனியன்' வேணுமின்னு சொல்லிக்கிட்டிருந்தாரே ... அவரு ஒங்களுக்கு ஒறவுக்காரருங்களா ...?"

"இல்லை ... என்னுடைய நெருங்கிய நண்பர்களில் ஒருவர் ... அவர் இப்பவும் இங்கதான் இருக்கிறாரா ?"

"இல்லீங்களே ... ஒருமாசமா ...? இல்ல ... ஒண்ணரை மாசம் முன்னாடி 'கான்ட்ராக்ட்' முடிஞ்சு போயி ஊருக்குப் போயிட்டு வர்ரதா சொல்லீட்டுக் கௌம்பிப்பூட்டாரு. இதுவரைக்கும் வரல்ல. இவிங்க ரண்டு வாரம்தான் லீவு குடுப்பாய்ங்க ... பிந்திப்போனாக்கா புதுசா 'ஒர்க் பர்மிட்' எடுத்துக்கணும் ... நல்ல மனுசர் ... என்னாச்சுன்னு தெரியல. நல்ல வேலை காரர். ரொம்பத் தமாஷா பேசுவாரு. கொஞ்சம் கோபக்காரரும் கூட. 'சிங்கப்பூர்க்காரனுவளப் போலதானே

நாமளும் வேல செய்யிறோம் . . . அப்புறம் எதுக்கு நம்மளுக்கு இலங்கை ரூபாயில கணக்குப்பாத்துச் சம்பளம் தராங்க . . ? இதத் தட்டிக்கேக்க நாம்ப ஒரு தொழில்சங்கம் அமைக்கணும் . . .' அப்படீன்னு சொல்லிக்கிட்டே இருந்தாருங்க . . . இந்த ஊரு சட்டம் அதுக்கு விடாதுங்க . . ."

"கொஞ்சம் விளங்கிற மாதிரிச் சொல்லுங்கோ . . ." என்றேன்.

அப்போது ஷண்முகம் என்று அழைக்கப்பட்டவர் குறுக்கிட்டு விளக்கினார். கம்யூனிஸமும் முதலாளித்துவமும் கூடிப் பெற்ற பிள்ளைதான் சிங்கப்பூர் என்றார். தொழிலாளர் நலன்களை முன்னெடுக்கும் பொதுவுடமைக் கோட்பாடுகளையும் தொழிலதிபர்களின் நலன்களைப் பேணும் முதலாளித்துவ அணுகுமுறைகளையும் இணைத்து வரையறுக்கப்பட்டிருக்கிறது சட்டம். அரசும், அரசு சார்ந்த தொழிற்சங்கமும், தொழிலதிபர்களும் இணைந்தே இயங்கவேண்டும். வேலை நிறுத்தம்... மறியல் போராட்டம் என்றெல்லாம் யாராவது அபத்தமாக உளறினால் அவர்களை உள்ளே தள்ள அரசு ஆயிரம் காரணங்களைத் தயார்நிலையில் வைத்திருக்கிறது.

சிங்கப்பூர் பிரஜைகள் செய்ய விரும்பாத வேலைகளுக்கு மலேஷியா, இந்தியா, பங்களாதேஷ், இலங்கை, பிலிப்பைன்ஸ் போன்ற இன்னோரன்ன பிறநாடுகளிலிருந்து ஒப்பந்தத்தின் அடிப்படையில் வேலைக்கு ஆட்களை வருவித்து அவர்களுக்கு அடிப்படை ஊதியம் எவ்வளவு கொடுக்கலாம் என்று அரசு . . . முதலாளிகளுக்குப் பரிந்துரை செய்யும். இது அரசுக்கு இணக்கமான நாடுகளைப் பொறுத்து வேறுபடும். இதனாலேயே தனிப்பட்ட ஒரு தொழிலாளர் குழுவினர் தொழிற்சங்கம் ஆரம்பிக்க முனைவது என்பது தவிர்க்கப்பட்டிருக்கிறது. இவ்வாறாக நிலைமையை 'விளக்கினார்' ஷண்முகம். சத்தியமாக எனக்குப் புரியவில்லை . . . ஆக... எனது நண்பன் அங்கு இல்லை!

திரும்பவும் மேலேறிக் கப்பலுக்குள்ளே நுழைந்தோம். ஏனோ யாருக்கும் தூக்கம் வரவில்லை. கொஞ்ச நேரம் எங்களுடன் பேசிவிட்டுத் தூங்கப்போகிறேன் என்று அகன்றான் ஜெயக்குமார். அவன் போனதும் நான் விஜயனிடம் கேட்டேன். "ஏன் ... ஒரு மாதிரியாக இருக்கிறான் ?"

"தாய்லாந்திலிருந்து வெளிக்கிட்ட நாளில இருந்து 'டல்'லாகத் தான் இருக்கிறான் . . . கேட்டன் . . . ஒண்டும் பறையேல்ல அண்ணை."

"சரி... விடுங்க விஜயன் . . . ஒருவேளை இன்னும் 'லவ்'வில இருக்கிறான்போல . . ." சொல்லிக்கொண்டிருக்கும்போதில்

‘கேலாங் ரோடு’ சென்றிருந்த படையினர் வெற்றிவாகை சூடித் திரும்பிக் கப்பலுக்குள் வந்துகொண்டிருந்தனர்.

“வாங்க… வாங்க… விஜயன்… மாறீருவம்… இவங்களிட்ட மாட்டினா இண்டைக்குப் படுக்கவிடமாட்டாங்க. அவங்கட ’ஜில்மால்’களை எல்லாம் சொல்லத் துவங்கீருவாங்க… நாளைக்கு வேலை… குட்நைற்”

“குட்நைற்… அண்ணை”

ooo

மீண்டும் ‘மலாக்கா’ நீரிணை. வந்த வழியே திரும்பவும் 5710 கடல் மைல்களைக் கடந்தாக வேண்டும், எகிப்திய ‘போர்ட் அலெக்ஸாந்ரியா’வை அடைய. நாளதுவரையில் வியெட்நாம், தாய்லாந்து, சிங்கப்பூர் நாடுகளில் தரையில் கால்பாவி நடந்து திரிந்து . . . கலகலப்பும், சந்தோஷங்களும், கடத்தல்களுமாக இரண்டு மாதங்களுக்கு மேலாக இருந்துவிட்டு . . . இப்போது மீண்டும் இருபத்திநான்கு நாட்கள் தொடரப்போகும் கடற்பயணம் இதோ . . . ஆரம்பித்து விட்டது. புதுப்பொலிவோடு திகழ்ந்த எம்.வி. ஔரோறாவைச் சிங்கப்பூர் ‘பைலட்’டும், ‘களூ’ரஞ்ஜித்தும் மெதுவாக அழைத்துவருகிறார்கள். மலாக்கா நீரிணை கொஞ்சம் அகன்றதும் ‘பைலட்’ இறங்கிப்போய்விட்டார். பயணம் தொடர்ந்தது. கப்பலின் அடிப்பாகம் நன்கு சுத்திகரிக்கப் பட்டுப் புதுவர்ணம் தீட்டப்பட்டு நீரில் மிதக்கவாரம்பித்தாலும் . . . அவளால் மணிக்குப் பத்து ‘நொட்’களுக்கு மேல் ஆர்முடுகலை அதிகரிக்க முடியவில்லை.

அந்திப்பொழுதை இதமாக இருள் அணைத்துக்கொண்டிருந்தது. இரவுஉணவு முடிந்ததும் கப்பலின் முன்பகுதியிலிருந்து பின்பகுதி வரை அதுவரையில் நடந்துகொண்டிருந்த வழமைக்கு விரோதமான ஒரு புதிய வழமை . . . வழமைக்கு வந்துகொண்டிருந்ததைக் காணமுடிந்தது. இரவுக்கடமையில் இல்லாதவர்களில் முக்கால்வாசிப்பேர் கப்பலின் மேற்தளத்தில் ஆங்காங்கே ஆளுக்காள் ‘கூப்பிடு தொலைவில்’ இடைவெளிவிட்டு ஏகாந்தித்து… கையில் ‘வாக்மென்’னும்… காதில் ‘ஹெட்ஃபோன்ஸ்’சுமாகத் தனிமையிலே இனிமை கண்டுகொண்டிருந்தனர். நான் உட்பட மீதிப்பேர் அவரவர் ‘காபின்’களுக்குள்ளே காணாமல்போயிருந்து… அங்கே நாங்கள் சிங்கப்பூரில் வாங்கிக்கொண்ட பெரிய ‘போட்டபிள் ஸ்டீரியோ’க்களின் முன்பிருந்து பக்தியோடு… பெட்டிபெட்டியாக வாங்கிய ஒலிநாடாக்களில் பதிந்திருந்த இசைக் கோலங்களைக் கேட்டுக்கொண்டிருந்தோம். ஆக

மொத்தம் எல்லோரும் அன்றிரவு ஏகாந்தத்தையே நாடினர். வழமையேயான மதுபானங்களும் புகைத்தல்களும் பெருமளவு குறைந்திருந்ததை அவதானிக்கக் கூடியதாக இருந்தது. அதுவரை பட்டுப்போயிருந்த மரங்களில் இருந்து இசை ... பாலாக வழிந்தோடிக்கொண்டிருந்தது.

"இசைக்கு உள்ளம் இளகிடான் எனில்
ஈனப் பிறப்பிவன் ஆவனோ ?"

என்ற கவிஞர் காரை. செ. சுந்தரம்பிள்ளை அவர்களின் வரிகள் ஞாபகத்தில் வந்தது. தொடரப்போகும் இருபத்து நான்கு நாட்களின் பயணத்தை இந்த இசை மிகவும் இலகுவாக்கும் என்பதில் இரண்டாவது கணிப்பு இல்லை என்பதை நன்கு உணர்ந்தேன்.

எனது 'காபின்' கதவு தட்டப்பட்டதும்... எழுந்து போய்க் கதவைத்திறந்தேன். விஜயன் உள்ளே வந்தான். இசை நின்றது. புருவங்களை மேலே உயர்த்திக் கேட்டேன்... அவனும் புருவங்களை உயர்த்திப் பதில் சொன்னான். சில வினாடிகளுக்குப் பின்னர் ஓசை வந்தது.

"அண்ணை ... ஜெயக்குமாரோட கதைச்சன் ... அவன் அழுதுகொண்டிருக்கிறான்... பிறகுதான் விசயத்தச் சொன்னான். தாய்லாந்தில இருந்து சிங்கப்பூருக்கு வந்த நாளில இருந்து அவனுக்கு மூத்திரம் பெய்யேக்க சரியா எரியுதாம்... அதோட மஞ்சள் நிறத்தில சிதல் மாதிரி ஒழுகுதாம்... என்ன செய்யிற தெண்டு தெரியேல்ல ... அதுதான் உங்களிட்ட வந்தநான் ... என்னவாயிருக்கும்?"

திருக்கோணமலையில் கிறிஸ்தோப்பர் அன்று இவற்றைப் பற்றியும் எனக்கு எச்சரித்திருந்தான். அதன் பிறகு கீர்த்தியும் கடலோடிகளுக்கு இலகுவாகத் தொற்றிக்கொள்ளக் கூடிய 'ஸிஃவிலிஸ்', 'கொனோறியா' போன்ற விலைமாதர்கள் வழியாகக் கடத்தப்படக்கூடிய நோய்களின் தீவிரங்களைப்பற்றியெல்லாம் சொன்னதோடு "மல்லீ... ப்ரீதி தன்னவத . . ? அது மாதிரி 'கவர்' எல்லா 'போர்ட்' போக காட்டியும் கெடைக்கும்... அப்பிடி சரீக்கு ஆச இருந்தா வாங்கி வெச்சிருங்க ... 'ஸீமென்ஸ் லைஃவ்'ல கௌதம புத்தாவும் புத்தானகிட்ட போகவேண்டிதான்வா இரிக்கும்... 'சிச்சா' போககுள்ளாற எரிஞ்சா 'ஸெக்கண்ட்' கிட்ட போங்க... அவுருதா அந்த 'ஏரியா' . . . என்ன . . ? 'வெய்ட் கரன்ன எப்பா ... தேரினவத?" என்றும் மிரட்டியிருந்தான்.

ஆண்டவரே . . . இந்த மடையன் ஒருவாரமாக இதை யாருக்கும் சொல்லாமல் அமுக்கிவைத்திருக்கிறானே . . . பாவி. சிங்கப்பூரில் நிற்கும்போதே சொல்லித் தொலைத்திருந்தால் ஒரு மருத்துவரிடம் காட்டியிருக்கலாமே . . . விஜயனோடு கிளம்பிப்போய் . . . கவட்டுக்குள் இரண்டு கைகளையும் வைத்துப் பொத்திக்கொண்டு படுத்திருந்த ஜெயக்குமாரையும் இழுத்துக்கொண்டு 'ஸெக்கண்ட் ஆபீஸர்' ப்ரஸன்னா யாதவ்வின் 'காபின்'ஐ நோக்கி ஓடினேன். ஜன்னலினூடே வெளிச்சம் தெரிந்தது. அவருடையது இரவு பன்னிரண்டு மணி 'வாட்ச்'. நல்ல வேளை . . ! மனிதர் இன்னமும் தூங்கியிருக்கவில்லை.

எம்.வி.ஔரோறா மெதுவாக அந்தமான் கடற்பிராந்தியத்தின் உள்ளே நுழைந்து மிதக்கவாரம்பித்திருந்தாள்.

33

உயிர்த்தெழுந்த ஒரு ஞாயிறில்

மிகவும் சோர்ந்து போயிருந்த ஜெயக்குமாரின் வலதுதோளில் தனது இடது கரத்தை ஆதரவாக வைத்து... வலதுஉள்ளங்கையில் இருந்த இரண்டு மாத்திரைகளை எடுத்து வாயில் போட்டுக்கொள்ளும் படி சொல்லிவிட்டு அப்பால் நகர்ந்துபோய் ஒரு 'க்ளாஸ்'இல் தண்ணீர் பிடித்துக் கொண்டுவந்து அருந்திக்கொள்ளச் சொன்னார் 'ஸெக்கண்ட் ஆபீஸர்' ப்ரஸன்னா யாதவ்.

"சகோதரா . . . தாய்லாந்தில் உன்னை மகிழ்வித்த பெண்ணி ம் இருந்து 'கொ ணோறியா பாக்டீரியாக்கள்' உனது ஆணுறுப்பைத் தொற்றி யிருக்கின்றன. யோசிக்காதே... இது குணப்படுத்தக் கூடிய நோய்தான். நோயை விடவும் நோயைப் பற்றிய பயங்களே மிகப்பெரிய நோய் . . . தெரிந்துகொள். இந்தா... இந்தப் புட்டியில் மூன்று நாட்களுக்கான 'பெனிசிலின்' மாத்திரைகள் தருகிறேன். காலையிலும் மாலையிலும் உணவு உட் கொண்ட பின்னர் எடுத்துக்கொள். மதுபானத்தைத் தவிர்த்துவிடு . . . ஒரு தடவை உபயோகித்த உள்ளாடையைச் சலவை செய்யாது மறுபடியும் அணிந்துகொள்ளாதே... புரிந்ததா? கணிசமாகக் குறைந்துவிடும். நல்லவேளையாக இப்போது வந்தாய்... இன்னும் ஒரு வாரம் கழித்துவந்திருந்தால் இந்த மாத்திரைகள் சில நேரம் உதவாமல் போயிருக்கக் கூடும் . . . கவலையை விடு . . . சந்தோஷமாக இரு... சரியாகிவிடும். இதற்காக

எல்லாம் போய் இனிமேல் பெண்களை ஏறெடுத்தும் பார்க்க மாட்டேன் என்றெல்லாம் சபதம் எடுத்துக்கொள்ளாதே . . . பின்னால் மிகவும் வருத்தப்படுவாய் . . . சரியா?"

இப்போது கொஞ்சம் வாய்விட்டே சிரித்தான் ஜெயக்குமார். எனக்கும், விஜயனுக்கும் அது நிறைந்த ஆறுதலாக இருந்தது. ப்ரஸன்னா யாதவ்வுக்கு நன்றி சொன்னோம். அவர் சிரித்து விட்டுச் சொன்னார். "பார்த்தாயா . . . தம்பி. நீ தனித்துப் போய் இருக்கவில்லை. உன்மீது அக்கறைப்பட நண்பர்கள் இருக்கிறார்கள் ... இல்லையா? என்று 'நான் ஒதுக்கப் படுகிறேன் ...' என்பதை நீ உணரும் தருணம் ... அது பாசாங்கு நட்புகளை உனக்கு அடையாளம் காட்டிக் கொடுத்து விடுகின்றன ... கடல்வாழ்வில் வயதுவித்தியாசம் இல்லாத நெருக்கங்களை நீ காலப்போக்கில் அனுபவிப்பாய். தூரங்களையும், இடைவெளிகளையும் தாண்டி அகன்றது சமுத்திரங்களின் மேலான ஸ்நேகிதம். இவர்களுக்கு நீ நன்றி சொல்லிக்கொள் . . . போ . . . போய் நன்கு தூங்கு" ஜெயக்குமார் எங்களைப் பார்த்தான். அவன் கண்கள் பனித்திருந்தன . . . பார்வையில் நன்றி உட்கார்ந்திருந்தது.

மீண்டும் ஒருமுறை எமது கப்பலின் இடதுபுறம் மாலைத்தீவுகளுக்கும் வலதுபுறத்தே லக்ஷ்த்வீபத்திற்கும் நடுவே இலங்கைத்தீவின் காலிநகரைக் கடந்துபோய்க் கொண்டிருக்கிறோம். ரஞ்ஜித், குலம் அண்ணர், செல்வராஜா, ரவி, விஜயன், ஜெயக்குமார் . . . இவர்களோடு நானும் எமது தாய் மண்ணுக்கு மிக அருகில் . . . அந்த இரவு பன்னிரண்டு மணிக்குக் கப்பலின் மேற்தளத்தில் நின்றுகொண்டு தூரத்தே தெரிந்த வெளிச்சங்களைப் பார்த்தவாறு எமது கையாலாகாத் தனங்களை நொந்துகொண்டிருக்கையில் 'மார்க்கோணி' கொம்மராஜூ 'ப்ரிட்ஜ்'இலிருந்து இறங்கி எங்களை நோக்கி வந்து "யாராவது உங்கள் உறவினரோடு தொலைபேசியில் உரையாடப்போகிறீர்களா . . . நண்பர்களே! சமிக்ஞைகள் மிக நன்றாக இருக்கிறது" என்று கேட்டார். எல்லோரும் ஒருவரை ஒருவர் பார்த்துக்கொண்டோம். பின்பு இல்லை என்று சொல்ல கொஞ்சநேரம் எங்களோடு எமது ஊரைப்பற்றிப் பேசிக்கொண்டிருந்துவிட்டுச் சென்றார். திரும்பிப் போகுமுன் "நண்பர்களே . . . உங்கள் ஒவ்வொருவருடைய மனங்களிலும் இந்த நிமிஷத்தில் ஒரு பாறைக்கல் அழுத்திக்கொண்டிருப்பதை என்னால் உணர முடிகிறது . . . அதனால் எழுந்த வலியின் முனகல்களின் சமிக்ஞைகளை எனது வானொலி மிகத் துல்லியமாகப் பெற்றுக்கொண்டிருக்கிறது . . . கலங்காதீர்கள் . . ." என்று சொல்லிவிட்டுப் போனார்!

அட . . ! யாரிவர்? மூன்று மாதங்களின் முன்பு ஆந்திராவின் காக்கிநாடாவிலிருந்து கப்பலுக்கு வந்தவர்... எங்களோடு அதிகம் பேசியதுகூட இல்லை. இப்படி அக்கறையாக வந்து பேசிவிட்டுப் போகிறாரே . . . இதைத்தான் ப்ரஸன்னா யாதவ் ஒரு வாரம் முன்பு ஜெயக்குமாரிடம் சொன்னாரோ? ‘கடல்வாழ்வில் வயதுவித்தியாசம் இல்லாத நெருக்கங்களை நீ காலப்போக்கில் அனுபவிப்பாய். தூரங்களையும் இடைவெளிகளையும் தாண்டி அகன்றது சமுத்திரங்களின் மேலான ஸ்நேகிதம்’ . . . எவ்வளவு அழகான உண்மை? காலிக் கரையோரத்தின் வெளிச்சங்கள் பார்வையிலிருந்து மறையவும் அதிகாலைவெளிச்சம் இருளைக் கலைக்கவும் நேரம் சரியாக இருந்தது. அன்றிரவு எங்களில் யாருமே தூங்கியிருக்கவில்லை.

அந்த வருடத்தின் ஏப்ரல் மாதத்து வெயில் தகித்தது. அரபிக் கடலின் வழியே மிதந்துபோய்க்கொண்டிருக்கிறோம். கடல் அமைதியாக இருந்தது. காற்றோட்டம் இல்லாமலும் ஒரு கடற்பரப்பு இருக்கும்... என்று எங்களை உணரவைத்தது. தென்றல் எப்போதாவது ஒரு தடவை வீசும்போதில் இதமான குளிர்ச்சியை உடலுக்குத் தந்தது. இவ்வாறான கால நிலைகளை நான் திருக்கோணமலையில் புழுங்கிப்புழுங்கி அனுபவித்திருக்கிறேன். வங்காளக்கடலைப் பார்த்தபடி எனது இல்லம் இருந்தது. கடற்கரைமணலில் நின்றாலும் கைப்பிடியளவு காற்றும் இல்லாதிருந்த நாட்கள் நினைவில் நிழலாடின. சிங்கப்பூரில் இருந்து கிளம்பி இன்றோடு பத்து நாட்களாகிவிட்டன. இன்னும் ஐந்து நாட்களில் நாங்கள் செங்கடலுகக்குள் நுழைந்துவிடுவோம். கப்பலில் வேலைகள் அதிகமாக இருக்கவில்லை. ‘போட்ஸ்வெய்ன்’ கோல்டி இந்த அக்னிப்பந்தின் கீழே எந்த மடையன் வேலை செய்வான் . . . அந்தக் கொழுத்தும் வெயிலில் எங்களை நிற்க வேண்டாம் என்று சொல்லிக் கப்பலின் முன்புறத்திலிருந்த ‘ஸ்டோரேஜ்’ அறையை ஒழுங்குபடுத்தவும் கயிறுகளின் பின்னல்களைச் சரிபார்த்து . . . சந்தேகமானவற்றை மீளவும் பின்னிவைக்கவும் பணித்துவிட்டு . . . உண்ட மயக்கங்கள் ஏதேனும் இருந்தால் குறுந்தூக்கம் போடச்சொல்லித் தானும் ஓர் ஓரமாகக் கயிற்றுச் சுருள் ஒன்றில் ஏறிப் படுத்துவிட்டான். நாங்களும் தலைவனைப் பின்பற்றினோம்.

எவ்வளவு நேரம் துங்கினோமோ தெரியாது . . . திடீரென்று ‘ப்ரிட்ஜ்’இல் இருந்த அவசரகால மணி அலறியபோது மதியம் இரண்டரை. எல்லோரும் எழுந்தோடி வெளியே வந்தால் . . . ‘ப்ரிட்ஜ்’இற்கு நேரே முன்னால் இருக்கும் மூன்றாம் இலக்க

‘ஹாட்ச்’இன் இரும்பு மூடிகளின் இடைவெளிகளினூடே கரும்புகை திரளாக வெளியேவந்துகொண்டிருந்தது. ‘ஓ . . . ஷிற் . . .’ என்றபடி எல்லோரும் உஷாரானோம். கப்பலில் வேலைக்குச் சேர்ந்த புதிதில் எங்களுக்குத் தரப்பட்டிருந்த தீயணைப்புப் பயிற்சி சமயத்தில் உதவியது. ‘விஞ்ச்’களுக்குக் கீழே இருந்த அறையில் வைக்கப்பட்டிருந்த றப்பர் தண்ணீர்க் குழாய்களை இழுத்துவந்து நீரின் ‘வால்வ்’களைத் திறந்துவிட்டுக் குளிர்ந்த நீரை ‘மக்ரெய்கர் ஹாட்ச்’இன் மூடியின்மேல் பீய்ச்சியடித்தோம். கொஞ்சம் புகை அடங்கியதும் ‘போட்ஸ்வெய்ன்’ கோல்டி மூடியைத் திறந்தான். அதுவரை உள்ளடங்கியிருந்த புகை மண்டலம் தீய்ந்த றப்பர் வாசனையோடு வெளியேறி . . . ஒரு தற்காலிக இருளைத்தந்து பார்வையை மறைத்தது . . . மூச்சும் சற்றே திணறியது. தீயின் நாக்குகள் தெரியவில்லை. புகை கொஞ்சம் விலகியதும் அதன் மூலத்தை அறிந்துகொண்டு தொடர்ந்தும் நீரிறைத்தோம் . . . அடங்கிவிட்டது.

‘ப்ரிட்ஜ்’இலும், ‘எஞ்ஜின் ரூம்’இலும் கடமையில் இருந்தவர்களைத் தவிர . . . அனைவரும் கப்பலின் மேற் தளத்தில் திரண்டிருந்தனர். மூன்றாம் இலக்க ‘ஹாட்ச்’இல் அடுக்கிவைக்கப்பட்டிருந்தது பலகைப்பெட்டிகளினுள்ளே நிரப்பப்பட்டிருந்தன றப்பர் சிப்பங்கள். ‘எலெக்ட்ரீஷியன்’ சுரீந்தர் சிங் அதனுள்ளே இறங்கி அந்தப் பெட்டிகளின் மீது நடந்துபோய் ஒரு மூலையில் புகைந்து அடங்கிக் கருகிப் போய்க்கிடந்த ஒரு பெட்டியைச் சோதனையிட்டார். அது ‘ஹாட்ச்’இன் உட்பக்கத்து முகட்டில் பொருத்தியிருந்த மின்சாரஇணைப்புப்பெட்டியில் உராய்ந்துஉராய்ந்து அதன் மூடியை உடைத்துவிட்டிருக்கிறது. கப்பலின் அசைவுகளால் தொடர்ந்தும் முட்டிக்கொண்டதில் எப்படியோ பலகையில் தீ பற்றியிருந்திருக்கிறது. வெளியே வந்து எங்களை உதவிக்கு அழைத்து அதனைச் சுற்றியிருந்த பெட்டிகளை ஒதுக்கி வைத்துவிட்டு . . . மேலேறிச்சென்று புதிதாக ஓர் இணைப்புப் பெட்டியைக் கொண்டுவந்து பொருத்திவிட்டு நிமிர்ந்தார்.

“இந்த அறிவுகெட்ட நெருப்பு . . . போயும்போயும் றப்பர் சிப்பங்கள் நிறைந்திருந்த களஞ்சிய அறைக்குள் . . . அதிலும் விறகாகக் கள்ளிப்பலகைகளால் ஆன பெட்டிகளில் அடைக்கப் பட்டிருந்த றப்பரில் போய் மூண்டிருக்கிறதே . . .! இந்த எச்சரிக்கை மணியும் . . . தானியங்கியாக மின்சாரத்தைத் துண்டித்துவிடும் கருவியும் . . . இந்த வயதில் முதிர்ந்த எம்.வி. ஔரோறாவில் இன்னமும் இயங்கிக்கொண்டிருப்பதால்தான் நாங்களும் இந்த நிமிடம் உயிரோடு இயங்க முடிகிறது. இதற்காக எல்லோரும்

அவரவருக்கு நம்பிக்கையுள்ள கடவுளுக்கு ஆத்மார்த்தமாக நன்றி கூறிக்கொள்ளுங்கள்... இந்த அரபிக் கடலில்தான் நமக்கு ஜலசமாதி என்று எங்கள் இருபத்தி ஏழுபேரின் தலைகளிலும் எழுதி வைக்காத ஆண்டவரைப் பிரார்த்தியுங்கள் . . . நண்பர்களே . . . பலமாகக் காற்று வீசி . . . இன்றைய தினத்தில் தீ பரவ உதவிசெய்யாத காற்றின் தேவனை வாழ்த்துங்கள் . . . சகோதரர்களே . . . அலெக்ஸாந்ரியாவில் எங்களுக்காகக் காத்திருக்கும் கடிதங்கள் . . . நாங்கள் படிக்காமலே ஊருக்குத் திருப்பி அனுப்பப்படுவதைத் தவிர்த்து எங்களைத் தாங்கிக் கொண்டிருக்கும் இந்தக் கப்பலுக்கும் நன்றி சொல்லுங்கள் . . ." உருக்கமான தொனியில் சொல்லிமுடித்தார் சுரீந்தர் சிங்.

அப்போதுதான் நான் உட்பட முதன்முதலாகக் கப்பலில் வேலைக்குச் சேர்ந்த கன்னிக் கடலோடிகள் அத்தனை பேருக்கும் எவ்வளவு பெரியதோர் ஆபத்திலிருந்து தப்பிவந்திருக்கிறோம் என்பது உறைத்தது. குட்டித்தூக்கம் போட்டுக்கொண்டும் . . . விளையாட்டுத்தனமாகத் தீயணைப்புக்குழாய்கள் வழியே தண்ணீர் இறைத்துச் சாகஸங்கள் புரிந்ததாக நினைத்துக்கொண்டும் இருந்த எமக்குக் கன்னத்தில் விழுந்த அறை . . . சுரீந்தர் சிங்கின் அந்த உரை!

கிரேக்கத்திலிருந்து வியெட்நாம் வந்தபோதில் வங்காளக் கடல் புயலின் ஆபத்துகளைக் காட்டிக்கொடுத்தது . . . இப்போது திரும்பிவரும்போதோ அரபிக் கடல் கப்பலில் தீ மூண்டால் என்னவாகும் என்று கற்பித்தது . . . ஆக . . . எம்.வி.ஔரோறா என்கிற இரும்பு உலோகத்தாலான சின்னஞ் சிறிய தீவு எங்களை உயிரோடு தாங்கிக்கொண்டு மிதந்தபடியே இந்த வயதிலும் நாடு விட்டு நாடு அழைத்துப்போய்க்கொண்டே இருக்கிறது! "எங்களைத் தாங்கிக்கொண்டிருக்கும் இந்தக் கப்பலுக்கும் நன்றி சொல்லுங்கள் . . ." என்று சுரீந்தர் சிங் சொன்னதில் ஆயிரம் அர்த்தங்கள் புதைந்தே இருக்கின்றன.

அரபிக்கடலைக் கடந்து 'கல்ஃவ் ஓஃவ் ஈடன்' வழியாகச் செங்கடலுக்குள் நுழைந்துவிட்டோம். வரும் வழியில் மேற்கு சவுதி அரேபியாவின் செங்கடலோர நகரமான ஜெட்டாவில் எரிபொருள் நிரப்பிக்கொள்வதற்காக நங்கூரமிட்டுநின்றோம். ஐந்து மாதங்களின் முன்பு திருக்கோணமலையில் துவிச்சக்கர வண்டிகள் திருத்திக்கொண்டிருந்த சோதியை இங்குதான் சந்தித்தேன். ஜெட்டாவை விட்டுப் பிரிந்துவரும்போது அவன் சொன்ன வார்த்தைகள் காதில் மீண்டும் ஒலித்தன. "பாடிக்கொண்டே போங்க தம்பீ . . . மனசு லேசாயிரும் . . ."

எனது பழைய துவிச்சக்கர வண்டியைத் திருத்திக்கொள்ளக் கூலியாக நான் அவனுக்குப் பாட்டுப் பாடிக்கொண்டிருந்த காலங்கள் மீண்டன! மீண்டும் அவனை இங்கே சந்திக்கலாம் என்ற ஓர் ஆர்வம் மேலிட்டது. 'பங்கர் பாஜ்' வந்ததும் கப்பலோடு அணைத்துக் கட்டிவிட்டு ஆவலோடு தேடினேன் . . . சோதி வரவில்லை.

மீண்டும் சூயெஸ் கால்வாயின் தென்புறத்தை அடைந்தோம். கால்வாய் வழியே பயணம் தொடர்ந்தது. வடபகுதியின் 'போர்ட் சையித்'ஐக் கடந்து இடதுபுறம் எகிப்தின் முக்கிய துறைமுகமான அலெக்ஸாந்திரியாவை அண்மித்து ஒரு பகலில் நங்கூரமிட்டுநின்றோம். ஏராளமான கப்பல்கள் அருகருகே தரித்துநின்றன. எங்களுக்கான துறைமுகமேடை கிடைக்க இரண்டொரு நாட்களாகும் என்று 'தேர்ட் ஆபீஸர்' விஷ்ணு பட்டேல் தெரிவித்தார். மழை பெய்துகொண்டிருந்தது . . . காற்றும் பலமாக வீசிக்கொண்டிருந்தது.

அன்றிரவிலிருந்து எனக்கான காவற்கடமை மீண்டும் ஆரம்பித்துவிட்டது. மாலை ஆறு மணியிலிருந்து மறுநாள் காலை ஆறு மணிவரை. பகல் உணவை முடித்துக்கொண்டு தூங்கப் போய்விட்டேன். மாலை ஐந்துமணிவாக்கில் எழுந்து முகம் கழுவிக்கொண்டு 'காபின்'ஐவிட்டு வெளியே வந்தேன். மழை விட்டிருந்தது ... காற்று அப்படியேதான். கிரேக்க மொழியில் பாடல்கள் கேட்டுக்கொண்டிருந்தன. 'மெஸ்'ஐ நோக்கி நடந்து வருகையில் மேலே 'லைஃவ் போட் டெக்'இல் மேசை, கதிரைகள் அடுக்கப்பட்டு வெள்ளை விரிப்புகள் மீது பீங்கான் கோப்பைகள், கண்ணாடிக் குவளைகள், கத்தி, கரண்டி, முள்ளுக் கரண்டிகளை வரிசையாக ஒழுங்குபடுத்தி வைத்துக்கொண்டிருந்தனர் ரவியும், ஜெயக்குமாரும்... 'சீஃவ் ஸ்டுவேர்ட்' ராஜீவ் ஷர்மாவும். கீழே நின்றபடி ரவியிடம் "யாருக்காக இந்த 'பார்ட்டி'?" என்று கேட்டேன். "யேசுநாதருக்காக . . ." என்று பதில் வந்தது! "அது மார்கழியில் அல்லவா . . .ரவி?" என்றேன். "இன்னிக்கி 'ஈஸ்டர்' ஞாயிறையா ..." என்றான்.

அடடா... பாடுகள் முடிந்து ஆண்டவர் உயிர்த்து எழுந்த தினம். ஊரில் இருந்திருந்தால் இன்றைக்கு வடகரை வீதியிலிருக்கும் 'க்வாடலூப்' மாதாவின் கோயிலுக்குப் போயிருப்பேன்! ஒவ்வொரு வருடமும் நண்பர்களோடு போய் மெழுகுவர்த்தி ஏற்றிவைத்துவிட்டு வருவேனே . . . கப்பலில் ஏறியதிலிருந்து நாளும் கிழமையும் கூடத் தெரியாது போய்விட்டதே! அங்கலாய்ப்புகளோடு அன்றைய எனது இரவுக் காவல்

ஆரம்பித்தது. 'மெடிட்டரேனியன்' கடல் ஏனோ சினத்துச் சினத்துக்கொண்டிருந்தது. அலைகள் தளும்பிக்கொண்டிருந்தன. அண்மித்துநின்ற கப்பல்கள் நங்கூரத்தை மையமாக வைத்து இடம்பெயர்வது தெரிந்தது. எமது கப்பலும் அவ்வாறே பெயர்ந்துகொள்ளக் கூடும். ஆனால் நகர்வை உணர்ந்துகொள்ள முடியவில்லை. கப்பலின் முன்புறம் சென்றேன். மூக்கின் மீது ஏறி நின்றுகொண்டு உடலை வளைத்து நங்கூரச் சங்கிலியைப் பார்த்தேன். நங்கூரத் துளையினூடாக மெல்லிய உறுமல் கேட்டுக் கொண்டிருந்தது.

மேலே 'ப்ரிட்ஜ்'இற்குப் போய் அன்று இரவு என்னோடு கடமையிலிருந்த 'தேர்ட் ஆபீஸர்' விஷ்ணு பட்டேலிடம் தெரிவித்தேன். "காலநிலை ஒரு மாதிரித்தான் இருக்கிறது . . . அவ்வப்போது போய்ப் பார்த்துக்கொள் . . ." என்றார். திரும்பி இறங்கிவரும்போது 'ஈஸ்டர் பார்ட்டி' ஆரம்பித்திருந்தது. மேசை முழுவதும் விதவிதமான உணவுவகைகள் . . . சிகப்பு வர்ணத்தில் அவித்த முட்டைகள் . . . மதுபானங்கள். ஒரு புறத்தே முழு ஆடு ஒன்று தீயில் வெந்துகொண்டிருந்தது. சிங்கப்பூரில் 'செம்பவாங் ஷிப்யார்ட்'இல் சுரந்த பிறகு இன்று மீண்டும் உமிழ்நீர் ஊறியது! இன்றைக்குப் பார்த்து இரவுக் காவலா . . ? விதியை நொந்துகொண்டும் . . . ஆட்டின் விலாஎலும்பைச் சூப்பிக்கொண்டிருக்கும் செல்வராஜா . . . ரஞ்ஜித் ஆகியோரை முறைத்துக்கொண்டும் கீழிறங்கினேன்.

நேரம் நள்ளிரவை நெருங்கிக்கொண்டிருந்தது. காற்றின் உக்கிரம் அதிகரித்ததேயன்றிக் குறைந்ததாகத் தெரியவில்லை. எத்தனை தடவைகள் கப்பலின் மேற்தளத்தைச் சுற்றிச்சுற்றி வந்திருப்பேன் . . . 'ப்ரிட்ஜ்'இற்கு ஏறியும் இறங்கியும் 'தேர்ட் ஆபீஸர்' விஷ்ணு பட்டேலிடம் தகவல் சொல்லியிருப்பேன் என்பதெல்லாம் கணக்கிலில்லை. ஒருதடவை அவ்வாறு போய் வரும்போது 'போர்ட் காப்டன் . . . போர்ட் எஞ்ஜினியர்' இருவரும் ஒரு கைக்குட்டையின் இரண்டு முனைகளை ஆளுக்கொன்றாக வலதுகைகளில் பிடித்துக்கொண்டு . . . இடது கரத்தை இடுப்பின் பின்புறமாக வளைத்துவைத்தபடி வாள் சண்டையிடுபவர்கள்போல ஒரு கிரேக்கப் பாடலுக்குச் சுற்றிச்சுழன்று ஆடிக்கொண்டிருந்த கண்கொள்ளாக் காட்சியையும் காணநேர்ந்தது. அதுவரை கேட்ட அத்தனை பாடல்களும் மாயாமாளவகௌளை அல்லது ஸிம்ஹேந்ர மத்யமம் ஆகிய ராகங்களிலேயே அமைந்திருந்தன. அந்தக் காலநிலைப் பரபரப்பிலும் செவிகள் அதனைக் கவனிக்கத்

தவறவில்லை என்பதில் எனக்குள்ளே நான் இன்னமும் செத்துத் தொலைக்கவில்லை என்பதும் ஊர்ஜிதமானது.

மீண்டும் கப்பலின் முன்புறம் போய் நங்கூரத்தை நோட்டம் பார்த்துவிட்டுத் திரும்பிவரும்போதில் குலம் அண்ணர் கையில் கோப்பிக் குவளையை வைத்துப் பருகிக்கொண்டு கடலையே உற்றுப்பார்த்துக்கொண்டிருந்தார். அவருக்கு அன்று இரவு பன்னிரண்டு மணி 'வாட்ச்'. "அண்ணை . . . கப்பல் கொஞ்சம் இடம் பெயர்ற மாதிரித் தெரியுது . . ." என்றேன். "உண்மைதான் . . . நானும் உந்த நிலவுவெளிச்சத்தில பாத்துக்கொண்டுதான் இருக்கிறன் . . . உவ்வளவு பக்கத்தில கொண்டுவந்து கப்பல்கள அடிச்சிருக்கிறாங்கள் . . . ஏதோ நடக்கப்போகுதெண்டு என்ர மனஞ்சொல்லுது தம்பீ . . . ஊர் இருக்கிற இருப்பில ஊமையன் விசிலடிச்சானாம் எண்ட மாதிரி மேல உவங்கள் 'பார்ட்டி' போட்டுக் கும்மாளிச்சுக்கொண்டிருக்கிறாங்கள் . . . கொஞ்சம் அவதானமாகப் பார் தம்பீ . . ." என்றார். அவரது அனுபவம் அன்று பேசியது.

பன்னிரண்டு மணிக்கெல்லாம் 'பார்ட்டி' தொய்ந்து விழுந்து தவழ்ந்து போய்த் தூங்கிப்போய்விட்டார்கள். 'தேர்ட் ஆபீஸர்' விஷ்ணு பட்டேல் மேலே 'ப்ரிட்ஜ்'இல் . . . குலம் அண்ணர் கீழே 'எஞ்ஜின் ரூம்'இல் . . . நான் நடுவே 'டெக்'இல். இரண்டு மணியாகிவிட்டது. காற்றின் அழுத்தமும் அலைகளின் வேகமும் குறைந்திருக்கவில்லை. கூப்பிடுதொலைவிலிருந்த கப்பல்களைப் பார்க்கும்போது குழந்தைகள் காகிதங்களில் செய்து மிதக்கவிட்டவை போல இருந்தன. கீழேயிருந்து குலம் அண்ணர் கையில் ஒரு 'காஸெற்'றோடு வந்தார். 'வா . . . தம்பீ . . . மேல போவம் . . .' என்று என்னையும் அழைத்துக்கொள்ள 'லைஃவ் போட் டெக்'இற்குப் போனோம். அங்கிருந்த 'காஸெற் ப்ளேயர்'இல் அவர் கொண்டுவந்ததைப் பொருத்தி இசைக்க வைத்தார். 'மயக்கம் எனது தாயகம் . . . மௌனம் எனது தாய்மொழி . . .' என்ற பாடல் அந்தச் சூழல் காற்றிலும் தவழ்ந்தது!

'அட . . . இந்தப் பாட்டை நான் திருக்கோணமலையில் அறுந்து போன எனது 'சைக்கிள் செய்ன்'ஐ திருத்தித் தரக் கூலியாகச் சோதிக்குப் பாடியிருக்கிறேன் . . !' "அண்ணைக்கு இந்தப் பாட்டு நல்ல விருப்பம் போல . . ." கேட்டேன். "ஓம் . . . தம்பி . . . உந்தப் பாட்டு வந்த அந்த அறுபத்தி மூண்டாம் ஆண்டிலதான் நான் முதல்முதலாக வலிகாமத்தில இருந்த என்ர நிச்சாமக் கிராமத்த விட்டு வெளிக்கிட்டுக் கப்பலில

ஏறித்தொலைஞ்சன் . . . அந்த சோகங்களையும் வலிகளையும் தூக்கிக்கொண்டு என்னோடயே வந்திட்டுது . . . இன்னும் என்னோடயே கடல் விட்டுக் கடல் மிதந்துகொண்டே இருக்கு . . .” சொல்லும்போதில் அவர் கண்களில் மெல்லியதொரு பளபளப்புத் தெரிந்தது. “ஏனண்ணை ஒரு மாதிரி நொந்துபோய்ச் சொல்லுறீங்கள் . . ?” “அது ஒரு பெரிய கதை தம் . . .” அவர் தொடர்ந்து பேச எத்தனித்தபோது ‘திடும் . . . திடும் . . . திடும் . . .’ என்ற ஓசை பிடரியில் அடித்து என்னைக் கீழே விரட்டியது. கப்பலின் ‘ஸ்ரார்போர்ட் ஸைட்’இலிருந்து வந்தது அந்த இடியோசை. குலம் அண்ணரும் என்னைத் தொடர்ந்து ஓடிவந்தார். அவரது நாளதுவரையிலான கடலனுபவங்களின் கணிப்பு மிகச் சரியாகவே இருந்துதொலைத்தது.

34

தீக்குளித்துப் புனிதமான தேசங்கள்

இருபத்திஏழு வருடக் கடலோடி 'தேர்ட் ஆபீஸர்' விஷ்ணு பட்டேல். இந்தியாவின் குஜராத் மாநிலத்தின் கடலோர நகரமான மஹாத்மா காந்தி அவதரித்த போர்பந்தரில் பிறந்து . . . கடலுக்குள் வந்து . . . குஜராத்தில் சுரண்டிக்கொண்டிருந்த அமெரிக்க நிறுவனமான 'யூனியன் கார்பைட் லிமிடெட் கம்பெனி'யில் பணி புரிந்துகொண்டிருந்த மகனையும், மகளையும் ஒரேநரத்தில் . . . மனிதரின் கவனக்குறைவால் கசிந்து வெளியேறிய நச்சுவாயுவின் விளைவாக எழுந்த தீயின் நாக்குகளுக்குத் தீனியாகிப்போன ஆயிரக்கணக்கானோருடன் பறிகொடுத்துவிட்டு . . . இதனால் சித்தஸ்வாதீனமிழந்துபோன மனைவி யோடும் அனாதைகள் என்றாகிப்போன மகன் விஜய்யின் மனைவியையும் குழந்தைகளையும் பராமரிக்கவேண்டிய புதிய பொறுப்பை ஏற்றுக் கொண்டு இளைப்பாறி இருக்கவேண்டிய வயதில் மீண்டும் கப்பலில் ஏறிக்கொண்ட 'தேர்ட் ஆபீஸர்' விஷ்ணு பட்டேலின் தலையில் ப்ரம்மா பொழிந்துவைத்திருந்த நேரஅட்டவனையில் இருந்த ஒரேயொரு நல்ல விஷயம் 'ஆயுள் கெட்டி' என்பதே!

அந்த அதிகாலையில் இரண்டுமணிக்கு விழுந்த இடி கப்பலையே எழுப்பிவிட்டிருக்கிறது. நானும் குலம் அண்ணரும்தான் முதன்முதலில் அந்தக் கொடுமையைப் பார்த்துத்தொலைத்தோம். எம்.வி. ஔரோறாவிற்கு அருகில் . . . அதாவது ஆபத்து

விளையக்கூடிய அளவுக்கு அருகில் நங்கூரமிட்டு நின்ற ஒரு கப்பல்... பலத்த காற்றும்மழையுமாக அல்லல்பட்டுக்கொண்டிருந்த அந்த இரவில் இடம்பெயர்ந்து கொண்டிருந்த ஏனைய கப்பல்களைப் போலவே தரிப்பிலிருந்து விலகி எமது கப்பலின் வலது பக்கத்து இடுப்புப்பகுதியை மூக்கால் இடித்துத் துளைத்துவிட்டு உரசிக் கொண்டு நிற்கிறது. அது துளைத்த இரும்புச் சுவரின் உட்புறம் 'தேர்ட் ஆபீஸர்' விஷ்ணு பட்டேலின் படுக்கை. அவருடைய 'காபின்'இல் உட்புறமாக அந்த இரும்புச் சுவரோடு இணைத்துப் பொருத்திஇருந்த கட்டில் முற்றாகச் சிதைந்து போயிருந்தது. கட்டிலுக்கு மேலே வலதுபக்கமாகக் கைக்கெட்டும் உயரத்திலிருந்த 'போர்ட் ஹோல்'இனது கண்ணாடி சுக்கு நூறாக உடைந்து நொறுங்கிக்கிடந்தது.

'தேர்ட் ஆபீஸர்' விஷ்ணு பட்டேல் 'ப்ரிட்ஜ்' இலிருந்து அந்தக் கப்பல் இடித்துத் துளைத்ததைப் பார்த்துவிட்டு நிதானமாக இறங்கிவருகிறார். அவருக்கு முன்னமேயே அவருடைய 'காபின்'இல் திரண்டிருந்த அனைவரும் வழி விட்டுக்கொடுக்க . . . உள்ளே வந்து பார்த்துவிட்டுச் சிரித்தார். சிரித்தவர் தொடர்ந்தார் . . . "ஒரு விஷயத்தைக் கவனித்தீர்களா நண்பர்களே . . . கொம்பால் முட்டிவிட்டு ஒன்றும் தெரியாதது போல மூக்கால் உரசிக் கொண்டிருக்கும் அந்தக் காளைமாட்டுக் கப்பலின் பெயரைப் படியுங்கள் . . ." அட . . ! எம்.வி.ஃவார்ச்யூன் . . . ஹியூஸ்டன். டிஎக்ஸ்! "அதாவது நண்பர்களே . . . அதிர்ஷ்டம் அல்லது விதி . . . பார்த்தீர்களா . . .? எனது அதிர்ஷ்டம் அல்லது விதியை . . !" என்று சொல்லி மீண்டும் பலமாகச் சிரித்தார். எப்படித்தான் இந்த மனிதருக்குள் ஓர் அசாத்திய நிதானம் உட்கார்ந்துகொண்டிருக்கிறதோ? அன்றிரவில் அவர் கடமையில் இல்லாதிருந்தால் இங்கேதான் தூங்கியிருப்பார் . . . அதன் விளைவை அங்கு திரண்டிருந்த எல்லோரும் மனதுக்குள்ளே ஒத்திகை பார்த்துக்கொண்டு இருந்திருப்பார்கள் போலும் . . ! யாருக்குமே அவருடைய நகைச்சுவையில் இழைந்து சிரிக்க இயன்றிருக்கவில்லை.

எல்லோருக்கும் நன்றி சொல்லிவிட்டு மீண்டும் 'ப்ரிட்ஜ்'இல் கடமையைத் தொடரச் சென்றுவிட்டார். 'இழப்பதற்கு எதுவும் இல்லாதவன்... எதையுமே இழப்பதில்லை . . .' என்று முன்பொரு சமயம் அவர் சொன்னது நினைவில் வந்தது. கடல்வாழ்வில் இப்படியும் மரணங்கள் நேரலாம் என்று மூன்றாவது முறையாகக் கடல் கற்றுக்கொடுத்தது. 'காலிழந்த பறவைக்குக் காற்றுத்தான் படுக்கை...' என்றும் சொல்லியிருந்தார். அதன்படியே மளமளவென்று காரியங்கள் நடந்தேறின. 'சீஃவ்

ஸ்ருவேர்ட்' ராஜீவ் ஷர்மா மருத்துவஅறையை அவருக்காக ஒழுங்குபடுத்திக் கொடுத்தான். தற்காலிகமாக அவருடைய உடமைகளை நாங்கள் இடம் மாற்றிக் கொடுத்தோம். ஒரு நல்ல மனிதருக்கு நிகழ்ந்திருக்க வேண்டிய அனர்த்தத்தை ஆண்டவன் தடுத்தாட்கொண்டதை கப்பலில் எல்லோரும் நன்றியோடு நினைவு கூர்ந்தனர். அன்றுதான் என்னால் உணர முடிந்தது... 'உயிர்களிடத்தில் அன்பு வேண்டும்... தெய்வம் உண்மையென்று தானறிதல் வேண்டும்... வயிரமுடைய நெஞ்சு...' என்பதாக மஹாகவி சுப்ரமணியன் புலம்பியது!

இந்த விபத்து நிகழ்ந்ததாலோ என்னமோ மறுநாள் திங்கட்கிழமை நண்பகலில் எங்கள் கப்பலுக்கான 'பேர்த்' கிடைத்தது. எகிப்தின் 'அலெக்ஸாந்திரியா' துறைமுகம் மிகவும் 'பிஸி'யானதொன்று. நைல்நதியின் கிளைகளில் ஒன்றுக்கும்... 'மெடிட்டரேனியன்' கடலுக்கும் நடுவே தென்புறமாக நங்கூர வடிவில் அமைந்திருந்த புராதனமான துறைமுகத்தின் நீர்ப்பரப்பில் எமது கப்பல் நுழைந்து தனக்கு ஒதுக்கப்பட்ட இடத்தில் ஒதுங்கிக் கட்டப்பட்டது. அன்று மாலை யாருமே தாமதிக்கவில்லை. எல்லோருமே தரையில் இறங்கிக் காலாற நடந்தார்கள். இரவுக் கடமையில் இருப்பவர்களைத் தவிர ஏனையோர் ஊருக்குள்ளே சென்று உற்சாகமாகத் திரும்பி வந்தார்கள். நாளது வரையில் இடுப்புக்குக் கீழே உற்சாகத்தைத் திரட்டிவைத்துக் கொண்டிருந்தவர்கள் கூட... அதன் இழப்பில் ஆனந்தம் அடைந்துகொள்ளக்கூடிய 'அந்த மாதிரியான' உல்லாசங் களுக்கு இங்கே இடமில்லை என்று அறிந்துகொண்டதும் ஊர்பார்த்து வந்தார்கள். நானும், குலம் அண்ணரும், 'தேர்ட் ஆபீஸர்' விஷ்ணு பட்டேலும்... இரவுக்காவல் காரணமாகக் கப்பலிலேயே தங்கிவிட்டோம்.

நேற்றைய காலநிலை மாறிப்போய்... இன்றைய இரவில் எதுவுமே நடந்திராதபடிக்கு மிகவும் அமைதியாக இருந்தது. மெல்லிய இளஞ்சூட்டுத் தென்றல் வேறு, இதமாக வீசிக் கொண்டிருந்தது. இரவு பன்னிரண்டு மணி. குலம் அண்ணர் 'எஞ்ஜின் ரூம்'இல் கடமையேற்க கீழே இறங்கிப்போனார். நான் மாலை ஆறுமணியிலிருந்தே 'டெக்' முழுவதும் உலா போய்க்கொண்டிருந்தேன். 'தேர்ட் ஆபீஸர்' விஷ்ணு பட்டேல் என்னோடு பேசிக்கொண்டிருந்தார். "உயிராபத்தொன்று மயிரிழையில் நழுவிப்போனதில் எப்படி உங்களால் இவ்வளவு நிதானமாக நடந்துகொள்ள முடிகிறது?" என்று கேட்டேன். அதற்கு "குழந்தைப்பருவத்தில் எனது மகன், மகளின் பிஞ்சுப் பாதங்களை முத்தமிட்டிருக்கிறேன்... அவர்கள் அற்பாயுளில்

மறைந்த பின்னர் எனது பேரன், பேத்திகளின் தாமரைப் பாதங்களை ஸ்பரிசித்திருக்கிறேன் . . . ஒரு பூவோ புல்லோ கூட அவற்றுக்கு முட்கள்தாம்! எனது பாதங்களைப் பார் . . . இறந்துபோய்க்கொண்டிருக்கும் தோலின் திரட்சியால் தடிப்பேறி உஷ்ணப் புற்று வெடிப்புகளோடு . . . ஒரு 'டைனோசார்' போல இந்த வயதிலும் எனது ஸ்தூல சரீரத்தை எங்கெல்லாம் சுமந்து செல்கிறது! ஓர் இரும்பாணி கூட அவ்வளவு சுலபத்தில் ஏறிவிடாது . . . ஏதொரு கூச்சங்களும் கிடையாது. அதேபோல மனதும் ஒரு பாறைப் பக்குவத்துக்கு வந்துவிடும் . . . கடல் வாழ்வில் நீரிலும் கற்கள் மிதக்கும் . . . நீயும் அந்தப் பக்குவத்தை அடைந்துவிடுவாய் . . . கொஞ்சம் பார்த்துக்கொள் . . . தூக்கம் வருகிறது" என்று சொல்லிவிட்டுப்போய்விட்டார்.

பின்னிரவில் குலம் அண்ணர் 'எஞ்ஜின் ரூம்'இலிருந்து மேலே வந்தார். அலெக்ஸாந்திரியா துறைமுகத்தின் வெளிச்ச வீட்டிலிருந்து ஒளிக்கதிர்கள் கடற்பரப்பிலும் அங்கு தரித்து நிற்கும் கலங்களிலும் தெறித்து விகசித்து . . . விகசித்து விலகிப் போய்க்கொண்டிருந்த அழகையே இருவரும் பார்த்துக் கொண்டு நின்றோம் எதுவுமே பேசிக்கொள்ளாது! "இந்த போர்ட்டுக்கு நான் கனதரம் வந்திருக்கிறன் தம்பி . . ." என்று பேச்சை ஆரம்பித்தார். "உந்தக் கலங்கரைவிளக்கம் ஏழு உலக அதிசயங்களில ஒண்டெண்டு கேள்விப்பட்டனீரோ தம்பி? மாவீரன் அலெக்ஸாந்தர் கிறிஸ்துவுக்கு முந்தி ஏப்ரல் மாதம் 331ஆம் ஆண்டில எகிப்து நாட்டக் கண்டுபிடிச்ச பிறகு கட்டினவங்கள் . . . 'ஃவாரோஸ் லைட்ஹஉஸ்' எண்டு சொல்லுவினம். அங்க பாருங்கோ . . . அதச் சுத்தி ஒரு 'பொக்ஸ்' மாதிரி கோட்டை போல இருக்கிற கட்டிடத்த . . . அது ஒரு 'லைப்ரறி' . . . 'ம்யூஸியம் ஆஃவ் அலெக்ஸாந்திரியா' எண்டும் அதச் சொல்லுவினம். கிரேக்க நாட்டின்ர சங்கீதம், கவிதை, தத்துவங்கள் எல்லாம் படிப்பிக்கிற ஒரு பல்கலைக்கழகமாகவும் அது இருந்திருக்கிறது. அந்தக் காலத்தில 'க்றீஸ்'இல இருந்து அறிஞர்கள் இங்க வந்து கணிதம், வானசாஸ்திரம், உயிரியல், உடற்கூறுசாஸ்திரம் இவையளப் பத்தியெல்லாம் ஆரய்ச்சி செய்துகொண்டிருந்தவையாம் . . ."

"அண்ணை . . . நீங்கள் மேல ஏறி அதுக்குள்ள போய்ப் பாத்தனீங்களே . . . போகவிடுவாங்களா?" என்று ஓர் ஆர்வக் குறுகுறுப்போடு கேட்டேன். "ஓம் . . . கட்டாயம் . . . இவ்வளவு வருசங்களுக்குப் பிறகும் அவையின்ர 'ம்யூஸிக்', ஓவியங்கள், சிற்பங்கள் எல்லாத்தையும் பாதுகாத்துவச்சிருக்கிறாங்கள். கிறிஸ்துவுக்கு முன்னால கட்டின 'லைப்ரறி' காலகாலமாகச்

சேத்துவச்சிருந்த அவ்வளவிலும்... பாதி முந்தியொருக்காத் தீப்பிடிச்சு எரிஞ்சுபோனாலும் மிச்சங்கள் இவ்வளவு நூற்றாண்டுகள் போன பிறகும் இன்னும் பாதுகாப்பா இருக்கெண்டாப் பாரும் தம்பி... நாங்கள் எங்கட ஊரில 1933ஆம் ஆண்டிலிருந்து துவங்கிக் கொஞ்சம் கொஞ்சமாகப் புத்தகங்களைச் சேர்த்துவச்சு . . . கொஞ்சம் கொஞ்சமாகக் காசு சேர்த்துக் கட்டத் துவங்கின கட்டிடத்துக்குள்ள இருந்த உலகத்தில எங்கயும் இல்லாத பழைய புத்தகங்களை எல்லாம் போன வருசம் ஜூன் மாதம் முதலாந் திகதியில —————— மக்கள் எரிச்சாங்களே... அப்ப நான் ஊரில நிக்கிறன்... ஆமி நூலகத்த எரிச்சுது... சாதி என்ர ஊர எரிச்சுது... நாங்கள் வயித்தப் பத்தி எரிஞ்சு கொண்டிருக்கிறம்... இதுதான் எங்கட தலைவிதி தம்பி”

நான் யாழ்ப்பாணம் மத்தியக் கல்லூரியில் 1962இல் இருந்து 1972 வரை பத்துவருடங்கள் கல்வி கற்றுக்கொண்டிருந்த காலங்களில் யாழ்ப்பாணம் பொதுசன நூலகத்தின் இடதுபுறத்திலிருந்த சிறுவர் பகுதியில் அங்கத்தவனாகி... வாசிப்பில் வளரத் துவங்கி நாட்கள் தவறாமல் அங்கு சேகரித்து வைக்கப்பட்டிருந்த 97,000ஆம் புத்தகங்களில்... எத்தனை புத்தகங்கள் படித்திருப்பேன் என்பது கணக்கிலில்லை..! அது எரிக்கப்படும்போது நான் திருக்கோணமலைக்குத் திரும்பிப் போய்விட்டிருந்தேன். இந்தக் குலம் அண்ணர் பழைய ஞாபகங் களைக் கிளறிவிட்டார். அவரது ஊரான நிச்சாமக் கிராமம் எரிந்துமுடிந்தபோது... சங்கானைக்கு ‘சைக்கிள்’இல் போய்ப் பார்த்திருக்கிறேன்... மனதுக்குள் எரிந்திருக்கிறேன்.

“இன்னொரு கதையையும் சொல்லுறன் கேளும் தம்பி . . . எங்கட இலங்கைத் தீவை இந்து சமுத்திரத்தின்ர முத்தெண்டு உலகஞ்சொல்லும் . . . இந்த ‘அலெக்ஸாந்திரியா’வை ‘மெடிட்டரேனியன்’ கடலின்ர முத்தெண்டு சொல்லி உலகம் வியக்குது . . . இதில ஒரு விசயத்தப் பாரும் . . . எங்களுக் கெண்டிருந்த முத்தான முத்தத்த விட்டுப்போட்டு வந்து வேறொரு முத்தில நிக்கிறம் . . . பாத்தீரே? ஆசியாவில இருக்கிற பெரிய நூலகங்களில ஒண்டெண்டு இருந்த எங்கட ‘லைப்ரறி’ய பொலீசும் ஆமியுமா எரிச்சாங்கள் . . . உலகத்தில இருக்கிற பெரிய நூலகங்களில ஒண்டான ‘அலெக்ஸாந்திரியா’ நூலகத்த கிறிஸ்துவுக்கு முந்தின 48ஆம் ஆண்டில ‘ஜூலியஸ் சீஸர்’இன்ர ராணுவம் எரிச்சுது . . . அறிஞ்சுகொள்ளுறது எண்டத அடக்கிஒடுக்கி இல்லாமலாக்கினா . . . அபகரிக்கிறது சுகமெண்ட யுத்தத்தந்திரம் உலக வரலாற்றில எத்தனையோ

நாடுகளின்ர போராட்டங்களில பாவிக்கப் பட்டிருக்கு தம்பி . . . இந்த அழிவுகளையும் தாண்டி அறிவு இருக்குது எண்டால் மனிசரின்ர அறிவுத்தேடல்தான் எவ்வளவு பெரிய வலுவான ஆயுதம் . . . இல்லையா ?"

அதிர்ந்து போனேன்! என்னோடு பாம்பேயிலிருந்து பயணித்துக் கப்பலேறிய குலம் அண்ணரை ஓர் அனுபவம் மிக்க கடலோடி என்றும் போகிற . . . போகிற நகரங்களில் புத்தானாக்களோடு கூடிச் சிற்றின்பங்களையும் அனுபவித்துக் கொண்டு போகும் சராசரி மனிதர் என்றல்லவா கணித்தேன்? நான் எவ்வளவுக்கு ஒரு தவளையாக . . . 68 / 1, கச்சேரி நல்லூர் வீதியின் பின் வளவில் இருந்த உப்புத் தண்ணீர்க் கிணற்றுக்குள்ளேதானே நீந்தியிருக்கிறேன் . . . உலகம் இவ்வளவுதான் என்று? பொதுஅறிவை எறும்புப் புற்றுக்குள் இயங்கிய நூலகத்திலேதான் வெளியுலகறியாது பெற்றுக்கொண்டேனா . . . என்கிற சந்தேகங்கள் என்னைச் சஞ்சலத்துக்குள்ளே ஆழ்த்தியது. 'ஏட்டுச் சுரைக்காய்கள் கறிக்குதவாது . . .' என்பது மிகத்துல்லியமாக விளங்கியது . . . நான் மனிதநூலைப் படித்து விளங்கிக்கொள்ளாதவரையில்!

நான் குலம் அண்ணரைப் புதியதொரு மரியாதையுடன் ஏறிட்டுப் பார்த்தேன். "உண்மைதான் அண்ணை . . . மக்களுக்கு கல்வியறிவைக் கொடுத்தால் புரட்சிக்கொடி தூக்குவாங்கள் என்றதால உலகத்தில எத்தனையோ நாடுகளின்ர ஆட்சிபீடங்கள் மக்களை மடையராகவே வைத்திருக்க முயன்றது வரலாற்றில நிறையவே இருக்கிறது ... ஏன் ... இயேசு கிறிஸ்துவைச் சிலுவையில அறைஞ்சதும் அறிவு வெளிச்சத்த இருட்டடிப்புச் செய்யத்தானே ... இல்லையா ?"

"சரியாச் சொன்னீர் . . . ஏன் தம்பி அவ்வளவு தூரம் போவான் . . . எங்கட கொல்லைக்குள்ளையே பாரும் . . . இந்த அரிவாள்சுத்தியல்காரர் உலக அரசியலறிவோட . . . பொருளாதார ஏற்றத்தாழ்வுகளையும் முதலாளித்துவத்தின்ர சுரண்டல் நளினங்களையும், தொழிலாளர் வர்க்கத்தின்ர புண்ணாக்குத் தின்றுகொண்டு மாடுகளாக மாயிற அறியாமையையும் துலாம்பரமாகத் தெரிஞ்சுவச்சுக்கொண்டு தீண்டாமை ஒழிப்புக்காகப் போராடாம இருந்திருந்தால் என்ர ஊரப்போல . . . யாழ்ப்பாணக் குடாநாட்டில பல கிராமங்கள் எரிஞ்சுசாம்பலாகியிருக்கும் . . . உங்கட பக்கத்தில கிழக்கில இந்தமாதிரிச் சந்திக்கொரு சாதி பிரிஞ்சு அடிபட்டதாக நான் கேள்விப்படேல்ல . . . இப்பவும் பாருங்க . . . எங்கட சுய

நிர்ணய உரிமைக்கான போராட்டத்தில அஞ்சு இயக்கங்கள் பிரிஞ்சு நிண்டுகொண்டு அடிபடுகினம் ... இதே மாதிரித்தான் அண்டைக்கும் தீண்டாமைக்கு எதிராகப் போராடின இடதுசாரி இயக்கத்தார் இரண்டாகப் பிரிஞ்சவை ... ரஷ்ய சார்பெண்டும் சீனசார்பெண்டும் வாக்குவாதப்படுவினம் ... ஆனால் என்ர ஊரில எழும்பின சாதிப்போராட்டத்தின்ர விளைவாக உயிர்ச் சேதங்களும் ... உடைமைச் சேதங்களும் நடந்த நேரத்தில எல்லாரும் ஒண்டாக அடிபட்டவை ...”

“அண்ணை ... நீங்கள் இலங்கை கம்யூனிஸ்ட் கட்சியில இருந்தனீங்களே . . ?”

“இல்ல தம்பி... ஆதரவாயிருந்ததோட சரி ... என்ர குடும்பம் வறிய குடும்பம்... அடிப்படைக் கல்வியறிவில்லாத சாதாரண தொழிலாளிக் குடிமை வர்க்கம்... ஐயா, சித்தப்பா, மாமாக்கள் எல்லாரும் வலிகாமத்து மேற்சாதியளின்ர கமங்களில பிச்சைச் சம்பளத்துக்கு முறிஞ்சு தேஞ்சவை ... பரம்பரைவழமைப்படி நானும் அதுக்குள்ள போய் மாஞ்சிருப்பன் ... உந்த அரிவாள் சுத்தியல்காரர் என்ன வாசிக்கப் பழக்கினாங்கள் ... நானும் உதுக்குள்ள மாட்டாமல காங்கேசன்துறைக்குப் போய் கப்பல் ‘ஏஜென்ட்’ ஜெயராஜசிங்கத்தாற்ர உதவியோட கப்பலில ‘வைப்பர்’ஆக வேலைகிடைத்துத் தப்பியோடிவிட்டன் ... நாலு வருசத்துக்குப் பிறகு ஊருக்குத் திரும்ப வந்தன் ... வீட்டக் கொஞ்சம் வசதியாகத் திருத்திக் கட்டி ஐயாவையும் ‘இனிமேல் தொழும்பு வேலைக்குப் போக வேண்டாம்’ எண்டு சொல்லி நிப்பாட்டிப் போட்டன் ...”

“நிச்சாமம் எரியேக்குள்ள நீங்கள் அங்க இருந்தனீங்களே ?”

“இல்ல தம்பி ... அப்ப வந்த நேரத்தில கையில காசும் இருந்தது... கடல் குடுத்த தைரியமும் இருந்தது... சாதிக்காரற்ற சொறிச் சேட்டையளால கொஞ்சம் புழுங்கிக்கொண்டுதான் ஊர் இருந்தது ... உதில ஒரு பகிடி கேளும் ... அடிமட்டச் சாதியில இருந்த எங்கள ஒரு அடி மேல இருக்கிற சாதிய வச்சு அடக்கப் பாத்தாங்கள் ... அதுக்குமேல ஒரு அடி இருந்த சாதி ... இது எட்டாவது உலக அதிசயம் தம்பீ . . ! எனக்கு வடமராட்சியில இருக்கிற கன்பொல்லைக் கிராமத்தில இருந்து ஒரு பொம்பிளைய மாமா பேசிக்கொண்டு வந்தார் ... சொன்னா நம்புவியளோ தெரியாது... நான் நாலு வருசம் கப்பலில வேலை செய்தும் அத்தனை துறைமுகங்கள் போய் வந்தும் ... ‘அந்தமாதிரியான’ அனுபவங்களக் கண்டிருக்காத நல்லபிள்ளை

யாகத் தான் இருந்தேன் ... கலியாணச் சடங்க முடிச்சன் ... நல்ல பிள்ளை. யாழ்ப்பாணம் 'வெலிங்டன் தியேட்டர்'இல படம் பாத்தம் . . . 'சுபாஷ் கஃவே'யில சாப்பிட்டம் . . . 'நியூ மார்க்கெட்'டில அவளுக்கு விருப்பமானதெல்லாம் வாங்கிக் குடுத்தன்... பூபாலசிங்கத்தாற்ர புத்தகக் கடையிலயும், ஆஸ்பத்திரி வீதியில இருந்து 'றீகல் தியேட்டர்' போகிற மூத்திர ஒழுங்கேக்குள்ள இருந்த வசந்தம் புத்தகக் கடையிலயும் நிறையப் புத்தகங்கள் வாங்கினாள் ... ஆறு மாசம் அவளோட இருந்தன் ... திரும்பிக் கப்பல்ல ஏறிப் போய்விட்டேன் ..."

"அண்ணை ... நிச்சாமம் எரிஞ்சத யாழ்ப்பாணத்தில இருந்து சயிக்கிள் உழக்கிக்கொண்டு சங்கானைக்குப் போய்ப் பாத்தனானண்ணை . . . நீங்கள் அப்ப எங்க இருந்தனீங்கள் . . ?"

"ஹம்போர்க் ... ஜேர்மனி'யில ... என்ர மனிசி படிச்சவள் ... வடிவாக எழுதியிருந்தாள் . . . சடங்கு முடிஞ்ச புதுசில எனக்கு அவவில நல்ல மரியாதை இருந்தது ... பிறகு அவ எழுதின கடிதங்கள வாசிக்க ... வாசிக்க ... கையெடுத்துக் கும்பிடவேணும் போல இருந்தது. அவ கடிதத்தில எழுதியிருந்ததில ஒண்டச் சொல்லுறன் கேளும் ... 'இஞ்சாருங்கோ ... நாங்கள் இப்ப நாலாகப் பிரிஞ்சிட்டம் ... 'எவர்சில்வர் டம்ளர் டபரா' ... கண்ணாடி 'டம்ளர்'... மூக்குப்பேணி ... சிரட்டை ... உதிலதான் தண்ணியோ ... தேத்தண்ணியோ குடிக்கலாமாம் ... உயர்ந்ததில இருந்து தாழ்ந்த சாதிவரைக்கும் இந்த நாலு தர்மத்துக்குள்ள அடங்கிப்போச்சுதுகள்"

"அண்டைக்கு அப்பாவோட மாவிட்டபுரத்துக்குப் போனேன். உதே கதைதான் ... 'எவர்சில்வர் டம்ளர்' மூலஸ்தானத்துக்கு முன்னால ... கண்ணாடி 'டம்ளர்' ... நந்திக்குப் பின்னால ... மூக்குப்பேணி ... கோவிலுக்கு வெளியால ... சிரட்டை ... தெருவில ... அப்ப சாமி ..? எப்பிடி எழுதியிருக்கிறா எண்டு விளங்குதெல்லே?"

"மனிசியின்ர அப்பா இன்னும் சில பேரோட சேந்து உந்தப் போராட்டத்த உடைக்க நாட்டுவெடிகுண்டு செய்து கொண்டிருப்பதாக எழுதியிருந்தாள் ... தம்பி. கம்யூனிஸ்ட் கட்சி ரஷ்யாவையும் சீனாவையும் மறந்துபோய் ... யாழ்ப்பாணம் முழுவதும் பரவிக்கொண்டிருக்கும் சாதித் தீயை அணைக்க ... அதே தீக்கதிரைக் கையில எடுத்தவை ... கன்பொல்லைத் தவத்தார் துவக்குகளோட திரிஞ்சு தன்ர ஊரக் காப்பாத்தினவர். கதியால் சண்டைக்கு அரிவாளும் திருக்கைவாலும் தூக்கிக்கொண்டு வெட்டுப்பட்ட எங்கட

சனம் ஒரு ஆயுதம் தாங்கின போராட்டத்த ஒரு தார்மீக நியாயத்துக்காக முன்னெடுத்தது வரலாற்றில முதல் தரம் எண்டு சொல்லலாம்!"

"நிச்சாமத்தில என்ர ஐயாவ . . . என்ர சின்னத் தம்பியன்ர கண்ணுக்கு முன்னால வெட்டிக் கொண்டாங்களாம்... நாங்கள் பிறந்து தவண்டு வளர்ந்த... பிறகு நான் எழும்பி நடந்து போய்க் கடலில ஓடி உழைச்சுத் திருத்திக் கட்டின வீட்டையும் எரிச்சுப் போட்டாங்களாம்... என்ர மனிசியின்ர தகப்பன் கன்பொல்லை சீவரெத்தினத்தார் இன்னும் ரண்டுபேரோட வெடிகுண்டு செய்துகொண்டிருந்த நேரத்தில... செய்யப் பழகிக்கொண்டிருந்த கிட்டினர் வேலும்மயிலும் விட்ட சிறு பிழையால தற்செயலாக வெடித்து மூண்டு பேரும் . . ."

அதற்குமேல் குலம் அண்ணரால் பேச முடிந்திருக்கவில்லை.

35

திரும்பவும் அகரத்திலிருந்து

கடிதங்கள் வந்திருந்தன. குலம் அண்ணர் என்னுடன் மனம்திறந்து பேசிச்சென்ற அதிகாலை யின் பின்னர் ஆறு மணிவரை அதுபற்றியே யோசித்துக்கொண்டிருந்தேன். கொஞ்சக்காலம் கப்பலில் உழைத்துவிட்டு ஊரோடு போயிருந்து ஒரு தொழிலைத் தொடங்கி... மனைவியோடும் உறவுகளோடும் வாழலாம்... குழந்தைகளைப் பெற்றுக்கொள்ளலாம் என்ற எதிர்பார்ப்புகளை எல்லாம் சாதித்தீ பொசுக்கிவிட்டது. இப்போது தன்னுடையதும் துணைவியாருடையதும் குடும்பங் களைப் பராமரிக்க வேண்டிய சிலுவைகள் அவர் தோளிலேற்றப்பட்டுவிட்டது. மனிதம் கூர்ப்படைந்துகொண்டிருந்த காலத்திலிருந்தே இந்த ஆதிக்க அல்லல்கள் மனிதகுலத்தைக் கூறுபோட்டுக்கொண்டே வந்திருக்கின்றன. காலையில் எல்லோரையும் எழுப்பிவிட்டுப் போய்த் தூங்கியெழுந்து... மதியம் பன்னிரண்டு மணிக்கு 'மெஸ்'ஸுக்குப் போனேன். எனக்கும் ஒரு கடிதம் வந்திருந்தது. அப்பா எழுதியிருந்தார். தாய்லாந்திலிருந்து நான் அனுப்பிய கடிதத்துக்குப் பதில். அலையலையாகத் தொடுத்தெழுதிய ஆங்கிலம். அச்செழுத்துக்களையே படித்தறிந்த எனக்கு அதை வாசிப்பதில் சிரமமிருந்தது. இரவுக்காவலில் படித்துக்கொள்ளலாம் என்று பாக்கெட்டுக்குள்ளே செருகிக்கொண்டேன். 'மனிசி கடுதாசி போட்டிருக்கிறா . . . தம்பி' என்று சொன்னவாறே 'எஞ்ஜின் ரூம்'இற்குள்ளே இறங்கி மறைந்தார் குலம் அண்ணர்.

'மெஸ்'இல் எல்லோரும் அஞ்சல்களையே படித்துக் கொண்டிருந்தனர் ... சாப்பிடுவதைப் பற்றிக் கொஞ்சமும் அலட்டிக்கொள்ளாமல்! ஒவ்வொருவரது முகங்களிலும் தான் எத்தனை எத்தனை பாவங்கள்! அந்த ஒரு வட்டம்... சதுரம் ... அல்லது நீள்வட்டம் ... நீள்சதுரம் ... மனித உடலின் அந்த ஒரேயொரு பகுதிதான் ஒன்பது உணர்வுகளையும் துல்லியமாக நகர்த்திக்கொண்டு போகிறது. அவரவர்களைத் தவிர மற்றவர் களால் மட்டுமே பார்க்க முடியும்! அந்தக் கடிதங்களில் என்ன எழுதியிருக்கிறது என்பதை அவற்றைப் படிக்காமலேயே என்னால் வாசிக்க முடிகிறது அவர்களது முப்பரிமாண முகத்திரையில்!

விஜயன் ... அப்பா கொஞ்சம் நோய்வாய்ப்பட்டிருப்பதாகத் தமக்கையார் எழுதியிருக்கிறார் என்றும் ... கவலைப்படும் படியாக ஒன்றுமில்லையாம் என்றான். செல்வராஜாவின் தாயார் உயர்இரத்த அழுத்தத்திலிருந்து இப்போது கொஞ்சம் கொஞ்சமாக ஆயுர்வேதத்தால் விடுபட்டுக்கொண்டிருப்பதாக சொன்னான். 'களு'ரஞ்ஜித் ... தாய்லாந்திலும், சிங்கப்பூரிலும் அவனே வாங்கி அஞ்சலில் அனுப்பிய 'பிக்சர் போஸ்ற்கார்ட்' களைப் பார்த்துக்கொண்டே 'ஆதே... மலாக்கியாஸ்...' (அட... முஷ்டிமைதுனம் செய்பவனே ...) என்று சொல்லிச் சிரித்துக் கொண்டிருந்தான்.

சிறுநீர்த் துவாரத்தால் சீழ் வடிந்துகொண்டிருந்தெல்லாம் பொய்யாய்ப் பழங்கதையாய் ... கனவாகிப் போன ஜெயக்குமார் இப்போது புதிய பிரச்சினையோடு என்னிடம் வந்தான் ... யாழ்ப்பாணம் கொக்குவிலில் பூர்வீக வீட்டை அடமானம் வைத்துப் பணம் திரட்டி இவனை பம்பாய்க்குக் கப்பலேற அனுப்பிவைத்த தாயார்... அதற்கான அசலும் வட்டியுமான மாதாந்தத் தவணைக் காசைக் கட்டுவதற்குப் பணம் அனுப்பி வைக்கும்படி எழுதியிருக்கிறார்... எப்படி அனுப்புவது என்று கேட்டான். அவனை 'மார்க்கோணி' கொம்மராஜுவிடம் கூட்டிப்போனேன். அவனது சம்பளப்பணத்தில் ஒரு பகுதியை தாயாரின் வங்கிக் கணக்கிற்கு அனுப்பிவைக்கும்படி கிரேக்கத்தின் 'பெரயெஎஸ்' நகரில் 'கோலோகொத்ரோணி' தெருவிலிருக்கும் 'நேவிட்ரான்ஸ் மெரிட்டைம் இன்கார்ப்பரேட்டட்' கப்பல் 'கம்பெனி'க்கு ஒரு 'டெலெக்ஸ்' கொடுத்துவிடும்படிக் கேட்டேன். அனுப்பிவைத்தார்... சந்தோஷப்பட்டுக்கொண்டான்.

மாலை ஆறுமணிக்கு 'டெக்'இற்கு வந்தேன் இரவுக் காவலுக்காக. கப்பலை 'ஸ்ரார்போர்ட் ஸைட்'இல் துறைமுக மேடையோடு அணைத்துக்கட்டியிருந்தார்கள். அதனால் அடிவாங்கியிருந்த 'தேர்ட் ஆபீஸர்'இன் 'காபின்'இன்

வெளிப்புறத்து இரும்புத்தகட்டைப் புதுப்பிக்கும் வேலை இலகுவாகவும் விரைவாகவும் நடந்துகொண்டிருந்தது. 'வெல்டிங் டார்ச்'களில் இருந்து பீறிட்ட நெருப்புத்துமிகள் அந்த அந்தி வானத்துக்குப் போட்டியாக வாணவேடிக்கை காட்டிக் கொண்டிருக்குமாப்போல..!

கொஞ்சநேரம் கப்பலின் 'டெக்' முழுவதும் சுற்றிக் கொண்டிருந்துவிட்டு ஆறுதலாக ஒரு 'ஹாட்ச்'இன் மேலேறி அமர்ந்துகொண்டு அப்பாவின் கடிதத்தைப் படிக்கிறேன் . . . அட! அப்போதுதான் தெரிந்தது நான் ஊரைவிட்டுக் கிளம்பி ஒரு வருடமாகிவிட்டது என்பது. கப்பலேறிப் பதினொரு மாதங்களாகிவிட்டது. நான் சிங்கப்பூரில் நின்றபோது 'கம்பெனி'யை அனுப்பச் சொன்ன பணத்தில் மக்கள் வங்கியில் அடமானத்திலிருந்த அம்மாவின் நகைகளை முழுவதுமாக மீட்கமுடிந்தது என்று எழுதியிருந்தார். திருக்கோணமலை கொஞ்சம்கொஞ்சமாகத் திருட்டுப் போய்க் கொண்டிருக்கிறது... இனிமேல் அது தமிழர்களுடையதில்லை என்றாகி விடும் போலிருக்கிறது . . . என்னை இப்போதைக்கு என்னகாரணம் கொண்டும் அங்கே வரவேண்டாம் என்றும்... எங்களைப் பற்றி ஒன்றும் கவலைப்பட்டுக்கொள்ள வேண்டாம் என்றும் வலியுறுத்தியிருந்தார். கடிதத்தை மடித்துப் 'பாக்கெட்'இல் வைத்துக்கொண்டே எழுந்து நடந்தேன்.

ஒரு வருடகாலமாகக் கடலில் இத்தனை உயிராபத்துக்களை... உடல்வலிகளைத் தாண்டி உழைத்த 'யூஎஸ்டாலர்கள்'...வட்டியும் முதலுமாக அடமானத்தை மீட்க மட்டுமே உதவியது. கடன் இல்லை! அது ஒரு பெரும் நிம்மதி. இனிமேல்தான் எனக்கென்று சம்பாதிக்க வேண்டும்... முடியுமா? இன்னமும் யாரையோ எங்கேயோ ஏமாற்றிக்கொண்டிருக்கும் ரோஹான் கந்தப்பாவுக்காக ஒரு வருடம் உழைத்தேன்... இன்னும் ஒரு மாதக்காலத்தில் ஒப்பந்தம் முடிந்துவிடும். மீண்டும் புதுப்பிக்கப் படுமா... இந்த வயதான 'எம்.வி.ஔரோறா' இனிமேலும் கடலில் மிதக்குமா? இல்லையென்று அடித்துச்சொல்கிறான் ரஞ்ஜித். இங்கே 'அலெக்ஸாந்தரியா'வில் நாங்கள் தாய்லாந்திலிருந்து கொண்டுவந்த 'கார்கோ'வை முழுவதுமாக இறக்கிவிட்டு மீண்டும் இரண்டு நாள் பயணத்தில் கிரேக்கத்திற்குப் போவதற்கான சாத்தியங்கள் உள்ளன என்று 'சீஃவ் ஆபீஸர்' உமேஷ் கன்னா ஜோஸ்யம் சொன்னதாக இன்று பகல் 'போட்ஸ்வெய்ன்' கோல்டி லெஸ்பரேன்ஸா 'மெஸ்'இல் எல்லோருக்கும் சொல்லிக் கொண்டிருந்தான்.

இரவு மணி பன்னிரண்டு. குலம் அண்ணர் ‘எஞ்ஜின் ரூம்’இற்குள் இறங்கத் தாயாராகிக்கொண்டிருந்தார். அவருக்கு இந்த விஷயம் தெரியாது . . . சொன்னேன். என் முகத்தைக் கூர்ந்து பார்த்துவிட்டு “ஒண்டையும் யோசித்துக் குழம்பாதையும் தம்பீ... நான் கீழ போய் ‘ஜெனரேட்டர்’க்குத் தலையக்காட்டிப் போட்டு வாறன் . . .” என்று சொல்லிவிட்டு இறங்கி மறைந்தார். தனித்துவிடப்பட்டு ‘டெக்’இல் நின்றுகொண்டிருந்த எனக்கு அந்த இரும்புத்தரை நழுவிப்போவதாக . . ! இரண்டு கால்களின் பெருவிரல்களின் வழியாக ஏதோவொன்று தையல்ஊசிகளால் இழைத்துச் செல்லப்படுவதேபோல . . . நாளங்களினூடே சென்று இதயத்துடிப்பை அதிகரித்து . . . அதுவரையில் சீராக இருந்த ஸ்வாசத்தைக் கெடுத்து . . . தலைக்குள்ளே போய்ப் பதுங்கிக்கொண்டு மண்டையோட்டின் உட்புறமாக முட்டிமுட்டிக்கொண்டிருந்ததில் . . . வலித்தது. நெற்றியைத் தேய்த்துவிட்டுக்கொண்டேன். ‘சரி . . . சரி . . . குலம் அண்ணர் மேல வரட்டும் . . .’ என்றதில் ஒரு சிறு ஆறுதல். ‘நான் மட்டும் இல்லையே... எல்லோருமாகத்தானே கப்பலை விட்டு இறங்கிப் போகப்போகிறார்கள் . . . அவரவர் ஊர்களுக்கு என்கிற கூட்டுத் துன்பத்தில் ஒரு சிறு மகிழ்ச்சி. சரி . . . நான் பம்பாய்க்குப் போய் என்ன செய்வேன் . . . கையில் பணமும் அதிகமாக இல்லையே . . ?’ பதுங்கிக்கொண்டிருந்த ஊசிகள் ஒன்றுதிரண்டு குத்தின . . . கண்களை இமைகள் நசுக்கின.

‘மெஸ்’இற்குப் போய் ஒரு ‘க்றீக்’ கோப்பி போட்டுக்கொண்டு எனது ‘காபின்’இற்குப் போய் அதில் கொஞ்சம் ‘ஜே அன்ட் பீ’ கலந்துகொண்டு மீண்டும் ‘டெக்’இற்குத் திரும்பிவந்தேன். கொஞ்சநாளாக இது ஒரு புதுப் பழக்கம். குலம் அண்ணர் கையில் கோப்பிக் குவளையோடு நின்றிருந்தார். ‘சிகரெட் பாக்கெட்’ஐ அவரிடம் நீட்டினேன். இருவருமாகப் பற்றவைத்துக்கொண்டோம். “தம்பி... ‘கொன்ராக்ட்’ முடியிற நேரத்தில கப்பல் திரும்பி ‘க்றீஸ்’ போகுதெண்டுறதில சந்தோசப்படும்... ‘பாஸ்போட்’ஐயும் ஊருக்கு அனுப்பினது போக மிஞ்சின காசையும் எடுத்துக்கொண்டு ‘விசா’வோட ‘பெரயெளஸ்’இல ‘யூத் ஹாஸ்டல்’இல தங்கியிருந்து கொண்டு அத்தன கப்பல் ‘கொம்பனி’களிலையும் ஏறி இறங்கி ஏதாவதொரு கப்பலில ஏறிக்கொள்ளலாம்... உமக்கும் வேலை தெரியும் . . . ஒருக்காக் கடலுக்குப் போனவன் திரும்பத்திரும்பக் கடலுக்குத் தான் போக ஆசைப்படுவான் . . . கடலும் எப்படியாவது ஒரு கப்பலில அவனை ஏத்திக்கொண்டு தன்னோடயே வச்சுக் கொள்ளும் . . . நான் பாத்த முக்கால்வாசிக் கடலோடிகளின்ர தலைவிதி இப்பிடித்தான் . . . அதனால யோசியாதையும் . . .”

அதுவரை தலைக்குள்ளே பதுங்கிக்கொண்டிருந்த ஊசிகள் காணாதே போய்விட்டிருந்தன!

குலம் அண்ணரிடத்தில் எனக்கு மிகவும் பிடித்த குணாதிசயம் இதுதான். ஒரு பொதுவுடமைச் சிந்தனாவாதிகளுக்கே உரிய தர்க்கரீதியான திட்டமிடுதலும், சுற்றி வளைக்காமல் விஷயத்திற்கு நேரடியாகவே வந்துவிடுதலும். “நாங்கள் ‘க்றீஸ்’இல இறங்கி விடுகிறோம் எண்டால் ‘கொம்பனி’யும் சந்தோசப்படும் . . . பம்பாய்க்கு அனுப்பிற ‘டிக்கற்’காசு குறையுமெல்லே! ஆனா எனக்கெண்டா உவங்கள் ரண்டு பேரும் இன்னும் கொஞ்சக் காலத்துக்கு இந்தக் கப்பல வச்சுக்கொண்டு ஓட்டுவாங்கள் எண்டுதான் நம்பிறன் ...”

“ரஞ்ஜித்தான் அண்ணை சொன்னார், இது ‘ஸ்க்ராப்’க்குப் போகுமெண்டு ...” என்றேன்.

“அவன் லூசன்ர கதையவிடும் தம்பி . . . அவன் ஏ.பி. மேல இருந்து கப்பலப் பாக்கிறவன் ... நான் ‘எஞ்ஜின் ரூம்’இல இருந்து பாத்தவன் ... மணித்தியாலத்துக்கு இருபத்தி மூண்டு கடல்மைல்கள் செய்யிது இந்தக் கப்பல் . . . கடல் பெருச்சாளி பனயோதிஸ் இத விடமாட்டான், இருந்து பாருமன் . . . ரஞ்ஜித் கனகாலமா ஊருக்கே போகேல்ல . . . கொஞ்சம் தட்டிப்போச்சு . . . கப்பல்காரருக்கு உப்பிடியும் ஒரு பிரச்சினை வரும் . . . சொந்தம் பந்தம் குடும்பம் எண்ட குளம் குட்டையளில இருந்து கன தூரம் விலத்திப்போய் சமுத்திரங்களிலதான் வாழ்க்கை எண்டாகிப்போயிரும் . . .” நானும் அப்படியே ஆகிவிடுவேனா என்றோர் அசரீரி மன ஆழத்திலிருந்து கேட்டது. குலம் அண்ணர் சொன்ன ஒவ்வொரு வார்த்தைகளும் தந்திருந்த தெம்பில் நிம்மதியாக அன்றைய இரவுக்காவலை முடித்துக்கொண்டு . . . காலை ஆறுமணிக்கு எல்லோரையும் எழுப்பிவிட்டுப் போய்த் தூங்கினேன்.

அன்று காலை பதினொரு மணிக்குமேல் என்னால் தூங்க முடிந்திருக்கவில்லை. ‘படார் . . . படார்’ என்று தடபுடலாக ‘அன்லோடிங்’ சத்தம் ஒருபக்கம் . . . வெயில்வெக்கை இன்னொரு பக்கமாகப் படுத்தியது. ‘காபின்’இற்குள் ‘ஏ.சி’ வேலை செய்யவில்லை. இருக்கும் ஒரேயொரு ஒரு முழத்து ஓட்டைக்குள்ளால் என்ன காற்று வந்துவிடப்போகிறது? கடல் நீர் உட்புகாதிருந்தாலே மகிழ்ச்சி . . . என்றவாறு குளித்துமுடித்து . . . உடுத்திக் கிளம்பினேன். கப்பலை விட்டிறங்கி வெளியேறிக் காலாற நடந்தேன். துறைமுக மேடையில் வரிசையாகக் கப்பல்கள் அணைத்துக் கட்டப்பட்டிருந்தன. நாலைந்து கப்பல்களைத் தாண்டி நடந்துபோய்க்கொண்டிருந்தபோதில் ... கடும் பச்சை

நிறத்தில் வர்ணம் தீட்டப்பட்டு மஞ்சள்நிறத்தில் 'எம்.வி. ஹெலனீக்கா' என்று எழுதியிருந்த பெயரைப் படித்துக்கொண்டே அந்தக் கப்பலைத் தாண்டும்போது அதன் 'காங்வே'வழியாக ஒரு தமிழ்முகம் இறங்கி வந்துகொண்டிருப்பது தெரிந்தது.

'நிற்கட்டுமா ... காய் வெட்டலாமா ...' என்று தர்க்கித்துக் கொள்ளும்போதில் அதுவே கையசைத்தது. சந்தித்துக் கொண்டோம். "தமிழா?" "ஓம் . . . தமிழ்தான்" அந்த 'ஓம்'காரத்திலேயே இது நம்ம பக்கம்தான் என்று அடையாளப் படுத்தியது. நடந்துகொண்டே பேசினோம் . . . பேசிக்கொண்டே நடந்தோம். யோகேஷ்வரன் தனக்கு இது முதலாவது கப்பல் என்றான். நான் கொஞ்சம் யோசித்துவிட்டு 'எனக்கும்தான்' என்றேன். அது ஒரு கிரேக்கக் கொடி பறந்து கொண்டிருந்த சுத்தமான 'க்றீக்' கப்பல். அவன் 'ஆய்லர்'ஆக வேலை செய்கிறான். என் மனது அவன் பெற்றுக் கொண்டிருக்கும் ஊதியத்தைக் கணக்கிட்டுக்கொண்டிருந்தது. கலகலப்பாகப் பேசினான். இருவருமே ஒருவரை ஒருவர் 'நீங்கள் ஊரில எவடம்?' என்று கேட்டுக்கொள்ளவேயில்லை. நாளதுவரையில் எமது கப்பல் அனுபவங்களைப் பரிமாறிக்கொண்டோம்.

'அலெக்ஸாந்திரியா' நகருக்குள்ளே வெகுதூரம் நடந்தோம். ஓர் உணவகத்தில் மதியம் சாப்பிட்டோம். சுவையான உணவு. அங்கே பம்பாயில் இருந்ததுபோல . . . ஒவ்வொரு மேசையிலும் நறுக்கிய சிவப்பு வெங்காயம், பச்சை மிளகாய், எலுமிச்சம் பழத் துண்டங்கள் வைக்கப்பட்டிருந்தன. விறகு எரிந்துகொண்டிருந்த ஒரு சின்னஞ் சிறு களிமண்ணாலான 'பிரமிட்'டுக்குள்ளே சுட்டுச் சுட்டெடுத்த 'நான்'களும், தொட்டுக்கொள்ள வெண்ணெய்க் கட்டிகள் விரவிக்கிடந்த கீரைக்கூட்டும், இறைச்சிக்கறிகளுமாக . . . நாவின் சுவையரும்புகள் . . . அதனைத் தொடர்ந்து சிறுகுடலின் சமீபாட்டுக் கலங்கள் ... யாவும் ஆனந்தலஹரியில்!

திரும்பிவரும்போதில் தூரத்தே 'பிரமிட்'கள் தெரிவது போன்ற பிரமை! மனிதனது நடமாட்டங்கள் அஸ்தமித்துப்போன பிறகும் பூமிப்பந்தின் ஆறு தர மூன்று அடிகளுக்குள் சொந்தம் கொண்டாடிக்கொள்ள விளையும் ஆசைகளை . . . தைலங்களிட்டு இயக்கங்கள் இறந்துபோன ஸ்தூலசரீரங்களைப் பதனிட்டு வைக்கும் பழக்கங்களைப் பற்றி நாங்கள் பேசிக்கொண்டே அவரவர் கப்பல்களுக்குத் திரும்பிவந்தோம். யோகேஷ்வரன் மீதான எனது அபிப்பிராயம் மனதுக்குள் உயர்ந்தது. என்னைத் தனது கப்பலுக்கு நாளை வரும்படி அழைத்தான் . . . என்னோடு பேசியதில் தனது தனிமை விலகியதாகவும் சொன்னான் . . . சரியென்றேன்.

மாலை ஆறு மணிக்கு இரவுக்காவற்கடமையை ஆரம்பித்தேன். 'ஹாட்ச்'கள் அனைத்தும் திறந்துகிடந்தன. தடபுடலான ஓசைகள்தாம் பெரிதாக இருந்தனவே தவிர . . . 'கார்கோ' ஒன்றும் அதிகமாக வெளியேறியிருக்கவில்லை. யோகேஷ்வரனைப் பற்றிய நினைவுகள் நிறைந்திருந்தன. என் வயதொத்தவன். நல்ல உலகஅறிவுள்ளவன். முதற்கப்பல் இது என்கிறான். புத்தகங்களின் வழியாக உலகைப் பார்த்திருப்பான் போலும்! என்னமோ எனக்கு அவனைப் பிடித்திருந்தது. இரவு பதினொரு மணியளவில் குலம் அண்ணர் 'டெக்'இல் தரிசனமானார். அதேவேளையில் விஜயன், ஜெயக்குமார், செல்வராஜா, ரவி . . . பக்தியோடு அவரை எதிர்கொண்டனர். சொந்த ஊரை விட்டு ஸன்யாஸம் வாங்கிய அத்தனை பேருக்கும் கடலிலோ . . . தரையிலோ நிரந்தரமாக நிற்க எந்த உத்தரவாதங் களும் இல்லை என்பதை அன்றுதான் உணர்ந்தேன். நேற்றிரவில் எனக்கு ஆறுதல்தந்த அதே வியாக்கியானங்களை இந்த இரவில் குலம் அண்ணர் அவர்களுக்கு உபதேசித்து தீட்சையும் ப்ரஸாதமாக 'டன்ஹில்'லும் வழங்கிக்கொண்டிருந்தார்! அட ... புகைப் பழக்கமில்லாத விஜயனும், ஜெயக்குமாரும் கூட ... உள்ளே இழுத்து வெளியே வளையங்களாக . . ! ரோஹான் கந்தப்பாவிடம் அறுந்துபோன அடமானப் பணம் . . . பூஜ்யம்தான் என்பதைக் குறியீடாக உணர்த்துவது போல எனக்குத் தோன்றியது. எங்கள் அத்தனை பேரினதும் பூஜ்யங்களை 'மெடிட்டரேனியன்' காற்று கலைத்துக்கொண்டே இருந்தது.

ஒரு வருடக் கடல்உழைப்பில் உறுதிப்பட்டுக்கொண்டிருந்த உடலும் ஏமாற்றப்பட்டுவிட்டோம் . . . என்கிற உணர்வால் உள்ளார்ந்து கிளர்ந்தெழுந்த மூர்க்கமும்... எனது மான அவமானங் களை ஒரு கேலிச் சித்திரமாக வரைந்துகொண்டிருந்தன. இதனால் ஒரு மனிதனுக்குள்ளே குமையும் கோபம் என்கிற உணர்வின் அடர்த்தியின் அளவீடு எண்கணிதமாகியது. மணி பன்னிரண்டானதில் எல்லோரும் கலைந்துபோனதும் நான் தனித்துவிடப்பட்டேன்.

மறுநாள் மத்தியானத்திற்கு மேல் யோகேஷ்வரனைப் பார்க்கக் கிளம்பினேன். 'எம்.வி. ஹெலனீக்கா' கம்பீரமாக நிமிர்ந்துநின்றுகொண்டிருந்தது. அவன் எனக்காக 'டெக்'இல் காத்துக்கொண்டிருந்தான். 'காங்வே'யின் படிகளில் ஏறிக் கப்பலுக்குள்ளே நுழைந்தேன். அவனுக்குக் காலை எட்டு முதல் பன்னிரண்டு மணிவரையான 'வாட்ச்'. கப்பல் முழுவதும் சுற்றிக் காட்டினான். எங்கள் கப்பலைவிடக் கொஞ்சம் சிறியதாக இருந்தாலும் புத்தம்புதிதாக இருந்தது. கறள் என்பதை ஒரு பூதக் கண்ணாடி வழியாகத்தான் பார்க்க முடியும்போலும்! சற்றே

பொறாமை எனக்குள்ளிருந்து எட்டிப் பார்க்க முனைந்தது . . . நசுக்கிவிட்டேன்! நேற்றுப்போலவே வெளியே சென்று வேறோர் உணவகத்தில் சாப்பிட்டோம். 'மெடிட்டரேனியன்' உணவுவகைகள் மிக அருமையாகவே இருந்தன.

திரும்பிவரும்போது எனது கப்பலில் என்னோடு இன்னும் ஐந்து தமிழர்கள் இருப்பதாகச் சொல்லி இரவு பன்னிரண்டு மணிக்கு வேலை முடிந்தபின் முடிந்தால் வந்து பார்க்கச் சொன்னேன். 'சரி' என்றான். சொன்னபடி பன்னிரண்டரைக்கு வந்தான். என்னோடு விஜயன், ஜெயக்குமார், செல்வராஜா, ரவி எல்லோரும் தூக்கம்பிடிக்காமல் குலம் அண்ணருக்காகக் காத்திருந்தனர் . . . அவர் தரப்போகும் மேலதிக உத்தரவாதங்களுக்கும், ஆறுதல்களுக்குமாக. யோகேஷ்வரனை அவர்களுக்கும், அவர்களை அவனுக்கும் அறிமுகம் செய்து வைத்தேன். சிறிதுநேரம் பேசிக்கொண்டிருக்கையில் . . . குலம் அண்ணர் 'எஞ்ஜின் ரூம்'இலிருந்து மேலே வந்தார். "எட . . . தாலியக்கட்டு . . . யோகேஸ் இஞ்ச எப்பிடியடாப்பா வந்து சேந்தனீ . . .?" என்று உரத்துச் சொல்லிக்கொண்டே ஓடிவர . . . அவனும் எழுந்து ஓடிப்போய் இருவருமாக இறுகக் கட்டித் தழுவிக்கொண்டனர். நாங்கள் புதிர் ஒன்று அவிழ்படும் வரைக்கும் பொறுமை காத்தோம்.

குலம் அண்ணர் அவன் முதுகில் இரு கைகளாலும் சரமாரியாக அடித்துத்தள்ளிக்கொண்டிருந்தார். பின்னர் ஒருவாறு இருவரும் விடுபட்டுக்கொள்ள . . . "எடேய் . . . போன வரியம் நான் ஊரில நிக்கேக்க சொன்னவை . . . நீ ஏதோ ஒரு இயக்கத்துக்குள்ள போட்டாயெண்டு . . . இப்ப . . . இஞ்ச . . . எப்பிடியெண்டு எல்லாத்தையும் விளக்கமாச் சொல்லு . . . தம்பியவை... உவன் என்ர மனிசியின்ர ஒண்டவிட்ட தம்பியடா... கன்பொல்லைக்குள்ள பாறாங்கத்தியும் கையுமாக இரவிரவாகத் திரிஞ்சவனடா . . . அப்பன் . . . அப்ப உன்ர வயசென்ன எண்டு இவங்களுக்கு ஒருக்காச் சொல்லு..." என்று நொடியை எங்களுக்கு அவிழ்த்தார்.

கன்பொல்லைக் கிராமத்தின் வேர்களோடு . . . கரணவாய் தெற்கில் குடும்பத்தாரோடு வாழ்ந்திருந்த பதின்ம வயது யோகேஷ்வரன் . . . எழுபதுகளில் யாழ்ப்பாணக் குடாநாட்டில் எழுந்த சாதிப்போராட்டத்தில் தீவிரமாக ஈடுபட்டு இருந்திருக்கிறான். இவனோடொத்த பல பதின்மங்கள் மேற் சாதி ஆதிக்க வர்க்கத்தின் படுகேவலமான ஒடுக்குமுறைக்கு எதிராகத் தாமாகவே கொதித்துஎழுந்தனர் . . . ஒளிந்தனர் . . . கரந்தடிபட்டனர். இதனை அவர்களது ஊர்ப்பெரியவர்கள்

அறவே விரும்பவில்லை. எனினும் தொடர்ந்த போராட்டத்தை எரிந்துபோன நிச்சாமக் கிராமத்துச் சாம்பல் ஒரு வகையில் அந்தரெட்டியோடு முடித்துவைத்தது . . . தற்காலிகமாக!

“அத்தார் . . . எப்பிடியோ சாம்பலக் கரைச்சுப்போட்டம் . . . எங்கட கோவம் எரிஞ்சுகொண்டுதான் இருந்தது . . . பிறகு கொஞ்சம் பெரிய அண்ணாமார் வெளியூரில இருந்து வந்திச்சினம் . . . ‘ஊரத் தாண்டியும் பிரச்சினைகள் இருக்கு தம்பிமாரே’ எண்டு சொல்லி எங்கட மூளையக் கழட்டிக் கழுவிக் குடுத்தினம் . . . சரியெண்டு போனம் . . . பிறகுதான் தெரிஞ்சுது . . . கோவமும் ஒரு ‘பெற்றோல்’தானெண்டு . . . அறுவான்கள் எங்களக்கொண்டே எங்கட சாதிக்காரரப் போட்டுத்தள்ளச் சொன்னாங்கள் . . . எப்பிடியோ உசிரக் கையில பிடிச்சுக்கொண்டு . . . ‘ஓவர்லான்ட்’டாக ‘க்றீஸ்’இற்குப் போய் . . . இப்ப . . . இஞ்ச . . . உங்க முன்னால” யோகேஷ்வரனின் கண்கள் பனித்திருந்தன.

36

செல்லாநின்ற இத்தாவர சங்கமத்துள்

'அலெக்ஸாந்திரியா'வில் அடிவாங்கிய 'எம்.வி.ஔரோறா' மீண்டும் புதுப்பொலிவோடும் 'தேர்ட் ஆபீஸர்' விஷ்ணு பட்டேலின் புனரமைக்கப்பட்ட 'காபின்'னோடும் எதுவுமே நடந்திராததுபோல . . . தாய்லாந்திலிருந்து கொண்டுவந்த பொதிகள் கொஞ்சம் கொஞ்சமாக வெளியேறியதில் கடல்நீர்மட்டத்திலிருந்து தனது கம்பீரத்தை ஊரறியக்காட்டி எழுந்துநின்றது. எப்படியும் இன்னும் ஒரு வாரமாகலாம் . . . இங்கிருந்து புறப்பட . . . மீண்டும் கிரேக்கத்தை நோக்கித்தான் என்பதும் நிச்சயமானது. அதன் பிறகு எங்கே போகப் போகிறோம் என்பதைப் பற்றி 'எம்.வி.ஔரோறா'வின் இருபத்தியேழு மாலுமிகளில் . . . அடிவயிற்றிலிருந்து பந்தாகச் சுருண்டுசுருண்டு எழுந்து கொண்டிருந்த பயங்களோடும் . . . நிச்சயமின்மையால் உயிரற்ற உடல்களாக விரக்தியோடும் நாட்களை நகர்த்திக்கொண்டிருந்தது ஐந்தே பேர்கள்தாம்! திரும்பவும் பம்பாய் போகிறோமா அல்லது வேறு ஏதாவது துறைமுக நகருக்கா?

எனக்கோ கடன் தீர்ந்தது என்கிறதும் . . . நான் உழைத்து அனுப்பும் பணத்தில்தான் எனது குடும்பத்தார்கள் வாழவேண்டும் என்கிற நியதி இல்லாததும் தந்த சிறு நிம்மதிகளைத் தவிர வேறொரு கையிருப்புமில்லை. ஆனால் கொச்சிக்கடை செல்வராஜாவுக்குப் பட்ட கடனும், தாயைப் பார்த்துக்கொள்ள வேண்டிய கடமையும் இருந்தன.

மருதானை ரவிக்கோ 'ப்ராவிடன்ட் ஃவண்ட்' முழுவதையும் தூக்கி இவனுக்குக் கொடுத்துவிட்டுப் பிச்சைச்சம்பளத்தில் வாழ்ந்து கொண்டிருக்கும் வயதான தாய் தந்தையரின் பொறுப்பு. கன்னாதிட்டி விஜயனுக்கும், கொக்குவில் ஜெயக்குமாருக்கும் குடும்பம், கடன் ... என்பதற்கு மேல் வட்டி!

ஆக மொத்தம் நாங்கள் ஐந்து பேர்வழிகளும் 'சைன் ஆஃவ்' பண்ணிக் கப்பலை விட்டு இறங்கும்போது கையில் டாலர்களாகக் கிடைக்கப்போகும் தசம் பூஜ்யம் பூஜ்யம் ஐந்து அதிஷ்டங்களோடு பம்பாயின் பைகுல்லாவில் 'யங் மென் க்றிஸ்டியன் அஸோஸியேஷன்' இல் நார்க்கயிற்றுக் கட்டிலில் எவ்வளவு நாளைக்குத் தூங்கமுடியும் ... ப்ளாட்பாரத்துக் கையேந்திபவன்களில் எத்தனை வேளை சாப்பிட முடியும் ... ஊருக்குத் திரும்பிப்போவதானால் இராமேஸ்வரத்துத் தனுஷ்கோடியிலிருந்து நீந்திக்கடக்க இந்தப் பஞ்ச பாண்டவர்களென்ன ஆழிக்குமரர்களா? அப்படி இருந்திருந்தால் கூடப் போகிறபோக்கில் தூத்துக்குடி வழியாகப்போய் ... கைப்பிடியளவு முத்துக்களோடு ஊருக்குத் திரும்பினால் கொஞ்சமாவது ஒரு விருத்தி இருக்கும்!

எங்களது வழமையேயான உற்சாகம், கலகலப்பு ... இவைகளின் வறுமையை மிக நேர்த்தியாக உணர்ந்துகொண்ட குலம் அண்ணர் எங்களது தொட்டப்பா ஆகிவிட்டிருந்தார்! ஒருபோதும் எங்களை நாங்கள் இழந்துபோகாதபடிக்கு நன்னம்பிக்கைகளை ... அதுவும் நடைமுறைக்குச் சாத்தியப்படும்படியாகத் தன்னம்பிக்கைகளை விதைத்துக்கொண்டே இருந்தார். மைத்துனன் யோகேஷ்வரன் தினசரி எங்கள் கப்பலுக்கு வந்துபோய்க் கொண்டிருந்தான். குலம் அண்ணருக்கு அவனைப்பற்றி ஏகப்பட்ட நல்ல அபிப்பிராயங்கள் இருந்தன. சின்ன வயதிலேயே சாதீயப் போராட்டங்களில் ஈடுபட்டுப் படிப்பைக் குழப்பிவிட்டுப் பின்னர் இயக்கம் ஒன்றுக்குள் சிக்குப்பட்டு ஏமாந்து உயிரைக் கையில்பிடித்துக்கொண்டு எப்படியோ தவழ்ந்து கிரேக்கம் வரைக்கும் போய் நல்லதொரு புத்தம் புதிய கப்பலில் கைநிறையச் சம்பளத்தில் அவன் ஏறிக்கொண்டதில் அளவில்லாத சந்தோஷத்தில் இருந்தார். நாங்கள் எல்லோரும் பல தடவைகள் 'அலெக்ஸாந்திரியா'விற்குள்ளே போய் என்னவெல்லாமோ பார்த்து அனுபவித்துவந்தோம் ... ஒரு புராதன வரலாறு அந்த நகரை வியாபித்திருந்தது.

ஒரு வழியாகக் களஞ்சிய அறைகள் காலியாகிவிட்டன. 'பலாஸ்ட் டாங்க்'இல் கடல்நீரை நிரப்பிக் கப்பலைச் சமனப் படுத்தி ... 'டெரிக்'குகளைக் கீழே இறக்கிப் பதித்துவிட்டு மறுநாள்

காலையில் கிரேக்கத்தை நோக்கிப் பயணிக்க ஆயத்தமாகி யிருந்தோம். அன்றிரவு நாங்கள் 'அலெக்ஸாந்திரியா' நகருக்குள் சென்று 'ப்ரஸிடென்ஸி ஹோட்டல்'இல் மதுவருந்தி . . . உணவருந்தி மகிழ்ச்சியாக யோகேஷ்வரனிடமிருந்து விடை பெற்றுக்கொண்டு கப்பலுக்குத் திரும்பியபோதில் எல்லோருக்கும் மனது கனத்துப்போயிருந்ததை உணர்ந்தோம். அதுவரையில் கலகலப்பாக எங்களுடன் பழகிய ஒரு நல்ல தோழனைப் பிரிந்துவருவதான ஒரு மெல்லிய துயரம் வியாபித்துக் கிடந்தது. 'இன்னொரு நாளில . . . வேறொரு 'போர்ட்'டில சந்திப்பமடா தம்பிமாரே . . .' என்று தொட்டப்பா குலம் அண்ணர் அதற்கும் எங்களுக்கு ஆறுதல் சொன்னார்.

அடுத்த நாள் காலையில் 'அலெக்ஸாந்திரியா'வின் சூர்யோதயம் பிரமிப்பைத்தந்தது. அதுவரையில் அதிகாலையில் எல்லோரையும் எழுப்பிவிட்டுப் போய்த் தூங்கிவிடுகிற எனக்கு இது புது அனுபவம்! அபூர்வமான கடற்பறவைகள் 'மெடிட்டரேனியன்' நீர்ப்பரப்பில் தலைகுப்புற விழுவதும் . . . முக்குளித்து எழுந்து பறப்பதும்... சூரியஒளி அந்தப் புராதனமான கட்டிடங்களில் பட்டுத் தெறித்துக்கொண்டிருப்பதும் . . . அதுவரை அந்த நகரத்தை நான் பார்க்காத ஒரு பரிமாணம்! ஒரு அரைமணி நேரம்தான் அது நீடித்திருந்தது என்றாலும் அந்தக் காலை உற்சாகமாக இருந்தது. மீண்டும் கிரேக்கத்துக்குப் போகிறோம்... நல்லதே நடக்கும் . . . புதிய உதயங்கள் காத்திருக்கும் . . . என்றவாறு மனது அலைகளில்லாத கடற்பரப்பாகத் தெளிந்திருந்தது. எட்டுமணியளவில் 'பைலட்' வந்தார். 'டெக் க்றூ' எல்லோரும் 'ஸ்டான்ட்பை'யிலிருந்தோம். துறைமுகமேடையிலிருந்து கயிறுகள் கழற்றிக் கடலில் எறிந்துவிடப்பட்டன. லூயிஜ்ஜி கப்பலை மெதுவாக 'அலெக்ஸாந்திரியா'வை விட்டு வெளியே ஓட்டிச்சென்றான். நாங்கள் கயிறுகள் எல்லாவற்றையும் சுருட்டிவைத்துவிட்டுப் பத்துமணி 'ப்ரேக்'இற்கு 'மெஸ்'இற்குப் போனோம். இன்னும் மூன்று நாட்களில் அறுநூற்றி எண்பத்தொன்பது கடல்மைல்களைக் கடந்துபோய் நாங்கள் முதன்முதலாகக் கடற்பயணத்தை ஆரம்பித்த 'போர்ட் ஆஃவ் பிரயெளஸ்'ஐ அடைந்துவிடுவோம்.

நடுக்கடல் அமைதியாகவே இருந்தது. 'ஆழநெடுந்திரை ஆறு கடந்திவர் போகாரோ . . .' என்பதான ஒரு சுகமான மிதப்பு! எமது 'கான்ட்ராக்ட்' மேலும் ஒரு வருடகாலத்துக்குப் புதுப்பிக்கப்படுமா என்கிற சுமை ஒருபுறமிருந்தாலும் . . . தரையில் இந்த அசிங்கமான மனிதர்களின் அரசியல்களோடு இனியொருமுறை வாழ நேர்ந்துவிடுமோ என்கிற ஒவ்வாமைகளையும் . . . அப்படியே ஆகுமெனில் எம்மை ஆட்கொள்ளப்போகும் பொருளாதாரச்

சுமைகளையும் . . . தொட்டிலாட்டிக்கொண்டே 'எம்.வி.ஔரோறா' கணித்தபடியே மூன்றே நாட்களில் கிரேக்கத்தை அணைத்தது. 'பிரயெளஸ்' துறைமுகத்தின் பழைமைவாய்ந்த கருங்கற்தளத்தோடு அணைத்துக்கட்டடப்பட்டதில் எங்கள் எல்லோருக்குமே புதிய நம்பிக்கைகள் துளிர்த்து . . . தழைத்து . . . விருட்சமாகிக் கொண்டிருந்த வேளையில் . . . 'மெஸ்'இல் மதியஉணவுக்காகத் திரண்ட அத்தனை பேரும் கலகலப்பானார்கள்.

குலம் அண்ணர் 'ஐயே . . . மொகத்த . . . பிஸ்ஸுத?' என்று சிங்களத்தில் ஆரம்பித்து எங்களையெல்லாம் அப்படி அனாவசியமாகக் கலவரப்படவைத்ததற்காக 'களு'ரஞ்ஜித்தை திட்டிக்கொண்டிருந்தார். அவனும் சிரித்துக்கொண்டே மன்னிப்புகேட்டுக்கொண்டிருந்தான். "போர்ட்டுக்குள்ள போகிற காலியான கப்பல் 'ஸ்க்ராப்'புக்குப் போகாது எண்டொரு 'க்ரீக்' பழமொழி இருக்கு . . . தம்பிமாரே . . . உவன் விசரன்ர கதையக் காதுக்குள்ள போட்டுக்கொள்ளாதீங்க . . . சரியா . . .?" என்று சொல்லிச் சிரித்துக்கொண்டார். எந்தச் சுபமுகூர்த்தத்தில் இந்த உரையாடல் நிகழ்ந்ததோ . . . அதே சுபவேளையில் 'சீஃவ் ஸ்ருவேட்' ராஜீவ் ஷர்மா 'மெஸ்'இற்குள் வந்து 'போர்ட் காப்டன்' நிக்கோஸ் . . ., 'போர்ட் எஞ்ஜினியர்' பனயோதிஸ் . . . இருவரும் எங்களை மேலே 'ஆபீஸர்ஸ் மெஸ்'இற்கு வந்து அடுத்த ஒரு வருடகால ஒப்பந்தத்தை விரும்பினால் புதுப்பித்துக்கொள்ளலாம் என்று அழைப்பதாகச் சொல்லிவிட்டுச்சென்றான்.

எல்லோரும் மகிழ்ச்சியோடு ஒருவர் பின் ஒருவராக மேலே சென்று புதிய பத்திரங்களில் கையொப்பமிட்டு . . . அதுவரை பாக்கியிருந்த சம்பளப்பணத்தையும் பெற்றுக்கொண்டு இறங்கிவரும்போது . . . ஆச்சர்யமாக இருந்தது! வழமையாக ஒருவருட ஒப்பந்தம் முடிந்ததும் பாம்பே பறந்துவிடும் ரஞ் ஜித்தும் கையெழுத்துப் போட்டுவிட்டு எங்கள் பின்னால் இறங்கி வந்துகொண்டிருப்பதை உணர்ந்ததும்! "என்னவா செய்யிற . . . இந்தக் கப்பல் எனக்குப் பிடிச்சுப் போயிரிச்சு . . . நீங்க எல்லாமும் எண்ட பெமிலிபோலதான்வா நாங் பீல் பண்ற . . . நாங் கடலோட பொறந்த . . . கடலோட வளந்த . . . இனியும் கொஞ்ச காலங்காட்டியும் கடலோட இரிஞ்சிட்டுப் போற . . ." அவன் கண்களில் சில துளிகளை நான் முதன்முதலாகப் பார்த்தேன் . . . இரும்புக்கும் சில சமயங்களில் வியர்க்கும்போலும்!

'அப்பாடா . . . இன்னும் ஒரு வருடக் காலத்திற்கு மனச் சஞ்சலங்கள் இல்லை . . .' என்பதான உத்தரவாதப் பத்திரத்தில் கையெழுத்து போட்டாயிற்று. சலனங்கள் எதுவுமில்லாது மனம் சந்தோஷமாக இருந்தது. அதுவரையில் பயப்பிராந்தியில் உழன்ற

நாங்கள் ஐந்து பேர்வழிகளும்... குலம் அண்ணர், 'களு'ரஞ்ஜித் ஆகியோருடன் 'பிரயெளஸ்' நகருக்குள் நடந்துபோய்ப் பழைய 'யூத் ஹாஸ்டல்'ஐ அடைந்தோம். போகும்போது கையோடு சவர்க்காரக் கட்டிகள், துவாய்த் துண்டுகள், தகரத்தில் அடைக்கப்பட்ட உணவுவகைகள், 'சிகரெட் பாக்கெட்'டுகள், மதுபான வகைகள் முடிந்த அளவு கடத்திச் சென்றோம் . . . அங்கே கப்பலேறத் தவங்கிடக்கும் நமது மண்ணின் மைந்தர்களுக்காக. தமிழர்கள், சிங்களவர்கள், நாஸ்திகர்கள், இஸ்லாமியர்கள், இந்துக்கள், பௌத்தர்கள், கிறிஸ்தவர்கள்... இலங்கையின் பலபாகங்களிலும் இருந்து அத்வைத ஞானபோதம் பெற்றுத் திரண்டிருந்தார்கள். ஒவ்வொருவரினது கண்களினூடேயும் கப்பல்கள் தெரிந்தன! ஆனால் அதற்கான வலு உடலில் இருக்கிறதாகத் தெரியவில்லை. ஒருவேளை உணவே பெரிய ஆசீர்வாதம் என்றார்கள்.

முப்படைகளின் துரத்தல்களிலிருந்து ஒளித்தோடி வந்தவர்கள், நாட்டின் பொருளாதாரச் சீர்குலைவுகளால் பிழைப்பு தேடி வந்தவர்கள், இயக்கங்களிலிருந்து தப்பித்து வந்தவர்கள், வேலை செய்துகொண்டிருந்த கப்பல் 'ஸ்க்ராப்'இற்குப் போனதனால் கிரேக்க நாட்டுக்குள்ளே குதித்தவர்கள் . . . என்று பல படித்தரங்களில் இருந்த அவர்களுக்காக நாங்கள் வெளியே சென்று சமையலுக்கான பொருட்களை வாங்கிவந்தோம். மதுபானங்களும், 'சிகரெட்' புகைமண்டலங்களும், சமையல் வாசனைகளுமாக அந்த அறை அமர்க்களப்பட்டது அன்றைய இரவில். அந்த வேளையில் சுமார் எட்டுமணியளவில் அந்த அதிசயம் நிகழ்ந்தது! 'பெரமா டொக்'இல் பழைய கப்பல் களுக்குக் கறள் சுரண்டிப் 'ப்ரைமர்' பூசிவிட்டு அந்த அறைத் தோழர்கள் ஒரு சிலர் உள்ளே வந்தனர் . . . அவர்களுள் . . ! "மச்சாங் . . . கீர்த்தீ . . ." என்று கூவிக்கொண்டே பாய்ந்தோடிக் கட்டிக்கொண்டான் ரஞ்ஜித் . . . கூடவே நாங்களும் . . . கீர்த்தி எங்கள் அணைப்புக்குள்ளே சங்கமித்துக் காணாமல்போயிருந்தான்! ஒரு வருடம் முன்பாக பழைய 'யூத் ஹாஸ்டல்'இல் கத்திக்குத்து வாங்கியவன் . . . எப்படியோ பிழைத்து... மீண்டும் எங்களோடு இன்றும்... நன்றி குருவே!

மறுநாளிலிருந்து கப்பலில் 'ஆலிவ்' எண்ணை 'பாரல்'கள், 'அலுமீனியம்' . . . இரும்பு ஆகியவை ஐந்து 'ஹாட்ச்'களிலும் நிரப்பப்பட்டுக் கொண்டிருந்தன. 'துடியாட்டம்' என்கிற சொல் . . . எங்களெல்லோரிடமும் குடிகொண்டிருந்தன! இவற்றை ஏற்றிக்கொண்டு 'ஜேர்மனி'க்குப் பயணமாகப்போகிறோம். அதன்பிறகு 'இத்தாலி' ... அங்கிருந்து 'அபிஜான்' . . . இப்படியாக வரைபடங்கள் விரிந்துகொண்டே போனது! 'யூத் ஹாஸ்டல்'இல் கீர்த்தியை நாங்களும்... எங்கள் கப்பலில் கீர்த்தியையும் மாறிமாறி

ஒவ்வொரு நாளும் சந்தித்துக்கொண்டோம். 'யூத் ஹாஸ்டல்' நண்பர்கள் நெருங்கியவரானார்கள். பிட்டத்தில் அதிர்ஷ்ட மச்சம் இருந்த ஒரு சிலர் கப்பல் கிடைத்துக் கண்ணீரோடு விடைபெற்றுச்சென்றார்கள். கிரேக்கத்திலிருந்து கப்பல் ஏறுவதென்பது இன்று வானவில்லைக் கயிறாகத் திரித்துக் கொள்வதானது!

'பிரயெளஸ்' இல் ஒரு மாதம் நின்று ஒருவழியாக 'கார்கோ' ஐந்து களஞ்சிய அறைகளிலும் நிரம்பிவிட்டன. இரண்டு நாட்களில் 'ஜேர்மனி'யை நோக்கிய மிதப்பு. மறுநாள் நாங்கள் வெளியே போய்விட்டு இரவாகியதும் கப்பலுக்குத் திரும்பிவர எத்தனிக்கையில் ரஞ்ஜித் வற்புறுத்திக் கீர்த்தியை அழைத்துக் கொண்டுவந்தான். வந்தவன் நேராக 'போர்ட் எஞ்ஜினியர்' பனயோதிஸ் இன் 'காபின்'ஐப்போய்த் தட்டினான். தூங்காமல் . . . தூங்கிக்கொண்டிருந்த அவரும் கதவைத் திறந்தார். அவரோடு கிரேக்க பாஷையில் "இவன் எனது நண்பன் . . . இதே கப்பலுக்கு வந்தவன் . . . நடுவில் சில தடங்கல்கள் . . . இவனை எனக்குப் பதிலாக ஏற்றுக்கொள் . . . நான் ஒப்பந்தத்தை ரத்துச் செய்துவிட்டு பாம்பே போகிறேன்" மறுநாள் அந்த ஒரு மனிதன் தான் விரும்பிய கப்பலை விட்டு இறங்கிப்போனான் . . . அவன் நேசித்த 'பெமிலி'யை விட்டும்.

தெள்ளத்தெளிந்திருந்த 'மெடிட்டரேனியன்' எங்களை அழைத்துக்கொண்டுபோனது. எனது குரு கீர்த்தி விக்ரமசிங்ஹ . . . மீண்டும் என்னோடு! இந்த உலகஉருண்டையின் மூன்றில் இரண்டு பகுதி நீர்ப்பரப்பின் ஆழங்களில் மனிதர் கண்டறியாதன எத்தனை . . . எத்தனை . . ! சமுத்திரங்களின் மேற்பரப்பில் நுனிப்புல் மேய்ந்துகொண்டிருக்கும் எனக்கு ஒன்று மட்டும் தெளிவாகத் தெரிந்தது . . . மனிதமனங்களின் அடிவாரத்தில் இடையறாது சுரக்கும் நேசச்சுரப்பியொன்று இருப்பதாக.

எங்கெல்லாமோ . . . ஏதெல்லாமோ சமுத்திரங்களில் நானும், கீர்த்தியும் . . . ஏனைய நண்பர்களும் பயணப்பட்டோம். கீர்த்தியிடமிருந்து ஒரு 'தேர்ட் ஆபீஸர்' ஆவதற்குரிய அறிவனைத்தையும் நான் கற்றுத் தேர்ந்தேன். வடக்கு, தெற்கு 'அட்லான்டிக்', 'பஸிஃவிக்', இந்து சமுத்திரம் . . . உட்பட ஐந்து சமுத்திரங்களிலும் அமைதியையும், புயலையும் சந்தித்துப் பழக்கப்படுத்திக்கொண்டோம்! இரண்டாவது ஒப்பந்தம் முடிகின்ற வேளை . . . எமது கப்பல் 'கல்கத்தா'வின் 'ஹல்தியா' துறைமுகத்திற்குச் சென்றது. 'தேர்ட் ஆபீஸர்' விஷ்ணு பட்டேல் 'எம்.வி.ஔரோறா'விடமிருந்து பிரிய மனமில்லாமல் . . .

துணைவியாரின் உடல்நிலை காரணமாக விடைபெற்று ஊருக்குத் திரும்பினார். ஒரு நல்ல மனிதரின் பிரிவு எங்களைத் தாண்டிப் போக... கீர்த்தி 'தேர்ட் ஆபீஸர்' ஆனான். கப்பல் . . . குலம் அண்ணர் சொன்னது போல இன்னும் திடகாத்திரமாகத்தான் இயங்கியது... மூன்றாவது ஒப்பந்தம் புதுப்பிக்கப்பட்டபோது 'செக்கண்ட் எஞ்ஜினியர்' ப்ரதாப் ஜோஷி 'சைன் ஆஃவ்' பண்ணி இறங்கிப் போய்விட... அந்த இடத்தைக் குலம் அண்ணர் நிரப்பிக்கொண்டார். அது அவரது அனுபவத்துக்குக் கிடைத்த அங்கீகாரம். கடல்வாழ்வு மேலும் இரண்டு வருடங்கள் நீடித்தது.

அடுத்த வருட இறுதியில் 'ரஷ்யா'வின் 'யெல்லோ ஸீ'யில் இருந்த 'வ்ளாடிவொஸ்டொக்' துறைமுகத்தில் சீமெந்து மூடைகளை இறக்கிவைத்துவிட்ட பின்னர் . . . நாளதுவரை எதிர்பார்த்துக்கொண்டே இருந்த அந்தச் செய்தி ஒரு புதன் கிழமை 'மெஸ்'இல் ஒலிபரப்பப்பட்டது. இங்கிருந்து நாங்கள் 'ஹாங்காங்' போகிறோம்... அங்கிருந்து பாதிப்பேர் பம்பாய் பயணமாகிறார்கள் . . . மீதிப்பேர் அதுவரை எமது படகுவீடாக இருந்த 'எம்.வி.ஒளரோறா'வைத் 'தாய்வான்' வரை ஓட்டிச்சென்று அது 'ஸ்க்ராப் யார்ட்'இற்குப் போய் முக்தியடைந்து சமாதியானதும் அங்கிருந்து பம்பாயில் சங்கமிப்பார்கள் என்பதாக. 'ஹாங்காங்' விமானக் கூடத்தின் ஓடுபாதையில் எங்களைச் சுமந்துகொண்டு ஓடிச்சென்று அதன் முடிவான கடற்பரப்பின் மேலெழுந்து பறந்தது 'எயார் இந்தியா'. கீழே பார்த்தபோது நீர்ப்பரப்பில் ஏராளமான கப்பல்கள் தரித்திருந்தன. 'எம்.வி.ஒளரோறா'வைக் குறிவைத்துத் தேடினோம் . . . விம்பங்கள் சிதிலமாகிப்போயின!

நான்கு வருடக் கப்பல் வாழ்க்கை முடிந்து மீண்டும் பம்பாய் 'சாந்தாக்ரூஸ்' விமானநிலையத்தில் . . . எல்லோரும் பிரியாது விடைபெற்று அவரவர் வழியே . . ! நான் மட்டும் ஊருக்குப் போக விரும்பவில்லை. ஏன்... என்பதற்கான காரணம் இன்றுவரை தெளிவில்லை. அன்றிரவு பம்பாய் 'வி.டி.' புகையிரத நிலையத்தின் அருகே இருந்த 'ரயில்வே ஹோட்டல்'இல் ஒரு அறையில் தங்கினேன். கையில் நிறையவே பணமிருந்தது. மூட்டை முடிச்சுகள் என்று எனக்கு ஒன்றுமில்லை!

மறுநாள் காலையில் . . . இலக்கம் 18, ஆர்.கமானி மார்க் இல் அமைந்திருந்த "ப்ரின்ஸ் ஒஃவ் வேல்ஸ் ஸீமென்ஸ் க்ளப்". "தி ராயல் பம்பாய் ஸீமென்ஸ் ஸொஸைட்டி" கட்டிடத்தோடு இணைந்திருந்த இந்த 'க்ளப்' வாசற்படியில் நின்றுகொண்டிருக்கிறேன்... மனது சோர்ந்துபோய்க்கிடந்தாலும் மூளை உஷாராகவே இருந்தது. ஆனால் மனதோ மூளையோ ஒரு

மரபணு அளவுதானும் ஊகித்திருக்கவில்லை இதே வாசலுக்கு நான்கு வருடங்களின் பின்னர் நான் திரும்பிவருவதையும் அதன் விளைவாக ஏற்பட்டிருக்கக்கூடிய விபரீதங்களையும்!

உள்ளே நுழைந்தால் 'பிலியட்ஸ் டேபிள்'இல்... 'களு'ரஞ்ஜித்! ஓடிவந்து கட்டிக்கொண்டான். மூன்று வருடங்களின் பின்னர் நாங்கள் சந்திக்கிறோம். நிறையவே பேசினோம்... கீர்த்தி 'தாய்வான்'இலிருந்து ஒரு வாரத்தின் பின்னர் இங்குதான் வரப்போவதாகச் சொன்னேன்... சந்தோஷப்பட்டான். சற்றே தொலைவில் மதுபானம் அருந்திக்கொண்டிருந்த கோணலான ஒருவனைச் சுட்டிக்காட்டி "அவன்தாவா... ரோஹான் கந்தப்பா..." என்றான். பக்கத்தில் அவன் தம்பி ராபின் கந்தப்பா... எனக்கும், விஜயனுக்கும், ஜெயக்குமாருக்கும்... இன்னும் பலபேருக்கும் கடலில் 'தண்ணி' காட்டியவர்கள்!

அடுத்தடுத்து வந்த நாட்களில் நானும் ரஞ்ஜித்தும் 'ஸீமென்ஸ் க்ளப்'இல் சந்தித்துக்கொண்டோம். நான் மீண்டும் திருக்கோணமலைக்குத் திரும்பிப்போவதான விருப்புகளை விட்டு இன்னொரு கப்பலில் ஏறிவிட முயன்றுகொண்டிருந்தேன். அது ஒரு சனிக்கிழமை என்று நினைக்கிறேன்... மாலைப்பொழுதில் 'ஸீமென்ஸ் க்ளப்'இல் புதிய புதிய நண்பர்கள் சந்தித்துக்கொண்டார்கள். ரஞ்ஜித்தை மட்டும் காணவில்லை. நானும் இப்போது 'பிலியட்ஸ்' விளையாட நன்கு கற்றுக்கொண்டேன். விளையாடிக்கொண்டிருந்தபோதில்... அடுத்த 'பூல் டேபிள்'இல் ரோஹான் கந்தப்பா. தொடர்ந்து விளையாடிக்கொண்டும், குடித்துக்கொண்டும்... மணி பின்னிரவு இரண்டாகிவிட்டது. ரோஹான் கந்தப்பா தள்ளாடிக்கொண்டே வெளியே இறங்கி நடந்துபோய்க்கொண்டிருந்தான்.

கமானி மார்க்... தெருவிளக்குகள் பழுத்த மஞ்சள் நிறத்தில் ஏனோதானோவென்று ஒளித்தொளிர்ந்தன! அதனைச் சுற்றிப் பறந்துகொண்டிருந்த ஈசல்கள் இருந்த கொஞ்சநஞ்ச வெளிச்சத்தையும் மழுங்கடித்துக்கொண்டிருந்தன... அந்த விட்டில்களின் கரிய நிழல்கள் ஒரு வௌவால் கூட்டமே பறந்துதிரிவதைப்போலத் தெருவோர மதிற்சுவர்களில் ஒரு ராசஸ இருட்தெறிப்புச் செய்துகொண்டிருந்தன. நான் மிதமான போதையில் கந்தப்பாவைப் பின்தொடர்ந்தேன்...

அவன் ஒரு தெருவிளக்குக் கம்பத்தை அணைத்துக் கொண்டே இடதுபக்கமாகச் சரிந்துகொண்டு வாந்தியெடுத்துக் கொண்டிருந்தான்... ஆளரவரமற்றிருந்தது தெரு நாய்களின் குரைப்பு பின்னணி இசையாக... எனக்குள்ளே ஏற்கெனவே சுரந்து கொண்டிருந்த மூர்க்கமோ... 'யாருக்கும் எதுவும் கேட்காது...

இந்த ஈனப்பிறவியின் வரலாற்றை முடித்துவிடு' என்ற ஓசைகளை ஒலிபரப்பிக்கொண்டே இருந்தது. எனது அனுமதிக்குக் காத்திராமல் எனது வலதுகரம் . . . எனது இடதுகால் சப்பாத்தின் காலுறைக்குள் சொருகிவைத்திருந்த . . . 'திஸ்ஸலோணிக்கி'யில் 'களு'ரஞ்ஜித் தற்காப்புக்காக வாங்கிக்கொடுத்த 'பட்டன்'ஐ அழுத்தியவுடன் விடைத்துக்கொள்ளும் 'க்றீஸ்' கத்தியை உருவி அவனது இடதுமார்பில் ஊடுருவ முயன்ற எனது வலது கரத்தை . . . இறுகப் பிடித்து நிறுத்தியது இன்னொரு வலிய கரம் . . . ரஞ்ஜித்!

இறுதி இராப்போசனம் ஓவியத்துக்காக 'லியொனார்தோ த விஞ்சி' தேர்ந்தெடுத்த இயேசுவுக்கான முகத்தை ஆறு வருடங்களின் பின்னர் யூதாஸ்இன் 'மாடல்'ஆக அவரே தேர்வு செய்தார் என்ற கட்டுக்கதையைப்போல . . . எனது சொந்தக் கதையில் எனக்குள்ளே வளர்ந்துவந்துகொண்டிருந்த மூர்க்கத் தனம் எனது இயல்பான குணாதிசயங்களையே மாற்றி ஒரு கொலைவெறியைத் தேர்ந்திருக்கிறது! 'சுயநினைவு இழந்த ஒரு உயிரைக் கொன்றுவிட முயலாதே . . . உன்னால் ஒருபோதும் மன்னிக்கவே முடியாத பரம எதிரியாக இருந்தாலும் . . . ' ரஞ்ஜித் சொன்ன வார்த்தைகள் எனது வாழ்நாள்வரை என்னோடிருக்கும்.

முடிப்பு
தெரிந்துகொள்ளாத கதை

என்றோ ... எப்போதோ ... ஏதோவொரு வருடத்தில் ஊருக்குத் திரும்பினேன் ... எனக்காக யாரும் காத்து இருந்திருக்கவில்லை. நான் ஊரை விட்டுக் கிளம்பி வரும்போது 'நீ திரும்பி வரும் போது நான் உயிரோடு இருக்கிறேனோ தெரியாது மகன் ...' என்று சொல்லி வழியனுப்பிய எனது தந்தையார் சொன்னபடியே அறாவட்டிக்கு அபகரித்த எமது பூர்வீகப் பாவச்சொத்துக்கள் சுத்தமாகப் பறிபோயிருந்தன ... ஒருவேளை அது ... நியாயமாக உரியவர்களின் சந்ததிகளுக்கே போய்ச் சேர்ந்திருக்கும்!

அது ஒரு மனதுக்கு இதமான காலையின் பத்து மணிக்கூறு. தபாற்கந்தோர் வீதியை நோக்கி மின்சாரநிலைய வீதி செல்லும் வழியில்... இடது புறமாக வந்து கிறீன் வீதி முட்டிக்கொள்ளும் முனையின் எதிர்ப்பக்கமாக மஞ்சள் சுண்ணாம்புக் காரை பெயர்ந்து இடுப்பளவே உயரமிருந்த மதில்சுவர் தந்துகொண்டிருந்த தற்காலிக நிழலில் தனது மீன் வியாபாரத்தை என்றோ ... எப்போதோ ஏறக்கட்டியிருந்தான் கிறிஸ்தோப்பர் ... விசாரித்தேன் ... அவனைப்பற்றி யாருமே அறிந்திருக்கவில்லை!

* 9 7 8 9 3 8 9 8 2 0 1 2 6 *

FCW - #0152 - 061026 - C0 - 216/140/17 - PB - 9789389820126 - Matt Lamination